૧૯૭૪માં જન્મેલા, આઈઆઈએમ(કોલકાતા)માં ભણેલા અમીશ બૅન્કની નિરસ નોકરી છોડીને આનંદપ્રાપ્તિ માટે લેખક બન્યા છે. તેમના પ્રથમ પુસ્તક 'મેલુહા' ('શિવકથન શ્રેણી' નવલકથાત્રયીનું પ્રથમ પુસ્તક)ની સફળતા પછી તેમણે આર્થિક સેવા ક્ષેત્રની પોતાની ચૌદ વર્ષ જૂની નોકરી છોડી દઈને માત્ર લેખન પર જ ધ્યાન કેન્દ્રિત કર્યું. તેમને ઇતિહાસ, પુરાણ અને તત્ત્વજ્ઞાનનો શોખ છે અને વિશ્વના તમામ ધર્મોમાં તેમને સૌંદર્યબોધ અને અર્થપ્રાપ્તિ થાય છે.

પોતાની પત્ની પ્રીતિ અને પુત્ર નીલ સાથે અમીશ મુંબઈમાં વસે છે.

www.authoramish.com
www.facebook.com/authoramish
www.twitter.com/authoramish

૧

'હું આશા કરું છું કે ઘણાબધાને અમીશ ત્રિપાઠીમાંથી પ્રેરણા મળશે.'

— અમિતાભ બચ્ચન, જીવંત દંતકથા સમાન ભારતીય અભિનેતા અને
સદીના મહાનાયક

'અમીશ ભારતના ટોલ્કીન છે.'

— બિઝનેસ સ્ટાન્ડર્ડ

'અમીશ ભારતના પ્રથમ સાહિત્યિક પોપસ્ટાર છે.'

— શેખર કપૂર, વિખ્યાત ફિલ્મ નિર્દેશક

'અમીશ, એ પૂર્વના પૉલો કોએલો છે.'

— બિઝનેસ વર્લ્ડ

'અમીશની પૌરાણિક કલ્પનાઓ ભૂતકાળનો ખજાનો અને ભવિષ્યની સંભાવનાઓ ખોલી આપે છે. તેમની લાક્ષણિક અને ઉત્તેજના જગાવતી પુસ્તક-શ્રેણીમાં આત્માના ઊંડાણ તેમજ આપણી સામૂહિક ચેતનાનાં દર્શન થાય છે.'

— દીપક ચોપરા, જગવિખ્યાત આધ્યાત્મિક ગુરુ અને વિખ્યાત લેખક

'ભારતીય લેખકોમાં અમીશ નવો, તાજગીપૂર્ણ અવાજ જે — તેમની વાર્તાઓ પુરાણો અને ઇતિહાસમાંથી આવે છે અને તેમનાં વર્ણનો ઝીણવટભરેલાં તેમજ શૈલી જકડી રાખે તેવી છે.'

— શશી થરુર, સંસદ સભ્ય અને વિખ્યાત લેખક

'ભારતની અસંખ્ય દંતકથાઓ અને લોકકથાઓને ભેગી કરીને તેમનું અર્થઘટન કરીને રોમાંચક, ગતિશીલ કથા તરીકે રજૂ કરવામાં અમીશનું પ્રભુત્વ છે. ભગવાનો, સંસ્કૃતિઓ, ઇતિહાસ, રાક્ષસો અને નાયકો વિષેના તમારા વિચારો એ હંમેશાં માટે બદલી નાખશે.'

— હાઈ બ્લિટ્ઝ

'અમીશનું સહિષ્ણુતાનું દર્શન, દંતકથાની તેમની સમજણ અને શિવ પ્રત્યેની તેમની આસ્થા તેમનાં પુસ્તકોમાં સુસ્પષ્ટ છે.'

— વર્વ

'ત્રિપાઠી એવા ઊભરી રહેલા સમૂહના એક લેખક છે કે જેમણે પુરાણો અને ઇતિહાસને અલગ રીતે જોયાં છે અને નિરસ તથ્યોને તેમણે રસપ્રદ વાર્તામાં અનુવાદિત કર્યાં છે.'

— ધ ન્યૂ ઇન્ડિયન એક્સપ્રેસ

'આ દેશના યુવાધનને હિન્દુ પુરાણોથી પુનઃ પરિચિત કરાવવા બદલ આપણે અમીશને અભિનંદન આપવાં જ રહ્યાં.'

— ફર્સ્ટ સિટી

રામ ચંદ્ર શ્રેણી ૧

ઈક્ષ્વાકુના વંશજ

(અંગ્રેજી પુસ્તક 'Scion of Ikshvaku'નો ભાવાનુવાદ)

અમીશ

ભાવાનુવાદ

ચિરાગ ઠક્કર 'જય'

મુખ્ય પ્રાપ્તિસ્થાન

TOYCRA
play to grow

નવભારત સાહિત્ય મંદિર

જૈન દેરાસર પાસે,
ગાંધી રોડ, અમદાવાદ-૧
ફોન: (૦૭૯)૨૨૧૩૯૨૫૩
૨૨૧૩૨૯૨૧

૨૦૨, પૅલિકન હાઉસ,
આશ્રમ રોડ, અમદાવાદ-૯
ફોન: (૦૭૯)૨૬૫૮૦૩૬૫
૨૬૫૮૩૭૮૭

E-mail : info@navbharatonline.com
Web : www.navbharatonline.com
fb.com/NavbharatSahityaMandir

બીજા માળે,
ઇન્દ્રપ્રસ્થ કૉર્પોરેટ હાઉસ,
શૅલ પેટ્રોલ પંપ સામે,
વિનસ એટલાન્ટિસ સામે,
૧૦૦ ફૂટ પ્રહ્‌લાદનગર
ગાર્ડન રોડ,
અમદાવાદ-૧૫
ફોન : (૦૭૯) ૬૬૧૭૦૨૬૫

Ikshvakuna Vanshaj
Originally Published in English as
Scion of Ikshvaku
written by Amish
Gujarati Translation by Chirag Thakkar 'jay'
Navbharat Sahitya Mandir, Ahmedabad
2017

ISBN : 978-93-5198-105-3

પ્રથમ આવૃત્તિ : ઓક્ટોબર, ૨૦૧૫
પુનર્મુદ્રણ : એપ્રિલ, ૨૦૧૭

₹ ૪૦૦-૦૦

પ્રકાશક
મહેન્દ્ર પી. શાહ
નવભારત સાહિત્ય મંદિર
જૈન દેરાસર પાસે, ગાંધી રોડ,
અમદાવાદ-૩૮૦ ૦૦૧
ફોન નં. : (૦૭૯) ૨૨૧૩ ૯૨૫૩, ૨૨૧૩ ૨૯૨૧
E-mail : info@navbharatonline.com
Web : www.navbharatonline.com

ટાઈપ સેટિંગ
સ્ટાઈલસ ગ્રાફિક્સ
અમદાવાદ

મુદ્રક
યશ પ્રિન્ટર્સ
અમદાવાદ

મારા પિતાજી, વિનયકુમાર ત્રિપાઠી,
અને
મારી માતા, ઉષા ત્રિપાઠીને

ખલીલ જિબ્રાને કહ્યું છે કે માતા-પિતા તો ધનુષ જેવાં હોય છે,
અને બાળકો તીર સમાન હોય છે.

ધનુષ જેટલું વધારે વળે અને ખેંચાય, તેટલા જ વધારે દૂર તીર જઈ શકતાં હોય છે. હું ઊડું છું તેનું કારણ એ નથી કે હું વિશેષ છું, પરંતુ તેઓ મારા માટે બહુ ખેંચાયાં છે.

ૐ નમઃ શિવાય
બ્રહ્માંડ ભગવાન શિવને નમન કરે છે.
હું ભગવાન શિવને નમન કરું છું.

रामराज्यवासी त्वम्, प्रोच्छ्रयस्व ते शिरम्
न्यायर्थ युद्धयस्व, सर्वेषु समं चरः
परिपालय दुर्बलम्, विद्धि धर्मम् वरम्
प्रोच्छ्रयस्व ते शिरम्,
रामराज्यवासी त्वम्।

રામરાજ્ય વાસી, તમારું મસ્તક ઉન્નત રાખો.
ન્યાય માટે લડો. બધાને એક સમાન માનો.
નબળાની રક્ષા કરો. ધર્મને સૌથી ઉપર માનો.
તમારું મસ્તક ઉન્નત રાખો,
રામરાજ્યવાસી.

પાત્રો અને મહત્ત્વપૂર્ણ કબીલાઓની યાદી
(કક્કાવારીના ક્રમાનુસાર)

અરિષ્ટનેમી : મલયપુત્રોના સેનાપતિ; વિશ્વામિત્રના જમણા હાથ સમાન

અશ્વપતિ : વાયવ્ય દિશામાં આવેલા રાજ્ય કૈકેયના રાજા; દશરથના નિષ્ઠાવાન સાથી; કૈકેયીના પિતા

ઊર્મિલા : સીતાની નાની બહેન; જનકની સગી પુત્રી; લક્ષ્મણની પત્ની

કુબેર : રાવણ પહેલાંનો લંકાનો વેપારી અને શાસક

કુંભકર્ણ : રાવણનો ભાઈ; તે પણ નાગવંશી છે (શારીરિક ખોડખાંપણ સાથે જન્મેલ માનવ)

કુશધ્વજ : સંકશ્યનો રાજા; જનકનો નાનો ભાઈ

કૈકેયી : કૈકેયના રાજા અશ્વપતિની પુત્રી; દશરથની બીજી અને પ્રિય પત્ની; ભરતની માતા

કૌશલ્યા : દક્ષિણ કૌશલના રાજા ભાનુમન અને તેમની પત્ની મહેશ્વરીની પુત્રી; દશરથની સૌથી મોટી રાણી; રામની માતા

જટાયુ : મલયપુત્રોના એક કબીલાનો સરદાર; સીતા અને રામનો નાગવંશી મિત્ર

જનક : મિથિલાના રાજા; સીતા અને ઊર્મિલાના પિતા

દશરથ : કૌશલ રાજ્યના રાજા અને સપ્ત સિંધુ પ્રદેશના ચક્રવર્તી સમ્રાટ; કૌશલ્યા, કૈકેયી અને સુમિત્રાના પતિ; રામ, ભરત, લક્ષ્મણ અને શત્રુઘ્નના પિતા

નાગવંશી : શારીરિક ખોડખાંપણ સાથે જન્મેલા માનવી કે જેમનાથી બધા ભય પામતા

નિલંજના : અયોધ્યાના રાજપરિવારની વૈદ્ય, જે દક્ષિણ કૌશલથી આવી છે

ભરત : રામનો સાવકો ભાઈ; દશરથ અને કૈકેયીનો પુત્ર

મંથરા : સપ્તસિંધુની સૌથી ધનવાન વેપારી; કૈકેયીની સાથી

મલયપુત્રો : છઠ્ઠા વિષ્ણુ પ્રભુ પરશુ રામના કબીલાના લોકો

મૃગસ્ય : દશરથની સેનાના સેનાપતિ; અયોધ્યાના ઉમરાવોમાંના એક

રામ : ચાર ભાઈઓમાં સૌથી મોટા, અયોધ્યા (કૌશલ રાજ્યની રાજધાની)ના સમ્રાટ દશરથના અને તેમની સૌથી મોટી રાણી કૌશલ્યાના પુત્ર; સીતાના પતિ

રાવણ : લંકાનો રાજા; વિભીષણ, શૂર્પણખા અને કુંભકર્ણનો ભાઈ

રોશની : મંથરાની પુત્રી; સેવાભાવી, નિષ્ઠાવાન વૈદ્ય અને દશરથના ચારેય પુત્રોની ધર્મની બહેન

લક્ષ્મણ : દશરથના જોડકાં પુત્રોમાંનો એક; સુમિત્રાના ખોળે જન્મેલો પુત્ર; રામ પ્રતિ અત્યંત નિષ્ઠા ધરાવનાર; ઊર્મિલાનો પતિ

વશિષ્ઠ : અયોધ્યાના રાજગુરુ અને રાજપૂજારી; ચારેય રાજકુમારોના શિક્ષક

વાયુપુત્રો : અગાઉના મહાદેવ ભગવાન રુદ્રના કબીલાના લોકો

વિભીષણ : રાવણનો સાવકો ભાઈ

વિશ્વામિત્ર : છઠ્ઠા વિષ્ણુ પ્રભુ પરશુ રામના કબીલાના લોકોના વડા; થોડા સમય માટે રામ અને લક્ષ્મણના ગુરુ

શત્રુઘ્ન : લક્ષ્મણનો જોડકો ભાઈ; દશરથ અને સુમિત્રાનો પુત્ર

શૂર્પણખા : રાવણની સાવકી બહેન

સમિચિ : મિથિલાની સુરક્ષા દળ અને રાજકીય શિષ્ટાચાર વિભાગનાં વડાં તરીકે કાર્યરત સ્ત્રી

સીતા : મિથિલાના રાજા જનકની દત્તક પુત્રી; મિથિલાના વડાં પ્રધાન; રામની પત્ની

સુમિત્રા : કાશીના રાજાની પુત્રી; દશરથની ત્રીજી પત્ની; જોડકાં પુત્રો લક્ષ્મણ અને શત્રુઘ્નની માતા

(૩૪૦૦ ઈસાપૂર્વના ભારતના નકશા માટે પાછલા પૂંઠાનો અંદરનો ભાગ જુઓ)

ઋણસ્વીકાર

જોન ડને જે કંઈ લખ્યું તે બધા સાથે હું સહમત નથી પરંતુ એક વાત તેમણે એકદમ સાચી લખી છે : 'કોઈ માણસ ટાપુ સમાન એકલો નથી.' હું એટલો સદ્ભાગી છું કે એવા ઘણા લોકો સાથે જોડાયેલો છું જે મને ક્યારેય 'એકલો' પડવા દેતા નથી. સૃજનાત્મકતા માટે સ્નેહીજનો તરફથી મળતા સ્નેહ અને સહકારથી વધારે પ્રોત્સાહક અન્ય કોઈ જ વસ્તુ નથી. મારે એવા કેટલાક સ્નેહીજનોનો ઋણસ્વીકાર કરવો છે.

આ જીવન અને તેમાં મને મળેલી તમામ વસ્તુઓ આપવા બદલ હું મારા ભગવાન શિવનો ઋણસ્વીકાર કરું છું. મારા દાદા પંડિત બાબુલાલ ત્રિપાઠી ભગવાન રામના ભક્ત હતા. ભગવાન રામને મારા જીવનમાં પુનઃ ખેંચી લાવવા બદલ પણ હું ભગવાન શિવનો ઋણી છું.

નીલ મારો પુત્ર, મારો આનંદ, મારો ગર્વ અને મને જીવનમાં મળેલ શ્રેષ્ઠ આશીર્વાદ છે. તેનું અસ્તિત્વ માત્ર મારા જીવનમાં સુખ પ્રસરાવે છે.

મારી પત્ની પ્રીતિ, બહેન ભાવના, સાળો હિમાંશુ અને મારા ભાઈઓ અનીશ અને આશિષ, સતત મારી વાર્તામાં સૂચનો કરતાં રહ્યાં છે. આ પુસ્તકમાં લખાયેલ તત્ત્વજ્ઞાન વિષે મને સલાહ આપનાર મારી બહેન ભાવનાએ તેમાં બહુ જ સમય ફાળવ્યો છે અને સમર્પણ દાખવ્યું છે માટે તેનો વિશેષ ઉલ્લેખ કરવો જ રહ્યો. હંમેશની જેમ મારી પત્નીનો હું શાશ્વત ઋણી છું, તેણે મને પુસ્તકના પ્રચાર-પ્રસાર માટે અણમોલ માર્ગદર્શન આપ્યું છે.

મારું કુટુંબ : ઉષા, વિનય, મીતા, ડોનેટ, શરનાઝ, સ્મિતા, અનુજ, ઋતા. તેમણે મને સતત પ્રેમ આપ્યો છે અને મારામાં શ્રદ્ધા રાખી છે.

મારી સંપાદક શ્રવણી. અમારો સંબંધ વહુ વિશેષ છે. સામાન્ય સંજોગોમાં અમે હસી-મજાક કરતા રહીએ છીએ પરંતુ સંપાદન સમયે એકબીજા સાથે સતત ઝઘડતા રહીએ છીએ. આ તો રબ ને બના દી જોડી જ છે !

ગૌતમ, ક્રિષ્નકુમાર, પ્રીતિ, દીપ્તિ, સતીષ, વર્ષા, જયંતી, વિપીન, સેંતિલ, શત્રુઘ્ન, સરિતા, અવની, સંયોગ, નવીન, જયશંકર, ગુરુરાજ, સતીશ અને મારા પ્રકાશક વેસ્ટલેન્ડની અદ્ભુત ટીમ. તેઓ શરૂઆતથી જ મારી સાથે જોડાયેલા રહ્યા છે.

મારો એજન્ટ અનુજ. વિશાળ હૃદયનો અદ્ભુત માણસ ! કોઈ પણ લેખકનો શ્રેષ્ઠ મિત્ર.

સંગ્રામ, શાલિની, પરાગ, શાઈસ્તા, રેખા, હૃષીકેશ, રિચા, પ્રસાદ અને 'થિંક વાય નોટ'ની અદ્ભુત ટીમ, જે આ પુસ્તકની એડ્વર્ટાઈઝિંગ એજન્સી છે. તેમણે આ પુસ્તકનું મુખપૃષ્ઠ બનાવ્યું છે, જે મને અદ્ભુત લાગ્યું છે ! આ પુસ્તકનું મોટાભાગની જાહેરાતની વસ્તુઓ અને પુસ્તકનું ટ્રેલર પણ તેમણે જ બનાવ્યું છે. આપણા દેશની શ્રેષ્ઠ એડ-એજન્સીમાંની એક.

હેમલ, નેહા અને ઓક્ટોબઝ ટીમ, આ પુસ્તકને સોશિયલ મીડિયામાં ગાજતી રાખનારા. ખૂબ જ મહેનતુ, ચતુર અને અત્યંત નિષ્ઠાવાન. કોઈ પણ ટીમનો તે મહત્ત્વનો ભાગ બની રહે તેમ છે.

જાવેદ, પાર્થસારથિ, રોહિત અને ટ્રેલર ફિલ્મ બનાવનાર સમગ્ર પ્રોડક્શન ટીમ. અદ્ભુત માણસો. મારો વિશ્વાસ કરજો, આ સમગ્ર જગત તેમને નાનું પડવાનું છે.

મારા મિત્ર મોહનની સલાહ અને અમારો પત્રવ્યવહાર મારા માટે ખજાના સમાન છે.

વિનોદ, તોરલ, નિમિષા અને ક્લિ પીઆરની સમગ્ર ટીમ કે જેણે આ પુસ્તકના પીઆર માટે શ્રેષ્ઠ પ્રયત્નો કર્યા છે.

સંસ્કૃતનાં વિદ્વાન મૃણાલિની કે જે મારી સાથે કામ કરે છે તેની સાથેની મારી ચર્ચાઓ વિચારોત્તેજક અને પ્રબુદ્ધ કરનારી હોય છે. મને તેની પાસેથી ઘણું શીખવા મળે છે.

નીતિન, વિશાલ, અવનિ અને મયૂરી, જેમણે નાસિકમાં મારી ખૂબ જ સરભરા કરી હતી. આ પુસ્તકના અમુક ભાગ ત્યાં લખાયા છે.

અને છેલ્લે, તમે મારા વાચકો. શિવકથન શ્રેણીની નવલકથાત્રયીમાં તમે મને જે સહકાર આપ્યો છે તેના માટે મારા આત્માના ઊંડાણથી તમારો બધાનો ઋણસ્વીકાર કરું છું. હું આશા કરું છું કે નવી શ્રેણીના આ પ્રથમ પુસ્તકમાં હું તમને નિરાશ નહિ જ કરું. હર હર મહાદેવ !

અનુવાદકની વાત

તત્કાલીન ભારતીય સાહિત્યક્ષેત્રે અમીશ ત્રિપાઠી નામે એક એવી ઘટના બની છે કે જેની નોંધ લાંબા સમય સુધી લેવાતી રહેશે. 'શિવકથન શ્રેણી'ની નવલકથાત્રયીએ તો તેમને યશસ્વી બનાવ્યા જ છે, પરંતુ 'રામ ચંદ્ર શૃંખલા'માં પણ તેઓ એટલી જ પ્રેરક અને ચુંબકીય વાત લઈને આવે છે.

એ જ પૌરાણિક ઘટનાઓ અને પાત્રો છે જેના વિષે આપણે આ પહેલાં પણ વાંચી ગયા છીએ, પરંતુ ઘટનાઓ વચ્ચેનો કાર્યકારણનો સંબંધ અને પાત્રાલેખન વધારે તાર્કિક છે, અને અમીશનાં પુસ્તકોમાં શ્રદ્ધાથી વધારે મહત્ત્વનો તર્ક હોય છે, એ તો આપ જાણો જ છો !

લેખક શ્રી અમીશ ત્રિપાઠીનો આભાર માનું છું અને 'નવભારત સાહિત્ય મંદિર'ના સંચાલકોનો પણ ઋણસ્વીકાર કરું છું. તમારા જેવા રસિક વાચકો જ આ સમગ્ર ઉદ્યમનું પ્રેરણાબળ છે એ તો નિઃશંક છે. આપના પ્રતિભાવોની આશા સહ વિરમું છું.

આપનો

ચિરાગ ઠક્કર 'જય'

chirag@chiragthakkar.me

અધ્યાય ૧

૩૪૦૦ ઈસાપૂર્વ, ગોદાવરી નદીની પાસે, ભારત.

પોતાનું ઊંચું, પાતળું અને માંસલ શરીર નમાવીને રામ નીચા વળ્યા. શરીરનું બધું જ વજન પોતાના જમણા ગોઠણ પર લઈને તેમણે ધનુષ એકદમ સ્થિર હાથે પકડી રાખ્યું. તીર તો યોગ્ય જગ્યાએ જ ગોઠવાયું હતું પરંતુ તેમને જાણ હતી કે પણછ બહુ પહેલેથી ખેંચી રાખવી જોઈએ નહિ. પોતાના સ્નાયુઓ થાકી જાય એવું તેઓ ઇચ્છતા નહોતા. સચોટ ક્ષણની તેમણે રાહ જોવાની હતી. હુમલો એકદમ સચોટ હોવો જોઈએ.

'ભાઈ, એ જઈ રહ્યું છે,' લક્ષ્મણે પોતાના મોટા ભાઈને હળવેથી કાનમાં કહ્યું.

રામે જવાબ આપ્યો નહિ. તેમની આંખો પોતાના લક્ષ્ય પર સ્થિર હતી. તેમના માથા ઉપર રહેલી જટામાં બંધાવામાંથી બાકી રહી ગયેલા થોડાક વાળની સાથે મંદ મંદ વહી રહેલી હવાની લહેરખી રમી રહી હતી. તેમની બરછટ અને અસ્તવ્યસ્ત દાઢી તેમજ સફેદ ધોતી હવામાં ફરફરી રહી હતી. હવાની દિશા અને ગતિની ગણતરી કરી તેમણે પોતાનું લક્ષ્ય સુધાર્યું. એકદમ હળવેથી તેમણે પોતાનું અંગવસ્ત્ર બાજુમાં મૂક્યું. તેમનું યુદ્ધોમાં ઘવાયેલું અને શ્યામલવર્ણું ધડ દેખાવા લાગ્યું. *તીર છૂટે એ સમયે આ વસ્ત્ર નડવું ના જોઈએ.*

હરણે ઉપર જોયું અને તે અચાનક સ્થિર થઈ ગયું; કદાચ તેને આવનારા જોખમની અંતઃસ્ફુરણા થઈ હશે. તેનાં ઉદ્વિગ્ન પગલાંનો પછડાટ અને નાખોરાંનો હળવો ફૂંકાર રામ સાંભળી શકતા હતા. થોડીક ક્ષણો શાંતિ જળવાઈ રહી એટલે તે પાછું ચરવા લાગ્યું. તેના ધણના બીજા સભ્યો થોડાંક જ દૂર હતાં પણ જંગલની

ગાઢ વનરાઈને કારણે દેખાતા નહોતા.

'હે પ્રભુ પરશુ રામ, તેણે તો પોતાની અંતઃસ્ફુરણાને પણ અવગણી કાઢી.' લક્ષ્મણે એકદમ હળવેથી કહ્યું, 'આભાર પ્રભુ, અમને સારા ખોરાકની આવશ્યકતા છે જ.'

'શાંત...'

લક્ષ્મણ શાંત થઈ ગયા. રામ જાણતા હતા કે આ શિકાર કરવો તેમના માટે જરૂરી હતો. પાછલા ત્રીસ દિવસથી તેઓ લક્ષ્મણ અને પોતાની પત્ની સાથે ભાગી રહ્યા હતા. મલયપુત્ર કબીલાના કેટલાક લોકો તેમના સરદાર જટાયુની આગેવાની હેઠળ તેમની સાથે જોડાયા હતાં.

પ્રતિહિંસા થવાની જ છે એમ જાણીને જટાયુએ તેમને ભાગી છૂટવાનો આગ્રહ કર્યો હતો. શૂર્પણખા અને વિભીષણ સાથેની મુલાકાતમાં થયેલી ગરબડનો કંઈક તો પ્રત્યાઘાત પડવાનો જ હતો. તે બંને લંકાના ક્રોધી રાક્ષસરાજ રાવણનાં ભાઈ-બહેન હતાં. રાવણ બદલો અચૂક લેવાનો હતો. લંકાના રાજપરિવારનું લોહી વહાવવામાં આવ્યું હતું.

દંડકારણ્યમાં તેઓ પૂર્વ દિશામાં આગળ વધી રહ્યાં હતાં. ગોદાવરીની સમાંતરે તેમણે ઘણું અંતર કાપ્યું હતું. તેમને વિશ્વાસ હતો કે હવે તેમને કોઈ શોધી શકશે નહિ કે તેમનું પગેરું કાઢી શકશે નહિ. ઉપનદીઓ અથવા અન્ય જળસ્રોતોથી દૂર રહે, તો શિકારની સારામાં સારી તકો તેઓ ગુમાવી દે. રામ અને લક્ષ્મણ અયોધ્યાના રાજકુમારો હતા, રઘુકુળની ગર્વિષ્ઠ પરંપરાના વારસદારો, રઘુના વંશજો હતા. તેઓ માત્ર કંદમૂળ, ફળ અને પાંદડાંના આધારે જીવી શકે તેમ નહોતાં.

હરણ હવે એકદમ સ્થિર હતું અને કૂણી કૂણી કૂંપળો ચરવાના આનંદમાં મગ્ન હતું. રામને જાણ હતી કે હવે ક્ષણ આવી પહોંચી હતી. તેમણે ડાબા હાથે પોતાનું મજબૂત ધનુષ્ય એકદમ સ્થિર પકડી રાખ્યું અને જમણા હાથે પણછ એટલી ખેંચી કે તે લગભગ તેમના હોઠને સ્પર્શી ગઈ. તેમના ગુરુ મહર્ષિ વશિષ્ઠે તેમને શીખવ્યું હતું તેમ, તેમની કોણી ઊંચી અને ધરતીને સમાંતર દિશામાં ગોઠવાઈ ગઈ હતી.

કોણી નબળી હોય છે. તેને ઊંચી રાખવી. પીઠની માંસપેશીઓમાંથી શક્તિ વહેવા દેવી. પીઠ મજબૂત હોય છે.

થોડીક વધારે પણછ ખેંચીને રામે તીર છોડ્યું. વૃક્ષો વચ્ચેથી એકદમ ગતિથી પસાર થઈને તીર હરણની ગરદનમાં ખૂંપી ગયું. તેનાં ફેફસાંમાં લોહી

ભરાઈ ગયું અને જરા પણ અવાજ કર્યા વિના તે ઢળી પડ્યું. ભરાવદાર માંસલ શરીર હોવા છતાં લક્ષ્મણ અવાજ ન થાય તે રીતે તેની તરફ દોડ્યો. દોડતાં દોડતાં જ તેણે પોતાની પીઠ પાછળ બાંધેલી મ્યાનમાંથી કટારી ખેંચી કાઢી. થોડીક જ ક્ષણોમાં તે હરણ પાસે પહોંચી ગયો અને હાથમાં રહેલી કટારી તેણે ઝડપથી હરણમાં ઘુસાડી દીધી, જે હરણનાં ફેફસાંમાં થઈને તેના હૃદયમાં ખૂંપી ગઈ.

'હે ઉમદા પ્રાણી, તારી હત્યા માટે મને ક્ષમા કરજે.' બધા જ પ્રાચીન શિકારીઓ જે રીતે ક્ષમા પ્રાર્થતા તેવી જ રીતે તે ધીમેથી બોલ્યો અને હરણના માથાનો તેણે સ્પર્શ કર્યો. 'તારી આત્માને પુનઃ ધ્યેયપ્રાપ્તિ થાય અને તારા શરીરથી મારો આત્મા ટકી રહે તેવી પ્રાર્થના.'

રામ ત્યાં પહોંચ્યા ત્યાં સુધીમાં લક્ષ્મણે તીર ખેંચી કાઢ્યું અને તેને સ્વચ્છ કરીને તેના સ્વામી રામને પાછું સોંપ્યું. 'હજી વાપરી શકાય તેમ છે.' તે બબડ્યો.

રામે તીર પોતાના ભાથામાં પાછું સરકાવ્યું અને આકાશ તરફ જોયું. પક્ષીઓનો મધુર કલરવ શરૂ જ હતો અને હરણના ધણમાં પણ શાંતિ જ છવાયેલી હતી. તેમને પોતાના ધણમાંથી એક પ્રાણીનો શિકાર થયાનો ખ્યાલ પણ નહોતો આવ્યો. રામે રુદ્ર ભગવાનની ટૂંકી પ્રાર્થના કરી અને આવા સચોટ શિકાર બદલ તેમનો આભાર માન્યો. તેમની ઉપસ્થિતિની જાણ કોઈને પણ થાય તેવું તેઓ ઇચ્છતા નહોતા.

ગાઢ જંગલમાંથી રામ અને લક્ષ્મણ માર્ગ કરતાં ચાલવા લાગ્યા. રામ આગળ ચાલતા હતા. લાંબી લાકડીનો એક છેડો તેમના ખભા પર ટકવાયેલો હતો. જ્યારે લક્ષ્મણ પાછળ ચાલતો હતો અને એ લાકડીનો બીજો છેડો તેના ખભા પર ટેકવાયેલો હતો. લાકડીના વચ્ચેના ભાગ પર પેલા હરણનો મૃતદેહ લટકતો હતો. તેના પગને મજબૂત દોરી વડે લાકડી પર બાંધી દેવામાં આવ્યા હતા.

'વાહ, ઘણા દિવસો પછી મજાનું ખાવાનું મળશે,' લક્ષ્મણે કહ્યું.

રામના મોઢા પર આછેરું સ્મિત ફરકી ગયું, પરંતુ તે શાંત જ રહ્યા.

'જોકે આપણે તેને બરોબર રાંધી નહિ શકીએ, બરોબરને મોટાભાઈ ?'

'હા, નહિ રાંધી શકીએ. ધૂમ્રસેરને કારણે આપણી સંતાવાની જગ્યા જાહેર થઈ જઈ શકે છે.'

'શું ખરેખર આપણે એટલી બધી સાવચેતી રાખવાની આવશ્યકતા છે ? કોઈ

પણ પ્રકારના હુમલા તો થયા નથી. કદાચ તેઓ ઊંધા માર્ગે ચડી ગયા હશે. હજુ સુધી તો આપણને કોઈ પણ હત્યારાનો ભેટો થયો નથી, થયો છે ? આપણે ક્યાં છીએ તેની તેમને કેવી રીતે જાણ થશે ? દંડકારણ્ય ખરેખર બહુ જ ગાઢ છે.'

'તું કદાચ સાચો હોઈશ, પણ મારે કોઈ પણ જોખમ લેવું નથી. હું સાવચેતી દાખવવામાં માનું છું.'

વજનથી લક્ષ્મણનો ખભો નમી પડ્યો અને તેણે કોઈ જવાબ આપ્યો નહિ.

'કંદમૂળ અને પાંદડાં કરતાં તો આ સારો જ આહાર છે.' પોતાના ભાઈની દિશામાં પાછળ ફરીને જોયા વિના જ રામે કહ્યું.

'એ તો છે જ.' લક્ષ્મણે સહમતિ દર્શાવી.

બંને ભાઈઓ શાંતિથી ચાલવા લાગ્યા.

'કંઈક કાવતરું તો ઘડાઈ જ રહ્યું છે, મોટાભાઈ. એ શું છે તે મને અત્યારે સમજમાં નથી આવતું પણ કંઈક તો છે જ. કદાચ ભરતભાઈ ?'

'લક્ષ્મણ !' રામે ઠપકો આપ્યો.

રામ પછી બીજા ક્રમનો ભાઈ એટલે ભરત. રામના દેશનિકાલ પછી તેમના પિતા દશરથ દ્વારા અયોધ્યાના યુવરાજ તરીકે ભરતને નીમવામાં આવ્યો હતો. શત્રુઘ્ન અને લક્ષ્મણ જોડિયા ભાઈઓ હતા અને સૌથી નાના પણ. બંને ભાઈઓની નિષ્ઠા પણ અલગ અલગ વ્યક્તિ તરફ હતી. શત્રુઘ્ન અયોધ્યામાં ભરત સાથે રહ્યો હતો જ્યારે લક્ષ્મણે કોઈ પણ ખચકાટ વિના રામ સાથે મુશ્કેલીઓ વેઠવાનું સ્વીકાર્યું હતું. ભરત પર રામના આંધળા વિશ્વાસ બાબતે લાગણીશીલ લક્ષ્મણ દ્વિધા અનુભવતો હતો. લક્ષ્મણને એમ લાગ્યું કે તેને જે વાતો ભરતની ગુપ્ત યોજનાઓ સમાન લાગતી હતી તે વિષે તે પોતાના વધુ પડતા નીતિવાન મોટાભાઈ રામને ચેતવે.

'મને જાણ છે કે તમને એ વિષે સાંભળવું નથી ગમતું, મોટાભાઈ,' લક્ષ્મણે વાત શરૂ જ રાખી. 'પણ મને વિશ્વાસ છે કે તેમણે તમારા વિરુદ્ધ કોઈ આયોજન–'

'તેની આપણે તપાસ કરી લઈશું.' લક્ષ્મણને અધવચ્ચે જ અટકાવીને રામે તેને પુનઃ ખાતરી આપી. 'પરંતુ સૌ પ્રથમ તો આપણે સાથીઓ જોઈશે. જટાયુ બરાબર છે. આપણે મલયપુત્રોની સ્થાનિક છાવણી શોધવી પડશે. તેઓ આપણી મદદ કરશે, એટલો વિશ્વાસ તો અવશ્ય રાખી શકાય તેમ છે.'

'હવે તો કોનો વિશ્વાસ કરવો એની મને સૂઝ જ નથી પડતી, મોટાભાઈ. કદાચ આ ગીધ-પુરુષ જ આપણા શત્રુઓને મદદ કરી રહ્યો હોય.'

જટાયુ નાગવંશી હતો. નાગવંશી લોકો હંમેશાં કોઈ શારીરિક ખોડ સાથે જ જન્મતા. નર્મદાની ઉત્તરે આવેલા સાત નદીઓના પ્રદેશ સપ્ત સિંધુમાં નાગવંશી લોકોને ઘૃણા અને ભયની નજરે જોવામાં આવતા અને તેમને બહિષ્કૃત કરવામાં આવતા હોવા છતાં રામ જટાયુનો વિશ્વાસ કરતા હતા.

બધા જ નાગવંશી લોકોની જેમ જટાયુ પણ ખોડખાંપણ સાથે જ જન્મ્યો હતો. તેના મોઢાનું હાડકું મજબૂત અને લાંબું હતું અને પક્ષીની ચાંચની જેમ આગળની તરફ લંબાતુ હતું. તેનું માથું ઉજ્જડ હતું પરંતુ તેનું મોઢું એકદમ પાતળા અને નીચે ઢળતા વાળથી ઢંકાયેલું હતું. આમ તો તે માનવ જ હતો પણ તેનો દેખાવ ગીધ જેવો હતો.

'સીતા જટાયુનો વિશ્વાસ કરે છે,' રામે કહ્યું, જાણે તેનાથી બધા જ પ્રશ્નોનો ઉત્તર મળી જતો હોય. 'હું જટાયુનો વિશ્વાસ કરું છું. અને તું પણ અવશ્ય કરીશ.'

લક્ષ્મણ ચૂપ થઈ ગયો. બંને ભાઈઓ આગળ ચાલવા લાગ્યા.

'પણ તમને શા માટે એ વાત વિચારવી અતાર્કિક લાગે છે કે ભરતભાઈ—'

'સાંભળ.' પોતાનો હાથ ઊંચો કરી લક્ષ્મણને શાંત થવાનો સંકેત આપી રામે કહ્યું.

લક્ષ્મણે પોતાના કાન સતેજ કર્યા. તેની કરોડરજ્જુમાં એક કંપારી થઈ આવી. રામે પાછળ ફરીને લક્ષ્મણ તરફ જોયું ત્યારે તેમના મોઢા પર સ્પષ્ટ રીતે ભય છવાયેલો હતો. તેમણે બંનેએ એ સાંભળ્યું હતું. બળજબરીને કારણે પાડેલી ચીસ ! એ સીતાનો અવાજ હતો. અંતરના કારણે એ અવાજ ધીમો સંભળાયો હતો પણ એ સીતાનો જ અવાજ હતો. તે પોતાના પતિને પોકારી રહી હતી.

રામ અને લક્ષ્મણે હરણ ત્યાં જ પડતું મૂક્યું અને ઝડપથી એ દિશામાં ધસી ગયા. તેઓ પોતાના અસ્થાયી મુકામથી હજુ થોડાક દૂર હતા.

વિક્ષોભ પામેલા પક્ષીઓના કલબલાટ વચ્ચે પણ સીતાનો અવાજ સંભળાતો હતો.

'...રાઆઆમ !'

હવે તેઓ એટલા નજીક પહોંચી ગયા હતા કે ધાતુ સાથે ધાતુ અફળાવાનો અને સંઘર્ષનો અવાજ તેમને સંભળાતો હતો.

ઉન્મત્ત વ્યક્તિની જેમ વનમાં દોડી રહેલા રામે બૂમ પાડી, 'સીતાઆઆઆ !'

લક્ષ્મણે પોતાની તલવાર ખેંચી કાઢી અને યુદ્ધ માટે તૈયાર થઈ ગયા.

'...રાઆઆઆમ !'

'એને છોડી દે !' ગાઢ ઝાડીઓને કાપીને આગળ વધતાં રામે બૂમ પાડી.

'...રાઆઆમ !'

રામે સખતાઈથી પોતાનું ધનુષ પકડ્યું. તે બંને તેમના મુકામથી થોડીક જ ક્ષણોના અંતરે હતા. 'સીતાઆઆ !'

'...રાઆ !'

અધવચ્ચે જ સીતાનો અવાજ અટકી ગયો. ખરાબ વિચારોને મનમાંથી દૂર રાખીને રામ દોડતા જ રહ્યા. તેમનું હૃદય જોરથી ધબકતું હતું અને તેમના મગજમાં ચિંતા ઉત્પન્ન થઈ ચૂકી હતી.

તેમને વિશાળ પાંખિયાં ફરવાનો ફરરરર ! ફરરરર ! એવો મોટો અવાજ સંભળાયો. આ અવાજ આગળના એક પ્રસંગે સાંભળ્યાનું એકદમ તેમને સ્પષ્ટતાથી યાદ હતું. એ અવાજ હતો રાવણના દંતકથા સમાન ઊડતા વાહન પુષ્પક વિમાનનો.

'નાઆઆઆ !' રામે બૂમ પાડી. ધનુષ આગળની તરફ ધરીને તેમણે દોડે જ રાખ્યું. તેમના મોઢા પર આંસુ દડી રહ્યાં હતાં.

જે સમથળ જગ્યાએ તેમણે પોતાનો અસ્થાયી મુકામ સ્થાપ્યો હતો ત્યાં આવીને એ બંને જણા ઊભા રહ્યાં. બધું ખેદાન-મેદાન થઈ ગયું હતું. ચારે બાજુ રક્ત દેખાતું હતું.

'સીતાઆઆ !'

રામે ઉપર જોઈને પુષ્પક વિમાન તરફ એક તીર તાક્યું પણ વિમાન બહુ ગતિથી ઉપરની તરફ જઈ રહ્યું હતું. એ તીર તો નપુંસક ગુસ્સાનું પરિણામ હતું, વિમાન તો હજી પણ ઉપર જઈ રહ્યું હતું.

'સીતાઆઆ !'

લક્ષ્મણે હાંફળા-ફાંફળા થઈને સમગ્ર મુકામને તપાસી જોયો. મૃત સૈનિકોનાં શરીર ચારેબાજુ પડ્યાં હતાં પરંતુ સીતા ક્યાંય નહોતી.

'રાજ... કુમાર... રામ...'

રામે તે નબળો અવાજ પારખ્યો. એ અવાજની દિશામાં દોડી રામ ગયા અને તેમને રક્તરંજિત અને ઠેર-ઠેર તલવારથી કપાયેલાં અંગોવાળો નાગવંશી

જોવા મળ્યો.

'જટાયુ !'

બહુ ખરાબ રીતે ઘાયલ થયેલા જટાયુને બોલવામાં તકલીફ પડતી હતી. 'એ ?'

'શું ?'

'રાવણ... તેમનું... અપહરણ.'

રામે ગુસ્સાથી ઉપર જોયું. વિમાન એક નાનકડા બિંદુ જેવું દેખાઈ રહ્યું હતું અને ઝડપથી તેમનાથી દૂર ભાગી રહ્યું હતું. તેમણે ગુસ્સામાં બૂમ પાડી, 'સીતાઆઆ !'

અધ્યાય ૨

તેત્રીસ વર્ષ પહેલાં, કરચપ બંદર, પશ્ચિમી સાગર, ભારત.

'હે પ્રભુ પરશુ રામ, દયા કરો.' સપ્ત સિંધુ સામ્રાજ્યના અધિપતિ, કૌશલના ચાલીસ વર્ષના રાજા દશરથ મનોમન બોલ્યા.

સપ્ત સિંધુ સામ્રાજ્યના અધિપતિ છેક પોતાના પાટનગર અયોધ્યાથી કૂચ કરીને વિશાળ સામ્રાજ્ય વીંધીને છેવટે આ પશ્ચિમી કિનારે પહોંચ્યા હતા. કેટલાક બળવાખોર વેપારીઓને રાજવી ન્યાયનો પરચો આપવાની આવશ્યકતા પડી હતી. પોતાના પિતા અજ પાસેથી વારસામાં મળેલા સામ્રાજ્યને દશરથે કુનેહથી વિસ્તાર્યું હતું. ભારતના વિવિધ પ્રદેશોના રાજાઓને ગાદી પરથી હટાવવામાં આવ્યા હતા અથવા તો તેમણે દશરથ રાજાની સર્વોપરિતા સ્વીકારીને માંડલિકનું પદ ગ્રહણ કર્યું હતું. આમ રાજા દશરથ ચક્રવર્તી સમ્રાટ બન્યા હતા.

'જી, પ્રભુ,' દશરથના સેનાપતિ મૃગશ્યએ કહ્યું, 'માત્ર આ એક જ ગામ બરબાદ થયું છે એવું નથી. આપણે જ્યાં ઊભા છીએ તેની ફરતે પચાસ ગાઉની પરિધીમાં આવતાં તમામ ગામોને શત્રુએ બરબાદ કરી નાખ્યાં છે. પ્રાણીઓના મૃતદેહોથી કૂવાઓનું પાણી ઝેરી કરી નાખવામાં આવ્યું છે. નિર્દયતાથી ઊભા પાક બાળી નાખવામાં આવ્યા છે. આખો ગ્રામીણ વિસ્તાર ખેદાન-મેદાન કરી નાખવામાં આવ્યો છે.'

'સળગાવીને ધરતી નષ્ટ કરવાની નીતિ ?' કૈકેયના રાજા અશ્વપતિએ કહ્યું. તેઓ દશરથના નિષ્ઠાવાન સાથી હતા તેમજ દશરથની બીજી અને પ્રિય રાણી કૈકેયીના પિતા પણ હતા.

'હા.' બીજા રાજાએ કહ્યું, 'આપણા પાંચ લાખના સૈન્યને આપણે અહીં

ખવડાવી શકીશું નહિ. આપણી પુરવઠાની શૃંખલા આમ પણ વધારે પડતી લાંબી થઈ ગઈ છે.'

'જંગલી વેપારી કુબેરમાં આવી રણનીતિની બુદ્ધિ ક્યાંથી આવી ગઈ ?' દશરથે પૂછ્યું.

ક્ષત્રિયોમાં રહેલી વૈશ્યો પ્રત્યેની ધિક્કારની ભાવનાને દશરથ જરા પણ છુપાવી શક્યા નહિ. સપ્ત સિંધુ પ્રદેશમાં એવું માનવામાં આવતું હતું કે યુદ્ધમાં જીતવામાં આવેલી સંપત્તિની માલિકી યોગ્ય ગણાય પરંતુ માત્ર વેપાર કરીને નફા રૂપે એકઠી કરેલી સંપત્તિની માલિકી અયોગ્ય ગણાય. વૈશ્યોના આવા વર્ણ બહારનાં કાર્યોને ધિક્કારની નજરે જોવાતાં. તેમના માટે કડક નિયમો બનાવવામાં આવતા અને પરવાનાઓ તેમજ નિયમનોનું રાક્ષસી માળખું પણ તેમના માટે જ ગોઠવવામાં આવ્યું હતું. સપ્ત સિંધુ પ્રદેશના કુલીન ઘરના બાળકોને યોદ્ધા કે બુદ્ધિજીવી બનવા માટે પ્રોત્સાહન આપવામાં આવતું હતું, વેપારી બનવા માટે નહિ. પરિણામે, એ રાજ્યોમાં વૈશ્યોની સંખ્યા ધીમે-ધીમે ઘટતી ગઈ હતી. યુદ્ધોમાંથી પૂરતું ધન પ્રાપ્ત ન થવાને કારણે રાજ્યનો ખજાનો ઝડપથી ખાલી થવા માંડ્યો હતો.

નફાની તક જોઈને લંકા ટાપુના વૈશ્ય રાજા કુબેરે સપ્ત સિંધુ પ્રદેશનાં તમામ રાજ્યોમાં વાણિજ્યિક પ્રવૃત્તિઓ માટે પોતાની સેવાઓ અને પ્રાવીણ્યનો ઉપયોગ કરવાનો પ્રસ્તાવ રજૂ કર્યો. તે સમયના અયોધ્યાના રાજા અજે, બહુ મોટા વર્ષાસનની અવેજીમાં કુબેરને એકછત્ર વેપાર કરવાનો પરવાનો આપ્યો. સપ્ત સિંધુ સામ્રાજ્યનાં તમામ રાજ્યોને એ વર્ષાસનમાંથી હિસ્સો આપવામાં આવતો હતો. સામ્રાજ્યનાં અન્ય રાજ્યોની આવકનો સ્રોત બનવાને કારણે અયોધ્યાની સત્તા વધી હતી. તેમ છતાં વૈશ્યો પ્રત્યેની તેમની ઘૃણા તો યથાવત જ રહી હતી. જોકે, તાજેતરમાં જ, કુબેરે જાતે જ અયોધ્યાને આપવામાં આવતું વર્ષાસન ઘટાડી નાખવાનો નિર્ણય લીધો હતો. એટલે દશરથ યોગ્ય રીતે જ એમ માનતા હતા કે કુબેરે અયોધ્યાને ઋણ ચૂકવવાનું બાકી છે. એક વૈશ્યને આવી ઉદ્ધતાઈની શિક્ષા મળવી જ જોઈએ. પોતાના માંડલિકોને દશરથે એવો આદેશ આપ્યો કે અયોધ્યાની સેનામાં તેઓ પોતાની સેના ભેળવી દે અને આમ મોટું સૈન્ય લઈને તેઓ કુબેરને તેનું સ્થાન યાદ અપાવવા માટે કરચપ બંદરે આવી પહોંચ્યા હતા.

'પ્રભુ, સ્પષ્ટતઃ એમ લાગે છે,' મૃગસ્યએ કહ્યું, 'કે આ બધા નિર્ણયો કુબેર નથી લઈ રહ્યો.'

'તો કોણ લઈ રહ્યું છે ?' દશરથે પૂછ્યું.

'અમે તેના વિષે વધારે જ્ઞાન નથી ધરાવતા. મેં એમ સાંભળ્યું છે કે તેની આયુ ત્રીસ વર્ષથી વધારે નથી. તે કુબેર સાથે વાણિજ્ય સુરક્ષા દળના વડા તરીકે જોડાયો હતો. ધીમે ધીમે, તેણે એ દળમાં ઘણા બધા લોકોની ભરતી કરી અને તે દળને એક મોટી સેનામાં પરિવર્તિત કરી નાખ્યું. મને એમ લાગે છે કે તેણે જ કુબેરને આપણી સામે વિદ્રોહ કરવા માટે મનાવ્યો હશે.'

'મને આશ્ચર્ય નથી થતું,' અશ્વપતિએ કહ્યું, 'સ્થૂળ અને પ્રમાદી કુબેરમાં સપ્ત સિંધુને પડકાર આપવાની શક્તિ ક્યાંથી !'

'છે કોણ આ માણસ ?' દશરથે પૂછ્યું. 'એ ક્યાંનો છે ?'

'પ્રભુ, અમે તેના વિષે વધારે જ્ઞાન નથી ધરાવતા.' મૃગસ્યએ કહ્યું.

'શું તમને તેના નામની જાણ ખરી ?'

'હા, એ તો છે. તેનું નામ છે રાવણ.'

— |ૐ| 🐦 ☀ —

રાજ વૈદ્ય નિલંજના અયોધ્યાના મહેલની ગલિયારીઓમાં દોડી રહી હતી. રાજા દશરથની પ્રથમ પત્ની કૌશલ્યાની અંગત દાસી તરફથી તે સાંજે તાકીદે હાજર થવાનો આદેશ તેને મળ્યો હતો.

દક્ષિણ કૌશલ નરેશની મૃદુ અને સૌમ્ય પુત્રી કૌશલ્યાના રાજા દશરથ સાથેના વિવાહને હવે પંદર વર્ષ જેટલો સમય થવા આવ્યો હતો. રાજાને સામ્રાજ્યનો વારસદાર ન આપી શકવાને કારણે તે સતત નિરાશ રહેતાં હતાં. વારસદાર ન મળવાને કારણે સંતપ્ત થયેલા દશરથ રાજા છેવટે પશ્ચિમ ભારતના રાજ્ય કૈકેયના રાજા અને પોતાના અંગત સાથી એવા અશ્વપતિની ઊંચી, શ્વેતવર્ણી અને આરસની પ્રતિમા જેવી પુત્રી તેમજ કૈકેયની રાજકુમારી કૈકેયી સાથે વિવાહના બંધનમાં બંધાયા હતા. તેનાથી પણ કોઈ ફળપ્રાપ્તિ થઈ નહોતી. છેવટે તેઓ અહિંસા માટે વિખ્યાત અને રુદ્ર ભગવાનના આત્માનો જ્યાં વાસ હતો તેવી કાશીની મક્કમ છતાં સાલસ રાજકુમારી સુમિત્રાને પરણ્યા હતા. તેમ છતાં દશરથ રાજાને હજુ સંતાનનું સુખ પ્રાપ્ત નહોતું થયું.

એટલે જ જ્યારે કૌશલ્યાએ ગર્ભ ધારણ કર્યાના સમાચાર આવ્યા ત્યારે એ પ્રસંગ આનંદ સાથે ગભરાટ પણ લઈને આવ્યો હતો. બાળકનો જન્મ સહીસલામત રીતે થાય તે અંગે કૌશલ્યા ખૂબ જ ચિંતિત હતાં. તેમનો સમગ્ર સેવકગણ વારસદારના જન્મનાં રાજકીય પરિણામોથી બહુ સારી રીતે પરિચિત

હતો. તેમના સેવકગણમાંથી મોટાભાગના તો તેમના મહિયરના નિષ્ઠાવાન સેવકો જ હતાં. એટલે જ એ બાબતે અત્યંત સાવચેતી દાખવવાનો નિયમ પાળવામાં આવતો હતો. આવી રીતે તાકીદે નિલંજનાને બોલાવવાનો પ્રસંગ કંઈ પહેલી વાર નહોતો બન્યો. ઘણી વાર તેને નાની નાની બાબતો કે ખોટા અંદેશાઓના કારણે પણ દોડાવવામાં આવી હતી. જોકે રાજ વૈદ્ય પણ કૌશલ્યાના મહિયરથી જ તેમની સાથે આવી હોવાથી તેની નિષ્ઠા પણ એટલી બધી હતી કે તે કોઈ પણ જાતનો કંટાળો દર્શાવતી નહિ.

આ સમયે જોકે એમ લાગતું હતું કે હવે સમય આવી પહોંચ્યો છે. રાણીને પ્રસવપીડા શરૂ થઈ ચૂકી હતી.

દોડતી વખતે પણ નિલંજના હોઠ પર સુખરૂપ પ્રસૂતિ અને પુત્રજન્મ માટે પ્રભુ પરશુ રામની પ્રાર્થના શરૂ જ હતી.

'હું તને આદેશ આપું છું કે તારા નફામાંથી અમારો નવ દશાંશમો હિસ્સો કાઢી આપ અને તેના બદલામાં હું તને જીવતો જવા દઈશ.' દશરથ ગર્જ્યા.

રણનીતિના નિયમો અનુસાર, દશરથે કુબેરને ત્યાં છેલ્લા ઉપાય રૂપે સમાધાનની શરતો સાથે પોતાનો દૂત મોકલ્યો હતો. બંને શત્રુઓએ એક તટસ્થ સ્થળે મળવાનું સ્વીકાર્યું હતું. કરચપના કિલ્લા અને દશરથની સૈન્યછાવણીની બરોબર મધ્યમાં આવતા એક દરિયાકિનારાના સ્થળને પસંદ કરવામાં આવ્યું હતું. દશરથની સાથે અશ્વપતિ, મૃગસ્ય અને વીસ અંગરક્ષકોની પલટન આવી હતી. કુબેર પોતાના સેનાપતિ રાવણ અને વીસ અંગરક્ષકો સાથે આવ્યો હતો.

જ્યારે સ્થૂળ કુબેર પરાણે ડગલાં માંડતો ડગમગતો તંબુમાં પ્રવેશ્યો ત્યારે સપ્ત સિંધુ યોદ્ધાઓ તેમની ધિક્કારની લાગણીને ભાગ્યે જ છુપાવી શક્યા હતા. લંકાના એ સિત્તેર વર્ષના અતિ-ધનવાન વેપારીના ભારેખમ શરીર પર ગોટમટોળ પરંતુ દિવ્ય લાગતું મસ્તક ગોઠવાયેલું હતું. તેના ગૌર વર્ણ અને સરળ દેખાવમાં તેની ઉંમર દબાઈ જતી હતી. તેણે ઊજળા લીલા રંગની ધોતી અને ગુલાબી અંગવસ્ત્ર પહેર્યું હતું તેમજ તેના શરીર પર બહુમૂલ્ય આભૂષણો લદાયેલાં હતાં. તેની વિલાસિત જીવનશૈલી, પેટનો ઘેરાવો અને સ્ત્રૈણ વ્યવહારને કારણે દશરથને ખાતરી થઈ ગઈ કે કુબેર શું હતોઃ નિઃસત્વ વૈશ્યોનું આદર્શ ઉદાહરણ.

પોતાના વિચારો શબ્દો વાટે સરી ન પડે એ માટે દશરથે પોતાના વિચારોને

રોકી પાડ્યા. શું આ હાસ્યાસ્પદ મોરલો ખરેખર એમ માનતો હશે કે તે મારી સામે ટકી શકશે ?

'મહારાજ !' કુબેરે સહેજ અસ્વસ્થતાથી કહ્યું, 'મને એમ વિચાર આવે છે કે નફામાંથી એટલો વિશાળ હિસ્સો કાઢી આપવો તો થોડુંક અઘરું પડશે. અમારા ખર્ચા વધી ગયા છે અને નફાનું ધોરણ પહેલાં જેટલું—'

'વાટાઘાટો કરવા માટેની તારી ઘૃણાસ્પદ યુક્તિઓ મારી પર ના અજમાવીશ !' કહીને પોતાની વાતની અસરકારકતા ઊભી કરવા દશરથે મેજ પર હાથ પછાડ્યો. 'હું વૈશ્ય નથી ! હું ચક્રવર્તી સમ્રાટ છું. સંસ્કૃતજનોને એટલા ભેદની તો અવશ્ય જાણ હોય છે.'

કુબેરની અસ્વસ્થતાની નોંધ લેવાનું દશરથ ચૂક્યા નહોતા. કદાચ એ વૈશ્યએ ઘટનાક્રમ આ તબક્કે પહોંચશે એમ વિચાર્યું જ નહિ હોય. કરચપ તરફ કૂચ કરી આવેલી વિશાળ સેનાને કારણે તે અસ્વસ્થ થયો હશે. દશરથે એમ માની લીધું હતું કે પોતાના કઠિન શબ્દોના પ્રતાપે કુબેર પોતાનો દુરાગ્રહ ત્યજી દેશે. દશરથે એમ પણ વિચારી રાખ્યું હતું કે ત્યાર બાદ, પોતાની ન્યાયપ્રિયતા દર્શાવવા માટે, તે કુબેરને બે પ્રતિશત નફો વધારે રાખવા માટેની અનુમતિ પણ આપશે. દશરથ સમજતા હતા કે કેટલીક વાર થોડી ઉદારતા દાખવવાથી અસંતોષને દબાવી શકાય છે.

દશરથે આગળ નમીને પોતાના અવાજને ધારદાર ફૂંકારમાં બદલી નાખ્યો. 'હું દયા દર્શાવી શકું છું. હું ભૂલો માફ કરી શકું છું. પરંતુ એ માટે તારે તારી મૂર્ખામીઓ બંધ કરીને હું કહું તેમ કરવું પડશે.'

થોડીક અસ્વસ્થતાથી કુબેરે એકદમ નિર્લેપ બનીને પોતાની જમણી બાજુ બેઠેલા રાવણ તરફ જોયું. રાવણ બેઠેલો હતો તેમ છતાં પણ તેની ઊંચાઈ અને સ્નાયુબદ્ધ શરીર બિહામણાં લાગતાં હતાં. તેના યુદ્ધથી કસાયેલા, શ્યામવર્ણા શરીર પર સંભવતઃ બાળપણમાં થયેલા શીતળાના રોગની નિશાની રૂપે ચાઠાં પડેલાં હતાં. તેની ગાઢ દાઢી મોઢા પરનાં ચાઠાં છુપાવવાનો ભરપૂર પ્રયાસ કરી રહી હતી જ્યારે તેની થોભિયા જેવી મૂછોને કારણે તેનું ભયાનક સ્વરૂપ દેખાઈ આવતું હતું. તેનાં વસ્ત્રો જોકે ખાસ નોંધપાત્ર નહોતાં. તેણે સફેદ ધોતી અને દૂધિયા રંગનું અંગવસ્ત્ર ધારણ કરેલું હતું. તેના મુગટની બંને બાજુ મધ્યમ કદનાં શિંગડાં લગાવેલાં હતાં.

પોતાના સેનાપતિને મૃત્યુવત્ સ્થિર બેઠેલો જોઈને કુબેર નિઃસહાયતાથી દશરથ તરફ ફર્યો. 'પરંતુ મહારાજ, અમારે ઘણી બધી મુશ્કેલીઓનો સામનો

કરવો પડી રહ્યો છે અને અમારી નિવેશપુંજી—'

'તું મારા ધૈર્યની પરીક્ષા લઈ રહ્યો છે, કુબેર !' દશરથ ગર્જ્યા અને રાવણની અવગણના કરીને તેમણે પોતાનું ધ્યાન કુબેર પર કેન્દ્રિત કર્યું. 'તું સપ્ત સિંધુના ચક્રવર્તી મહારાજને ક્રોધિત કરી રહ્યો છે !'

'પરંતુ મહારાજ !'

'જો, તું અમારા હકનું ધન અમને ચૂકવવાનું નહિ સ્વીકારે, તો મારા શબ્દોનો વિશ્વાસ કરજે કે આવતી કાલ સુધીમાં તમે બધા જ મૃત હશો. સૌ પ્રથમ હું તારી બિચારી સેનાનો નાશ કરીશ. પછી છેક તારા શાપિત ટાપુ સુધી આવીશ અને તારા આખા નગરને ભસ્મીભૂત કરી નાખીશ.'

'પરંતુ અમારાં વહાણો અને શ્રમિકોના વળતરની સમસ્યાઓ—'

'તારી સમસ્યાઓની મને જરા પણ ચિંતા નથી !' દશરથ ગર્જ્યા. તેમનો ક્રોધ હવે સાતમા આકાશે જઈ ચડ્યો હતો.

'તમે ચિંતા કરશો, આવતીકાલ પછી !' રાવણે હળવેથી કહ્યું.

દશરથ એકદમ ઝડપથી રાવણ તરફ ફર્યા. તેમને એ વાતે ક્રોધ આવ્યો કે કુબેરના નાયબે વાર્તાલાપમાં ભંગ પહોંચાડવાની ધૃષ્ટતા કરી હતી. 'તારું એટલું સાહસ કે—'

'તમારું આટલું સાહસ છે, દશરથ ?' રાવણે ઊંચા અવાજે પૂછ્યું.

દશરથ, અશ્વપતિ અને મૃગસ્ય આશ્ચર્યચકિત થઈ ગયા. એક નાનકડા સુરક્ષા દળના અદના સેનાપતિએ સપ્ત સિંધુના ચક્રવર્તી સમ્રાટને નામથી સંબોધ્યો તેનો તેમને આઘાત લાગ્યો હતો.

'તમે એવું વિચારવાનું સાહસ જ કઈ રીતે કરી શકો કે જે સેનાનો સેનાપતિ હું છું, તેને તમે પરાજિત કરી શકશો ?' રાવણે એકદમ ભયાવહ શાંતિથી પૂછ્યું.

ક્રોધિત દશરથ ઊભા થયા, તેમનું આસન પાછળની બાજુ ભયાનક ખખડાટ સાથે ફંગોળાઈ ગયું. તેમણે રાવણની દિશામાં પોતાની તર્જની ચીંધી. 'અહંકારી, તને તો હું કાલે યુદ્ધભૂમિમાં જોઈ લઈશ.'

રાવણ પણ ધીમેથી અને ભયાવહ રીતે પોતાના આસન પરથી ઊભો થયો. તેના ગળામાં પહેરેલી સુવર્ણમાળાનું લટકણિયું તેણે પોતાની જમણા હાથની મુઠ્ઠીમાં જકડી રાખ્યું હતું. રાવણની મુઠ્ઠી ખૂલી અને જે જોવા મળ્યું તેનાથી દશરથ ભયભીત થઈ ઊઠ્યા. એ લટકણિયું ખરેખર તો બે માનવ આંગળીઓનાં હાડકાં હતાં. તેનાં ટેરવાંઓને કાળજીપૂર્વક સોનાની કડીમાં પરોવી લેવામાં આવ્યાં હતાં.

આવા બિહામણા સ્મૃતિચિહ્નને રાવણે જ્યારે ફરી વાર પકડ્યું ત્યારે તેમાંથી જાણે તેને અખૂટ શક્તિ પ્રાપ્ત થઈ હોય તેવું બધાને લાગ્યું.

દશરથ પોતાની આંખોનો વિશ્વાસ કરી શકતા નહોતા. તેમણે એવા રાક્ષસો વિષે સાંભળ્યું હતું કે જેઓ શત્રુની ખોપરીમાં લોહી અને મદિરા પીતા હતા અથવા તેમના કપાયેલા અંગોને સ્મૃતિચિહ્ન તરીકે સંગૃહિત કરતા હોય. પણ અહીંયાં તો એક એવો યોદ્ધો હતો કે જે પોતાના શત્રુઓના અવશેષોને આભૂષણની જેમ ધારણ કરતો હતો! *છે કોણ આ રાક્ષસ ?*

'હું તમને વિશ્વાસ અપાવું છું કે હું તમારી પ્રતીક્ષા જ કરતો હોઈશ,' રાવણે કહ્યું. તેના અવાજમાં થોડોક વ્યંગ પણ છુપાયેલો હતો. તે જોઈ રહ્યો હતો કે દશરથ તેની સામે મોઢું ફાડીને ભયભીત થઈને જોઈ રહ્યા હતા. 'તમારું લોહી પીવાની મને આતુરતા રહેશે.'

ઊલટો ફરીને રાવણ તંબુની બહાર નીકળી ગયો. કુબેર પણ ઝડપથી ડગમગતો તેની પાછળ જ બહાર નીકળ્યો, અને તેમના અંગરક્ષકો પણ તેમને અનુસર્યા.

દશરથ ગુસ્સાથી ખળભળી રહ્યા હતા. 'આવતીકાલે આપણે આ કીડી-મંકોડાઓનો સદંતર નાશ કરીશું. પણ એ દુષ્ટને કોઈ હાથ લગાવતા નહિ.' પાછા ફરી રહેલા રાવણ તરફ આંગળી ચીંધીને તેમણે કહ્યું. 'તેને હું જ મારીશ ! માત્ર હું !'

દિવસ આથમવા આવ્યો ત્યારે પણ દશરથ ક્રોધથી ખળભળી રહ્યા હતા. 'હું પોતે જ તેના શરીરના ટુકડે-ટુકડા કરીને શ્વાનને ખવડાવીશ !' તેઓ ગર્જ્યા.

અયોધ્યાની છાવણીના રાજવી તંબુમાં જ્યારે દશરથ ક્રોધિત થઈ આમ તેમ ફરી રહ્યા હતા ત્યારે કૈકેયી નિર્લેપ ભાવે ત્યાં બેઠી હતી. દશરથ રાજાના દરેક સૈન્ય અભિયાનમાં તે સાથે જ રહેતી.

'મારી સાથે આવી રીતે વાત કરવાની હિંમત એ કરી જ કઈ રીતે શકે ?'

કૈકેયીએ સુસ્તીથી દશરથનું અવલોકન કર્યું. તે ઊંચા, શ્યામવર્ણા અને સ્વરૂપવાન હતા, આદર્શ ક્ષત્રિયના ઉદાહરણ જેવા. એકદમ સરસ રીતે ગોઠવાયેલી મૂછોથી તેમની મુખાકૃતિ વધારે આકર્ષક બનતી હતી. તેઓ સ્નાયુબદ્ધ અને મજબૂત હતા, પરંતુ તેમના કસાયેલા શરીર પર હવે ઉંમર વર્તાઈ આવતી હતી. તેમના વાળમાં રડ્યાખડ્યા શ્વેત વાળ દેખાઈ આવતા અને તેમના સ્નાયુઓમાં પણ

ક્યાંક-ક્યાંક લચક દેખાઈ આવતી હતી. ઋષિઓ દ્વારા ખાસ પોતાના રાજા માટે બનાવવામાં આવેલું ઉંમર પ્રતિરોધક એવું સોમરસ નામનું રહસ્યમયી પીણું પણ સમગ્ર જીવન દરમિયાન લડેલાં યુદ્ધો અને કરવામાં આવેલા મદિરાપાનની અસરો છુપાવી શકતું નહોતું.

'હું સપ્ત સિંધુનો ચક્રવર્તી સમ્રાટ છું !' પોતાની છાતી પર ગુસ્સાથી મુક્કો મારીને ક્રોધથી તેઓ ગર્જ્યા, 'તેની આવી હિંમત ?'

પોતાના પતિ સાથે એકાંતમાં હોવા છતાં કૈકેયીએ એવી જ શિષ્ટ રીતભાત ચાલુ રાખી કે જે સામાન્યતઃ તેમના જાહેર જીવનમાં જોવા મળતી. તેણે દશરથને આટલા ક્રોધિત કદી પણ જોયા નહોતા.

'પ્રિયે,' કૈકેયીએ કહ્યું, 'આ ક્રોધ આવતીકાલ માટે બચાવી રાખો. અત્યારે તમારું રાત્રિભોજન ગ્રહણ કરો. આવનારા યુદ્ધ માટે તમને તમારી બધી જ શક્તિઓની આવશ્યકતા પડશે.'

'શું એ બદજાત ભાડૂતી સિપાહીને જરા જેટલું પણ જ્ઞાન છે કે તેણે કોને પડકાર ફેંક્યો છે ? હું મારા જીવનમાં કદી પણ યુદ્ધ હાર્યો નથી !' જાણે કૈકેયીને સાંભળી જ ન હોય તેમ દશરથે પોતાની વાત ચાલુ રાખી.

'અને કાલે પણ તમે જ વિજયી થશો.'

દશરથ કૈકેયી તરફ ફર્યા, 'હા, કાલે હું જ વિજયી થઈશ. પછી હું તેના ટુકડા કરી નાખીશ અને તેને શ્વાન અને ડુક્કરને ખવડાવી દઈશ !'

'એ તો એમ જ થશે, પ્રિયે. એ તો તમે ક્યારનું નિશ્ચિત કરી જ નાખ્યું છે.'

દશરથ ક્રોધથી ઘૂરક્યા અને પાછા ફરીને તંબુની બહાર નીકળવા ગયા. પરંતુ કૈકેયી હવે ધીરજ રાખી શકી નહિ.

'દશરથ !' તેણે ઊંચા અવાજે કહ્યું.

દશરથનાં પગલાં અટકી ગયાં. તેમની પ્રિય પત્ની તેમની સાથે આવા અવાજમાં ત્યારે જ વાત કરતી જ્યારે તે અનિવાર્ય હોય. કૈકેયી તેમની તરફ ચાલતી ગઈ, તેમનો હાથ પકડ્યો અને તેમને રાત્રિભોજન માટે દોરી ગઈ. તેણે દશરથના ખભા પર પોતાના હાથ રાખ્યા અને ખભા દબાવીને તેમને ભોજન માટે બેસાડ્યા. પછી તેણે રોટલીનો એક ટુકડો કર્યો, તેમાંથી શાક અને માંસનો કોળિયો બનાવ્યો, અને દશરથને ધર્યો. 'જો આજે તમે અન્ન અને નિદ્રા નહિ લો, તો કાલે તમે એ રાક્ષસને પરાજિત નહિ કરી શકો.' તેણે એકદમ ધીરા અવાજે કહ્યું.

દશરથે પોતાનું મોઢું ખોલ્યું. કૈકેયીએ તેમના મોઢામાં કોળિયો મૂક્યો.

અધ્યાય 3

શય્યામાં સૂતેલા અયોધ્યાનાં રાણી કૌશલ્યા દુર્બળ અને થાકેલાં લાગતાં હતાં. ચાલીસ વર્ષની ઉંમરે, તેમની શ્યામવર્ણી ત્વચા હજુ પણ ચમકતી હતી પરંતુ બધા જ કેશ અકાળે એકદમ ભૂખરા થઈ ગયા હતા. તેમની ઊંચાઈ તો ઓછી હતી પરંતુ એક સમયે તેઓ બહુ જ મજબૂત હતા. એ સંસ્કૃતિમાં સ્ત્રીનું મૂલ્ય વારસદાર આપવા પૂરતું જ હતું માટે બાળપ્રાપ્તિ ન થવાની ઘટનાએ તેમનું મનોબળ તોડી પાડ્યું હતું. પટરાણી હોવા છતાં દશરથ રાજા તેમને પ્રસંગોપાત્ત જ મળતા. બીજો બધો સમય, તેઓ એકાંતમાં ઉપેક્ષિત જીવન વિતાવતા હતા. આ વાસ્તવ તેમનું મનોબળ તોડી રહ્યું હતું. દશરથ પોતાની પ્રિય પત્ની કૈકેયીને જેટલો સમય અને ધ્યાન આપતા તેમાંથી અત્યંત નાનકડા હિસ્સાની ઝંખના તેમને હતી.

તેમને એમ ખ્યાલ અવશ્ય હતો કે દશરથના પ્રથમ પુત્ર અને અયોધ્યાના વારસદારને જન્મ આપવાથી તેમના સ્થાન અને દરજ્જામાં અવશ્ય તફાવત આવશે. એટલે જ શરીરથી દુર્બળ હોવા છતાં તેમનું મન અત્યારે બહુ જોશમાં હતું. સોળ કલાકથી વધારે સમયથી તેઓ પ્રસવપીડા ભોગવી રહ્યાં હતાં છતાં તેમને જરા પણ દુઃખ નહોતું થતું. તેઓ દૃઢ-નિશ્ચયી અને મક્કમ હતાં અને વૈદ્યને શસ્ત્રક્રિયા દ્વારા ગર્ભમાંથી બાળક બહાર કાઢી લેવાની મંજૂરી તેમણે નહોતી આપી.

'મારા પુત્રનો જન્મ પ્રાકૃતિક જ હશે.' કૌશલ્યાએ દૃઢતાથી જાહેર કર્યું હતું.

પ્રાકૃતિક જન્મને વધારે શુકનવંતો માનવામાં આવતો હતો. બાળકના ભવિષ્યને કોઈ પણ પ્રકારના જોખમમાં તેઓ મૂકવા નહોતા માંગતાં.

'એક દિવસ એ જ રાજા બનશે.' કૌશલ્યાએ કહ્યું હતું, 'એટલે જ તેનો જન્મ શુકનવંતી રીતે થવો જોઈએ.'

નિલંજનાએ નિસાસો નાખ્યો. તેને તો એ પણ વિશ્વાસ નહોતો કે પુત્રનો જ જન્મ થશે. પરંતુ પોતાની પટરાણીના ઉત્સાહને તે જરા પણ મંદ પડવા દેવા માંગતી નહોતી. તેણે પટરાણીને કેટલીક પીડાશામક વનસ્પતિઓ ખવડાવી અને તેમને ટકાવી રાખ્યાં. આદર્શ રીતે વૈદ્ય એવું ઇચ્છતી હતી કે મધ્યાહ્ન પહેલાં પ્રસૂતિ થઈ જાય. રાજજ્યોતિષે તેને ચેતવી હતી કે જો બાળકનો જન્મ ત્યાર બાદ થશે, તો સમગ્ર જીવન દરમિયાન તેને ઘણીબધી મુશ્કેલીઓનો સામનો કરવો પડશે. બીજી બાજુ, જો પ્રસૂતિ મધ્યાહ્ન પહેલાં થશે, તો તેને મહાનતમ માનવોમાંના એક તરીકે યાદ કરવામાં આવશે અને યુગાંતરો સુધી તેને પૂજવામાં આવશે.

નિલંજનાએ પ્રહર કંદીલ પર નજર નાખી લીધી. તેમાં છ કલાક જેટલા સમયનું માપન થતું હતું. સૂર્ય દેવ તો ક્યારનાય પ્રગટી ચૂક્યા હતા અને અત્યારે બીજા પ્રહરનો ત્રીજો કલાક ચાલી રહ્યો હતો. ત્રણ કલાક પછી તો મધ્યાહ્ન થઈ પણ જશે. નિલંજનાએ નિર્ણય લીધો હતો કે તે મધ્યાહ્નના અડધો કલાક પહેલાં સુધી પ્રતીક્ષા કરશે અને જો ત્યાં સુધીમાં પ્રાકૃતિક પ્રસૂતિ ન થઈ, તો તેણે શસ્ત્રક્રિયા અજમાવવી પડશે.

કૌશલ્યાને ફરી એક વાર પીડા શરૂ થઈ હતી જેનાથી સમય વધારે બગડે તેમ હતું. તેમણે પોતાના હોઠ સીવી લીધા અને આવનારા બાળક માટે જે નામ મનોમન પસંદ કરી રાખ્યું હતું તે જપવાનું શરૂ કર્યું. તે નામજાપથી તેને શક્તિ મળી, કારણ કે એ કોઈ સામાન્ય નામ હતું નહિ. તેમણે જે નામ પસંદ કર્યું હતું તે વિષ્ણુનું છઠ્ઠું નામ હતું.

'વિષ્ણુ' ઉપાધિ એ અગ્રણીઓને આપવામાં આવતી હતી કે જેમને સદ્ગુણોના પ્રચારક સ્વરૂપે યાદ કરવામાં આવતા હતા. આ ઉપાધિ પ્રાપ્ત કરનાર છઠ્ઠા વ્યક્તિનું નામ હતું પ્રભુ પરશુ રામ. સામાન્ય લોકો તેમને એ નામે જ યાદ કરતા હતા. પરશુનો મતલબ થાય છે કુહાડી. છઠ્ઠા વિષ્ણુના નામમાં એ શબ્દ ઉમેરવામાં આવ્યો હતો કારણ કે શક્તિશાળી કુહાડી તેમનું પ્રિય શસ્ત્ર હતું. જન્મથી તેમનું નામ રામ હતું. કૌશલ્યાના મગજમાં એ જ નામ ગુંજતું હતું.

રામ... રામ... રામ... રામ...

———— |ત્રિ| 🐟 ☀ ————

બીજા પ્રહરના ચોથા કલાકમાં દશરથ રાજા યુદ્ધ માટે તૈયાર હતા. આગલી રાત્રે

તેઓ ખાસ નિદ્રા લઈ શક્યા નહોતા. તેમને પોતાને સાચા લાગતા કારણસર આવેલો ક્રોધ ઘટવાનું નામ નહોતો લેતો. પોતાના જીવનમાં એ ક્યારેય કોઈ પણ યુદ્ધ નહોતા હાર્યા, પરંતુ આ વખતે તેમને માત્ર વિજય જ નહોતો જોઈતો. પેલા ભાડૂતી સૈનિક અને વેપારીને દબાવીને તેના શરીરમાંથી પ્રાણ હરીને જ તેમને શાંતિ પ્રાપ્ત થશે એમ લાગતું હતું.

અયોધ્યાના સમ્રાટે પોતાનું સૈન્ય સોય જેવા આકારમાં, સૂચી વ્યૂહમાં ગોઠવ્યું હતું. તેનું કારણ એ હતું કે કુબેરના સૈન્યએ કરચપના કિલ્લા ફરતે ગાઢ કાંટાળી ઝાડીઓ વાવી હતી. માટે નગરના ધરતી માર્ગે હુમલો કરવો તો લગભગ અશક્ય જેવું જ હતું. દશરથનું સૈન્ય એ ઝાડીઓ કાપીને કિલ્લા પર હુમલો કરવા માટે માર્ગ બનાવી શક્યું હોત, પરંતુ તેમાં કેટલાંય સપ્તાહ વેડફાઈ જાય તેમ હતાં. કુબેરના સૈન્યએ કરચપ આસપાસની ધરતી પણ સળગાવીને બિનઉપજાઉ બનાવી કાઢી હતી. તેના પરિણામે આહાર અને પાણીની તંગી સર્જાઈ હતી અને દશરથના સૈન્ય પાસે વધારે સમય નથી એ વાત તો નક્કી જ હતી. તેમનો પુરવઠો સમાપ્ત થઈ જાય તે પહેલાં તો તેમણે આક્રમણ કરવું જ પડે તેમ હતું.

વધારે મહત્ત્વની વાત તો એ હતી કે દશરથ પોતે જ એટલા ક્રુદ્ધ હતા કે તેઓ ધીરજ રાખી શકે તેમ નહોતા. માટે તેમણે નિર્ણય લીધો હતો કે કરચપના કિલ્લામાં પ્રવેશ માટે જે એક માત્ર માર્ગ ખુલ્લો છે ત્યાંથી જ હુમલો કરવો : દરિયાકિનારાનો માર્ગ.

આમ તો એ દરિયાકિનારો પહોળો હતો પરંતુ એટલો પહોળો પણ નહોતો કે તેમાં વિશાળ સૈન્ય આવી શકે. એટલે જ દશરથે સૂચી વ્યૂહની રણનીતિ અપનાવી હતી. સૌથી આગળ રાજા અને શ્રેષ્ઠ યોદ્ધાઓ રહે અને બાકીનું સૈન્ય, જેમ સોયની ધાર પ્રવેશ્યા પછી આખી સોય પ્રવેશે, તેમ પ્રવેશવાનું હતું. તેમણે ક્રમાનુસાર આક્રમણ કરવાનું હતું: યોદ્ધાઓની પ્રથમ પંક્તિ લંકાના યોદ્ધાઓ પર આક્રમણ કરે અને વીસેક ઘડી પછી તેઓ પાછા સરકી જાય, અને યોદ્ધાઓની પછીની પંક્તિ આક્રમણમાં જોડાઈ જાય. સપ્ત સિંધુના વીર યોદ્ધાઓ કુબેરના સૈન્યને ઘમરોળી નાખવા એક પછી એક મોજામાં સતત આક્રમણ કરતાં જ રહે તેવી એ રણનીતિ હતી.

અશ્વપતિએ પોતાના અશ્વને એડી મારી અને તેઓ દશરથની બાજુમાં પહોંચી ગયા.

'મહારાજ,' તેણે કહ્યું, 'શું આપને આ રણનીતિ પર પૂરો વિશ્વાસ છે ?'

'હવે તમે મને એમ ના કહેશો કે તમારા મનમાં કોઈ સંશય ઊભો થયો

છે, રાજા અશ્વપતિ !' દશરથે કહ્યું. પોતાના શ્વસુર આમ તો આક્રમક સ્વભાવના જ હતા માટે તેમના મુખેથી નીકળેલા આ ચેતવણીના શબ્દોથી તેમને આશ્ચર્ય થયું હતું. સમગ્ર ભારતવર્ષમાં દશરથે કરેલા આક્રમણોમાં તેઓ વીર સાથી બની રહ્યા હતા.

'મને એમ વિચાર આવે છે કે સંખ્યાબળની દૃષ્ટિએ આપણું જે પ્રભુત્વ છે તેનો આપણે સંપૂર્ણ ઉપયોગ નથી કરી રહ્યા. આપણા મોટા ભાગના સૈનિકો આગળ લડી રહેલા યોદ્ધાની પાછળ જ રહેવાના અને તેઓ એ સમયે યુદ્ધમાં ભાગ લેશે નહિ. શું તે યોગ્ય છે ?'

'આ એક જ ઉપાય છે, મારો વિશ્વાસ કરો.' દશરથે આત્મવિશ્વાસથી કહ્યું. 'જો આપણું પ્રથમ આક્રમણ અસફળ થશે, તોપણ પાછળ રહેલા સૈનિકો એક પછી બીજું આક્રમણ કરતા જ રહેશે. જ્યાં સુધી કુબેરની નપુંસક સેનાનો અંતિમ સૈનિક નાશ ન પામે ત્યાં સુધી આપણે આક્રમણ કરતા રહીશું. જોકે એમ થાય એવું મને તો લાગતું નથી. હું તો પ્રથમ હુમલામાં જ તેમના અસ્તિત્વનો અંત લાવી દઈશ !'

અશ્વપતિએ પોતાની ડાબી બાજુ જોયું જ્યાં દરિયામાં બે ગાઉ જેટલા અંતરે કુબેરનાં વહાણ લાંગરેલાં હતાં. તેમના બાંધકામમાં કંઈક વિચિત્રતા જણાઈ આવતી હતી. આગળનો ભાગ અસામાન્ય રીતે પહોળો જણાતો હતો. 'આ યુદ્ધમાં પેલા વહાણ શું ભાગ ભજવશે ?'

'કશો જ નહિ !' પોતાના શ્વસુર સામે પ્રેમથી હસીને દશરથે જવાબ આપ્યો. દશરથને નૌકાયુદ્ધનો થોડો અનુભવ હતો જ્યારે એ અંગે અશ્વપતિને જરા પણ અનુભવ હતો નહિ. 'એ મૂર્ખ લોકોએ તો પોતાની નાની-નાની નૌકાઓ પણ પાણીમાં નથી ઉતારી. જો એ વહાણોમાં તેમનું આરક્ષિત સૈન્યબળ હોય, તોપણ તેમને બહુ ઝડપથી યુદ્ધમાં ઉતારી શકાશે નહિ. તેમની નાની નૌકાઓ પાણીમાં ઉતારી, તેમાં પોતાના સૈનિકોને બેસાડીને યુદ્ધમાં જોડાવા માટે આ કાંઠા સુધી લાવવામાં જ તેમને અમુક કલાકો જેટલો સમય લાગી જશે. ત્યાં સુધીમાં તો આપણે કિલ્લામાં રહેલા સૈનિકોનો સફાયો જ કરી નાખ્યો હશે.'

'કિલ્લાની બહાર રહેલા સૈનિકોનો.' અશ્વપતિએ સુધાર્યું અને કરચપ કિલ્લા તરફ આંગળી ચીંધી.

સરસ બાંધણીવાળા કિલ્લાની અંદર સુરક્ષિત રહીને લડવાનો બહુ મોટો લાભ રાવણે જતો કર્યો હતો, જેનું કારણ સમજાતું નહોતું. કિલ્લાની દીવાલની આડશના બદલે રાવણે પોતાના લગભગ પચાસ હજારની સંખ્યાવાળા સૈન્યને દરિયાકિનારે, નગરની બહાર સામાન્ય પદ્ધતિથી લડવા માટે ગોઠવ્યા હતા.

'મેં આજ સુધી આવી વિચિત્ર રણનીતિ જોઈ નથી,' અશ્વપતિએ સાવચેતી દાખવતાં કહ્યું, 'તેને જે મહત્ત્વપૂર્ણ લાભ મળી રહ્યો છે, તેનો તે ઉપયોગ કેમ નથી કરી રહ્યો ? પોતાના સૈન્યની પાછળ જ કિલ્લાની દીવાલ હોવાને કારણે તો તેના સૈનિકોને પાછળ હઠવાનો મોકો પણ નહિ મળે. રાવણે આમ કેમ કર્યું હશે ?'

દશરથ વ્યંગપૂર્ણ હસ્યા, 'કારણ કે તે પ્રત્યાઘાતી મૂર્ખ છે. તે મારી સમક્ષ પોતાની વીરતા સિદ્ધ કરવા માંગે છે. મારી તલવાર જ્યારે તેના હૃદયની આરપાર નીકળી જશે ત્યારે હું મારી વીરતા સિદ્ધ કરી બતાવીશ.'

રાવણના સૈનિકોનું નિરીક્ષણ કરી રહેલા અશ્વપતિએ ફરી વાર કિલ્લાની દીવાલ તરફ પોતાનું મસ્તક ફેરવ્યું. આટલા અંતરેથી પણ શીંગડાવાળું બિહામણું શિરસ્ત્રાણ પહેરેલા અને પોતાના સૈન્યની મોખરે રહેલા રાવણને તે જોઈ શકતા હતા. અશ્વપતિએ પોતાના સૈન્ય તરફ એક નજર નાખી. સૈનિકો ગર્જી રહ્યા હતા અને પોતાના શત્રુઓને ગાળો ભાંડી રહ્યા હતા. યુદ્ધ શરૂ થતા પહેલાં આવું બનવું સામાન્ય ઘટના હતી. ફરી વાર તેમણે રાવણના સૈન્ય તરફ નજર માંડી. ત્યાંનું દૃશ્ય બિલકુલ વિરુદ્ધ દિશાનું હતું. ત્યાંથી કોઈ અવાજ આવતો નહોતો. કોઈ હલનચલન પણ નહોતી જણાતી. આદર્શ સૈનિકોની માફક એ બધા અનુશાસનપૂર્વક એકદમ સ્થિર ઊભા હતા.

અશ્વપતિની કરોડરજ્જુમાંથી એક કંપારી પસાર થઈ ગઈ.

તેમના મગજમાંથી એક વિચાર જતો નહોતો કે એ સૈનિકો તો દશરથને લલચાવવા માટે રાખવામાં આવેલી ગલ હતી જેને ગળવા માટે દશરથ તૈયાર થઈ ગયા હતા.

જો તમે ગલ તરફ આક્રમણ કરી રહેલી માછલી હોવ, તો સામાન્યતઃ તમારો અંત સારો આવતો નથી.

પોતાના ભયને વાચા આપવા માટે અશ્વપતિ દશરથ તરફ ફર્યા, પરંતુ સપ્ત સિંધુના ચક્રવર્તી સમ્રાટ તો ત્યાં સુધીમાં જતા રહ્યા હતા.

દશરથ સૈન્યની મોખરે પોતાના અશ્વ પર સવાર હતા. તેમણે આત્મવિશ્વાસપૂર્વક પોતાના સૈનિકો ઉપર નજર નાખી. રૂક્ષ અને કઠોર યોદ્ધાઓના સમૂહે તેમની તલવારો ખેંચી રાખી હતી અને તેઓ યુદ્ધ માટે આતુર હતા. અશ્વો પર પણ

જાણે એ ક્ષણની ઉત્તેજના સવાર થઈ ચૂકી હતી કારણ કે સૈનિકોએ બહુ જોર લગાવીને તેમની લગામ પકડી રાખીને તેમને નિયંત્રણમાં રાખવા પડતા હતા. દશરથ અને તેમના સૈન્યને જાણે કે જે લોહી વહેવાનું હતું તેની સુગંધ આવી ગઈ હતી. કેટલું બધું રક્ત ! હંમેશાની જેમ તેઓ તે ક્ષણે પણ એમ જ માનતા હતા કે વિજયશ્રી તેમને આશીર્વાદ આપી રહી હતી. *યુદ્ધનાં નગારાં વાગવા દો !*

દશરથે પોતાની આંખો ઝીણી કરીને દૂર દેખાઈ રહેલા લંકાના સૈનિકો અને તેમના સેનાપતિ રાવણનું નિરીક્ષણ કર્યું. જાણે કે ક્રોધ પીગળીને તેમના રક્તમાં વહી રહ્યો હતો. તેમણે પોતાની તલવાર ખેંચીને આગળની તરફ તાણી અને પોતાના સામ્રાજ્યનો જાણીતો યુદ્ધમંત્ર પોકાર્યો. *'અયોધ્યા વિજયી ભવ !'*

અજેય નગરીના વિજેતા યોદ્ધા !

તેમના સૈન્યના બધા સૈનિકો અયોધ્યાના નાગરિક નહોતા તેમ છતાં મહાન કૌશલ રાજ્યના ધ્વજ હેઠળ લડવાનો તેમને ગર્વ હતો. તેમણે પણ યુદ્ધ મંત્ર પોકાર્યો. *'અયોધ્યા વિજયી ભવ !'*

દશરથે પોતાની તલવાર નીચી કરી, અશ્વને પંપાળ્યો અને ગર્જ્યા, 'મારી નાખો બધાને ! જરા પણ દયા દાખવશો નહિ !'

'જરા પણ દયા નહિ !' પ્રથમ આક્રમણ કરનારા યોદ્ધાઓએ પોકાર કર્યો અને પોતાના અશ્વોને દોડાવીને તેઓ પણ પોતાના નિર્ભય મહારાજની પાછળ ધસી ગયા.

પણ પછી ગૂંચ ઉકલાવા માંડી.

સપ્ત સિંધુની સૂચી રણનીતિના સૌથી અગ્રભાગે રાજા દશરથ અને તેમના સૌથી વીર યોદ્ધાઓ હતા. જ્યારે તેઓ લંકાના સૈનિકો તરફ ધસી ગયા ત્યારે રાવણના સૈનિકો જરા પણ હલ્યા નહિ. જ્યારે શત્રુ સૈનિકો બહુ ટૂંકા અંતરે આવી ગયા ત્યારે, અચાનક જ રાવણે પોતાના અશ્વને પાછો વાળ્યો અને તેના સૈનિકો ત્યાં જ રહ્યા પણ તે પાછળની તરફ જવા લાગ્યો. આ જોઈને દશરથ વધારે ક્રોધિત થયા. તેમણે પોતાના અશ્વને એડી મારીને ઝડપથી ભગાવ્યો કે જેથી પ્રથમ હરોળના સૈનિકોને ચગદીને તે ઝડપથી રાવણ સુધી પહોંચી શકે.

આમ જ બનશે તેમ રાવણે ધાર્યું હતું. લંકાના સૈનિકોએ કર્કશ ગર્જના કરી અને પોતાની તલવારો નીચે મૂકી, વાંકા વળીને બહુ જ લાંબા, લગભગ વીસ હાથ લાંબા, ભાલા ઉપાડ્યા. એ ભાલા અત્યાર સુધી તેમના પગ પાસે જ પડ્યા રહ્યા હતા. કાષ્ઠ અને ધાતુના બનેલા એ ભાલા એટલા ભારે હતા કે એક ભાલાને ઊંચકવા માટે બે સૈનિકોની આવશ્યકતા હતી. તાંબાનું એકદમ તીક્ષ્ણ ફણું

ધરાવનારા એ ભાલાને લંકાના સૈનિકોએ દશરથના ધસી આવતા સૈનિકોની દિશામાં તાકી રાખ્યા હતા. એ તીક્ષ્ણ ફણા અશ્વો અને તેના સવારોના શરીરમાં પ્રવેશી ગયા, કારણ કે તેઓ આ પ્રકારના હુમલા માટે જરા પણ તૈયાર નહોતા. દશરથના સૈનિકોને અધવચ્ચે જ અટકી જવું પડ્યું. અશ્વ પરથી ઊથલી પડેલા સૈનિકો તેમના અશ્વો નીચે જ ચગદાઈ ગયા. ત્યાં જ અચાનક કરચપના કિલ્લાની ઊંચી દીવાલ પાછળથી ધનુર્ધારીઓ પ્રગટ થયા. કિલ્લાની બુરજો પાછળથી તેમણે સતત તીરોનો વરસાદ વરસાવે રાખ્યો. એ તીરનો વરસાદ દશરથના સૈન્યની બીજી હરોળના સૈનિકો પર કરવામાં આવ્યો એટલે સપ્ત સિંધુના સૈન્યની ગોઠવણ વિખરાઈ ગઈ.

અશ્વો પરથી ઊથલી પડેલા દશરથના ઘણા બધા યોદ્ધાઓ શત્રુ યોદ્ધાઓ સાથે હાથોહાથની ભયાનક લડાઈમાં ગૂંથાઈ ગયા હતા. તેમના મહારાજા દશરથ ભયાનક રીતે તેમની તલવાર વીંઝતા વીંઝતા આગળ વધતા જતા હતા અને જે પણ તેમના માર્ગમાં આવવાની હિંમત કરે એ બધાને તેઓ મારી નાખતા હતા. જોકે તેમના સૈનિકો પર લંકાના ધનુર્ધારીઓનાં તીરની વર્ષા તેમજ અદ્ભુત તાલીમ પામેલા તલવારબાજોની તલવારો વિંઝાઈ રહી હતી અને તેઓ મૃત્યુ પામી રહ્યા હતા. પોતાની બાજુમાં જ રહેલા ધ્વજ વડે સંદેશો આપનારા સૈનિકને તેમણે આદેશ કર્યો કે પાછળની હરોળમાં રહેલા યોદ્ધાઓ પ્રથમ હરોળના યોદ્ધાઓની સહાય કરવા માટે તાત્કાલિક જ આક્રમણ શરૂ કરે તેવો સંદેશો પાઠવે.

જોકે પરિસ્થિતિ તો વધારે ને વધારે બગડતી જ રહી.

લંકાના વહાણ પર રહેલા સૈનિકોએ અચાનક જ લંગર ઉઠાવીને, હલેસાં મારીને ઝડપથી દરિયાકિનારા તરફ સરકવાનું શરૂ કર્યું. વહાણના બધા જ સઢ સંપૂર્ણપણે ખોલી નાખવામાં આવ્યા હતા એટલે તેનો પણ લાભ મળતો હતો. થોડીક જ ક્ષણો બાદ વહાણમાંથી પણ દશરથના સૈન્ય પર તીર વરસવા લાગ્યાં. વહાણ પર રહેલા ધનુર્ધારીઓએ પણ દશરથની સેના પર કાળો કેર વર્તાવવા માંડ્યો.

દશરથ રાજાના સૈન્યના કોઈ પણ અધિકારીએ શત્રુવહાણો દરિયાકિનારે આવી પહોંચશે તેવી શક્યતા પર વિચાર જ કર્યો નહોતો. જો વહાણો કિનારે આવે તો તેમનાં તળિયાં ફાટી જશે તેમ તેઓ માનતા હતા. જોકે તેમને ક્યાં ખબર હતી કે એ વહાણો ઉભયચર હતાં. કુબેરના પ્રવીણ કારીગરોએ એ વહાણોનું નિર્માણ કર્યું હતું અને તેનાં તળિયા ખૂબ જ મજબૂત બનાવ્યાં હતાં. જેવાં એ વહાણો કિનારે આવ્યાં કે તેમનાં પહોળાં પડખાં ધડાકાભેર ઉપરથી નીચેની બાજુ

સરકી પડ્યા. એ કંઈ સામાન્ય વહાણનાં સામાન્ય પડખાં નહોતાં. તે પડખાં વહાણના નીચેના ભાગ સાથે મિજાગરા વડે જોડાયેલાં હતાં એટલે તે દરવાજાની જેમ નીચેની તરફ ખૂલી ગયાં અને રેતીમાં ઊતરવા માટેના પુલ જેવાં બની ગયાં. જેવાં એ પડખાં દરવાજાની જેમ ખૂલ્યાં કે પશ્ચિમમાંથી આયાત કરેલા ખૂબ જ ઊંચા અશ્વો પર સવાર થયેલા અશ્વદળનો માર્ગ મોકળો થઈ ગયો. રાવણનું અશ્વદળ વહાણોમાંથી અશ્વો ભગાવીને સીધું દરિયાકિનારાની રેતી પર આવી ગયું અને તેમના માર્ગમાં આવતા તમામ સૈનિકોને તેઓ નિર્દયતાથી વાઢવા લાગ્યા.

કિલ્લા નજીક પોતાના સૈન્યની દુર્દશા જોઈ રહેલા દશરથને અંતઃસ્ફુરણાથી ચેતવણી મળી રહી હતી કે સેનાની અંતિમ હરોળ પણ કોઈ ભયાનકતાનો ભોગ બની રહી છે. યુદ્ધે ચડેલા માનવ મહેરામણની પેલે પાર જોવા માટે દૃષ્ટિ તાણી રહેલા દશરથને પોતાની ડાબી બાજુ કોઈ હલનચલનનો ખ્યાલ આવ્યો અને તેમણે સમયસર પોતાની ઢાલ ઊંચી કરીને એક લંકાના સૈનિકના ઘાતકી પ્રહારને રોક્યો. ક્રુદ્ધ ગર્જના કરીને, અયોધ્યાના મહારાજાએ નીચેની તરફ એક ઘાતકી પ્રહાર કર્યો અને તેમની તલવારે બખ્તરને ભેદી નાખ્યું. લંકવાસીએ પારોઠનાં પગલાં ભર્યાં કારણ કે તેના પેટમાંથી રક્તનો ફુવારો છૂટવા માંડ્યો હતો અને તેની સાથે-સાથે ગુલાબી આંતરડું પણ બહાર આવી ગયું હતું. એ બિચારો લંકાવાસી મરવા માટે તડપી રહ્યો હતો ત્યારે દશરથ નિર્દયતાથી ત્યાંથી પાછા વળી ગયા.

'ના !' તેમણે પોકાર કર્યો. તેમણે જે જોયું તે એટલું ભયાનક હતું કે એ યોદ્ધાનું હૃદય પણ ભાંગી પડ્યું.

એક બાજુ લંકાના ઘાતકી ધનુર્ધારીઓ, બીજી બાજુ કરચપના કિલ્લાની દીવાલની આગળ લડી રહેલા પાયદળના સૈનિકો અને પાછળની બાજુ લંકાનું ભયાનક અશ્વદળ, એમ ત્રણ રીતે ઘેરાયેલા દશરથની અવિજયી સેનાનું મનોબળ તૂટી રહ્યું હતું. પોતાની ભવ્ય સેનાના અધિપતિ તરીકે તેમણે કદી એવી કલ્પના પણ નહોતી કરી કે આવું દૃશ્ય તેમને ક્યારેય જોવું પડશે. તેમના સૈનિકોની ગોઠવણ વિખરાઈ ચૂકી હતી અને હવે તેઓ પાછાં પગલાં ભરી રહ્યા હતા.

'નહિ !' દશરથ ગર્જ્યા. 'લડો ! યુદ્ધ કરો ! આપણે અયોધ્યાવાસી છીએ ! અવિજયી !'

દશરથે બળપૂર્વક તેમની તલવાર વીંઝી અને એક જ ઝાટકામાં એક શક્તિશાળી લંકાવાસીનું મસ્તક ધડથી અલગ કરી નાખ્યું. અનંત દેખાતા રાવણના સૈન્યના કોઈ બીજા સૈનિકનો સામનો કરવા જ્યારે તેઓ ફર્યા, ત્યારે આ બધું આયોજન કરનારા રાક્ષસ પર તેમની નજર પડી. પોતાના અશ્વ પર બેઠેલો રાવણ

પોતાના અમુક સૈનિકોને દરિયાકિનારાની ડાબી બાજુ લઈ જઈ રહ્યો હતો. લંકાવાસીઓનો તે એકમાત્ર એવો હિસ્સો હતો કે જેની પર અયોધ્યાનું પાયદળ આક્રમણ કરી શકે તેમ હતું. પોતાના વ્યવસ્થિત તાલીમ પામેલા પાયદળ સાથે આક્રમણ કરી રહેલો રાવણ મનોરોગીની જેમ બૂમો પાડી રહ્યો હતો અને અયોધ્યાના પાયદળના સૈનિકો ફરી વાર સમૂહ બનાવીને આક્રમણ કરી શકે તે પહેલાં તો તેમની પર ઘાતકી હુમલાઓ કરીને આગળ વધી રહ્યો હતો. હવે આ કંઈ યુદ્ધ નહોતું રહ્યું. આ તો નરસંહાર હતો.

દશરથને ખ્યાલ આવી ગયો કે તેઓ યુદ્ધમાં પરાજય પામી ચૂક્યા છે. તેમને એ પણ જાણ હતી કે યુદ્ધમાં પરાજય પામવા કરતાં તો મૃત્યુ તેમને પ્રિય લાગે છે. પરંતુ તેમની એક અંતિમ ઇચ્છા હતી. લંકાના પેલા રાક્ષસનું મસ્તક ધડથી અલગ કરવાથી જ તેમને મોક્ષ મળશે એમ તેમને લાગતું હતું.

'યાઆઆહ !' દશરથે પોતાની પર કૂદી રહેલા એક લંકાવાસીનો હાથ એકદમ સફાઈથી કાંડા પાસેથી જ કાપી નાખીને ગર્જના કરી. શત્રુને પોતાના માર્ગમાંથી હઠાવીને, દશરથ પોતાનો અશ્વ રાવણની દિશામાં લઈ ગયા અને તેની પાસે પહોંચવાનો પ્રયત્ન કરવા લાગ્યા. તેમના પગની પિંડી પર અચાનક જ કંઈક વાગ્યું હોય એમ તેમને લાગ્યું અને આટલા ઘોંઘાટમાં પણ તેમને હાડકું તૂટ્યાનો અવાજ સંભળાયો.

સપ્ત સિંધુના ચક્રવર્તી સમ્રાટે ચીસ પાડી અને યુદ્ધના નિયમોનો ભંગ કરનારા એક લંકાવાસી તરફ તલવાર વીંઝીને એક જ ઝાટકે તેનું મસ્તક ધડથી અલગ કરી નાખ્યું. તેમની પીઠ પાછળ પણ એક જોરદાર પ્રહાર થયો. તેમણે તરત જ પીઠ ફેરવી પરંતુ તેમના તૂટેલા પગે દગો આપ્યો. તેઓ આગળની તરફ પડી રહ્યા હતા ત્યારે તેમની છાતીમાં તીવ્ર પીડા થઈ આવી. *કોઈએ તેમને કટારી મારી હતી.* જોકે એ કટારી બહુ ઊંડી ઊતરી હોય એવું તેમને લાગ્યું નહિ. *શું તેમણે વિચાર્યું હતું તેનાથી એ વધારે ઊંડી એ કટારી ઊતરી ગઈ હતી ? કદાચ પીડાને કારણે તેમનું શરીર હોશ ગુમાવી રહ્યું હતું ?* દશરથને લાગ્યું કે અંધારું તેમને વીંટળાઈ રહ્યુ છે. દ્વંદ્વયુદ્ધમાં મૃત્યુ પામેલા યોદ્ધાઓના ઢગલામાંથી કોઈ એક યોદ્ધાના શરીર પર તેઓ પડ્યા. તેમની આંખો ધીમે-ધીમે બંધ થઈ એ સમયે તેમણે મનોમન જ ભગવાનને અંતિમ પ્રાર્થના કરી લીધી; એ ભગવાન કે જે તેમના માટે સૌથી વધુ પૂજનીય હતાઃ આ વિશ્વને પોષનારા પ્રભુ, સૂર્યદેવ.

આવું જોવા માટે મને જીવતો ન રાખતા સૂર્યદેવ. મને મૃત્યુ આપજો. મૃત્યુ આપજો.

આ તો સર્વનાશ છે!

ગભરાયેલા અશ્વપતિએ પોતાના શ્રેષ્ઠ યોદ્ધાઓ ભેગા કર્યા અને અશ્વ પર સવાર થઈને તેઓ યુદ્ધમેદાન તરફ ધસી ગયા. મૃતદેહોના ઢગલામાંથી માર્ગ કરતાં-કરતાં તેઓ જ્યાં તીવ્રતમ યુદ્ધ ચાલી રહ્યું હતું એ કરચપના કિલ્લાની દીવાલ પાસે પહોંચવા માંગતા હતા. ત્યાં જ દશરથ રાજાનો, મૃત નહિ પણ ગંભીર રીતે ઈજા પામેલો દેહ પડ્યો હતો.

અશ્વપતિ જાણતા હતા કે યુદ્ધમાં પરાજય થઈ ચૂક્યો છે. તેમની પોતાની આંખો સમક્ષ જ અયોધ્યાના ઘણા બધા સૈનિકોનો સંહાર થઈ રહ્યો હતો. તેમને તો હવે માત્ર મહારાજા દશરથને જ ઉગારી લેવા હતા, તે તેમના જમાઈ પણ હતા. તેમણે પોતાની પુત્રી કૈકેયીને વિધવા નહોતી થવા દેવી.

રણમેદાનમાં તેઓ મહામુશ્કેલીથી માર્ગ કરી રહ્યા હતા. કરચપના કિલ્લાની દીવાલો પાછળથી વરસી રહેલાં તીરોથી બચવા માટે તેમણે ઢાલનો સતત પ્રયોગ કરવો પડતો હતો.

'ત્યાં !' એક સૈનિકે પોકાર કર્યો.

બે સૈનિકોના મૃતદેહ વચ્ચે દશરથનું ભરાઈ પડેલું શરીર અશ્વપતિએ જોયું. તેમના જમાઈ મજબૂતીથી તલવાર પકડીને પડ્યા હતા. કૈકેયના રાજા તેમના અશ્વ પરથી નીચે ઊતર્યા અને તેમને રક્ષણ આપવા માટે બે સૈનિકો તેમની આગળ ધસી ગયા. અશ્વપતિ દશરથને પોતાના અશ્વ તરફ ઢસડી ગયા, તેમને ઊંચક્યા અને તેમના ઘવાયેલા શરીરને તેમણે પોતાના અશ્વ પર સવાર કર્યું. તેઓ પણ એ અશ્વ પર સવાર થયા અને કાંટાળી ઝાડીઓ તરફ ભાગી છૂટ્યા. તેમના સૈનિકો તેમની પાછળ દોડી ગયા.

ઝાડીઓની પાછળ એક ખુલ્લી જગ્યામાં કૈકેયી દૃઢ નિર્ધાર સાથે પોતાના રથમાં ઊભી હતી અને તેનો દેખાવ પ્રશંસનીય રીતે શાંત લાગતો હતો. તેના પિતાનો અશ્વ જ્યારે એકદમ નજીક આવ્યો ત્યારે તેણે હાથ લંબાવીને દશરથના નમેલા દેહને પોતાના રથમાં ખેંચી લીધો. ઘણાં બધાં તીરથી ઘવાયેલા પોતાના પિતાને જોવા એક વાર પણ તેણે પાછળ નજર કરી નહિ. તેણે રથની લગામ હાથમાં લીધી અને રથ સાથે જોડાયેલા ચારે અશ્વોને તેણે ચાબુક મારી.

'ચલો ! કૈકેયીએ બૂમ પાડી અને તે ઝાડીઓ બાજુ રથને હંકારી ગઈ. અશ્વોને નિર્દયતાપૂર્વક કાંટા વાગતા રહ્યા, તેમની ત્વચા ચિરાતી રહી અને ક્યાંક-

ક્યાંક તો એ દુર્દૈવી પ્રાણીઓના માંસના લોચા પણ પડતા રહ્યા. પરંતુ કૈકેયી તેમને વધારે ને વધારે જોરથી ચાબુક વીંઝતી રહી. કૈકેયીએ લગામ ખેંચીને રથ ઊભો રાખ્યો અને પાછળની દિશામાં જોયું. એ કાંટાળી ઝાડીઓની બીજી બાજુ, તેના પિતા અને તેમના અંગરક્ષકો તેમના અશ્વો પર ભાગી રહ્યા હતા અને રાવણના સૈન્યના કેટલાક સૈનિકો તેમની પાછળ હતા. કૈકેયીને તરત જ સમજાઈ ગયું કે તેના પિતા શું કરી રહ્યા હતા. તેઓ રાવણના સૈનિકોને તેનાથી વિરુદ્ધ દિશામાં લઈ જઈ રહ્યા હતા.

સૂર્ય હવે બરાબર ઊંચે ચડી ચૂક્યો હતો. મધ્યાહ્ન થવામાં જ હતો.

કૈકેયીએ શાપ ઉચ્ચાર્યો. *ધિક્કાર છે તમને સૂર્યદેવ ! તમારા સૌથી સમર્પિત ભક્તની આવી દશા તમે થવા જ કઈ રીતે દીધી ?*

તે પોતાના બેભાન પતિ તરફ નમી, પોતાના અંગવસ્ત્રમાંથી એક મોટો ટુકડો ફાડ્યો અને દશરથને છાતી આગળ જ્યાં ઊંડો ઘાવ પડ્યો હતો ત્યાં બાંધ્યો કારણ કે દશરથના શરીરમાંથી બહુ ઝડપથી રક્ત વહી રહ્યું હતું. રક્તપ્રવાહ થોડોઘણો અટકાવ્યા પછી, તે પાછી ઊભી થઈ અને રથની લગામ હાથમાં લીધી. તેને રુદન કરવું હતું પરંતુ તેના માટે આ સમય નહોતો. સૌ પ્રથમ તો તેણે પોતાના પતિની રક્ષા કરવાની હતી. તેણે પોતાની બુદ્ધિને સચેત રાખવાની હતી.

તેણે અશ્વો તરફ જોયું. તેમના શરીરમાંથી પણ રક્ત વહી રહ્યું હતું અને જ્યાં ત્વચા વધારે ઉતરડાઈ ગઈ હતી ત્યાં માંસના ટુકડા પણ લટકી રહ્યા હતા. ગીચ કાંટાળી ઝાડીઓના મેદાનમાંથી રથને ખેંચી લાવ્યાના ભારે શ્રમને કારણે તેઓ ધમણની જેમ હાંફી રહ્યા હતા. પણ તેમને અત્યારે આરામ આપી શકાય તેમ નહોતો. હમણાં તો નહિ જ.

'મને ક્ષમા કરજો.' કૈકેયી ધીમેથી બબડી અને તેણે ચાબુક ઉગામી.

એ ચામડું હવામાં વિંઝાયુ અને અશ્વો પર ક્રુરતાથી અથડાયું. દયા માટે હણહણાટી કરતા તેઓ ત્યાંથી હલ્યા જ નહિ. કૈકેયીએ ફરી વાર ચાબુક વીંઝી અને અશ્વો થોડાક આગળ વધ્યા.

'ચલો !' કૈકેયીએ પોકાર કર્યો અને નિર્દયતાથી તે વારંવાર અશ્વોને ચાબુક ફટકારવા લાગી કે જેથી તેઓ ઝડપથી દોડવા માટે મજબૂર થાય.

તેણે પોતાના પતિને બચાવવાનો હતો.

અચાનક જ એક તીર તેની પાસેથી સુસવાટ કરતું પસાર થયું અને રથના આગળના ભાગે ખૂંપી ગયું. આશ્ચર્યચકિત કૈકેયીએ પાછળ જોયું. રાવણના પાયદળનો એક સૈનિક તેની ટોળીથી અલગ પડીને કૈકેયી પાછળ પડ્યો હતો.

કૈકેયીએ ફરી વાર આગળ જોઈને પોતાના અશ્વોને વધારે જોરથી ચાબુક મારી. 'તેજ ! હજુ પણ તેજ !'

પોતાના અશ્વોને પાગલની જેમ ચાબુક મારી રહી હતી ત્યારે પણ કૈકેયીમાં એટલી સમયસૂચકતા તો જરૂર હતી કે તેણે થોડા ખસીને પોતાના શરીરને એવી રીતે ગોઠવી લીધું કે જેથી તેના પતિનું રક્ષણ થાય.

રાવણના રાક્ષસોમાં પણ એટલું સ્ત્રીદાક્ષિણ્ય તો જરૂર હશે કે તેઓ એક નિઃશસ્ત્ર સ્ત્રી પર તો પ્રહાર નહિ જ કરે.

તે ખોટું વિચારી રહી હતી.

એકદમ ગતિથી એક તીર તેની પીઠમાં ખૂંપ્યું તેના ક્ષણાર્ધ પહેલાં જ તેને એ તીરનો સુસવાટો સંભળાયો. તેનો આઘાત એટલો મોટો હતો કે તેનું શરીર આગળની બાજુ ફંગોળાઈ ગયું અને મસ્તક પાછળ રહી ગયું. પરિણામે તેની આંખો આકાશને તાકી રહી અને તેણે પીડાને કારણે ચીસ પાડી. જોકે તાત્કાલિક તેણે પોતાની જાતને સંભાળી લીધી. તેના શરીરમાં અત્યંત આવેગ ફેલાઈ ગયો અને તેણે પોતાનું ધ્યાન કેન્દ્રિત કરવાનો પ્રયત્ન કરવા માંડ્યો.

'વધુ તેજ !' તેણે બૂમ પાડી અને અશ્વો પર વધારે ભયાનક રીતે ચાબુક વીંઝવા માંડી.

બીજું તીર તેના કાન પાસેથી સુસવાટા કરતું પસાર થયું અને ચોખા જેટલા અંતરને કારણે તેના મસ્તકનું નિશાન ચૂકી ગયું. અસમથળ ગ્રામ્ય માર્ગ પર ઊછળતા રથમાં તેના પતિના નિશ્ચેત દેહને કૈકેયીએ અથડાતો કુટાતો જોયો.

'વધુ તેજ !'

તેને બીજા તીરનો સુસવાટો સંભળાયો અને ક્ષણાર્ધમાં જ તેની તર્જની કાપીને એ તીર પથ્થરની જેમ બાજુમાં જઈ પડ્યું. અચાનક જ પકડ ઢીલી થવાને લીધે તેના હાથમાંથી લગામ પડી ગઈ. હવે તેનું મન વધારે ઈજા અને શરીર વધારે પીડા માટે તૈયાર થઈ ગયું હતું. તેણે ન તો ચીસ પાડી કે ન તો રુદન કર્યું.

નીચા નમીને તેણે ત્યાં પડી ગયેલી ચાબૂક ડાબા હાથમાં લીધી અને રક્તરંજિત જમણા હાથે લગામ પકડી લીધી. તેણે હવે ચાબૂક વધારે ચોકસાઈથી વીંઝવા માંડી.

'ભાગો ! તમારા મહારાજનું જીવન હવે દાવ પર લાગ્યું છે !'

બીજા તીરનો સુસવાટો તેને સંભળાયો. બીજા પ્રહાર માટે તેણે પોતાના શરીરને તૈયાર કરી રાખ્યું; પણ તેના બદલે તેને પાછળથી કોઈની પીડા ભરેલી

ચીસ સંભળાઈ. તેણે ઝડપથી પાછળ ફરીને જોયું તો તેનો શત્રુ ઘાયલ થઈને પડ્યો હતો. એક તીર તેની જમણી આંખમાં ઊંડે સુધી ખૂંપી ગયું હતું. તેણે એ પણ નોંધ્યુ કે અશ્વદળની એક ટુકડી પણ આવી રહી હતી, જે તેના પિતા અને તેમના અંગરક્ષકોની ટુકડી હતી. તીરોના વરસાદને કારણે પેલો શત્રુ સૈનિક તેના અશ્વ પરથી ઊથલી પડ્યો અને તેનો પગ અશ્વના પેંગડામાં ભરાઈ ગયો. એ જ અવસ્થામાં રાવણના સૈનિકને તેનો અશ્વ ફલાંગોભરી થોડેક દૂર સુધી ખેંચી ગયો. રસ્તામાં રહેલા પથ્થરો સાથે તેનું મસ્તક અથડાતું રહ્યું.

કૈકેયીએ ફરી એક વાર આગળ જોયું. પોતાને ઘાયલ કરનાર શત્રુના મૃત્યુને માણવાનો સમય તેની પાસે નહોતો. *દશરથને બચાવવા જ પડશે !*

ચાબૂક સતત યંત્રવત્ વીંઝાતી રહી.

'તેજ ! વધુ તેજ !'

નિલંજના બાળકની પીઠ સતત થપથપાવી રહી હતી. બાળક હજી પણ શ્વાસ નહોતું લઈ રહ્યું.

'શ્વાસ લો ! રુદન કરો !'

અસામાન્ય રીતે લાંબી ચાલેલી પ્રસવપીડાથી થાકેલાં કૌશલ્યા પથારીમાં પડ્યાં પડ્યાં આ દૃશ્ય જોઈ રહ્યાં છે. તેમણે કોણી પર શરીરનો ભાર લઈને ઊંચાં થવાનો પ્રયત્ન કર્યો. 'શું થયું ? મારા પુત્રને શું થઈ રહ્યું છે ?'

'મહારાણીને આરામ કરાવો, જાવ.' પોતાની પાછળથી જોઈ રહેલી દાસીને તેણે આદેશ કર્યો.

દોડીને દાસી મહારાણી પાસે ગઈ અને તેમના ખભા પર બંને હાથ મૂકીને તેમને સુવાડવાનો પ્રયત્ન કરવા લાગી. બહુ જ નબળા પડી ગયેલાં કૌશલ્યાએ જોકે શરણાગતિ સ્વીકારી નહિ. 'બાળક મને આપી દે !'

'મહારાણી !' નિલંજના બોલી અને તેની આંખોમાં આંસુ ઊભરાઈ આવ્યાં.

'બાળક મને આપી દે !'

'મને નથી લાગતું કે...'

'બાળક મને આપી દે !'

નિલંજનાએ દોડી જઈને નિર્જીવ બાળક મહારાણીના પડખામાં મૂક્યું. મહારાણીએ સ્થિર બાળકને પોતાની છાતીએ વળગાડ્યું. લગભગ એ જ ક્ષણે

બાળક થોડુંક હલ્યું અને તેણે કૌશલ્યાના લાંબા કેશ પકડી લીધા.

'રામ !' કૌશલ્યા બોલી ઊઠ્યાં.

રુદનના મોટા અને જોશીલા અવાજ સાથે રામે આ દુન્વયી જીવનનો પ્રથમ શ્વાસ લીધો.

'રામ !' કૌશલ્યા ફરી એક વાર બોલ્યાં, તેમના ગાલ પરથી આંસુ દડી રહ્યાં હતાં.

રામ મોટા અવાજે ઊંડા શ્વાસ લેતાં રડતા રહ્યા અને તેમના નાનકડા હાથમાં હતી તેટલી તાકાતથી તેમણે પોતાની માતાના કેશ પકડી રાખ્યા. પોતાનું નાનકડું મુખ ખોલીને તેમણે માતાનું દૂધ પીવાનું પણ શરૂ કર્યું.

નિલંજનાને લાગ્યું જાણે કે એક બાંધ તૂટી પડ્યો છે અને તે પણ એક બાળકની જેમ રડવા લાગી. તેની મહારાણીએ એક સુંદર પુત્રને જન્મ આપ્યો હતો. રાજકુમારનો જન્મ થઈ ચૂક્યો હતો !

આટલા ઉન્માદ છતાં નિલંજના પોતાની વિદ્યા નહોતી ભૂલી. તેણે ખંડના ખૂણામાં રહેલા પ્રહર કંદીલ તરફ જોયું કે જેથી તે બાળજન્મના ચોક્કસ સમયને નોંધી શકે. તેને જાણ હતી જ કે રાજજ્યોતિષને એ માહિતીની અચૂક જરૂર પડશે.

તેણે સમય નોંધ્યો ત્યારે એક ઘડી માટે તેનો શ્વાસ થંભી ગયો.

પ્રભુ રુદ્ર, દયા કરો !

તે સમયે બરોબર મધ્યાહ્ન થયો હતો.

'આનો અર્થ શું થાય ?' નિલંજનાએ પૂછ્યું.

રાજજ્યોતિષી સ્થિર બેસી રહ્યા.

સૂર્ય હવે અસ્ત થવાની તૈયારીમાં હતો અને રામ તેમજ કૌશલ્યા બંને ગાઢ નિદ્રામાં હતાં. છેવટે રામના ભવિષ્યની વાત કરવા માટે તે રાજજ્યોતિષીના કક્ષમાં ગઈ હતી.

'આપે કહ્યું હતું કે જો બાળક મધ્યાહ્ન પહેલાં જન્મ લેશે તો ઇતિહાસ તેને મહાનતમ પુરુષોમાંના એક તરીકે યાદ કરશે.' નિલંજનાએ કહ્યું. 'અને જો તે મધ્યાહ્ન પછી જન્મ લેશે, તો તેને ઘણું દુઃખ વેઠવું પડશે અને તેને અંગત સુખ પ્રાપ્ત થશે નહિ.'

'શું તને વિશ્વાસ છે કે બાળક બરાબર મધ્યાહ્નને જ જન્મ્યું હતું ?' રાજજ્યોતિષીએ પૂછ્યું. 'ક્ષણાર્ધ પહેલાં ? ક્ષણાર્ધ પછી ?'

'મને પૂરો વિશ્વાસ છે ! તે બરાબર મધ્યાહ્નનો જ સમય હતો.'

રાજજ્યોતિષીએ ઊંડો શ્વાસ લીધો અને ફરી એક વાર ગહન વિચારોમાં ડૂબી ગયા.

'આનો અર્થ શું થાય ?' નિલંજનાએ પૂછ્યું. 'બાળકનું ભવિષ્ય કેવું હશે ? શું તે મહાન બનશે કે તેને બહુ જ દુઃખ સહન કરવાં પડશે ?'

'મને જ્ઞાત નથી.'

'તમને જ્ઞાત નથી એટલે ?'

'હું એમ કહું છું કે મને સમજાતું નથી !' રાજજ્યોતિષીએ પોતાનો અણગમો છુપાવ્યા વિના જ કહ્યું.

વાતાયનની બહાર દેખાઈ રહેલા અત્યંત સુંદર અને એકરો સુધી પથરાયેલા રાજ ઉપવનોને નિલંજના તાકી રહી. રાજમહેલ એક ટેકરીની ટોચ પર બનાવવામાં આવ્યો હતો અને તે જગ્યા અયોધ્યાની સૌથી ઊંચી જગ્યા હતી. નગરની દીવાલોની પેલે પાર રહેલા પાણીને તે વિચારશૂન્ય અવસ્થામાં તાકી રહી ત્યારે તેને સમજાઈ ગયું હતું કે તેણે ખરેખર શું કરવાનું છે. જન્મના સમયની નોંધણી કરવાનું તેના હાથમાં હતું અને તેણે તે સમય મધ્યાહ્ન જ નોંધવો પડે તેમ પણ નહોતું. તેનાથી શું તફાવત પડશે ? રામ મધ્યાહ્નની એક ક્ષણ પહેલાં જન્મ્યા હતા.

તે રાજજ્યોતિષી તરફ ફરી. 'જન્મના સાચા સમય વિષે તમે મૌન જાળવશો.'

તેણે કંઈ વધારે સાવચેતી રાખવાની પણ જરૂર નહોતી. રાજજ્યોતિષી પણ કૌશલ્યાના મહિયરના રાજ્યમાંથી જ આવ્યો હતો અને તેને વધારે સમજાવવાની જરૂર પડે તેમ નહોતી. તેની નિષ્ઠા પણ નિલંજનાની જેમ જ સ્પષ્ટ હતી.

'એમ જ થશે.'

અધ્યાય ૪

મહર્ષિ વશિષ્ઠ અયોધ્યાના કિલ્લાના દરવાજા સમીપ પહોંચ્યા. તેમના અંગરક્ષકો સમ્માનજનક અંતરે તેમની પાછળ ચાલ્યા આવતા હતા. ફરજ પરના ચોકીદારો તરત જ સાવધાન બન્યા. તેમણે વિચાર્યું કે અયોધ્યાના રાજગુરુ મહર્ષિ વશિષ્ઠે વહેલી સવારે કઈ દિશામાં પ્રયાણ કર્યું હશે.

ચોકીદારોના પ્રમુખે નીચા વળીને, બે હાથ જોડીને વંદન કર્યાં અને મહર્ષિને 'મહર્ષિજી' તરીકે સંબોધન કર્યું.

વશિષ્ઠે વિનમ્રતાથી વળતા વંદન કર્યાં અને તેમણે ચાલવાનું ચાલુ રાખ્યું.

તેઓ એકદમ પાતળા અને ઊંચા હતા. તેમ છતાં તેઓ એકદમ મક્કમતાથી અને આત્મવિશ્વાસપૂર્વક ચાલતા હતા. તેમની ધોતી અને અંગવસ્ત્ર પવિત્રતાના પ્રતીક સમા શ્વેત રંગનાં હતાં. તેમના મસ્તક પર કેશ નહોતા પરંતુ તેમના મસ્તકની મધ્યમાંથી એક લાંબી ચોટલી શરૂ થતી હતી જે તેમના બ્રાહ્મણ હોવાની ઉદ્‌ઘોષણા કરતી હતી. હવામાં ફરફરતી, શ્વેત દાઢી, શાંત અને મૃદુ આંખો તેમજ પાતળું મોઢું એક એવા વ્યક્તિત્વની આભા રચતાં હતાં કે જેનો આત્મા પરમતત્ત્વને પામી ગયો હોય.

તેમ છતાં, અભેદ્ય નગર અયોધ્યાની વચ્ચેથી પસાર થતી વિશાળ નહેરની પાસે ચાલી રહેલા વશિષ્ઠ ગંભીરતાથી વિચારી રહ્યા હતા. તેઓ વિચારી રહ્યા હતા કે તેમણે પોતાના જ્ઞાન અનુસાર કાર્ય કરવું જોઈએ.

૭ વર્ષ પહેલાં, રાવણના જંગલી સૈનિકોએ સપ્ત સિંધુ સૈન્યનો બહુ જ મોટો ભાગ મારી નાખ્યો હતો. આ ઘટનાના પગલે અયોધ્યાની પ્રતિષ્ઠા જરૂર ઘટી હતી પરંતુ હજી સુધી ઉત્તર ભારતના અન્ય કોઈ પણ રાજ્યએ અયોધ્યાની સર્વોપરિતાને પડકારી નહોતી. તે બધાં રાજ્યોએ પણ એ યુદ્ધમાં બહુ મોટી

ખુવારી વેઠી હતી. તે બધાની પરિસ્થિતિ પણ એટલી ખરાબ હતી કે નબળી પડેલી અયોધ્યાને પડકારવાની હિંમત તેમનામાં નહોતી. હજી પણ દશરથ જ સપ્ત સિંધુના ચક્રવર્તી સમ્રાટ હતા, જોકે તે પહેલાં કરતાં ઓછા ધનવાન અને ઓછા શક્તિશાળી હતા.

નિર્દયી રાવણે આ યુદ્ધમાં અયોધ્યાને મોટો ફટકો માર્યો હતો. આ યુદ્ધના અપમાનજનક પરાજય પહેલા લંકા દ્વારા અયોધ્યાને વેપારના નફામાંથી જેટલો ભાગ આપવામાં આવતો હતો તેનો માત્ર દસમો હિસ્સો જ હવે તે અયોધ્યાને ચૂકવાતો હતો. તદ્ઉપરાંત, હવે તેઓ સપ્ત સિંધુ પ્રદેશમાંથી વસ્તુઓની ખરીદી પણ પહેલા કરતાં ઓછા ભાવે કરતા હતા. માટે લંકાની સંપત્તિ વધતી જ ચાલી જ્યારે ઉત્તર ભારતનાં તમામ રાજ્યોમાં દારિદ્રય છવાઈ ગયું હતું. હવે તો એવી અફવા પણ વહેતી થઈ હતી કે એ રાક્ષસી નગરની ગલીઓના રસ્તા પણ સોનાના બની ગયા હતા !

વશિષ્ઠે હાથ ઊંચો કરીને પોતાના અંગરક્ષકોને પાછળ રહેવાનું સૂચન કર્યું. તેઓ વિશાળ નહેરના કિનારે બનાવવામાં આવેલી આચ્છાદિત અગાસી પર ગયા. સમગ્ર નહેરને કિનારે આ પ્રકારની નહેર જેટલી જ લાંબી, સુંદર આચ્છાદિત અગાસી બનાવવામાં આવી હતી. પછી નહેરમાં વહી રહેલા અખૂટ જળરાશિને તેઓ જોઈ રહ્યા. એક સમયે તે અયોધ્યાની અખૂટ સંપત્તિનું પ્રતીક હતું પરંતુ તાજેતરમાં એ સંપત્તિના ક્ષય અને ગરીબીના ચિહ્નો દેખાવા માંડ્યાં હતાં.

નહેરનું બાંધકામ અમુક સદીઓ પહેલા સમ્રાટ અયુતાયુષ દ્વારા કરવામાં આવ્યું હતું અને તેમાં ધસમસતી સરયૂ નદીનું પાણી વાળવામાં આવ્યું હતું. તેનો વિસ્તાર બહુ જ દૈવી હતો. તેની લંબાઈ પચાસ ગાઉથી પણ વધારે હતી કારણ કે તે અયોધ્યા ફરતેની ત્રીજી અને સૌથી બહારની દીવાલની પ્રદક્ષિણા કરતી હતી. તેની પહોળાઈ પણ વધારે હતી, એક કિનારાથી બીજા કિનારા વચ્ચેનું અંતર અઢી ગાઉ જેટલું હતું. તેની સંગ્રહશક્તિ પણ એટલી વિશાળ હતી કે શરૂઆતનાં કેટલાંક વર્ષો દરમિયાન એ નહેરની નીચેની બાજુએ આવેલાં કેટલાંક રાજ્યોએ તો પાણીની અછતની ફરિયાદ પણ કરી હતી. જોકે તેમના વિરોધને શક્તિશાળી અયોધ્યાના ઘાતકી યોદ્ધાઓએ દૂર કરી આપ્યો હતો.

આ નહેરના બાંધકામના મુખ્ય હેતુમાંનો એક હેતુ લશ્કરી હતો. એક રીતે તો એ કિલ્લા ફરતેની પાણીની ખાઈ જ હતી. જોકે તેનું કદ ખાઈ કરતાં ઘણું વિશાળ હતું અને સમગ્ર નગરને તેના લીધે બધી જ દિશામાંથી રક્ષણ મળી રહેતું હતું. આક્રમણ કરવા ઇચ્છનારાઓએ નદી જેટલા કદની ખાઈને ઓળંગવી પડતી

હતી. એવી હિંમત કરનારા મૂર્ખાઓ તદ્દન ખુલ્લા પડી જતા અને અભેદ્ય નગરના કિલ્લાની દીવાલો પરથી તેમની પર અસ્ત્રો ચલાવી શકાતા હતા. નહેર પર બાંધવામાં આવેલા ચાર સેતુ ચાર મુખ્ય દિશામાં હતા. એ સેતુ પરના માર્ગ નગરની સૌથી બહારની દીવાલના ચાર વિશાળ દ્વારને આવીને મળતા: ઉત્તર દ્વાર, દક્ષિણ દ્વાર, પૂર્વ દ્વાર અને પશ્ચિમ દ્વાર. દરેક સેતુના બે ભાગ પાડવામાં આવ્યા હતા. દરેક ભાગનો પોતાનો મિનારો હતો અને બંને ભાગને ઊંચા કરીને સેતુ બંધ કરી શકાય તેમ હતા. આમ નહેર પર જ રક્ષણનાં બે સ્તરો હતાં.

જોકે આ નહેરને માત્ર રક્ષણની ગોઠવણ ગણવી એ તો તેને અન્યાય કરવા જેવી વાત હતી. અયોધ્યા માટે આ નહેરનું ધાર્મિક મહત્ત્વ પણ હતું. અયોધ્યાવાસીઓ માટે તો આ વિશાળ નહેર તેમજ તેનું શ્યામલ, અભેદ્ય અને ભયાવહ શાંત પાણી દરિયાની સ્મૃતિ સમાન હતા, પેલા પ્રાચીન, વૈદિક સમુદ્રની સ્મૃતિ કે જેને સમસ્ત સર્જનનો સ્રોત માનવામાં આવતો હતો. એમ માનવામાં આવતું હતું કે અબજો વર્ષો પહેલાં એ પ્રાચીન સમુદ્રની મધ્યમાં એક વિશાળ વિસ્ફોટને કારણે એકમના અસંખ્ય ટુકડા થયા હતાં અને બ્રહ્માંડનું સર્જન થયું હતું તથા સૃજનચક્રની શરૂઆત થઈ હતી.

વર્તમાન સમયમાં જેને બ્રહ્મા કે પ્રથમના નામે ઓળખવામાં આવે છે તેવા નિરાકાર એકમના પ્રતિનિધિ તરીકે અભેદ્ય નગર અયોધ્યાને માનવામાં આવતું હતું. એમ માનવામાં આવતું હતું કે દરેક સજીવ અને નિર્જીવમાં પ્રથમનો વાસ છે. કેટલાંક સ્ત્રીઓ અને પુરુષો અંદર રહેલા પ્રથમને જાગૃત કરી શકે છે અને આમ સ્વયં જ ભગવાન બની જાય છે. માનવમાંથી જાગૃત થયેલા આવા ભગવાનોને અયોધ્યાનાં વિવિધ મંદિરોમાં અમર બનાવી દેવામાં આવ્યા હતા. વિશાળ નહેરની વચ્ચે કેટલાક ટાપુઓ પણ બનાવવામાં આવ્યા હતા કે જેની પર આ ભગવાનના સમ્માનમાં મંદિરો બાંધવામાં આવ્યાં હતાં.

વશિષ્ઠ જોકે જાણતા જ હતા કે આ બધાં પ્રતીકો અને પ્રેમભાવના હોવા છતાં નહેરનું બાંધકામ તદ્દન સામાન્ય કારણોસર જ કરવામાં આવ્યું હતું. પૂરનિયંત્રણનું એકદમ પ્રાથમિક કામ તે બહુ અસરકારક રીતે કરી આપતી, કારણ કે વિવિધ દરવાજાઓ મારફતે તોફાની સરયૂ નદીની જળરાશિનું નિયંત્રણ કરી શકાતું હતું. ઉત્તર ભારતમાં પૂર વારંવાર આવતી આપદા હતી.

સરયૂ નદીની સરખામણીએ નહેરની શાંત સપાટી પરથી પાણી ભરવું પણ સરળ પડતું હતું. ઉપરાંત વિશાળ નહેરમાંથી નાની-નાની નહેરો કાઢવામાં આવી હતી કે જે મહત્ત્વના દૂરવર્તી પ્રદેશોમાં પાણી લઈ જતી અને અયોધ્યાનાં ખેતરોની

ફળદ્રુપતા નાટ્યાત્મક રીતે વધારતી હતી. ખેતીની ઊપજ વધવાને કારણે સમગ્ર કૌશલ રાજ્યની બહુ મોટી પ્રજાના પોષણ માટે બહુ ઓછા ખેડૂતોએ જ ખેતી કરવી પડતી અને ઘણા ખેડૂતોને તેના કારણે ખેતીની કાળી મજૂરીમાંથી મુક્તિ મળી હતી. એટલે એ ફાજલ ખેડૂતો સૈન્યમાં જોડાતા અને પ્રતિભાશાળી સરસેનાપતિઓ તેમને તાલીમ આપીને તેજસ્વી યોદ્ધા બનાવી દેતા. આ સૈન્ય આસપાસની વધુ ને વધુ ધરતી જીતતું જતું હતું. દશરથ રાજાના દાદા મહારાજ રઘુના સમયમાં સમગ્ર સપ્ત સિંધુ વિસ્તાર અયોધ્યાના આધિપત્ય હેઠળ આવી ગયો હતો અને તેઓ ચક્રવર્તી સમ્રાટ બન્યા હતા.

કૌશલમાં ઠલવાઈ રહેલી સંપત્તિને કારણે નવા નવા બાંધકામ કરવાનો સમય પણ આવ્યો હતો : વિશાળ મંદિરો, મહેલો, જાહેર સ્નાનાગારો, નાટ્યગૃહો અને બજારોનાં બાંધકામ થયાં હતાં. પથ્થરોમાં જાણે કે કવિતા કોતરાતી હતી. આ બધી ઇમારતો અયોધ્યાની શક્તિ અને ખ્યાતિના આલેખો સમાન હતી. આ બધાં બાંધકામોમાંનું એક બાંધકામ હતું વિશાળ નહેરના કિનારે બનાવવામાં આવેલી આચ્છાદિત અગાસી. અસંખ્ય સ્તંભમાળાઓના આધારે બંધાયેલી આ આચ્છાદિત અગાસી ગંગા નદીની બીજી બાજુથી ખોદી કાઢવામાં આવેલા રાતા રંગના રેતિયા પથ્થરોમાંથી બનાવવામાં આવી હતી. સતત આવતા રહેતા મુલાકાતીઓને તેનાથી છાંયડો મળી રહેતો હતો.

અગાસીના નાનામાં નાના હિસ્સામાં વિવિધ રંગોથી ઇન્દ્ર જેવા ભગવાન અને અયોધ્યા પર શાસન કરી ગયેલા પ્રાચીન રાજાઓના જીવનની ગાથાઓ આલેખવામાં આવી હતી. પ્રથમ રાજા અને સદ્‌ગુણી ઇક્ષ્વાકુથી એ ચિત્રોની શરૂઆત થતી હતી. અગાસીને વિવિધ વિભાગોમાં વહેંચવામાં આવી હતી. દરેક વિભાગની મધ્યમાં વિશાળ સૂર્યદેવનું પ્રતીક રહેતું જેમનાં કિરણો ગર્વથી ચારે બાજુ ફેલાતાં. એ બહુ મહત્ત્વનું પ્રતીક હતું કારણ કે અયોધ્યાના રાજાઓ સૂર્યવંશી હતા, સૂર્ય દેવના વંશજો. સૂર્યની જેમ જ તેમની સત્તા પણ સર્વ દિશામાં ફેલાતી હતી. અથવા તો એમ કહી શકાય કે લંકાના રાક્ષસે એક જ ઝપટમાં નાશ કરી નાખ્યો તે પહેલા તેમની સત્તા સર્વ દિશામાં ફેલાતી હતી.

નહેરમાં વચ્ચે વચ્ચે ઊભા કરવામાં આવેલા કૃત્રિમ ટાપુઓમાંના એક ટાપુને મહર્ષિ વશિષ્ઠ જોઈ રહ્યા. અન્ય ટાપુઓની જેમ એ ટાપુ પર કોઈ મંદિર નહોતું પરંતુ ત્રણ વિશાળ કદની મૂર્તિઓ હતી જેમની પીઠ અંદરની તરફ અને મોઢાં અલગ અલગ દિશામાં રહે તેમ વર્તુળાકારે ગોઠવણ થયેલી હતી. એક હતાં બ્રહ્મા, સર્જક, જગતના મહાનતમ વૈજ્ઞાનિકોમાંના એક. વૈદિક જીવન જેની પર

આધારિત હતું તેવા કેટલાય આવિષ્કારો તેમના નામે હતા. તેમણે નક્કી કરેલા નિયમો મુજબ જ તેમના શિષ્યો જીવતા હતા : સતત જ્ઞાન મેળવતાં રહેવું અને સમાજની નિઃસ્વાર્થ સેવા કરતા રહેવું. વર્ષો પછી તેમને બ્રહ્માના અનુયાયીઓ એટલે કે બ્રાહ્મણ તરીકે સંબોધવામાં આવતા હતા.

તેની જમણી બાજુ પ્રભુ પરશુ રામની મૂર્તિ હતી કે જેમને છઠ્ઠા વિષ્ણુ તરીકે પૂજવામાં આવતા હતા. સમયાંતરે, જ્યારે કોઈ જીવનશૈલી બિનકાર્યદક્ષ, ભ્રષ્ટ કે ધર્માંધ બની જાય ત્યારે એક નવો આગેવાન ઊભરી આવતો અને તે લોકોને વધુ સારા સામાજિક માળખા તરફ દોરી જતો. વિષ્ણુ પ્રાચીન જમાનાની એવી ઉપાધિ હતી કે જે મહાનતમ આગેવાનો અને સદ્‌ગુણોના પ્રચારકોને આપવામાં આવતી હતી. એ બધા વિષ્ણુની ભગવાનની જેમ પૂજા થતી હતી. પહેલાંના વિષ્ણુ પરશુ રામે સદીઓ અગાઉ ભારતને ક્ષત્રિયોના સમયમાંથી બહાર કાઢ્યા હતા, કારણ કે એ સમય અતિહિંસાવાદી સમય બની ગયો હતો. તેમણે બ્રાહ્મણોનો, જ્ઞાન ઉપાસનાનો, સમય શરૂ કર્યો હતો.

પ્રભુ પરશુ રામની બાજુમાં અને બ્રહ્માની ડાબી બાજુ આ ત્રિપુટીનું વર્તુળ પૂરું કરતી ત્રીજી મૂર્તિ હતી રુદ્ર ભગવાનની, જે આ પહેલાંના મહાદેવ હતા. આ પ્રાચીન ઉપાધિ એ લોકોને આપવામાં આવતી જે અનિષ્ટના સંહારક હતા. માનવજાતને જીવનની નવી દિશા પ્રતિ દોરી જવાનું કાર્ય મહાદેવનું નહોતુ; એ વિશેષાધિકાર તો વિષ્ણુઓ માટે આરક્ષિત હતો. મહાદેવોનું એકમાત્ર કાર્ય અનિષ્ટો શોધીને તેમનો સંહાર કરવાનું રહેતું. એક વાર અનિષ્ટનો સંહાર થઈ જાય પછી તો સદ્‌ગુણો બમણા ઉત્સાહથી વધવાના જ હતા. વિષ્ણુની જેમ, મહાદેવ ભારતના રહેવાસી ન હોઈ શકે, કારણ કે જો તે ભારતના હોય તો તેમને આ મહાન ભૂમિના એક કે બીજા પક્ષ પ્રત્યે પક્ષપાત હોય જ. જ્યારે અનિષ્ટ ઊભું થાય, ત્યારે તેને એકદમ સ્પષ્ટતાથી પારખી જવા માટે મહાદેવ ભારત બહારના જ હોય, તે આવશ્યક હતું. રુદ્ર ભગવાન ભારતની પશ્ચિમોત્તર સરહદોની બીજી બાજુ આવેલ પરિહાના વતની હતા.

વશિષ્ઠ ગોઠણભેર બેઠા અને પોતાનું કપાળ ધરતી પર અડાડીને તેમણે એ મહાન ત્રિપુટીને વંદન કર્યાં કે જેઓ જીવન જીવવાની વર્તમાન વૈદિક પદ્ધતિના પ્રણેતા હતા.

'હે પવિત્ર ત્રિપુટી, મને માર્ગદર્શન આપો.' વશિષ્ઠ બોલી ઊઠ્યા, 'કારણ કે મારે બળવો કરવો છે.'

એ ત્રિપુટીને તેઓ જોઈ રહ્યા હતા તે સમયે પવનનું એક ઝોકું સુસવાટા

મારતું તેમના કાન પાસેથી પસાર થઈ ગયું. આરસપહાણ હવે પહેલાં જેવો રહ્યો નહોતો. અયોધ્યાનો રાજપરિવાર એ મૂર્તિઓની સંભાળ રાખી શકવા હવે સક્ષમ નહોતો. બ્રહ્મા, પરશુ રામ અને રુદ્રના મુગટમાં જડેલ સુવર્ણપાન ઊખડવાની શરૂઆત થઈ ગઈ હતી. અગાસી પર દોરેલાં ચિત્રોના રંગોની પોપડીઓ ઊખડવા માંડી હતી અને ઘણી બધી જગ્યાએથી રાતા રેતના પથથરો પણ ઊખડી ગયા હતા. વિશાળ નહેરના તળિયે પણ કાંપ જમા થવા માંડ્યો હતો અને નહેર સુકાવા માંડી હતી તેમજ તેના સમારકામના કોઈ જ અણસાર નહોતા. અયોધ્યાનો રાજપરિવાર કદાચ તે માટેની ધનરાશિ ફાળવી શકે તેમ નહોતો.

જોકે વશિષ્ઠના મનમાં એક વાત તો સ્પષ્ટ જ હતી કે રાજ ચલાવવા માટે પૂરતું ધન તો નહોતું જ, પણ એવી ઇચ્છાશક્તિ પણ રાજપરિવારમાંથી જાણે કે મરી પરવારી હતી. નહેરનું પાણી ઘટવાને કારણે તેની જે ધરતી ખુલ્લી પડી હતી તેના પર કોઈ પણ અસલામતીની ભાવના વિના દબાણ કરી દેવામાં આવ્યું હતું. અયોધ્યાની જનસંખ્યા એટલી બધી વધી ગઈ હતી કે હવે જાણે આખું નગર ફાટી પડશે એમ લાગતું હતું. નહેર આટલી સંકોચાઈ જશે કે ગરીબો માટે ઘર બાંધવામાં નહિ આવે એમ થોડાંક વર્ષો પહેલા તો વિચારી પણ શકાય એમ નહોતું. પરંતુ, હે પ્રભુ, ઘણી બધી અશક્ય વાતો હવે જાણેકે સ્વીકૃત ઘટના બની ગઈ હતી.

અમારે જીવન જીવવાના નવા માર્ગની જરૂર છે, પ્રભુ પરશુ રામ. દેશભક્તોના લોહી અને પરસેવાથી મારા દેશના પુનરુદ્ધારની જરૂર છે. મારે ક્રાંતિવીરોની જરૂર છે, અને ઘણી વાર તો ઇતિહાસ પોતાનો અંતિમ ચુકાદો આપે એ પહેલાં જ, દેશભક્તોએ જેમની સેવા કરી હોય છે એ સામાન્ય જનો દ્વારા જ દેશભક્તોને દેશદ્રોહી કહી દેવામાં આવતા હોય છે.

અગાસીના પગથિયા પર નહેરના પાણી દ્વારા જમા કરવામાં આવેલા કાદવમાંથી થોડોક કાદવ વશિષ્ઠે ઉપાડ્યો અને પોતાના અંગૂઠા વડે તેને પોતાના કપાળ પર એક આડી રેખાની જેમ લગાવ્યો.

આ ધરતીનું મૂલ્ય મારે મન મારા જીવ કરતાં પણ વધારે છે. હું મારા દેશને ખૂબ જ પ્રેમ કરું છું. હું મારા ભારતને ખૂબ જ પ્રેમ કરુ છું. હું પ્રતિજ્ઞા લઉં છું કે મારે જે પણ કરવું પડશે એ હું અવશ્ય કરીશ. મને હિંમત આપો, મારા પ્રભુ.

પવનની લહેરખી સાથે કર્મકાંડનો મૃદુ મંત્રોચ્ચાર તેમને સંભળાવા લાગ્યો એટલે તેઓ જમણી બાજુ ફર્યા. થોડાક અંતરે, પવિત્ર અને દૈવી વાદળી રંગનાં વસ્ત્રો પહેરીને અમુક લોકો ગંભીરતાથી ચાલ્યા જતા હતા. વર્તમાન સમયમાં આ

દૃશ્ય અસામાન્ય હતું. સત્તા અને સંપત્તિની સાથેસાથે સપ્ત સિંધુના નાગરિકોએ પોતાનો આધ્યાત્મિક ઉત્સાહ પણ ગુમાવી દીધો હતો. ઘણા લોકો તો એમ પણ કહેવા લાગ્યા હતા કે તેમના ભગવાન તેમને છોડીને જતા રહ્યા છે. નહિતર તેમની પર આટલું બધુ દુઃખ કેવી રીતે આવી પડે ?

શ્રદ્ધાળુઓ છઠ્ઠા વિષ્ણુ પ્રભુ પરશુ રામનું નામ જપી રહ્યા હતા.

'રામ, રામ, રામ બોલો; રામ, રામ, રામ. રામ, રામ, રામ બોલો; રામ, રામ, રામ.'

બહુ સરળ નામ જાપ હતો એ.

વશિષ્ઠે સ્મિત કર્યું; તેમના માટે આ પણ એક ઇશારો હતો.

આભાર, પ્રભુ પરશુ રામ, આપના આશીર્વાદ માટે આભાર.

વિષ્ણુના છઠ્ઠા નામ પર તેમની તમામ આશાઓ ટકી હતીઃ અયોધ્યાના છ વર્ષના રાજકુમાર રામ પર. મહર્ષિ વશિષ્ઠે એવો આગ્રહ સેવ્યો હતો કે મહારાણી કૌશલ્યાએ પસંદ કરેલા નામ રામને લંબાવીને રામ ચંદ્ર કરવામાં આવે. કૌશલ્યાના પિતા અને દક્ષિણ કૌશલના રાજા ભાનુમન તેમજ કૌશલ્યાની માતા, કુરુ રાણી મહેશ્વરી ચંદ્રવંશી હતા. વશિષ્ઠે એમ વિચાર્યું કે માતૃપક્ષના સગાંઓ પ્રત્યે પણ નિષ્ઠા બતાવવી જોઈએ. ઉપરાંત, રામ ચંદ્રનો મતલબ થતો હતો 'ચંદ્રનું સુંદર રૂપ' અને એ તો સર્વવિદિત સત્ય છે કે ચંદ્ર મૂળે તો સૂર્યના તેજે જ પ્રકાશે છે. કાવ્યત્મક રીતે, સૂર્ય એટલે મુખ અને ચંદ્ર એટલે પ્રતિબિંબ. એટલે ચંદ્રની સુંદરતાનો યશ કોને મળે ? સૂર્યને ! આમ એ બધી જ રીતે યોગ્ય હતું. રામ ચંદ્ર સૂર્યવંશી નામ પણ હતું અને તેમના પિતા દશરથ સૂર્યવંશી હતા.

એવી પ્રાચીન માન્યતા હતી કે નામથી જ ભાગ્ય લખાય છે. એટલે માતા-પિતા તેમના બાળકોના નામ બહુ કાળજીપૂર્વક પસંદ કરતાં. આમ બાળક માટે નામ એક પ્રકારનું પ્રાણવિધાન, સ્વધર્મ બની રહેતો. આ બાળકનું નામ છઠ્ઠા વિષ્ણુના નામે જ રાખવામાં આવ્યું હતું એટલે એ બાળકનો સ્વધર્મ તો આનાથી વધારે ઊંચો હોઈ જ ન શકે.

એક બીજા નામ પર પણ વશિષ્ઠે બહુ આશા બાંધીઃ ભરત, રામનો ભાઈ કે જે રામથી સાત માસ નાનો હતો. તેની માતા કૈકેયીને રાવણ સાથેના યુદ્ધ સમયે એ વાતની જાણ નહોતી કે તેના ગર્ભમાં દશરથના સંતાનનું બીજ રોપાઈ ગયું હતું. વશિષ્ઠ જાણતા હતા કે કૈકેયી ઉદ્દામ અને મનસ્વી સ્ત્રી હતી. તે પોતાની જાત માટે અને જેને પોતાના માનતી હોય, તે સર્વ માટે બહુ જ મહત્ત્વાકાંક્ષી સ્ત્રી હતી. મહારાણી કૌશલ્યા પોતાના પુત્ર માટે એક સરસ નામ પસંદ કરે એવી તેણીએ રાહ

નહોતી જોઈ. હજારેક વર્ષ પહેલાં જે દંતકથા સમાન ચંદ્રવંશી સમ્રાટ ભરત થઈ ગયા, તેમના નામના આધારે તેણીએ પોતાના પુત્રનું નામ ભરત રાખ્યું હતું.

પ્રાચીન સમ્રાટ ભરતે સતત લડતા રહેલા સૂર્યવંશી અને ચંદ્રવંશી રાજાઓને એક ધ્વજના નેજા હેઠળ ભેગા કર્યા હતા. પ્રાસંગિક અથડામણોની અવગણના કરવામાં આવે, તો તેઓ પ્રમાણમાં શાંતિથી એકબીજા સાથે રહેતાં શીખ્યા હતા; અને એ શાંતિ જળવાઈ રહી હતી. તેનું આદર્શ ઉદાહરણ હતું સમ્રાટ દશરથ, એક સૂર્યવંશી રાજા, જેમની બે રાણીઓ ચંદ્રવંશી કુળની હતી, કૌશલ્યા અને કૈકેયી. કૈકેયીના પિતા અશ્વપતિ અને ચંદ્રવંશી રાજા કૈકેય તો વાસ્તવમાં સમ્રાટના સૌથી વિશ્વાસુ સલાહકાર હતા.

આ બેમાંથી એક નામ તો જરૂર મારા ધ્યેયને પાર પાડશે.

તેમણે ફરી વાર પ્રભુ પરશુ રામની મૂર્તિ સામે જોઈને તેમાંથી શક્તિ મેળવી.

મને જાણ છે કે તેઓ એમ જ વિચારશે કે હું ખોટો છું. તેઓ કદાચ મારા આત્માને શાપ પણ આપશે. પણ આપે જ કહ્યું હતું, હે પ્રભુ, કે આગેવાને પોતાના આત્મા કરતાં પોતાના દેશને વધારે પ્રેમ કરવો જોઈએ.

પોતાના અંગવસ્ત્ર હેઠળ છુપાયેલ મ્યાન સુધી તેમનો હાથ પહોંચ્યો. તેમાંથી તેમણે એક કટારી ખેંચી કાઢી. તેની મૂઠ પર પ્રાચીન ભાષામાં જે નામ લખવામાં આવ્યું હતું તેને તેઓ જોઈ રહ્યા : પરશુ રામ.

ઊંડો શ્વાસ લઈને, એ કટારી તેમણે પોતાના ડાબા હાથમાં લીધી અને જમણા હાથની તર્જનીને તેની ધાર પર ઘસીને રક્ત કાઢ્યું. પોતાના અંગૂઠા વડે એ આંગળી દબાવીને રક્તનાં થોડાંક ટીપાંને નહેરમાં ટપકવા દીધાં.

આ રક્તના નામે મારી પ્રતિજ્ઞા છે, મારા સમગ્ર જ્ઞાનના હું શપથ લઉં છું કે હું મારા બળવાને સફળ બનાવીશ અથવા તો એ પ્રયત્ન કરતાં કરતાં હું મૃત્યુ પામીશ.

વશિષ્ઠે છેલ્લી વાર પ્રભુ પરશુ રામની મૂર્તિ પર નજર નાખી, મસ્તક નમાવીને વંદન કર્યાં, અને મહાન વિષ્ણુના અનુયાયીઓનો નારો હળવેથી ઉચ્ચાર્યો.

'જય પરશુ રામ!'

અધ્યાય ૫

મહારાણી કૌશલ્યા ખુશ હતાં, માતા કૌશલ્યા ખુશ નહોતાં. તેમને સમજાતું હતું કે રામે અયોધ્યાનો મહેલ છોડવો જોઈએ. રામ જે દિવસે જન્મ્યા, એ દિવસે જ મહારાજા દશરથ રાવણના હાથે ભયાનક રીતે હાર્યા હતા અને મહારાજા તેના માટે રામને ઉત્તરદાયી માનતા હતા. એ દૈવનિર્મિત દિવસ પહેલાં દશરથ યુદ્ધમાં કદી પણ હાર્યા નહોતા. વાસ્તવમાં, ત્યાં સુધી તેઓ સમગ્ર ભારતવર્ષના એકમાત્ર અજેય રાજા હતા. દશરથને એ વાતનો વિશ્વાસ હતો કે રામ ખરાબ કર્મો સાથે જન્મ્યા છે અને તેમના જન્મ સાથે રઘુની ઉમદા વંશાવલિનો અંત આવશે. આ વાતને બદલવામાં નિઃસહાય કૌશલ્યા કશું કરી શકે તેમ નહોતાં.

કૈકેયી પહેલેથી જ દશરથની પ્રિય રાણી હતી અને કરચપના યુદ્ધમાં જે રીતે તેણે મહારાજાના પ્રાણની રક્ષા કરી તેનાથી મહારાજા પરની તેની પકડ વધારે મજબૂત બની હતી. કૈકેયી અને તેના હિતમાં રસ ધરાવનારા લોકોએ બહુ ગતિથી એ વાત પ્રસારી દીધી હતી કે મહારાજા દશરથ રામના જન્મને અપશુકનિયાળ માને છે. થોડાક જ સમયમાં અયોધ્યા નગર પણ પોતાના મહારાજાના મત સાથે જોડાઈ ગયું હતું. એવું માનવામાં આવતું હતું કે રામના સમગ્ર જીવનનાં સત્કર્મોથી પણ પ્રભુ મનુના પંચાંગ મુજબ વર્ષ '૭,૦૩૨ નું લાંછન' ધોવાવાનું નહોતું, કારણ કે એ જ વર્ષે રામનો જન્મ અને દશરથનો પરાજય થયો હતો.

કૌશલ્યા જાણતાં હતાં કે જો રામ મહેલ છોડીને રાજગુરુ વશિષ્ઠ સાથે ચાલ્યા જાય, તો ઉત્તમ થશે. તેઓ અયોધ્યાના એ રાજપરિવારથી દૂર રહેશે કે જેણે તેમને કદી પણ સ્વીકાર્યા નહોતા. ઉપરાંત વશિષ્ઠના ગુરુકુળમાં તેમને જે શિક્ષણ મળશે તેનાથી પણ તેમને બહુ જ લાભ થશે. ગુરુકુળ એટલે ગુરુનું કુટુંબ

પણ વાસ્તવમાં તે ગુરુઓ દ્વારા ચલાવવામાં આવતી પાઠશાળા હતી કે જ્યાં વિદ્યાર્થીઓ નિવાસ અને અભ્યાસ કરતા. તેઓ ત્યાં તત્ત્વજ્ઞાન, વિજ્ઞાન, ગણિત, નીતિશાસ્ત્ર, યુદ્ધશાસ્ત્ર અને કળાનો અભ્યાસ કરતા. તેઓ જ્યારે પાછા ફરશે ત્યારે પોતાના ભાગ્યવિધાતા બનીને પાછા ફરશે.

મહારાણી આ સમજતાં હતાં, પરંતુ માતાનું મન એ સમજવા તૈયાર નહોતું. તેઓ પોતાના બાળકને છાતીએ વળગાડીને રડતાં રહ્યાં. પોતાને ભેટતી અને ચુંબનોથી નવડાવી રહેલી માતા પાસે રામ સંયમપૂર્વક ઊભા રહ્યા. આટલી નાજુક ઉંમરે પણ રામ અસામાન્ય રીતે શાંત બાળક હતા.

જ્યારે રામથી વિપરીત, ભરત હીબકાં ભરીને રોઈ રહ્યો હતો અને પોતાની માતાને છોડવા તૈયાર નહોતો. કૈકેયી પોતાના પુત્ર તરફ ઉશ્કેરાટથી જોઈ રહી હતી. 'તું મારો પુત્ર છે ! આમ સ્ત્રૈણ વર્તન ના કરીશ ! એક દિવસ તું રાજા બનીશ, એટલે રાજાની જેમ વર્તન કરતાં શીખ. જા, અને તારી માતાને ગર્વ થાય એવું કંઈક કરી બતાવ !'

વશિષ્ઠે આ બધું જોયું અને સ્મિત કર્યું.

જોશીલા બાળકોમાં મક્કમ લાગણીઓનો પ્રવાહ વહેતો હોય છે અને તેની અભિવ્યક્તિ આવશ્યક છે. તેઓ જોશથી હસે છે અને વધારે જોશથી રડે છે.

તે આ બંને ભાઈઓનું નિરીક્ષણ કરી રહ્યા હતા અને વિચારી રહ્યા હતા કે તેમનું લક્ષ્ય સંયમથી પૂરુ થશે કે જોશથી. દશરથના ચાર પુત્રોમાંના સૌથી નાના જોડિયા પુત્રો લક્ષ્મણ અને શત્રુઘ્ન પોતાની માતા સુમિત્રા સાથે પાછળ ઊભા હતા. ત્રણ વર્ષના એ બંને બાળકો તો બિચારા મૂંઝાયેલા હતા. તેમને સમજાતું જ નહોતું કે શું થઈ રહ્યું છે. વશિષ્ઠ જાણતા હતા કે એ બંને બાળકો માટે અભ્યાસની શરૂઆત બહુ વહેલી કહેવાય પણ તેઓ તેમને છોડી શકે તેમ નહોતા. રામ અને ભરતનો અભ્યાસ બહુ લાંબો સમય ચાલશે, જો વધારે નહિ તો કદાચ એક દસક જેટલો લાંબો સમય તો ચાલેશ જ. એ સમયગાળામાં આ જોડિયા બાળકોને મહેલમાં રહેવા દેવાનું જોખમ લેવા તેઓ તૈયાર નહોતા. રાજપરિવારમાં ચાલી રહેલાં રાજકીય કાવાદાવાઓમાં આ નાનકડાં રાજકુમારો કદાચ કોઈ એક પક્ષ કે બીજા પક્ષમાં જોઈ જાય તેમ પણ બને. આવા દુષ્ટ રાજકીય કાવાદાવાઓમાં અયોધ્યાને મજબૂત બનાવવાના આયોજનોમાં તો નુકસાન જ થઈ રહ્યું હતું પરંતુ મહારાજા પોતે પણ નબળા અને બેધ્યાન બની ગયા હતા.

રાજકુમારો વર્ષમાં બે વાર, ઉનાળુ અને શિયાળુ અયનાન્તે, નવ દિવસના અવકાશના સમયમાં રાજમહેલ પાછા ફરશે. દર છ માસે ઊજવાતો એ પ્રાચીન

નવરાત્રિનો તહેવાર હતો કે જેમાં તેમના સૂર્ય દેવની ઉત્તર અને દક્ષિણ દિશાની મુસાફરીનો માર્ગ બદલાતો હતો. એ તહેવારો બહુ જ જુસ્સા સાથે ઊજવવામાં આવતા હતા. વશિષ્ઠ એવું માનતા કે આ અઢાર દિવસ દરમિયાન તરસી માતાઓ અને પુત્રોને આશ્વાસન પૂરતો સમય અવશ્ય મળી રહેશે. પાનખર અને વસંતની નવરાત્રિઓ વિષુવકાળમાં આવતી અને તેની ઉજવણી ગુરુકુળમાં કરવામાં આવતી હતી.

રાજગુરુએ પોતાનું ધ્યાન દશરથ પર કેન્દ્રિત કર્યું.

પાછલાં છ વર્ષની અસર મહારાજા પર દેખાઈ આવતી હતી. શોકગ્રસ્ત મોઢા પર ચર્મપત્ર જેવી ત્વચા પથરાયેલી હતી, તેમની આંખો ઊંડી ઊતરી ગઈ હતી અને કેશ પણ ભૂખરા બની ગયા હતા. યુદ્ધ દરમિયાન પગ પર પડેલા પીડાકારક ઘાવનું રૂપાંતર કાયમી ખોડમાં થઈ ગયું હતું, જેના કારણે તેઓ શિકાર અને કસરતની ગમતી પ્રવૃત્તિઓ કરી શકતા નહોતા. તેના કારણે તેમણે મદિરાનું શરણ લીધું હતું અને હવે તેમનામાં એક સમયના મજબૂત અને સુંદર યોદ્ધાની ભાગ્યે જ કોઈ નિશાની બચી હતી. રાવણે તેમને માત્ર તે દિવસે જ હરાવ્યા હતા એમ નહોતું. એ તેમને પ્રતિદિન હરાવી રહ્યો હતો.

'મહારાજ,' વશિષ્ઠે થોડાક ઊંચા અવાજે કહ્યું, 'જો આપની આજ્ઞા હોય તો...'

બેધ્યાન દશરથે પોતાનો હાથ હલાવીને આજ્ઞા આપી દીધી.

શિયાળુ અયનાન્તનો સમય હતો અને રાજકુમારો પોતાના અર્ધ વાર્ષિક અવકાશના સમયમાં અયોધ્યા પધાર્યા હતા. ગુરુકુળ માટે પ્રથમ વાર મહેલ છોડીને ગયાને હવે ત્રણ વર્ષ જેટલો સમય વીતી ચૂક્યો હતો. સૂર્યની ઉત્તર દિશાની સંક્રાંતિ એટલે કે ઉત્તરાયણ શરૂ થઈ ગઈ હતી. છ માસ પછી, ઉનાળો જ્યારે ટોચ પર હશે ત્યારે સૂર્ય ભગવાન તેમની દિશા બદલીને દક્ષિણાયન એટલે દક્ષિણ દિશાની સંક્રાંતિ શરૂ કરશે.

અવકાશનો સમય પણ રામ તો મોટાભાગે પોતાના ગુરુ વશિષ્ઠ સાથે જ વિતાવતા હતા, કારણ કે રાજકુમારો સાથે તેઓ પણ રાજમહેલ પધાર્યા હતા. એ અંગે કૌશલ્યા તો ફરિયાદ કર્યા સિવાય કશું કરી શકે તેમ નહોતાં. બીજી બાજુ, ભરત એ સમય દરમિયાન બહુ ચુસ્ત રીતે કૈકેયીના કક્ષમાં જ પુરાઈ રહેતો અને

તેની માતા તેને સતત કંઈનું કંઈ પરાણે શીખવતી રહેતી કે પૂછતી રહેતી. લક્ષ્મણે તો નાનકડા અશ્વો પર સવારી કરવાનું શરૂ પણ કરી નાખ્યું હતું અને તેને તેમાં આનંદ મળતો. શત્રુઘ્ન માત્ર પુસ્તકો જ વાંચતો !

અશ્વસવારીનો આવો એક પાઠ શીખ્યા પછી લક્ષ્મણ તેની માતા સુમિત્રાને મળવા દોડી રહ્યો હતો કે કંઈક અવાજ સાંભળીને તે સુમિત્રાના કક્ષની બહાર જ ઊભો રહી ગયો. પરદા પાછળથી તેણે છુપાઈને નજર નાંખી.

'તારે એક વાત સમજી લેવી જોઈએ, શત્રુઘ્ન, કે ભલે તારો ભાઈ ભરત તારી મશ્કરી કરે પરંતુ એ તને ખૂબ જ પ્રેમ કરે છે. તારે હંમેશાં તેની સાથે રહેવું જોઈએ.'

શત્રુઘ્નના હાથમાં વૃક્ષનાં પર્ણોમાંથી બનાવેલ એક પુસ્તિકા હતી અને પોતાની માતાના શબ્દો સાંભળવાનો ડોળ કરીને પણ તે વાંચવાનો પ્રયત્ન કરી રહ્યો હતો.

'મને સાંભળે છે, શત્રુઘ્ન ?' સુમિત્રાએ ઊંચા અવાજે પૂછ્યું.

'હા, માતા.' શત્રુઘ્ને ઊંચુ જોઈને ઉત્તર આપ્યો. તેના અવાજમાંથી નિષ્ઠા નીતરી રહી હતી.

'પરંતુ મને તેમ નથી લાગતું.'

શત્રુઘ્ને તેની માતાના અંતિમ વાક્યની નકલ કરી. આટલી નાની ઉંમરે પણ તેના ઉચ્ચારો એકદમ સ્પષ્ટ હતા. સુમિત્રા જાણતી હતી કે તેનો પુત્ર પોતાની વાત પર ધ્યાન નથી આપી રહ્યો અને તેમ છતાં એ અંગે તે પોતે કશું પણ કરી શકે તેમ નહોતી !

પોતાની માતા તરફ ધસી ગયેલા લક્ષ્મણે સ્મિત કર્યું અને આનંદથી ચિચિયારીઓ પાડતો તે પોતાની માતાના ખોળામાં બેસી ગયો.

'હું તને તાંભલીસ, મા.' સામાન્ય બાળકની જેમ તોતડાતાં તેણે કહ્યું.

લક્ષ્મણને પોતાની બંને ભુજાઓમાં સમાવીને સુમિત્રાએ સ્મિત કર્યું, 'હા, હું જાણુ છું કે તું તો મને હંમેશાં સાંભળીશ. તું તો મારો સારો પુત્ર છે !'

શત્રુઘ્ને એક ક્ષણ માટે પોતાની માતા તરફ નજર નાખીને ફરી પાછો તે પોતાના પુસ્તકમાં ખોવાઈ ગયો.

'તું મને જે કલવાનું કહીશ એ બદ્ધું હું કલીશ.' લક્ષ્મણે કહ્યું અને તેની સંકલ્પશીલ આંખોમાં ખૂબ પ્રેમ છલકાઈ ઊઠ્યો. 'હંમેતા.'

'તો પછી મારી વાત સાંભળ.' સુમિત્રાએ વિદૂષકની જેમ, કંઈક કાવતરાના હાવભાવની નકલ કરીને એવી રીતે કહ્યું જે લક્ષ્મણને બહુ જ ગમતું. 'તારા જ્યેષ્ઠ

ભાઈ રામને તારી જરૂર છે.' તેના હાવભાવ દયાળુ ઉત્કંઠામાં ફેરવાઈ ગયા. 'તે બહુ સરળ અને નિર્દોષ આત્મા છે. તેની આંખો અને કાન બની રહે એવા કોઈની તેને આવશ્યકતા છે. તેને સાચે જ કોઈ પસંદ નથી કરતું.' સુમિત્રાએ ફરી એક વાર લક્ષ્મણ પણ ધ્યાન કેન્દ્રિત કર્યું અને એકદમ ધીમેથી કહ્યું, 'કોઈ પણ પ્રકારના ભયથી તેનું રક્ષણ કરજે. રામની પીઠ પાછળ ઘણા લોકો તેના વિષે અનિષ્ટ બોલે છે, પરંતુ તે તો લોકોના સદ્‌ગુણો જ જુવે છે. તેના ઘણા બધા શત્રુ છે. તેના જીવનનો આધાર કદાચ તારી પર રહેશે.'

'સાચું ?' લક્ષ્મણે પૂછ્યું, તેની આંખો ભાગ્યે જ સમજાયેલા ભયથી વિસ્ફારિત થઈ ઊઠી.

'હા ! મારી વાત યાદ રાખજે, તેનું રક્ષણ કરનાર એકમાત્ર તું જ છે. રામનું હૃદય બહુ જ શુદ્ધ છે પરંતુ તે લોકોનો બહુ જલદી વિશ્વાસ કરી લે છે.'

'ચિંતા ના કરીશ, મા.' પોતાની પીઠ ટટ્ટાર કરીને મક્કમતાથી હોઠ ભીડીને લક્ષ્મણે કહ્યું. કોઈ સૈનિકને અતિમહત્ત્વનું કામ સોંપવામાં આવ્યું હોય તેવો ભાવ તેની આંખોમાં ઝળકી ઊઠ્યો. 'હું હંમેતા જ્યેસ્ત ભાઈ લામનું ધાન લાખીશ.'

સુમિત્રા ફરી વાર લક્ષ્મણને ભેટી પડી અને તેની સામે પ્રેમથી સ્મિત કરીને કહ્યું, 'મને ખબર છે કે તું એમ જ કરીશ.'

'મોતાભાઈ !' નાનકડા અશ્વના પડખા પર એડી મારીને તેને ગતિથી આગળ વધારવાનો પ્રયત્ન કરતાં લક્ષ્મણે રામને કહ્યું. જોકે બાળકો માટે ખાસ તાલીમ પામેલા નાનકડા અશ્વએ ગતિ વધારવામાં સાથ આપ્યો નહિ.

નવ વર્ષના રામ લક્ષ્મણથી આગળ ઊંચા અને વધારે ગતિવાળા અશ્વ પર સવારી કરી રહ્યા હતા. પોતાની તાલીમ અનુસાર, દર બીજા ડગલે તેઓ નજાકતથી અશ્વના પેંગડામાં થોડા ઊંચા થતા અને અશ્વના તાલ સાથે પોતાના શરીરનો ઝોક ગોઠવતા હતા. આ અવકાશવાળી બપોરમાં, બંને જણાએ જાતે જ અયોધ્યાના રાજમેદાનમાં અશ્વવિદ્યાનો અભ્યાસ કરવાનો નિર્ણય કર્યો હતો.

'મોતાભાઈ, ઊભા લહો !' લક્ષ્મણે જોરથી પોકાર કર્યો. હવે તેણે પરાણે સાંભળેલી સૂચનાઓનો અમલ કરવાનો ડોળ પણ છોડી દીધો હતો. પોતાની ક્ષમતાનો શ્રેષ્ઠ ઉપયોગ કરીને તેણે હવે પોતાના અશ્વને એડીઓ અને ચાબુક મારવા માંડી.

રામે પાછળ ફરીને ઉત્સાહી લક્ષ્મણ તરફ જોયું અને સ્મિત કરીને પોતાના નાના ભાઈને ચેતવ્યો, 'લક્ષ્મણ, ધીમે ચલાવ. વ્યવસ્થિત ચલાવ.'

'ઊભા લહો !' લક્ષ્મણે ફરી વાર પોકાર કર્યો.

રામ તરત જ લક્ષ્મણના પોકારમાં રહેલી ભાવના સમજી ગયા અને પોતાના અશ્વની લગામ ખેંચીને લક્ષ્મણને પોતાની સાથે થવા દીધો. લક્ષ્મણ તરત જ અશ્વ પરથી નીચે ઊતર્યા અને કહ્યું, 'મોતાભાઈ, નીચે ઊતલો !'

'શું થયું ?'

'નીચે ઊતલો !' લક્ષ્મણે ફરી વાર ચિંતિત થઈને પોકાર કર્યો અને તેણે રામનો એક હાથ પકડીને રામને નીચે ઉતારવાનો પ્રયત્ન કર્યો.

રામે અસહમતિપૂર્વક અશ્વ રોક્યો અને તેઓ નીચે ઊતર્યા. 'શું થયું, લક્ષ્મણ ?'

'જુઓ !' લક્ષ્મણે ઉદ્ગાર કાઢીને રામને તેમના અશ્વના પલાણમાં બાંધેલી દોરી બતાવી. એ દોરીના આધારે જ પેંગડું બંધાયેલું રહેતું. એ દોરી છૂટવામાં જ આવી હતી.

'ભગવાન રુદ્રના આશિષ !' રામે હાશકારો કર્યો. જો એ અશ્વ પર સવાર હોત અને એ દોરી છૂટી ગઈ હોત તો તેમને ગંભીર ઈજા પહોંચી હોત. લક્ષ્મણે તેમને એક ગંભીર અકસ્માતમાંથી ઉગારી લીધા હતા.

લક્ષ્મણે ચારે દિશામાં સાવચેતીપૂર્વક દૃષ્ટિપાત કરી લીધો. તેમના મગજમાં તેમની માતાના શબ્દો ઘુમરાઈ રહ્યા હતા. 'કોઈએ તમને માલવાનો પ્લયત્ન કલ્યો, મોતાભાઈ.'

રામે કાળજીપૂર્વક પલાણની દોરી ચકાસી અને પેંગડું કસીને બાંધી લીધું. પેંગડું જ ઘસાયેલું લાગતું હતું, તેમાં કોઈએ છેડછાડ કરી હોય તેમ દેખાતું નહોતું. જોકે લક્ષ્મણે તેમને મોટી ઈજા અને સંભવતઃ મૃત્યુમાંથી ચોક્કસ ઉગારી લીધા હતા.

રામ મૃદુતાથી લક્ષ્મણને ભેટ્યા, 'આભાર, મારા ભાઈ.'

'કોઈ પન પ્લકાલના કાવતલાની ચિંતા ન કલતા.' ગંભીર હાવભાવ સાથે લક્ષ્મણે તેમને કહ્યું. હવે તેને સુમિત્રા માતાની ચેતવણી સાચી લાગતી હતી. 'હું તમાલી લક્ષા કલીશ, હંમેતા.'

રામે પ્રયત્નપૂર્વક પોતાની જાતને સ્મિત કરતાં અટકાવ્યા. 'કાવતરું, એમ ! આવા અઘરા શબ્દો તને શીખવાડે છે કોણ ?'

'છત્લુગન.' લક્ષ્મણે કહ્યું અને ફરી એક વાર ભય પારખવા માટે ચારે

દિશામાં તેમણે દૃષ્ટિપાત કર્યો.

'શત્રુઘ્ન, એમ ?'

'હા. ચિંતા ના કલશો, મોતાભાઈ. લથમન તમાલી લક્ષા કલશે.'

રામે પોતાના ભાઈના કપાળ પર ચુંબન કર્યું અને પોતાના નાનકડા રક્ષકને ખાતરી આપી. 'મને હવે સલામતીનો અનુભવ થાય છે.'

પેલા અશ્વના પેંગડાવાળા બનાવના બે દિવસ બાદ જ બધા ભાઈઓ ગુરુકુળ જવા માટે તૈયાર હતા. પોતાના અશ્વને તૈયાર કરવા માટે રામ જવાની આગલી રાતે રાજ્યના તબેલામાં ગયા; આવતીકાલનો દિવસ બંને માટે બહુ લાંબો સાબિત થવાનો હતો. તબેલામાં મદદનીશ હતા પરંતુ રામને આ કાર્યમાં આનંદ મળતો; તેનાથી તેમને શાંતિ મળતી. આ પ્રાણીઓ અયોધ્યાના બહુ ઓછા જીવોમાંના એ જીવ હતા જે રામ પ્રત્યે અણગમો વ્યક્ત કરતા નહિ. રામને પ્રસંગોપાત્ત તેમની સાથે સમય પસાર કરવો ગમતો. તેમણે અશ્વની ખરીના અવાજની દિશામાં દૃષ્ટિ કરી.

'લક્ષ્મણ !' ચેતવણીના સૂરે રામ બોલી ઊઠ્યા. પોતાના નાનકડા અશ્વ પર સવાર થઈને આવેલા લક્ષ્મણ ઈજાગ્રસ્ત હતા. રામ દોડીને લક્ષ્મણ પાસે પહોંચ્યા અને નીચે ઊતરવામાં લક્ષ્મણની મદદ કરી. લક્ષ્મણની હડપચી પર ચીરો પડ્યો હતો અને તે ચીરો એટલો ઊંડો હતો કે તેને તાત્કાલિક ટાંકા લેવાની જરૂરત હતી. તેનું આખું મોઢું રક્તરંજિત હતું પરંતુ રામે જ્યારે તેનો ઘાવ તપાસ્યો ત્યારે બહાદુર દેખાવાના પ્રયત્નમાં લક્ષ્મણે ઊંહકારો સુધ્ધાં ભર્યો નહિ.

'રાત્રિના સમયે તારે અશ્વસવારી માટે ન જવું જોઈએ, એ તું જાણે જ છે, નથી જાણતો ?' રામે મૃદુતાથી તેને ઠપકો આપ્યો.

લક્ષ્મણે પોતાના ખભા ઊંચા કર્યાં. 'મને માફ કલો... આ અશ્વ અતાનક જ...'

'કશું જ બોલીશ નહિ.' રક્તપ્રવાહ વધી જવાને કારણે રામે તેને અધવચ્ચે જ અટકાવ્યો. 'મારી સાથે ચાલ.'

પોતાના ઈજાગ્રસ્ત ભાઈ સાથે રામ રાજવૈદ્ય નિલંજનાના કક્ષ તરફ દોડી ગયા. રસ્તામાં સુમિત્રા અને તેમની દાસી પણ તેમની સાથે જોડાઈ ગયાં. તે લોકો પણ લક્ષ્મણને ઘણા સમયથી શોધી રહ્યાં હતાં.

'શું થયું ?' રક્તરંજિત લક્ષ્મણ પર નજર પડતાં જ સુમિત્રાએ પોકાર કર્યો.

લક્ષ્મણ એકદમ શાંત અને મક્કમતાથી હોઠ ભીડીને ઊભો રહ્યો. તેને સમજાઈ ગયું કે તે મુશ્કેલીમાં મુકાવાનો છે, કારણ કે તેના મોટાભાઈ કદી પણ અસત્ય બોલતા નહિ. એટલે અસત્ય વાર્તા બનાવીને કહેવાની કોઈ જ તક નહોતી. તેણે સ્વીકાર તો કરવો જ પડશે એટલે તેણે શિક્ષામાંથી છટકી જવા માટેની રણનીતિ ઘડી કાઢી.

'કશું જ ગંભીર નથી, છોટી મા.' રામે પોતાની યુવાન સાવકી મા સુમિત્રાને કહ્યું. 'પણ આપણે તેને નિલંજનાજી પાસે તત્ક્ષણ લઈ જ જવો જોઈએ.'

'થયું શું ?' સુમિત્રાએ આગ્રહપૂર્વક પૂછ્યું.

રામને અંતઃસ્ફુરણા થઈ આવી કે માતાના ગુસ્સાથી લક્ષ્મણનું રક્ષણ કરવું જોઈએ. હજી આગલા જ દિવસે લક્ષ્મણે પોતાનો જીવ બચાવ્યો હતો. તે ક્ષણે તેમના અંતરાત્માએ જેમ કહ્યું તેમ જ રામે કર્યું; સઘળો દોષ પોતાના શિરે લઈ લીધો. 'છોટી મા, દોષ મારો જ છે. હું લક્ષ્મણ સાથે તબેલામાં મારો અશ્વ તૈયાર કરવા માટે ગયો હતો. તે અશ્વ થોડોક ઉત્તેજિત થઈ ગયો અને તેણે લક્ષ્મણને પાછળના પગેથી લાત મારી. લક્ષ્મણ મારી પાછળ સલામત અંતરે ઊભો રહે તેનું મારે ધ્યાન રાખવું જોઈતું હતું.'

સુમિત્રા તરત જ બાજુમાં ખસી ગઈ. 'ચાલો, તેને ઝડપથી નિલંજના પાસે લઈ જઈએ.'

'*મા જાણે છે કે મોટાભાઈ રામ કદી અસત્ય નથી બોલતા.*' લક્ષ્મણે વિચાર્યું. તેનામાં દોષની લાગણી ઊભરાઈ આવી.

રામ અને લક્ષ્મણ દોડી ગયા અને એક દાસી પણ તેમને અનુસરી. બંને બાળકોને જતા જોઈને સુમિત્રાએ દાસીને રોકવા માટે હાથ ઊંચો કર્યો. રામે પોતાના ભાઈનો હાથ દૃઢતાથી પકડી રાખ્યો હતો. સુમિત્રાએ સંતોષપૂર્વક સ્મિત કર્યું.

લક્ષ્મણે હાથ ઊંચો કરીને પોતાના હૃદય પર લગાવ્યો અને ધીમેથી બોલ્યા, 'હંમેતા સાથે લઈસુ, મોતાભાઈ, હંમેતા.'

'બોલીશ નહિ, લક્ષ્મણ. રક્તપ્રવાહ વધી જશે ?'

— |શ્રી| 🐟 ☀ —

અયોધ્યાના રાજકુમારોને ગુરુકુળમાં આવ્યે હવે પાંચ વર્ષ જેટલો સમય થઈ ગયો હતો. અગિયાર વર્ષના રામને પુખ્ત વયના વિરોધી સાથે અભ્યાસ કરતા જોઈને વશિષ્ઠને ગર્વ થતો હતો. આ વર્ષથી રામ અને ભરતની દ્વંદ્વયુદ્ધની તાલીમ શરૂ કરવામાં આવી હતી. એ માટે લક્ષ્મણ અને શત્રુઘ્નને હજુ બે વર્ષની રાહ જોવી પડે તેમ હતી. અત્યારે તો તેમણે તત્ત્વજ્ઞાન, ગણિત અને વિજ્ઞાનના પાઠ ભણીને જ સંતોષ માનવો પડતો હતો.

'ચલો, મોટાભાઈ !' લક્ષ્મણે બૂમ પાડી. 'તેને પકડીને મારો !'

એક માયાળુ સ્મિત સાથે વશિષ્ઠે લક્ષ્મણનું નિરીક્ષણ કર્યું. હવે લક્ષ્મણ સ્પષ્ટ બોલતો હતો અને ક્યારેક વશિષ્ઠને લક્ષ્મણની કાલીઘેલી બોલી યાદ આવી જતી. જોકે આઠ વર્ષના લક્ષ્મણનો મનસ્વી સ્વભાવ તો યથાવત્ જ હતો. તે રામ માટે અત્યંત પ્રેમ અને નિષ્ઠા પણ ધરાવતો હતો. કદાચ ક્યારેક રામ જ લક્ષ્મણના મનસ્વીપણાને સુધારી શકશે.

મૃદુભાષી અને બુદ્ધિશાળી શત્રુઘ્ન લક્ષ્મણની બાજુમાં બેઠા-બેઠા ઈશાવાસ્ય ઉપનિષદનું પર્ણમાંથી બનાવેલું હસ્તલિખિત પુસ્તક વાંચી રહ્યો હતો. તેણે એક સંસ્કૃત શ્લોક વાંચ્યો:

'પુષન્નેકરશે યમ સૂર્ય પ્રજાપત્ય વ્યૂહ રશ્મિન સમૂહ તેજ:,

યત્તે રુપમ્ કલ્યાણતમમ્ તત્તે પશ્યામિ યો'સાવસૌ પુરુષ: સો'હસ્મિ।'

હે સૂર્યદેવ, પ્રજાપતિના પોષણ આપતા પુત્ર, એકલતાના યાત્રી, દિવ્ય નિયંત્રક, તમારાં કિરણોને વિખરાવા દો, પોતાના પ્રકાશને ક્ષીણ થવા દો;

પ્રકાશની પેલે પાર રહેલા કૃપાળુ સૂર્યદેવ મને જોવા દો; અને એ સત્યને પામવા દો કે આપમાં રહેલ પરમેશ્વર હું છું.

શત્રુઘ્ને મનોમન સ્મિત કર્યું અને શબ્દોમાં રહેલું જ્ઞાન અને સુંદરતાને તે માણતો રહ્યો. તેની પાછળ બેઠેલા ભરતે નમીને શત્રુઘ્નના માથા પર ટકોરો કર્યો અને પછી રામ તરફ આંગળી ચીંધી. અસહમતિ ભરેલી આંખે તેણે ભરત સામે જોયું. ભરતે પોતાના નાના ભાઈ તરફ જોયું. શત્રુઘ્ને હસ્તલિખિત પુસ્તક બાજુમાં મૂક્યું અને રામ તરફ જોવા લાગ્યો.

રામની સામે લડવા માટે વશિષ્ઠે ગુરુકુળની બાજુમાં રહેતા એક આદિવાસીને પસંદ કર્યો હતો. ગુરુકુળ ગંગા નદીની દક્ષિણે ગાઢ અને ઊંડા

જંગલમાં સ્થાપવામાં આવ્યું હતું જે શોન નદીના પશ્ચિમોત્તર કિનારાથી નજીક હતું. ત્યાંથી નદી પૂર્વ દિશા તરફ તીવ્ર વળાંક લેતી હતી અને ઈશાન દિશામાં આગળ વધીને ગંગાને મળતી હતી. હજારો વર્ષોથી આ વિસ્તારનો ઉપયોગ ઘણા ગુરુઓએ કર્યો હતો. એ જગ્યાની દેખભાળ આદિવાસીઓ કરતા અને ધનરાશિના બદલામાં ગુરુઓને તે જગ્યા વાપરવા માટે આપતા.

ગુરુકુળનું સ્થાન ગાઢ વૃક્ષોથી ઢંકાઈ જતું અને એક વિશાળ વડની વડવાઈઓ પણ તેને છુપાવી રાખવામાં મદદરૂપ બનતી હતી. પાછળની બાજુ ખુલ્લી જગ્યા પડતી હતી અને તેના કેન્દ્રમાં ધરતીમાં નીચે ઊતરતાં પગથિયાં બનાવવામાં આવ્યાં હતાં. આ પગથિયાં એક ખાઈમાં ઊતરતાં જેને વૃક્ષો વડે ઢાંકી દેવામાં આવી હતી. એ ખાઈ આગળ જતાં એક સુરંગ બની જતી અને એક ઊંચી ટેકરી નીચેથી તે પસાર થતી. સુરંગ પૂરી થતાં જ પ્રકાશનો પ્રવેશ થતો અને એક ઝરણાના કિનારે નીકળાતું. તે ઝરણા પર લાકડાનો એક સેતુ બનાવવામાં આવ્યો હતો. સામા કાંઠે ગુરુકુળ સ્થપાયેલું હતું. એક ટેકરીને કોતરીને એકદમ સરળ બાંધણીવાળું ગુરુકુળ બનાવવામાં આવ્યું હતું.

ટેકરીમાં સફાઈથી વિશાળ, સમઘન આકારમાં ચોસલું કાપીને ગુફાનું સર્જન કરવામાં આવ્યું હતું. પ્રવેશદ્વારની પાસે જ નાનકડા વીસ મંદિર બનાવવામાં આવ્યાં હતાં, જેમાંના કેટલાકમાં ભગવાનની સ્થાપના કરવામાં આવી હતી અને કેટલાંક મંદિર ખાલી હતાં. તેમાંથી છ મંદિરમાં આ પહેલા થઈ ગયેલા છ વિષ્ણુની મૂર્તિઓ સ્થાપવામાં આવી હતી, એકમાં ભગવાન રુદ્ર હતા, જે પહેલાંના મહાદેવ મનાતા અને અન્ય એક મંદિરમાં અદ્‌ભુત વિજ્ઞાની બ્રહ્માની સ્થાપના કરવામાં આવી હતી. દેવોના રાજા અને વીજળી તેમજ આકાશના ભગવાન ઇન્દ્રનું યથાયોગ્ય સ્થાન સર્વે મંદિરોની મધ્યમાં આવેલા મંદિરમાં હતું. એ વિશાળ ગુફાની એક બાજુ રસોઈઘર અને ભંડારકક્ષ હતાં જ્યારે બરાબર તેની સામેની બાજુ ગુરુ અને વિદ્યાર્થીઓના સુવા માટેના ગોખલા જેવા નાનકડા શયનકક્ષ હતા.

આ ગુરુકુળમાં અયોધ્યાના રાજકુમાર કોઈ રાજકુમારની જેમ નહિ પરંતુ સામાન્ય માતા-પિતાના સંતાનોની જેમ જ રહેતા હતા. ગુરુકુળમાં તો તેઓ રાજકુમારો છે એવી વાત પણ કોઈ જાણતું નહિ. પરંપરા અનુસાર ગુરુકુળમાં તેમને અલગ નામ આપવામાં આવ્યાં હતાં : રામનું નામ સુદાસ પાડવામાં આવ્યું હતું, ભરતનું વસુ, લક્ષ્મણનું પૌરવ અને શત્રુઘ્નનું નામ નાલતર્ડક પાડવામાં આવ્યું હતું. તેમની રાજકુળની તમામ વાતોને ગુરુકુળની બહાર જ રાખવામાં આવી હતી. પોતાના અભ્યાસ ઉપરાંત, તેઓ ગુરુકુળની સફાઈ કરતાં, ખાવાનું બનાવતા અને

ગુરુની સેવા પણ કરતા. અભ્યાસમાં પ્રભુત્વથી તેઓ પોતાના જીવનના લક્ષ્યાંકો સાધી શકતા અને અન્ય પ્રવૃત્તિઓથી તેમનામાં માનવજીવન પ્રત્યે કરુણા ઉત્પન્ન થતી, જેના કારણે તેઓ જીવન માટે સાચા લક્ષ્યાંકો પસંદ કરી શકતા.

'હવે તું તૈયાર થઈ ગયો લાગે છે, સુદાસ.' વશિષ્ઠે રામને કહ્યું. રામ વશિષ્ઠના બે સૌથી તેજસ્વી વિદ્યાર્થીઓમાંના એક હતા. ત્યાર પછી ગુરુ પોતાની સાથે બેઠેલા આદિવાસીઓના સરદાર તરફ ફર્યાં. 'સરદાર વરુણ, શું દ્વંદ્વયુદ્ધ જોવું છે ?'

સ્થાનિક લોકો સારા યજમાન હોવા ઉપરાંત બહુ સરસ યોદ્ધા પણ હતા. આ પહેલા પણ પોતાના શિષ્યોને દ્વંદ્વયુદ્ધનો અભ્યાસ કરાવવા માટે વશિષ્ઠે તેમની સેવા લીધી હતી. પરીક્ષા દરમિયાન પણ તેઓ દ્વંદ્વયુદ્ધમાં શત્રુનો પાઠ ભજવતા. અત્યારે પણ એમ જ ચાલી રહ્યું હતું.

રામ સાથે લડી રહેલા આદિવાસી યોદ્ધાને સંબોધીને વરુણે કહ્યું, 'મત્સ્ય ?'

મત્સ્ય અને રામ તરત જ દર્શકગણ બાજુ ફર્યા અને તેમણે વશિષ્ઠ અને વરુણને વંદન કર્યાં. તેઓ મંચના છેવાડા સુધી ચાલતા ગયા, રંગ કરવાની પીંછી ઉપાડી અને અભ્યાસ માટેની પોતાની કાષ્ઠ તલવારોની ધાર અને છેડા લાલ રંગથી રંગ્યા. જ્યારે પણ તે શરીરને સ્પર્શે ત્યારે શરીર પર તેનું નિશાન પડી જતું અને તેનાથી એમ જણાતું કે પ્રહાર કેટલો ઘાતક હતો.

રામ પાછા મંચ પર ચડ્યા અને મંચના કેન્દ્રમાં જઈને ઊભા રહ્યા, મત્સ્ય પણ તેમને અનુસર્યો. એકબીજાની સામે ઊભા રહીને નીચા નમીને બંને પ્રતિસ્પર્ધીઓએ એકબીજાને વંદન કર્યાં.

'સત્ય. કર્તવ્ય. સમ્માન.' રામે ગુરુ વશિષ્ઠ પાસેથી શીખેલ મંત્રને દોહરાવ્યો. આ મંત્રની તેમના પર ઊંડી અસર પડી હતી.

મત્સ્ય રામથી લગભગ એક ગજ ઊંચો હતો. તેણે રામ સામે સ્મિત કર્યું. 'કોઈ પણ ભોગે જીત.'

રામ લડવા માટે તૈયાર હતાઃ તેમની પીઠ ટટ્ટાર હતી, પ્રતિસ્પર્ધી બાજુ છાતી નહિ પરંતુ ખભા, તેમની આંખો જમણા ખભાની ઉપરથી પ્રતિસ્પર્ધીને નિહાળી રહી હતી, પોતાના ગુરુએ તેમને જેમ શીખવ્યું હતું બરાબર તેમ જ. આ રીતે ઊભા રહેવાને કારણે પોતાના શરીરનો લઘુતમ હિસ્સો શત્રુના હુમલા માટે ખુલ્લો રહેતો. તેમના શ્વાસોશ્વાસ એકદમ સ્થિર અને સ્વસ્થ હતા, તેમને જેમ શીખવવામાં આવ્યું હતું તેમજ. તેમણે ડાબો હાથ એકદમ મક્કમતાથી શરીરથી થોડે દૂર રાખ્યો હતો કે જેથી સમતોલન જળવાઈ રહે. તલવારવાળો હાથ

આગળની તરફ લંબાયેલો હતો, ક્ષિતિજ રેખાથી થોડોક કોણ બનાવીને ઉપર રહે તેમ કોણીથી એ હાથ સામાન્ય કોણે વળેલો હતો. તલવારનું વજન જ્યાં સુધી હાથના સ્નાયુ પર સમાન ભાગે વહેંચાઈ ન ગયું ત્યાં સુધી તેમણે તલવારનો કોણ બદલે રાખ્યો. તેમના પગ ગોઠણથી વળેલા હતા અને શરીરનું સમગ્ર વજન તેમના પગમાં સમતોલ રીતે વહેંચાયેલું હતું કે જેથી કોઈ પણ દિશામાં હલનચલન કરી શકાય. મત્સ્ય પ્રભાવિત થઈ ગયો હતો. આ છોકરાએ દરેક નિયમનું પરિપૂર્ણતાથી પાલન કર્યું હતું.

જોકે એ છોકરાની સૌથી નોંધપાત્ર બાબત તો તેની આંખો હતી. એ આંખો પોતાના પ્રતિસ્પર્ધી એટલે કે મત્સ્ય પર જ ખોડાયેલી હતી. *ગુરુ વશિષ્ઠે આ છોકરાને સારું શીખવ્યું છે. હાથ પહેલા તો તેની આંખો ફરે છે.*

મત્સ્યની આંખો થોડીક પહોળી થઈ. રામ જાણતા હતા કે હવે તો પ્રહાર થવાનો જ છે. મત્સ્યએ આગળ ઝૂકીને પોતાની લંબાઈનો ઉપયોગ કરીને તલવારથી રામની છાતી તરફ પ્રહાર કર્યો. આ તો ઘાતક પ્રહાર હતો પરંતુ રામ બહુ જ ત્વરાથી જમણી બાજુ ખસી ગયા અને પ્રહાર ચૂકવી દીધો અને પોતાના જમણા હાથને વીંઝીને મત્સ્યની ગરદન પર હળવો પ્રહાર કર્યો.

મત્સ્ય ત્વરાથી પાછળ ખસી ગયો.

'જોરથી પ્રહાર કેમ ન કર્યો, મોટાભાઈ!' લક્ષ્મણે પોકાર કર્યો. 'એ પણ ઘાતક પ્રહાર બની શકત !'

મત્સ્યએ પ્રશંસાભર્યું સ્મિત કર્યું. લક્ષ્મણ જે નહોતા સમજી શક્યા એ વાત તે સમજી ગયો હતો. રામ તેને ચકાસી રહ્યો હતો. સાવચેત યોદ્ધા, પોતાના શત્રુના માનસને પૂરેપૂરું સમજ્યા પછી જ તેની પર ઘાતક પ્રહાર કરે છે. રામે મત્સ્યના પ્રશંસાપૂર્ણ સ્મિતનો કોઈ જ પ્રત્યુત્તર વાળ્યો નહિ. તેમની આંખો હજુ પ્રતિસ્પર્ધી પર જ મંડાયેલી હતી અને તેમના શ્વાસોશ્વાસ એકદમ સામાન્યપણે ચાલી રહ્યા હતા. તેમણે હજુ પોતાના શત્રુની નબળાઈ શોધવાની હતી. તેઓ યોગ્ય તકની રાહ જોઈ રહ્યા હતા.

મત્સ્યએ રામ પર આક્રમકતાથી પ્રહાર કર્યો. જમણી બાજુથી બહુ બળપૂર્વક તલવાર વીંઝી. રામે પાછા ખસી જઈને પોતાના નાનકડા દેહની શક્ય હોય તેટલી તમામ શક્તિથી પ્રહારને રોક્યો. હવે મત્સ્ય જમણી બાજુ નમ્યો અને રામની ડાબી બાજુથી તલવારનો પ્રહાર કર્યો. તલવાર રામના મસ્તકની એકદમ નજીકથી પસાર થઈ. રામ ફરી વાર પાછા હઠ્યા અને સામેથી આવતી તલવારને રોકવા માટે પોતાની તલવાર ઊંચી કરી. મત્સ્ય આગળ ને આગળ આવતો ગયો

અને ત્વરાથી એક પછી એક પ્રહાર કરતો રહ્યો. તેનો વિચાર રામને એક ખૂણામાં ભરાવી દઈને તેની પર ઘાતક પ્રહાર કરવાનો હતો. એ દરેક પ્રહારથી બચવા માટે રામ પાછળ ખસતા જ ગયા. અચાનક તેઓ જમણી બાજુ કૂદ્યા, મત્સ્યનો પ્રહાર ચૂકવ્યો અને એ જ ક્ષણે, વળતો પ્રહાર કરીને મત્સ્યની ભુજા પર તલવાર અફળાવી દીધી. મત્સ્યની ભૂજા પર લાલ રંગનો ધબ્બો પડી ગયો. આ એક 'પ્રહાર' હતો પરંતુ 'ઘાતક પ્રહાર' નહોતો કે જેથી દ્વંદ્વયુદ્ધ બંધ થઈ જાય.

રામ સાથે દૃષ્ટિસંધાન ચાલુ રાખીને જ મત્સ્ય પાછળ હઠ્યો. *કદાચ એ બહુ જ સાવચેત છે.*

'શું મારી પર પ્રહાર કરવાની હિંમત નથી ?'

રામે ઉત્તર ન આપ્યો. તેમણે ફરી એક વાર પ્રહાર કરવા માટે તૈયારી કરી, ગોઠણ પાસેથી પોતાના પગ વાળ્યા, પોતાનો ડાબો હાથ કમર પર રાખ્યો અને જમણા હાથમાં તલવાર રાખીને આગળની તરફ લંબાવી.

'જો તું રમત રમીશ જ નહિ તો જીતીશ કઈ રીતે ?' મત્સ્યએ રામને ચીડવવા કહ્યું, 'શું તું ખરેખર હારવાથી બચવા માટે રમી રહ્યો છે કે જીતવા માટે ?'

રામ હજી પણ શાંત જ હતા, મક્કમ અને ધ્યાન કેન્દ્રિત. ચૂપ. તે પોતાની ઊર્જા સંરક્ષી રહ્યા હતા.

આ છોકરો જરા પણ ચલિત થાય એમ નથી, મત્સ્યએ વિચાર્યું. તેણે ફરી એક વાર પ્રહાર કર્યો. પોતાની ઊંચાઈનો ઉપયોગ કરીને રામને નીચે પાડી દેવા માટે તે વારંવાર ઉપરની બાજુથી પ્રહાર કરવા માંડ્યો. રામ બાજુની દિશામાં ઝૂકી ગયા અને મક્કમતાથી પાછળની દિશામાં ખસવા લાગ્યા.

રામ શું કરવાનો પ્રયત્ન કરી રહ્યા છે તેનો ખ્યાલ આવી જતા વશિષ્ઠે સ્મિત કર્યું.

પાછળ ખસતી વખતે રામ જાળવીને ખડકના એક ઉભારની બાજુમાંથી નીકળી ગયા પરંતુ મત્સ્યનું ધ્યાન તે તરફ પડ્યું નહિ. થોડીક જ ક્ષણોમાં મત્સ્યને ઠેસ વાગી અને તેણે પોતાની સમતુલા ગુમાવી. એક પણ ક્ષણ વેડફ્યા વિના, રામ એક ગોઠણ ધરતી પર ટેકવીને ઝૂક્યા અને એ આદિવાસી યોદ્ધાની જંઘામૂળ પર જોરથી પ્રહાર કર્યો ! ઘાતક પ્રહાર !

પોતાના જંઘામૂળ પર પડેલ લાલ રંગનો લીસોટો મત્સ્ય જોઈ રહ્યો. કાષ્ઠની તલવારથી રક્ત તો નહોતું નીકળ્યું પરંતુ તેનાથી ભયંકર પીડા જરૂર થઈ હતી. જોકે તેણે એ પીડાને પોતાના મોઢા પર આવવા ન દીધી.

આ કિશોરથી પ્રભાવિત થઈને મત્સ્યએ એક ડગલું આગળ વધીને રામનો ખભો થપથપાવ્યો. 'યુદ્ધ પહેલાં યુદ્ધમેદાનની ભૂગોળ પણ તપાસવી જરૂરી છે, તેના ખૂણેખૂણાની માહિતી હોવી જરૂરી છે. આ પાયાનો સિદ્ધાંત તેં યાદ રાખ્યો. હું તેમ ન કરી શક્યો. શાબાશ, છોકરા.'

રામે તલવાર નીચે મૂકી દીધી. પોતાની જમણા હાથની કોણીને ડાબા હાથ વડે પકડી અને જમણા હાથની મુઠ્ઠીને કપાળે સ્પર્શ કરાવીને મત્સ્યના કબીલામાં જે રીતે સલામી અપાતી હતી તે રીતે તેને સલામી આપી અને આ ઉમદા આદિવાસી પ્રત્યે સમ્માન દાખવ્યું. 'તમારી સામે દ્વંદ્વ કરવું એ મારા માટે સમ્માનની વાત હતી, મહાન આર્ય.'

મત્સ્યએ સ્મિત કરીને નમસ્તેની મુદ્રામાં હાથ જોડ્યા. 'ના કિશોર, એ સમ્માન તો મને મળ્યું કહેવાય. તારા જીવનમાં આગળ જઈને તું શું કરે છે એ જોવાનો મને આનંદ થશે.'

વરુણ વશિષ્ઠ તરફ ફર્યા. 'આ તમારો સારો શિષ્ય છે, ગુરુજી. એ તલવાર સારી ચલાવે છે એટલું જ નહિ, પરંતુ તેની વર્તણૂક પણ ઉમદા છે. એ છે કોણ ?'

વશિષ્ઠે સ્મિત કર્યું. 'તમને જાણ છે જ કે એ માહિતી હું જાહેર નથી કરવાનો, સરદાર.'

દરમિયાન, મત્સ્ય અને રામ મંચના છેડા સુધી આવી પહોંચ્યા હતા. તેમણે એક પાણીના કુંડમાં પેલી તલવારો બોળી કે જેથી તેની પરનો રંગ ધોવાઈ જાય. તલવારોને પછી સૂકવી ને તેલ લગાવીને ફરી વાર વાપરવા માટે તૈયાર બનાવી દેવામાં આવતી.

વરુણ પોતાના કબીલા બીજા એક યોદ્ધાને કહે છે, 'ગૌડ, હવે તારો વારો છે.'

વશિષ્ઠે ભરતને ઇશારો કર્યો અને ગુરુકુળના નામથી બોલાવ્યો. 'વસુ !'

ગૌડે મંચ પર આરોહણ કરતા પહેલાં તેનો સ્પર્શ કરીને તેને વંદન કર્યાં અને તેના આશીર્વાદ માંગ્યા. ભરતે એવું કશું જ કર્યું નહિ. એ તો ઝડપથી ઊભા થઈને જ્યાં કાષ્ઠ તલવારો રાખવામાં આવતી હતી તે ખોખા સુધી પહોંચી ગયા. પોતાના માટેની તલવાર તો તેણે પસંદ પણ કરી રાખી હતી, સૌથી લાંબી તલવાર. તેનો પ્રતિસ્પર્ધી તો પૂર્ણ વિકસિત યુવાન હતો અને તેને જે ઊંચાઈનો લાભ મળે તેમ હતો એ લાભને ભરતે આ તલવારની લંબાઈથી શૂન્યવત્ કરી નાખ્યો.

ગૌડે માયાળુ સ્મિત કર્યું; તેનો પ્રતિસ્પર્ધી તો છેવટે એક કિશોર જ હતો.

યોદ્ધાએ એક કાષ્ઠ તલવાર ઉપાડી અને મંચના કેન્દ્રસ્થાને પહોંચ્યો. ભરતને ત્યાં ન જોઈને તેને આશ્ચર્ય થયું. એ નીડર કિશોર તો મંચના બીજા છેડે જ્યાં લાલ રંગ અને પીંછી રાખવામાં આવ્યા હતા ત્યાં પહોંચી ગયો હતો. ભરત તો પોતાની તલવારની ધાર અને ફણાને લાલ રંગ લગાવવા માંડ્યો હતો.

'અભ્યાસ નથી કરવો ?' આશ્ચર્ય પામેલા ગૌડે પૂછ્યું.

ભરતે પાછળ ફરીને જોયું, 'ચાલો આપણે સમયનો વ્યય ન કરીએ.'

આશ્ચર્યચકિત થયેલા ગૌડની ભ્રમરો ઊંચી થઈ ગઈ હતી. તે પણ ચાલીને એ દિશામાં ગયા અને તેણે પોતાની તલવારની ધાર અને ફણા પર રંગ લગાવ્યો.

યોદ્ધાઓ મંચની મધ્યમાં પહોંચ્યા. પરંપરા અનુસાર તેમણે એકબીજાને વંદન કર્યું. ગૌડે રાહ જોઈ કે પોતાના મોટાભાઈની જેમ ભરત પણ કોઈ અંગત મંત્ર બોલશે.

'સ્વાતંત્ર્યથી જીવો અથવા મૃત્યુને વરો.' કહીને ભરતે ઉત્સાહમાં પોતાની છાતી પર મુક્કો માર્યો.

ગૌડ હવે પોતાને રોકી શક્યો નહિ અને હસી પડ્યો. 'સ્વાતંત્ર્યથી જીવો અથવા મૃત્યુને વરો. શું એ તારો મંત્ર છે ?'

ભરત તેની તરફ પોતાનો ક્રોધ છુપાવ્યા વિના તાકી રહ્યો. હજી પણ મુક્ત મને હાસ્ય કરી રહેલા એ આદિવાસી યોદ્ધાએ મસ્તક નમાવીને વંદન કર્યાં અને પોતાનો મંત્ર બોલ્યો. 'કોઈ પણ ભોગે જીત.'

ભરતની ઊભા રહેવાની પદ્ધતિ જોઈને ગૌડને ફરી એક વાર આશ્ચર્ય થયું. તેના મોટાભાઈથી વિપરીત, ભરત સામી છાતીએ પોતાના શત્રુ સમક્ષ ઊભો હતો અને પોતાનું સમગ્ર શરીર પ્રહાર માટે ખુલ્લું મૂકી દીધું હતું. જે હાથમાં તલવાર પકડેલી હતી તે હાથ એકદમ સામાન્ય રીતે શરીરની બાજુમાં રાખ્યો હતો અને તલવાર પણ એકદમ હળવા હાથે પકડેલી હતી. તેના મોઢા પર લડવા માટેનું આહ્‌વાન હતું.

'શું તું લડવા માટે આમ જ ઊભો રહેવાનો છે ?' ગૌડે પૂછ્યું. તેને મનથી એમ થઈ ગયું કે પોતાનાથી આ અવિચારી કિશોરને ઈજા થઈ જશે.

'હું યુદ્ધ માટે હંમેશાં તૈયાર જ હોઉં છું.' ભરતે ધીમે સાદે કહ્યું અને બેપરવાઈથી સ્મિત કર્યું.

ગૌડે ખભા ઊંચા કર્યાં અને લડવા માટે તૈયાર થઈ ગયો.

આદિવાસી યોદ્ધા ગૌડનું પ્રમાદીપણે નિરીક્ષણ કરીને તે પ્રથમ પ્રહાર કરે તેની ભરત પ્રતીક્ષા કરવા લાગ્યો.

ગૌડ અચાનક આગળની બાજુ ધસી આવ્યો અને તેણે ભરતના ઉદર પર પ્રહાર કર્યો. ભરત હળવેથી ઊલટો ફરી ગયો અને ઉપરની દિશાથી પોતાની તલવારનો પ્રહાર તેણે ગૌડના જમણા ખભા પર કર્યો. ગૌડે સ્મિત કર્યું અને પાછાં ડગલાં ભર્યાં. પોતાને પીડા થઈ છે તેનું એક પણ લક્ષણ તેણે કળાવા ન દીધું.

'મેં તારુ પેટ ચીરી નાખ્યું હોત.' ગૌડે કહ્યું અને ભરતના પેડુ પર પડેલ લાલ રંગનું નિશાન બતાવ્યું.

'એ પહેલા તો તારો હાથ કપાઈને ધરતી પર પડ્યો હતો.' ભરતે કહ્યું અને ગૌડના ખભા પર પોતાની કાષ્ઠ તલવારથી પડેલું નિશાન બતાવ્યું.

ગૌડ હસ્યો અને તેણે ફરી વાર પ્રહાર કર્યો. તેના આશ્ચર્ય વચ્ચે, ભરત તેની જમણી બાજુ કૂદ્યો અને ફરી એક વાર ઉપરથી તલવારનો પ્રહાર કર્યો. આ એક વિશિષ્ટ પ્રહાર હતો. એટલી ઊંચાઈએથી ગૌડ વળતો પ્રહાર ન કરી શકત, ખાસ કરીને એટલે કે એ પ્રહાર તેના તલવારવાળા હાથથી વિપરીત દિશામાંથી થયો હતો. તેને માત્ર ઢાલ વડે જ રોકી શકાત. જોકે ભરત એટલો ઊંચો પણ નહોતો કે તે આ વિશિષ્ટ પ્રહારને સફળતાથી પૂરો કરી શકે. ગૌડે પાછળ ઝૂકીને પોતાની લંબાઈનો ઉપયોગ કરીને વળતો પ્રહાર કર્યો.

ગૌડની તલવાર હવામાં જ રહેલા ભરતની છાતી પર ઘાતક રીતે અથડાઈ અને ભરત પાછળની બાજુ ધકેલાઈ ગયો. ભરત પીઠભર પડ્યો. તેની છાતી પર ઘાતક પ્રહારનું સ્પષ્ટ નિશાન પડી ગયું હતું, બિલકુલ હૃદયની ઉપરના ભાગે જ.

ભરતે તરત જ ઊભો થઈ ગયો. ખુલ્લી છાતીની ત્વચા નીચેની રક્તવાહિનીઓ ફાટી ગઈ હોય તેમ ત્યાં રક્તનું ધાબુ ઊપસી આવ્યું હતું. કાષ્ઠની તલવારથી થયેલો આ હુમલો પણ કંઈ ઓછો પીડાકારક નહોતો. જોકે ભરતે એ પીડાની પરવા ન કરી તેની ગૌડે મનોમન પ્રશંસા પણ કરી. તે ત્યાં ઊભો રહ્યો અને પોતાના પ્રતિસ્પર્ધીનો અનાદર કરીને તેને તાકી રહ્યો.

'સારો પ્રહાર હતો.' ગૌડે કહ્યું. 'આ પહેલા મેં એવો પ્રહાર જોયો નથી. જોકે એવો પ્રહાર કરવા માટે તારે થોડાંક વધારે ઊંચા થવું પડે.'

ભરત ગૌડની સામે તાકી રહ્યો, તેની આંખોમાંથી ક્રોધ નીતરતો હતો. 'જ્યારે હું ઊંચો થઈશ ત્યારે આપણે ફરી વાર દ્વંદ્વ કરીશું.'

ગૌડે સ્મિત કર્યું. 'આપણે ચોક્કસ દ્વંદ્વ કરીશું છોકરા. હું તેની રાહ જોઈશ.'

વરુણ વશિષ્ઠ તરફ ફર્યાં. 'ગુરુજી, બંને શિષ્યો પ્રતિભાવાન છે. તે બંને મોટા થાય તેની જ હું રાહ જોવું છું.'

વશિષ્ઠે સંતોષપૂર્વક સ્મિત કર્યું. 'હું પણ.'

સંધ્યાનો સમય હતો. ગુરુકુળથી થોડેક જ દૂર વહી રહેલા ઝરણાની બાજુમાં બેઠેલા રામ ગહન વિચારોમાં હતા. સંધ્યા સમયે ચાલવા નીકળેલા ગુરુએ દૂરથી જ પોતાના શિષ્યને ઓળખી લીધો અને તેઓ તે દિશામાં ચાલ્યા.

પોતાના ગુરુના પગલા સાંભળીને રામ ઝડપથી ઊભા થઈ ગયા અને વંદન કરતા કહ્યું, 'ગુરુજી.'

'બેસ, બેસ.' વશિષ્ઠે કહ્યું અને તેઓ પણ રામની બાજુમાં જ બેસી ગયા. 'તું શું વિચારી રહ્યો છે ?'

'હું એમ વિચારી રહ્યો હતો કે આદિવાસીઓના સરદાર વરુણની સમક્ષ અમારી સાચી ઓળખ તમે છતી કેમ ન કરી.' રામે કહ્યું. 'એ તો ભલા માણસ લાગે છે. તેમનાથી આપણે સત્ય કેમ છુપાવીએ છીએ ? આપણે અસત્ય કેમ ઉચ્ચારીએ છીએ ?'

'સત્ય છુપાવવું અને અસત્ય ઉચ્ચારવું એ બે અલગ બાબતો છે !' પોતાની આંખોમાં એક ચમક સાથે વશિષ્ઠે કહ્યું.

'સત્ય છતું ન કરવું એ અસત્ય છે, સાચું ને, ગુરુજી ?'

'ના, એ સાચું નથી. કેટલીક વાર, સત્યને કારણે પીડા ઉત્પન્ન થતી હોય છે, કોઈને સહન કરવું પડતું હોય છે. આવા સમયે, ચૂપ રહેવું વધારે સારો વિકલ્પ છે. હકીકતમાં, એવો પણ સમય આવે છે કે જ્યારે અર્ધસત્ય કે સંપૂર્ણ અસત્યનાં પરિણામો વધારે સારાં હોય છે.'

'પરંતુ અસત્ય બોલવાનાં પરિણામો પણ ભોગવવાં પડે છે, ગુરુજી. એ ખરાબ કર્મ છે.'

'કેટલાંક સત્ય બોલવાના પરિણામો પણ ખરાબ જ હોય છે. અસત્ય કોઈનું જીવન બચાવી શકે છે. અસત્યને કારણે કોઈ સત્તાશાળી બની શકે છે અને તેના કારણે સત્કર્મો કરવાની તક પ્રાપ્ત થાય એમ પણ બને. શું હજી પણ તને અસત્યનો વિરોધ છે ? એમ પણ કહેવાય છે કે ખરો આગેવાન એ જ કહેવાય જેને પોતાના આત્મા કરતાં પણ પોતાની જનતા વધારે પ્રિય હોય છે. આવા આગેવાનના મનમાં કોઈ જ શંકાને સ્થાન નહિ હોય. પોતાની જનતાની ભલાઈ માટે અસત્ય ઉચ્ચારવા માટે પણ તે તૈયાર રહેશે.'

રામે નાખુશી દર્શાવી, 'પરંતુ ગુરુજી, એવા લોકો જે પોતાના આગેવાનને અસત્ય ઉચ્ચારવા માટે મજબૂર કરે તેમના માટે લડવા જવું યોગ્ય નથી...'

'એ બહુ સરળ દૃષ્ટિકોણ છે, રામ. એક વાર તેં લક્ષ્મણ માટે અસત્યનો પ્રયોગ કર્યો હતો, નહોતો કર્યો ?'

'એ અંતઃસ્ફુરણા હતી. મને એવું લાગ્યું હતું કે મારે તેનું રક્ષણ કરવું જોઈએ. પરંતુ એ બાબતનો મને હંમેશાં સંકોચ થયો છે. એ જ કારણે મારે આપની સાથે વાત કરવી હતી, ગુરુજી.'

'અને, મેં જે પહેલાં કહ્યું હતું તેનું જ હું પુનરુચ્ચારણ કરીશ. તેમાં તારે અપરાધ કર્યાની લાગણી અનુભવવાની જરૂર નથી. સંયમ અને સમતોલનમાં જ ચાતુર્ય રહેલું છે. શું કોઈ લૂંટારાઓથી કોઈ નિર્દોષ વ્યક્તિને બચાવવા માટે તારે અસત્યનો સાથ લેવો પડે, તો એ અયોગ્ય છે?'

'સંદર્ભ વિનાના એકાદ વિચિત્ર ઉદાહરણથી અસત્યને ઉચિત ન ઠરાવી શકાય, ગુરુજી.' રામે પોતાનો દૃષ્ટિકોણ બદલ્યો નહિ. 'એક વાર મારા પિતાના ક્રોધથી મને બચાવવા માટે માતાજીએ અસત્યનો આધાર લીધો હતો; પરંતુ પિતાજી થોડાક સમયમાં તો સત્ય જાણી ગયા હતા. એવો સમય પણ હતો જ્યારે તે નિયમિતપણે મારી માતાની મુલાકાત લેતા હતા. પરંતુ એ ઘટના પછી, તેમણે મારી માતાને મળવાનું સદંતર બંધ કરી નાખ્યું. તેમણે જાણે કે માતા સાથેના સંબંધનો છેડો જ ફાડી નાખ્યો.'

ગુરુ પોતાના શિષ્યને દુઃખ સાથે જોઈ રહ્યા. જો સત્ય જ કહેવું હોય, તો સત્ય એ છે કે મહારાજા દશરથ રાવણ સામે હાર્યા તેનો દોષ તેઓ રામને આપે છે. એટલે એ ઘટના બની હોત કે ન બની હોત, તોપણ કૌશલ્યા સાથેના સંબંધનો છેડો ફાડવા માટે તેમણે એક નહિ તો બીજું બહાનું પણ શોધી જ કાઢ્યું હોત.

વશિષ્ઠે બહુ કાળજીપૂર્વક શબ્દો પસંદ કર્યા. 'હું એમ નથી સૂચવી રહ્યો કે અસત્યનો આધાર લેવો સારી વાત છે. પરંતુ કેટલીક વાર જેમ ઝેરનું અલ્પ પ્રમાણ દવા બની શકે છે તેમ એકાદ નાનકડું અસત્ય કદાચ મદદરૂપ પણ બની શકે છે. હંમેશાં સત્ય જ બોલવાની તારી ટેવ ખરેખર સારી છે. પરંતુ તે માટેનું કારણ તું શું માને છે ? શું તું એમ માને છે કે સત્યનું ઉચ્ચારણ નિયમસંગત છે એટલે ? કે પછી, તારી માતા સાથે બનેલી એ ઘટનાને કારણે અસત્યનો તને ડર લાગે છે ?'

રામ શાંત રહ્યા અને ઊંડા વિચારોમાં ઊતરી ગયા.

'હવે મને ખાતરી છે કે તું એમ વિચારી રહ્યો હોઈશ કે આ બધાને સરદાર વરુણ સાથે શું સંબંધ છે ?'

'હા, ગુરુજી.'

'શું આપણે એ સરદારના ગામની મુલાકાત લીધી હતી એ તને યાદ છે ?'

'અવશ્ય યાદ છે.'

એક વાર શિષ્યો પોતાના ગુરુની સાથે વરુણના ગામમાં ગયા હતા. પચાસ હજારની વસતીવાળું એ ગામ ખરેખર તો એક નાનકડા નગર સમાન જ હતું. રાજકુમારો તો એ જોઈને આશ્ચર્યચકિત થઈ ઊઠ્યા હતા. નગરની જેમ જ, ત્યાંની ગલીઓ પણ જાળી જેવા આકારે સુઆયોજિત રીતે બનાવવામાં આવી હતી. ઘર વાંસના બનાવવામાં આવ્યાં હતાં, પરંતુ તે મજબૂત અને કદાવર હતાં. ગામના સરદારથી માંડીને ગામના સામાન્યમાં સામાન્ય માણસનાં ઘરો એક સમાન હતાં. કોઈ પણ ઘરને દ્વાર નહોતાં, બધાં જ પ્રવેશદ્વાર હંમેશાં ખુલ્લાં જ રહેતાં, કારણ કે ત્યાં કોઈ પ્રકારનો અપરાધ થતો જ નહોતો. બધા બાળકોનો ઉછેર વડીલો દ્વારા સમૂહમાં થતો, માત્ર તેમનાં માતાપિતા દ્વારા નહિ.

તેમની મુલાકાત દરમિયાન, સરદારના એક સહાયક સાથે તેમને બહુ જ રસપ્રદ વાત થઈ હતી. તેમને એમ જાણવું હતું કે એ ઘરો કોની માલિકીનાં છેઃ એ ઘરમાં રહેતા લોકોના કે પછી સરદારના કે પછી આખા ગામના ? સરદારે બહુ જ ગૂઢ જવાબ આપ્યો હતોઃ *'આ ધરતી અમારામાંથી કોઈની કઈ રીતે હોઈ શકે ? અમે જ આ ધરતીના છીએ !'*

'એ ગામ તને કેવું લાગ્યું હતું ?' પૂછીને વશિષ્ઠ રામને વર્તમાનમાં ખેંચી લાવ્યા.

'એ જીવન જીવવાની અદ્ભુત પદ્ધતિ છે. આપણા જેવા નગરજનો કરતાં એ આદિવાસીઓની જીવનપદ્ધતિ મને વધારે સંસ્કૃત લાગી. આપણે તેમની પાસેથી ઘણું શીખવા જેવું છે.'

'હંમ્મ્મ, અને તેમની આ જીવનપદ્ધતિનો આધાર શું હશે, તને શું લાગે છે ? સરદાર વરુણનું ગામ આટલું આદર્શ કેમ છે ? સદીઓથી તેમનામાં પરિવર્તન કેમ નથી આવ્યું ?'

'તેઓ નિઃસ્વાર્થપણે એકબીજા માટે જીવે છે, ગુરુજી. તેમનામાં સ્વાર્થનો એક અંશ પણ નથી.'

વશિષ્ઠે તેમનું માથું નકારમાં ધુણાવ્યું. 'ના, સુદાસ, તેનું કારણ છે એ સમાજના સરળ નિયમો. ગમે તે થાય પણ એ નિયમોનું ઉલ્લંઘન કદી નહીં કરવાનું, હંમેશાં તેને જ અનુસરવાનું, એમ તેઓ માને છે.'

રામની આંખો પહોળી થઈ ગઈ, જાણે કે તેમને જીવનનું રહસ્ય જાણવા મળી ગયું. 'નિયમો ?'

'હા, રામ, નિયમો ! નિયમો જ એક એવો પાયો છે કે જેના આધારે પરિપૂર્ણ સમાજની રચના થઈ શકે છે. નિયમો જ સાચો ઉત્તર છે.'

'નિયમો ?'

'કોઈને કદાચ એમ પણ લાગે કે પ્રસંગોપાત્ત એકાદ નાનકડા નિયમનું ઉલ્લંઘન કરવામાં શું વાંધો છે, બરાબર ? ખાસ કરીને જો તેનાથી વધારે લોકોનું ભલું થવાનું હોય, તો ? સાચું કહું તો મેં પોતે પણ એક પ્રશસ્ય હેતુ માટે પ્રસંગોપાત્ત નિયમોનું ઉલ્લંઘન કર્યું છે. પરંતુ સરદાર વરુણનો મત અલગ છે. નિયમો પ્રત્યેની તેમની પ્રતિબદ્ધતા માત્ર પરંપરાઓના આધારે નથી. અથવા માત્ર એવા વિચારના આધારે પણ નથી કે એ જ એક સાચો માર્ગ છે. તેનો આધાર છે માનવજાત પર પડેલા સૌથી શક્તિશાળી પ્રભાવોમાંનો એક પ્રભાવ: બાળપણની અપરાધ કર્યાની લાગણી. જ્યારે તેમના સમાજમાં કોઈ બાળક પ્રથમ વાર નિયમનું ઉલ્લંઘન કરે છે ત્યારે એ નિયમ ગમે તેટલો નાનો અને બિનમહત્ત્વનો કેમ ન હોય, એ બાળકને શિક્ષા કરવામાં આવે છે. દરેક બાળકને એમ જ શિક્ષા થાય છે. જો ફરી વાર નિયમનું ઉલ્લંઘન થાય તો તેમને પુનઃ શિક્ષા થાય છે. જેમ તારી માતાને અસત્યને કારણે સહન કરવું પડ્યું એવી સ્મૃતિને કારણે અસત્ય બોલવામાં તને મુશ્કેલી થાય છે, એવી જ રીતે વરુણને નિયમનું ઉલ્લંઘન કરવામાં મુશ્કેલી પડે છે.

'એટલે, અમારી સાચી ઓળખ છતી ન કરવાનું કારણ તેમના કોઈ નિયમમાં રહેલું છે ? શું અમે કોણ છીએ એ જાણવાથી તેમના કોઈ નિયમનો ભંગ થાય એમ છે ?'

'હા !'

'કયા નિયમનો ?'

'તેમનો નિયમ અયોધ્યાના રાજપરિવારની મદદે આવવાની મનાઈ ફરમાવે છે. તેનું કારણ મને જ્ઞાત નથી. મને એ વાતનો વિશ્વાસ પણ નથી કે તેમને પોતાને એ કારણનું જ્ઞાન હશે જ. પરંતુ સદીઓથી એ નિયમ તેમના સમાજમાં ચાલ્યો આવ્યો છે. અત્યારે તો તેનાથી કોઈ હેતુ સરતો નથી પરંતુ તેઓ તેનું ચુસ્તતાથી પાલન કરે છે. હું ક્યાંથી આવું છું તેની પણ તેમને જાણ નથી. કેટલીક વાર તો મને એમ લાગે છે કે તેમને એ જાણવાની ઇચ્છા પણ નથી. તેમને માત્ર એટલી જ જાણ છે કે મારું નામ વશિષ્ઠ છે.'

રામને હવે જરા અસુખ વર્તાયું. 'શું અમે અહીં સલામત છીએ ?'

'આ ગુરુકુળમાં પ્રવેશ લેનાર દરેકની રક્ષા કરવી એ તેમનું કર્તવ્ય છે. એ પણ તેમનો જ નિયમ છે. તેમણે આપણને હવે જ્યારે સ્વીકારી જ લીધા છે, ત્યારે તેઓ આપણને કોઈ જ હાનિ પહોંચાડશે નહિ. જોકે, તમે ચારેય કોણ છો એ બાબતની તેમને જાણ થાય તો તમને તેઓ અહીંથી અવશ્ય કાઢી મૂકે. આપણા હેતુ માટે જે વધારે શક્તિશાળી શત્રુઓ છે તેમનાથી આપણે અહીં સલામત છીએ.'

રામ ઊંડા વિચારોમાં ઊતરી ગયા.

'માટે, મેં અસત્યનો પ્રયોગ નથી કર્યો, સુદાસ. મેં માત્ર સત્ય જાહેર નથી કર્યું. બંનેમાં તફાવત છે.'

અધ્યાય ૯

પહેલા પ્રહરના પાંચમા કલાકમાં પક્ષીઓના કલરવ સાથે જ ગુરુકુળ પર સૂર્યોદય થયો. નિશાચર જીવો મહેનત કરીને પોતાની જગ્યાએ પાછાં ફરી રહ્યાં હતાં ત્યારે, દિવાચર જીવો આખા દિવસની મહેનતની શરૂઆત કરી રહ્યાં હતાં. જોકે અયોધ્યાના ચાર રાજકુમારો તો ક્યારનાં ઊઠી ગયા હતાં. ગુરુકુળની સફાઈ કરીને, તેમણે સ્નાન કર્યું, રસોઈ પતાવી અને પ્રાર્થનાઓ પણ કરી. બે હાથ જોડી, પલાંઠી વાળીને તેઓ ગુરુ વશિષ્ઠની પાસે અર્ધવર્તુળાકારે બેસી ગયા હતા. ગુરુ પોતે એક વિશાળ વડ નીચે ઊંચા આસન પર પદ્માસનની મુદ્રામાં બેઠા હતા.

પરંપરા અનુસાર વર્ગ શરૂ થયેલા પહેલા તેઓ ગુરુસ્તોત્ર ગાઈ રહ્યા હતા.

ગુરુસ્તોત્ર પત્યાં એટલે વિદ્યાર્થીઓ ઊભા થયા અને આદરપૂર્વક પોતાના ગુરુ વશિષ્ઠને પગે લાગ્યા. ગુરુએ બધાને એક સમાન આશીર્વાદ આપ્યાઃ 'મારું જ્ઞાન તમારામાં વિસ્તરે અને એક દિવસ તમે મારા ગુરુ બની રહો.'

રામ, ભરત, લક્ષ્મણ અને શત્રુઘ્ને પોતાની નિયત જગ્યાએ સ્થાન ગ્રહણ કર્યું. રાવણ સાથેના ભયાનક યુદ્ધને તેર વર્ષ થઈ ગયાં હતાં. રામની આયુ પણ તેર વર્ષની થઈ ગઈ હતી તેમજ રામ અને ભરત બંનેમાં કિશોરાવસ્થાનાં ચિહ્નો દેખાઈ રહ્યાં હતાં. તેમનો અવાજ ભારે અને થોડોક રુક્ષ બન્યો હતો. તેમના હોઠની ઉપર મૂછના દોરા ફૂટવાની શરૂઆત થઈ ચૂકી હતી. અચાનક તેમની ઊંચાઈમાં વધારે થયો હતો અને તેમના બાળશરીરના પાતળા સ્નાયુઓનો વિકાસ થવા માંડ્યો હતો.

લક્ષ્મણ અને શત્રુઘ્ને હવે દ્વંદ્વયુદ્ધનો અભ્યાસ શરૂ કર્યો હતો, જોકે કિશોરાવસ્થા પહેલાંના શરીરને કારણે તેમને લડવામાં થોડીક મુશ્કેલીઓ જરૂર પડતી. તે બધા તત્ત્વજ્ઞાન, વિજ્ઞાન અને ગણિતનું પાયાનું જ્ઞાન મેળવી ચૂક્યા હતા.

તેમણે બધાએ દૈવી ભાષા સંસ્કૃત પર પણ પ્રભુત્વ મેળવ્યું હતું. પાયાનું કામ થઈ ચૂક્યું હતું. હવે તેની પર ઇમારત ચણવાનું કામ બાકી હતું એ ગુરુજી જાણતા હતા.

'શું આપણી સંસ્કૃતિના મૂળ વિષે તમે લોકો જાણો છો ?' વશિષ્ઠે પૂછ્યું.

જવાબ આપવામાં હંમેશાં ઉત્સાહી, પરંતુ જેનું વાંચન બહુ સારું નહોતું તેવા લક્ષ્મણે હાથ ઊંચો કર્યો અને બોલવાનું શરૂ કર્યું. 'બ્રહ્માંડનું સર્જન ?'

'ના, પૌરવ,' વશિષ્ઠે લક્ષ્મણનું ગુરુકુળનું નામ વાપરીને કહ્યું, 'મારો પ્રશ્ન બ્રહ્માંડ વિષે નહિ પરંતુ આપણા વિષે છે, આ યુગના વૈદિક લોકો વિષે.'

રામ અને ભરતે એક સાથે શત્રુઘ્ન સામે જોયું.

'ગુરુજી,' શત્રુઘ્ને શરૂ કર્યું, 'તેની શરૂઆત હજારો વર્ષ પહેલાં ભગવાન મનુથી થાય છે કે જે પાંડ્ય વંશના રાજકુમાર હતા.'

'ગુરુજીનો પ્રિય વિદ્યાર્થી.' ભરતે પ્રેમપૂર્વક અને ધીમેથી કહ્યું. આખો દિવસ પુસ્તકો વાંચતા રહેતા શત્રુઘ્નને ભરત ખૂબ ચીડવતો, પરંતુ પોતાના સૌથી નાના ભાઈની નિર્ભય બુદ્ધિની તે પ્રશંસા પણ કરતો.

વશિષ્ઠે ભરત સામું જોયું. 'શું તારે કંઈ ઉમેરવું છે ?'

'ના, ગુરુજી.' ભરતે કહ્યું અને તેને તરત જ પસ્તાવો થયો.

'હા, નાલતર્ડક,' પોતાનું ધ્યાન ફરી વાર શત્રુઘ્નમાં કેન્દ્રિત કરીને ગુરુકુળનું નામ વાપરીને તેમણે કહ્યું. 'આગળ વધો.'

'એમ માનવામાં આવે છે કે હજારો વર્ષો પહેલાં, મોટાભાગની ધરતી બરફની જાડી ચાદર હેઠળ ઢંકાયેલી હતી. ઘણુ બધું પાણી એ રીતે બરફના સ્વરૂપે સંગ્રહાયેલું હતું એટલે તે સમયના સમુદ્રનું સ્તર વર્તમાન સમય કરતાં ઘણું નીચું હતું.'

'સત્ય વચન.' વશિષ્ઠે કહ્યું, 'પણ એક સુધારો જરૂર છે, નાલતર્ડક. એવું માનવામાં નહોતું આવતું. ''હિમ યુગ'' એક ધારણા નહિ પરંતુ વાસ્તવિકતા છે.'

'હા, ગુરુજી,' શત્રુઘ્ને કહ્યું, 'સમુદ્રનું સ્તર એ સમયે બહુ નીચું હતું માટે ભારતવર્ષની ભૂમિ અત્યારે છે તેના કરતાં ક્યાંય આગળ સુધી વિસ્તરતી હતી. રાક્ષસરાજ રાવણનું લંકા ભારતની ભૂમિ સાથે જોડાયેલું હતું. ગુજરાત અને કોંકણ પણ ઘણે આગળ સુધી વિસ્તરેલા હતા.'

'અને ?'

'અને, હું માનું છું કે...'

ગુરુ વશિષ્ઠની કડક નજરને કારણે શત્રુઘ્ન અટકી ગયા. તેમણે સ્મિત કર્યું

અને બે હાથ જોડીને કહ્યું, 'મને ક્ષમા કરશો, ગુરુજી. હું માનું છું એમ નહિ પરંતુ વાસ્તવિકતા એ છે કે...'

વશિષ્ઠે સ્મિત કર્યું.

'હિમ યુગ દરમિયાન ભારતમાં બે મહાન સંસ્કૃતિઓનું અસ્તિત્વ હતું. અગ્નિ ભારતમાં પાંગરેલી સંસ્કૃતિને સંગમતમિલ કહેવામાં આવતી અને તેમાં લંકાની ભૂમિનો થોડોક ભાગ પણ સામેલ હતો, જેમાંની ઘણી બધી ધરતી તો હવે સમુદ્રના પાણીમાં ડૂબી ગઈ છે. કાવેરી નદીનું વહેણ તે સમયે વધારે પહોળું અને વધારે લાબું હતું. આ ધનવાન અને શક્તિશાળી સામ્રાજ્ય પર પાંડ્ય વંશનું રાજ્ય હતું.'

'અને ?'

'બીજી સંસ્કૃતિ હતી દ્વારકા કે જે વર્તમાન ગુજરાત અને કોંકણ પ્રદેશની વિશાળ ભૂમિ પર પથરાયેલી હતી. હવે તે પણ અડધી ડૂબી ગઈ છે. તેની પર રાજ્ય હતું યાદવ વંશનું, યદુના વંશજો.'

'આગળ વધ.'

'હિમ યુગના અંતે નાટ્યાત્મક રીતે સમુદ્રના પાણીનું સ્તર વધ્યું હતું. સંગતમિલ અને દ્વારકા સંસ્કૃતિનો નાશ થઈ ગયો હતો કારણ કે તે જે ધરતી પર ફેલાયેલા હતા તેમાંની મોટાભાગની ધરતી ડૂબી ગઈ હતી. જે બચી ગયા, તેમના આગેવાન હતા ભગવાન મનુ, જેને આપણા દેશના પિતા માનવામાં આવે છે. તેઓ ઉત્તર દિશામાં ગયા અને ત્યાં તેમણે બધાએ નવજીવનની શરૂઆત કરી. તેઓ પોતાની જાતને વિદ્યાના લોકો એટલે કે વૈદિક લોકો તરીકે ઓળખાવતા હતા. આપણે તેમના વંશજ છીએ તેવું કહેતાં મને ગર્વ થાય છે.'

'બહુ જ સરસ, નાલતર્ડક.' વશિષ્ઠે કહ્યું. 'હું એક મુદ્દો ઉમેરવા માંગીશ. પૃથ્વી માતા જે સમયના માપદંડ અનુસાર કામ કરે છે તે મુજબ હિમ યુગનો અચાનક અંત આવ્યો તેમ જરૂર કહી શકાય. પરંતુ માનવજાતિના સંદર્ભે, તે અંત અચાનક નહોતો આવ્યો. આપણને દસકોથી, સદીઓથી ચેતવણીઓ મળતી રહી હતી અને તેમ છતાં આપણે એ બાબતે કશું કર્યું જ નહિ.'

બાળકો અત્યંત એકાગ્રતાથી સાંભળી રહ્યા હતા.

'સંગમતમિલ અને દ્વારકા જેવી આધુનિક સંસ્કૃતિઓએ આ ભૂલ સુધારવા માટે યોગ્ય દિશામાં પગલાં કેમ ન ભર્યાં ? પુરાવાઓ દ્વારા એવું જાણવા મળે છે કે આવી રહેલ આપદાનો અંદેશો તેમને હતો જ. પૃથ્વી માતાએ તેમને પૂરતી ચેતવણીઓ આપી હતી. પોતાની જાતને બચાવવા માટે જરૂરી તકનીકો તેમની

પાસે હતી અથવા તેઓ એટલા બુદ્ધિશાળી તો જરૂર હતા કે એવી તકનીકો શોધી શકે. અને તેમ છતાં, તેમણે કશું જ કર્યું નહિ. ભગવાન મનુની આગેવાની હેઠળ બહુ ઓછા લોકો બચી શક્યા, કેમ ?'

'તેઓ આળસુ હતા.' પોતાની આદત મુજબ ઝડપી નિર્ણય લઈ લેનારા લક્ષ્મણે કહ્યું.

વશિષ્ઠે નિસાસો નાખ્યો. 'પૌરવ, ઉત્તર આપતા પહેલાં વિચારવાનું રાખ.'

માનભંગની લાગણી અનુભવી રહેલો લક્ષ્મણ ચૂપ થઈ ગયો.

'તારામાં વિચારવાની ક્ષમતા છે, પૌરવ.' વશિષ્ઠે કહ્યું. 'પરંતુ તું હંમેશાં બહુ જ અધીરાઈ દાખવે છે. યાદ રાખ, પહેલાં હોવા કરતાં સાચા હોવું વધારે મહત્ત્વનું છે.'

'હા, ગુરુજી,' લક્ષ્મણે કહ્યું અને તેની આંખોમાં ખિન્નતા દેખાઈ આવતી હતી. પરંતુ તેણે પોતાનો હાથ ફરી વાર ઊંચો કર્યો. 'શું એ સમયના લોકો હીનચરિત્રના અને અવિચારી હતા ?'

'હવે તું ધારણાઓ બાંધી રહ્યો છે, પૌરવ. નખ વડે દરવાજા ખોલવાનો પ્રયત્ન ના કરીશ. કૂંચી વાપર.'

લક્ષ્મણ હવે મૂંઝાઈ ગયો હતો.

'સાચા ઉત્તરની દિશામાં દોડ ન લગાવીશ.' વશિષ્ઠે સમજાવ્યું. 'કૂંચી એ છે કે હંમેશાં સાચો પ્રશ્ન પૂછવો.'

'ગુરુજી.' રામે કહ્યું. 'શું હું એક પ્રશ્ન પૂછી શકું છું ?'

'પૂછી શકે છે, સુદાસ,' વશિષ્ઠે કહ્યું.

'આપે કહ્યું કે તેમ દસકોથી, સદીઓથી ચેતવણીઓ મળતી હતી. શું હું એમ ધારી લઉં કે તેમના વૈજ્ઞાનિકો એ ચેતવણીઓને સમજી ચૂક્યા હતા ?'

'હા, તેઓ સમજી ચૂક્યા હતા.'

'અને તેમણે આ ચેતવણી અંગે બધાને, રાજપરિવારને પણ, વાત કરી હતી, બરાબર ?'

'હા, તેમણે તેમ કર્યું હતું.'

'શું તે સમયે ભગવાન મનુ પાંડ્ય રાજા હતા કે રાજકુમાર હતા ? મને વિરોધાભાસી વાતો સાંભળવા મળી છે, એટલે પૂછું છું.'

વશિષ્ઠે સહમતિસૂચક સ્મિત કર્યું. 'મનુ ભગવાન, નાના રાજકુમારોમાંના એક હતા.'

'અને તેમ છતાં લોકોને બચાવનાર રાજા નહિ પરંતુ તે પોતે હતા.'

'હા.'

'જો રાજા સિવાયની અન્ય કોઈ વ્યક્તિએ લોકોની સલામતી માટે નેતૃત્વ લેવું પડે, તો તેનો અર્થ એકદમ સ્પષ્ટ છે. રાજા પોતાનું કામ નહોતા કરી રહ્યા, માટે, એમ કહી શકાય કે સંગમતમિલ અને દ્વારકા સંસ્કૃતિઓના પતન માટે અયોગ્ય આગેવાનો જવાબદાર હતા.'

'શું તું એમ માને છે કે ખરાબ રાજ માનવ તરીકે પણ ખરાબ જ હોય ?' વશિષ્ઠે પૂછ્યું.

'ના.' ભરતે કહ્યું. 'ઘણી વાર સારા માણસો પણ ખરાબ આગેવાનો પુરવાર થતા હોય છે. અને એ જ તર્કને આગળ વધારતા એમ પણ કહી શકાય કે ઘણી વાર જેના ચરિત્ર પર આંગળી ઉઠાવવામાં આવી હોય, તેવા લોકોમાં પણ રાષ્ટ્રની આગેવાનીના આવશ્યક ગુણો હોય છે.'

'બરાબર ! એક રાજા તેની પ્રજા માટે શું સિદ્ધ કરી શકે છે, માત્ર તેના આધારે જ તેના વિષે નિર્ણય લેવાવો જોઈએ. તેના અંગતજીવનની ઘટનાઓની અસર એ બાબત પર પડવી જોઈએ નહિ. જોકે તેના જાહેર જીવનમાં એક માત્ર હેતુ જ હોવો જોઈએઃ પોતાની પ્રજાનું ભરણ-પોષણ કરવું અને તેમના જીવનધોરણને સુધારતા રહેવું.'

'સત્ય વચન.' ભરતે કહ્યું.

વશિષ્ઠે ઊંડો શ્વાસ લીધો. હવે સમય આવી ગયો હતો. 'તો, એ જ અનુસંધાનમાં, શું રાવણ તેની પ્રજા માટે એક સારો રાજા કહેવાય ?'

બધા જ ક્ષણભર માટે અવાક બની ગયા.

રામે કોઈ ઉત્તર આપ્યો નહિ. તેમના મનમાં રાવણ પ્રત્યે તીવ્ર અણગમો હતો. એ લંકાવાસીએ માત્ર અયોધ્યાનો વિનાશ કર્યો હતો એટલું જ નહિ, તેણે રામનું ભવિષ્ય પણ બગાડ્યું હતું. તેમનો જન્મ હંમેશાં માટે રાવણના વિજય સાથે જોડાઈ ગયો હતો. રામ હવે ગમે તે કરે પરંતુ તેઓ પોતાના પિતા અને અયોધ્યાવાસીઓ માટે તો અપશુકનિયાળ જ રહેવાના હતા.

છેવટે ભરત બોલ્યો, 'આપણે કદાચ એ વાત સ્વીકારવા નથી ઇચ્છતા પરંતુ રાવણ તેની પ્રજા માટે સારો રાજા છે અને તેની પ્રજા તેને ખૂબ જ પ્રેમ કરે છે. તે એવો સક્ષમ શાસક છે કે જેણે દરિયાઈ વેપાર થકી સમૃદ્ધિ આણી છે. તે પોતાની દેખરેખ હેઠળ બંદરો પણ કાર્યદક્ષ રીતે ચલાવે છે. એવી પણ દંતકથાઓ સાંભળવા મળે છે કે તેના પાટનગરના માર્ગ સોનાથી મઢેલા છે. માટે જ તેના રાજ્યને સુવર્ણની લંકા — 'શ્રી લંકા' પણ કહેવામાં આવે છે. હા, તે

એક સારો રાજા છે.'

'અને એક ખૂબ જ ઉમદા માનવ તેમજ એવા એક રાજા કે જે નિરાશામાં ગર્ત થઈ ગયા છે, તેમના વિષે તમે શું કહેશો ? પોતાની અંગત હારને તેમણે પ્રજાનો પરાજય બનાવી નાખ્યો છે. પ્રજા દુઃખી છે કારણ કે રાજા પોતે જ દુઃખી છે. તો શું, તે એક સારા રાજા કહેવાય ?'

વશિષ્ઠ કોની વાત કરી રહ્યા છે, એ બધાને સમજાઈ ગયું હતું. ઘણા સમય સુધી બધા જ શિષ્યો શાંત રહ્યા કારણ કે ઉત્તર આપવાનો તેમને ડર લાગતો હતો.

આ સમયે પણ ભરતે જ પોતાનો હાથ ઉઠાવવો પડ્યો. 'ના, એ સારા રાજા ન કહેવાય.'

વશિષ્ઠે હકારમાં માથુ હલાવ્યું. *જન્મથી જ બળવાખોર હોય તેની નીડરતા પર વિશ્વાસ કરો.*

'આજના દિવસ માટે આટલું પૂરતું છે.' વશિષ્ઠે અચાનક જ વર્ગનો અંત લાવી દીધો અને બંને પક્ષે ઘણું બધું અધ્યાહાર જ રહ્યું. 'હંમેશાની જેમ, આજની વાત વિષે ચર્ચા-વિચારણા કરવી એ જ તમારું આજનું ગૃહકાર્ય છે.'

— |ᛘ| ♦ ☀ —

'મારો વારો, મોટાભાઈ,' રામના ખભા પર મૃદુતાથી હાથ મૂકીને ભરતે રામને હળવેથી કહ્યું.

રામે તત્ક્ષણ પોતાનો બટવો કમર પર બાંધી દીધો. 'ક્ષમા ચાહું છું.'

ભરત ધરતી પર પડેલા ઘવાયેલા સસલા તરફ ફર્યો. સૌ પ્રથમ તો તેણે એ પ્રાણીને બેહોશ કર્યું અને પછી તેના પંજામાં ઘૂસી ગયેલી ફાંસ ખેંચી કાઢી. ઘાવ લગભગ પાકી ચૂક્યો હતો, પરંતુ તેણે જે દવા લગાવી હતી તેનાથી ચેપ ફેલાતો અટકી જશે. થોડીક ક્ષણો પછી એ પ્રાણી જાગી ઊઠવાનું હતું. તાત્કાલિક તો આ જગતનો સામનો કરવા એ તૈયાર નહિ બની જાય પરંતુ સાજા થવાના માર્ગે તે આગળ વધી જવાનું હતું.

ઓસડિયાં વડે ભરતે એ પ્રાણીનો ઘાવ સાફ કર્યો. પછી રામે મૃદુતાથી એ સસલાને ઉપાડ્યું અને એક વૃક્ષની બખોલમાં મૂકી દીધું કે જેથી શિકારીઓની નજરથી તે દૂર રહે. તેમણે ભરત સામે જોયું. 'થોડીક જ ક્ષણોમાં એ જાગી જશે. એ જીવી જશે.'

ભરતે સ્મિત કર્યું. 'ભગવાન રુદ્રની કૃપા.'

રામ, ભરત, લક્ષ્મણ અને શત્રુઘ્ન જંગલમાં પોતાના પખવાડિક પ્રવાસે નીકળ્યા હતા. એ પ્રવાસમાં તેઓ ઘાયલ પ્રાણીઓની સારવાર કરતાં. કોઈ શિકારી પ્રાણીના શિકારમાં તેઓ ભંગ પડાવતા નહિ કારણ કે શિકાર કરવો એ તેમની પ્રકૃતિ હતી. પરંતુ તેમને જો કોઈ ઘાયલ પ્રાણી મળી આવે, તો પોતાની શ્રેષ્ઠતમ ક્ષમતાઓનો ઉપયોગ કરીને તેઓ તે પ્રાણીને સાજું કરવાનો પ્રયત્ન અવશ્ય કરતા.

'મોટાભાઈ.' થોડે દૂર ઊભા રહીને પોતાના મોટા ભાઈઓને ધ્યાનપૂર્વક જોઈ રહેલા શત્રુઘ્ને કહ્યું.

રામ અને ભરત પાછળ ફર્યા. આમ તેમ ભટકી રહેલો લક્ષ્મણ તો શત્રુઘ્નની પાછળ હતો. તે એક વૃક્ષની દિશામાં વિના કારણ પથ્થરો ફેંકી રહ્યો હતો.

'લક્ષ્મણ, પાછળ એકલો ના રહીશ,' રામે કહ્યું. 'આપણે ગુરુકુળમાં નથી. આ જંગલ છે. એકલા રહેવામાં જોખમ રહેલું છે.'

લક્ષ્મણે નિસાસો નાખ્યો અને તે પોતાના ભાઈઓ સાથે જોડાઈ ગયો.

'હા, તું શું કહેતો હતો શત્રુઘ્ન ?' પોતાના સૌથી નાના ભાઈ તરફ ફરીને રામે કહ્યું.

'ભરતભાઈએ સસલાના ઘાવ પર જત્યાદિ તેલ લગાવ્યું છે. જો તેને તમે લીમડાના પાંદડા વડે ઢાંકશો નહિ, તો એ દવા અસરકારક નહિ રહે.'

'બરોબર છે.' પોતાના કપાળ પર હથેળી પછાડીને રામે કહ્યું. 'તું સત્ય કહે છે, શત્રુઘ્ન.'

રામે એ સસલાને બખોલમાંથી બહાર કાઢ્યું અને ભરતે પોતાના ચામડાના બટવામાંથી લીમડાનાં કેટલાંક પાંદડાં કાઢ્યાં.

પહોળા સ્મિત સાથે ભરતે શત્રુઘ્નની દિશામાં જોયું. 'શું આ વિશ્વમાં એવું કંઈ છે કે જે તું ન જાણતો હોય, શત્રુઘ્ન ?'

શત્રુઘ્ને સ્મિત કર્યું. 'ખાસ તો કંઈ નહિ.'

ભરતે સસલાના ઘાવ પર લીમડાનાં પાંદડાં લગાવ્યાં, ફરી વાર પાટો બાંધ્યો અને ફરી વાર તેને પેલી બખોલમાં મૂકી દીધું.

રામે કહ્યું, 'હું એમ વિચારતો હતો કે આપણાં પખવાડિક સાહસોમાં આપણે ખરેખર આ પ્રાણીઓને મદદરૂપ બનીએ છીએ કે પછી વાસ્તવમાં આપણા અંતરાત્માને સાંત્વન આપીએ છીએ ?'

'આપણે આપણી અંતરાત્માને સાંત્વન જ આપીએ છીએ.' ભરતે કટુ સ્મિત

સાથે કહ્યું, 'વધારે નહિ તો એટલું તો જરૂર કહી શકાય કે આપણે આપણા અંતરાત્માની અવગણના તો નથી કરી રહ્યા.'

રામે માથું ધુણાવ્યું. 'માનવજાતની ભલમનસાઈ વિષે આટલી શંકા શા માટે ?'

'તમે શા માટે શંકાથી પર છો ?'

રામે નિરાશાથી પોતાની ભ્રમરો ઊંચી કરી અને ચાલવાનું શરૂ કર્યું. ભરત તેમની સાથે થઈ ગયો. લક્ષ્મણ અને શત્રુઘ્ન થોડાંક ડગલાં પાછળ રહી ગયા.

'માનવજાતનો સ્વભાવ જાણ્યા પછી તમે શા માટે શંકાથી પર છો ?' ભરતે પૂછ્યું.

'એમ વાત નથી.' રામે કહ્યું. 'આપણે બધા મહાનતાને વરી શકીએ તેમ છીએ, ભરત. જો આપણને કશાની જરૂર હોય, તો એ છે એક પ્રેરક આગેવાનની.'

'મોટાભાઈ,' ભરતે કહ્યું, 'હું એમ નથી સૂચવી રહ્યો કે માનવજાતમાં ભલાઈ રહી જ નથી. એ તો છે જ, અને તેના માટે તો અંતિમ શ્વાસ સુધી લડવું જ પડે. પરંતુ આજુબાજુ ઘણી વાર તો એટલી બધી અધમતા જોવા મળે છે કે કેટલીક વાર તો મને એમ વિચાર આવે છે કે જો આ ગ્રહ પર માનવજાતનું અસ્તિત્વ ન હોત, તો આ ગ્રહનું વધારે ભલું થાત.'

'આ તો અતિશયોક્તિ છે ! આપણે કંઈ એટલા ખરાબ પણ નથી.'

ભરતે મૃદુતાથી સ્મિત કર્યું. 'હું તો માત્ર એટલું જ કહી રહ્યો છું કે મહાનતા અને ભલમનસાઈ એ બહુમતી લોકોમાં રહેલી શક્યતા છે, વાસ્તવિકતા નથી.'

'અને તેનો અર્થ શું થાય ?'

'લોકોએ નિયમો પાળવા જોઈએ માટે તેઓ નિયમો પાળશે તેમ માનવું તો વધારે પડતું આશાભર્યું છે. દરેક નિયમ સાથે કોઈ અંગત લાભ જોડાયેલો હોવો જોઈએ કારણ કે લોકોને મુખ્યત્વે અંગત લાભ લેવામાંથી જ પ્રેરણા મળે છે. લોકોની આ મનોવૃત્તિ થકી જ તેમને સદ્‌વર્તન કરવા પ્રેરી શકાય છે.'

'લોકો મહાનતાના પોકારનો પ્રત્યુત્તર પણ પાઠવે જ છે.'

'ના, એમ નથી બનતું, મોટાભાઈ. એવા પોકારનો પ્રત્યુત્તર પાઠવનારા લોકો બહુ જ ઓછા હશે. મોટાભાગના લોકો એમ નહિ કરે.'

'પ્રભુ રુદ્રએ લોકોને નિઃસ્વાર્થપણે દોર્યાં, ખરું કે નહિ ?'

'હા,' ભરતે કહ્યું, 'પરંતુ તેમનાં અનુયાયીઓમાંથી ઘણાના મગજમાં તેમના અંગત સ્વાર્થ પણ હતા. આ પણ એક વાસ્તવિકતા છે.'

રામે પોતાનું માથું હલાવ્યું. 'આ વિષયમાં આપણે કદી એકબીજા સાથે સહમત નહિ થઈ શકીએ.'

ભરતે સ્મિત કર્યું. 'હા, નહિ જ થઈ શકીએ. તેમ છતાં મને તમારા માટે અત્યંત પ્રેમ છે !'

રામે પણ સ્મિત કર્યું અને વિષયાંતર કર્યો. 'તારો અવકાશનો સમય કેવો રહ્યો ? આપણે ત્યાં હોઈએ છીએ ત્યારે કદી પણ વાત કરવાની તક નથી મળતી ?'

'તમને કારણની જાણ છે જ,' ભરતે કહ્યું, 'પરંતુ મારે કહેવું જોઈએ કે આ વખતે કંઈ એટલું ખરાબ નહોતું.'

માતૃપક્ષના સગા અયોધ્યાની મુલાકાત લે, તે ભરતને બહુ જ ગમતું હતું. પોતાની હઠીલી માતાથી એ સમયે તે છટકી શકતો. પોતાના ભાઈઓ સાથે ભરત વધારે સમય વ્યતીત કરે તે કૈકેયીને ગમતું નહિ. વાસ્તવમાં, જો કૈકેયીનું ચાલતું હોત તો તે ભરતને અવકાશના સમયમાં માત્ર અને માત્ર પોતાની સાથે જ રાખી લેત. ભરતને વધારે પજવતી વાત તો એ હતી કે કૈકેયી સતત ભરતને મહાન બનવાની અને માતાનું સ્વપ્ન પૂરું કરવાની વાતો કરે રાખતી. પોતાનો પુત્ર પોતાના મહિયરના લોકો સાથે હળેમળે તેનો કૈકેયીને જરા પણ વિરોધ નહોતો. પોતાનાં નાના-નાની અને મામાની ઉપસ્થિતિ હોય, તો ભરતને પોતાની માતાથી છુટકારો મળતો. આ વખતનો અવકાશનો સમય તો ભરતે શબ્દશઃ તેમના સાથમાં જ ગાળ્યો હતો.

રામે પ્રેમપૂર્વક ભરતના પેટમાં મુક્કો માર્યો. 'એ તારાં માતા છે, ભરત. તેઓ તારા માટે શ્રેષ્ઠની જ કામના રાખે છે.'

'તેના બદલે મને થોડોક પ્રેમ મળે તો વધારે ગમે, મોટાભાઈ. તમને જાણ છે, કે જ્યારે હું માત્ર ત્રણ જ વર્ષનો હતો અને મારાથી એક વાર દૂધ ઢોળાઈ ગયું ત્યારે તેણે મને લાફો માર્યો હતો ! મારા નોકરોની ઉપસ્થિતિમાં તેણે મને ભયંકર લાફો માર્યો હતો.'

'તું ત્રણ વર્ષનો હતો ત્યારની વાતો તને યાદ છે ? મને એમ કે એવું માત્ર મને જ થતું હશે.'

'એ તો હું કઈ રીતે ભૂલી શકું ? હું તો એક નાનકડું બાળક હતો. મારા નાનકડા હાથ માટે દૂધનું પાત્ર બહુ જ મોટું હતું. એ ભારે પણ હતું અને મારા

હાથમાંથી સરી ગયું ! બસ એટલું જ ! તેના માટે તેણે મને લાફો કેમ માર્યો હશે ?'

રામ પોતાની સાવકી માતા કૈકેયીનો સ્વભાવ સમજી શકતા હતા. કૈકેયીના જીવનમાં ઘણી હતાશા આવી હતી. તે પોતાના કુટુંબનું સૌથી તેજસ્વી બાળક હતી. બદ્નસીબે, કૈકેયીની કુશાગ્રતાથી તેના પિતાને ગર્વ નહોતો થતો. ઊલટાનું, અશ્વપતિ એ બાબતે દુઃખી રહેતા કે તેમના પુત્ર યુદ્ધજીત કરતાં તેમની પુત્રી કૈકેયી વધારે તેજસ્વી હતી. સમાજ તેજસ્વી સ્ત્રીઓને સ્વીકારી નહોતો શકતો એ બાબતનું રામને ભારે દુઃખ હતું. અને હવે, તેજસ્વી છતાં હતાશ કૈકેયીને પોતાના પુત્ર ભરત દ્વારા સ્વપ્નો સિદ્ધ કરવાં હતાં. પોતાની મહત્ત્વાકાંક્ષાઓનો ભાર તેણે ભરત ઉપર નાખ્યો હતો.

રામે જોકે એ અંગે પોતાના વિચારો પ્રદર્શિત કર્યા નહિ.

ભરતે ચિંતિત અવાજે પોતાની વાત ચાલુ રાખી. 'જો મારી માતા તમારી માતા જેવી હોત, તો કેવું સારું થાત ! તે મને વિના શરતે પ્રેમ કરતી હોત અને મારું માથું ન ખાતી હોત.'

રામે કોઈ પ્રત્યુત્તર ન પાઠવ્યો પરંતુ તેમને એમ લાગ્યું કે ભરતના મનમાં અવશ્ય કંઈક ચાલી રહ્યું છે.

'શું વાત છે, ભરત ?' પાછળ ફરીને પોતાના નાના ભાઈને જોયા વિના રામે પૂછ્યું.

લક્ષ્મણ અને શત્રુઘ્ન સાંભળી ન શકે તે માટે ભરતે પોતાનો અવાજ એકધીમ ધીરો કર્યો. 'રામ ભાઈ, આજે ગુરુજીએ જે વાત કરી હતી તે વિષે આપે કંઈ વિચાર્યું ?'

એક ક્ષણ માટે રામનો શ્વાસ થંભી ગયો.

'મોટાભાઈ ?' ભરતે પૂછ્યું.

રામ ટટ્ટાર થયા. 'આ તો રાજદ્રોહ છે. આ વિચારોને હું મારા મનમાં પણ પ્રવેશવા નથી દેતો.'

'રાજદ્રોહ ? આપણા દેશની ભલાઈ વિષે વિચારવું એ રાજદ્રોહ છે ?'

'તે આપણા પિતા છે ! આપણા પણ એવાં કેટલાંક કર્તવ્યો છે—'

'શું તમને લાગે છે કે એ સારા રાજા છે ?' ભરતે અધવચ્ચે જ કહ્યું.

'*મનુસ્મૃતિ*માં એક નિયમ છે જે સ્પષ્ટ રીતે એમ કહે છે કે દરેક પુત્રએ...'

'નિયમો શું કહે છે એ મને ન જણાવશો, મોટાભાઈ,' ભરતે કહ્યું અને પોતાના એક હાથને હલાવીને *મનુસ્મૃતિ*ના નિયમોને તેમણે નકામા ઠેરવ્યા. 'મેં

પણ *મનુસ્મૃતિ*નું પઠન કરેલું છે. મારે તો એમ જાણવું છે કે તમે આ અંગે શું વિચારો છો.'

'હું તો એમ માનું છું કે નિયમોનું પાલન થવું જ જોઈએ.'

'ખરેખર ! શું તમારે માત્ર એટલું જ કહેવું છે ?'

'તેમાં હું જરૂર કંઈક ઉમેરણ કરી શકું તેમ છું.'

'કૃપા કરીને કરો !'

'નિયમોનું હંમેશાં પાલન થવું જોઈએ.'

ઉશ્કેરાટથી ભરતની આંખો વિસ્ફારિત થઈ ગઈ.

'હું જાણું છું કે કેટલાક અપવાદભર્યા સંજોગોમાં એમ કરવું શક્ય બનશે નહિ.' રામે કહ્યું, 'પરંતુ જો ગમે તે થાય તેમ છતાં નિષ્ઠાપૂર્વક નિયમો પાળવામાં આવે, તો સમય જતાં એક વધારે સારા સમાજનું નિર્માણ થાય જ.'

'અયોધ્યામાં તો કોઈને નિયમોની જરા પણ પરવા નથી, મોટાભાઈ ! આપણી સંસ્કૃતિ ક્ષય થવાના તબક્કામાં ઘણે આગળ સુધી વધી ચૂકી છે. આપણે લોકો પૃથ્વીના સૌથી દંભી લોકો છીએ. આપણે અન્ય લોકો દ્વારા થતા ભ્રષ્ટાચારને વખોડીએ છીએ, પરંતુ આપણી પોતાની અપ્રમાણિકતા પ્રત્યે અંધની જેમ વર્તીએ છીએ. ખોટું કરતા અને અપરાધ કરતા લોકોને આપણે ઘૃણા કરીએ છીએ પરંતુ આપણા પોતાનાં નાનાં અને મોટાં તમામ દુષ્કૃત્યોની આપણે તદ્દન અવગણના કરીએ છીએ. આપણી ખરાબ સ્થિતિ માટે આપણે ઝનૂનથી રાવણને ભાંડીએ છીએ પરંતુ એ વાતનો સ્વીકાર નથી કરી શકતા કે અત્યારે આપણે જે સ્થિતિમાં છીએ તેનું નિર્માણ તો આપણે પોતે જ કર્યું છે.'

'અને તે સ્થિતિમાં પરિવર્તન કેવી રીતે આવશે ?'

'આ માનવજાતિનો મૂળભૂત સ્વભાવ છે. આપણી ખરાબ પરિસ્થિતિ માટે પોતાની દોષ જોવાને બદલે આપણે અન્ય લોકો અને બાહ્ય કારણો પ્રત્યે આંગળી ચીંધવાનું વધારે પસંદ કરીએ છીએ. મેં તો પહેલાં પણ કહ્યું છે અને ફરી વાર પણ કહું છું કે આપણને એક એવા રાજાની જરૂર છે કે જે એક એવું તંત્ર રચી જાણે કે જેમાં માનવજાતના સ્વાર્થી સ્વભાવનો ઉપયોગ સમાજના ઉત્કર્ષ માટે થતો હોય.'

'મૂર્ખામીભરી વાત. આપણને એક એવા મહાન આગેવાનની જરૂર છે જે પોતાનું ઉદાહરણ આપીને નેતૃત્વ કરે. એક એવા આગેવાનની જરૂર છે કે જે લોકોની અંદર રહેલા દૈવી તત્ત્વને પ્રેરિત કરી શકે. આપણને એવા આગેવાનની જરૂર નથી કે જે લોકોને પોતાની ઇચ્છા મુજબ વર્તવા માટે સ્વતંત્ર મૂકી દે.'

'ના, મોટાભાઈ. જો ચાતુર્યથી વાપરવામાં આવે, તો સ્વાતંત્ર પણ સાથી બની શકે છે.'

'સ્વાતંત્ર્ય કદી નિયમોનો સાથી નથી બની શકતું. નિયમોના આધારે ચાલતા સમાજમાં રહેવું કે ન રહેવું એ પસંદ કરવાનું સ્વાતંત્ર્ય તમને હોવું જોઈએ. પરંતુ જો તમે એવા સમાજમાં રહેવાનું પસંદ કરો, તો તમારે તેના નિયમો પાળવા જ પડે.'

'નિયમો તો ગર્દભ જેવા જ છે અને રહેશે. તેઓ માત્ર એક શસ્ત્ર બની શકે છે, પરિણામ મેળવવાનું માધ્યમ માત્ર.' ભરતે કહ્યું.

આનંદી હાસ્ય સાથે રામે એ સંવાદનો અંત આણ્યો. ભરતે પણ અટ્ટહાસ્ય કર્યું અને પોતાના ભાઈના ખભા પર હળવો ધબ્બો માર્યો.

'તો, તમે જે આ આગેવાનની પ્રેરણા અને માનવની અંદર રહેલા દૈવી તત્ત્વની જાગૃતિ અને એવી બીજી ઉમદા વાતો કરો છો...' ભરતે કહ્યું, 'શું તમને એમ લાગે છે કે આપણા પિતામાં એ ગુણો છે ?'

રામે પોતાના ભાઈને આંખોથી જ ઠપકો આપ્યો અને આ રીતે ઉશ્કેરાવાની તક જતી કરી.

ભરતે ફરી વાર અટ્ટહાસ્ય કર્યું અને રમતિયાળપણે રામના ખભા પર મુક્કા મારવા લાગ્યા. 'જે છે તેનો સ્વીકાર કરો, મોટાભાઈ, સ્વીકાર કરો.'

રામ ખરેખર સંઘર્ષ અનુભવી રહ્યા હતા. પરંતુ, આદર્શ પુત્ર તરીકે, તે પોતાની જાતને કે પોતાના મનને પણ પિતા વિરુદ્ધના આવા બળવાખોર વિચારો કરવા દે તેમ નહોતા.

થોડાંક ડગલાં પાછળ ચાલી રહેલો લક્ષ્મણ તો જંગલમાં ચાલી રહેલી વિવિધ પ્રવૃત્તિઓ જોવામાં જ મશગૂલ હતો.

શત્રુઘ્ન જોકે બહુ રસપૂર્વક આ સંવાદ સાંભળી રહ્યો હતો. *રામ ભાઈ વધારે પડતા જ આદર્શવાદી છે. ભરત ભાઈ વ્યવહારુ અને વાસ્તવિક માનવ છે.*

અધ્યાય ૭

નવી પ્રેમિકા ? રામે પોતાના વિચારો અને આશ્ચર્યને છુપાવવા માટે પ્રયત્ન કરવો પડ્યો. *આ તેની પાંચમી પ્રેમિકા છે.*

દશરથ કરચપનું યુદ્ધ હાર્યા તે વાતને હવે સત્તર વર્ષ જેટલો સમય વીતી ચૂક્યો હતો. સોળ વર્ષની ઉંમરે ભરતને પ્રેમનો સ્વાદ ચાખવા મળ્યો હતો. તે આકર્ષક અને ભવ્ય તો લાગતો જ હતો એટલે ભરતને છોકરીઓ જેટલી ગમતી એટલો જ એ પણ છોકરીઓને ગમતો. આદિવાસીઓની વિચારધારા મુક્ત હતી અને ગુરુકુળના સ્થાનિક યજમાન સરદાર વરુણના ગામની સ્ત્રીઓને ઘણું સ્વાતંત્ર્ય હતું. માટે તેમને ઇચ્છે તે વ્યક્તિ સાથે સંબંધ બાંધવાની છૂટ હતી અને તેમનામાં ભરત વિશેષતઃ લોકપ્રિય હતો.

એ હવે ચાલીને રામની તરફ આવી રહ્યો હતો અને તેણે પોતાનાથી વયમાં વીસેક વર્ષ મોટી એવી એક સુંદર કન્યાનો હાથ પોતાના હાથમાં પકડી રાખ્યો હતો.

'તું કેમ છે, ભરત ?'

'આનાથી વધારે આનંદમાં તો ક્યારેય નહોતો, મોટાભાઈ,' ભરતે અટ્ટહાસ્ય કર્યું. 'જો આનાથી વધારે સારું હશે તો એ પ્રત્યક્ષપણે પાપ જ હશે.'

રામે વિનમ્રતાથી સ્મિત કર્યું અને નજાકતથી પેલી કન્યા તરફ ફર્યા.

'મોટાભાઈ,' ભરતે કહ્યું, 'ચાલો હું આપને રાધિકાનો પરિચય કરાવું, સરદાર વરુણની પુત્રી.'

'આપના પરિચયથી મારું સમ્માન વધ્યું છે.' રામે કહ્યું અને વિનમ્રતાથી વંદન કરીને મસ્તક નમાવ્યું.

રાધિકાએ પોતાની ભ્રમરો આશ્ચર્યસૂચક રીતે ઊંચી કરી. 'ભરત સાચું

કહેતો હતો. તમે હાસ્યાસ્પદ રીતે શિષ્ટાચાર દાખવો છો.'

એ કન્યાની એકદમ સ્પષ્ટ વાત કરવાની રીતથી રામની આંખો પહોળી થઈ ગઈ.

'મેં "હાસ્યાસ્પદ" શબ્દ નહોતો વાપર્યો,' ભરતે વિરોધ નોંધાવ્યો અને કન્યાનો હાથ છોડી દીધો. 'મારા મોટાભાઈ માટે હું એવો શબ્દ કઈ રીતે વાપરી શકું ?'

રાધિકાએ પ્રેમથી ભરતના કેશમાં હાથ ફેરવ્યો. 'સાચી વાત છે, "હાસ્યાસ્પદ" શબ્દ તો મેં જ ઉમેર્યો હતો. પરંતુ તમારો શિષ્ટાચાર મને ગમ્યો. વાસ્તવમાં એ ભરતને પણ ગમે જ છે. પણ મને વિશ્વાસ છે કે એ વાતની તો તમને ખબર જ છે.'

'આભાર,' પોતાનું અંગવસ્ત્ર સીધું કરતાં રામે કહ્યું.

રામની દેખાઈ આવતી અકળામણ જોઈને રાધિકા હસી પડી. રામ આમ તો સ્ત્રૈણ યુક્તિઓથી આકર્ષાતા નહિ પણ એ કન્યાનું હાસ્ય સાંભળીને તેમણે પણ માનવું પડ્યું કે તેનું હાસ્ય સૂરીલું છે, અપ્સરાઓ જેવું.

રામે ભરતને એકદમ પ્રાચીન સંસ્કૃતમાં કહ્યું કે જેથી એ કન્યા તેમની વાત સમજી ન શકે, 'सा वर्तते लावण्यति।'

ભરત પ્રાચીન સંસ્કૃત રામ જેટલું સારી રીતે સમજી શકતા નહિ, પરંતુ એ સરળ શબ્દોની પ્રશંસા તો એ સમજી જ ગયા. રામે કહ્યું હતું, 'તેણી અત્યંત સુંદર છે.'

ભરત કંઈ પ્રત્યુત્તર પાઠવે એ પહેલાં રાધિકા જ બોલી ઊઠી, 'अहम् जानामि।'

'હું જાણું છું.'

રામ મૂંઝાઈ ગયા અને બોલી ઊઠ્યા, 'હે ભગવાન બ્રહ્મા ! તમારું પ્રાચીન સંસ્કૃત તો એકદમ શુદ્ધ છે.'

રાધિકાએ સ્મિત કર્યું. 'અમે ભલે આજકાલ નવું સંસ્કૃત બોલતા હોઈએ પરંતુ પ્રાચીન ગ્રંથો તો માત્ર જૂના સંસ્કૃતમાં જ સમજી શકાયને ?'

ભરતને વચ્ચે કંઈક બોલવાની જરૂર લાગી. 'તેની બુદ્ધિથી અંજાઈ ન જતા, મોટાભાઈ. તેની સુંદરતા પણ અદ્‌ભુત છે !'

રામે સ્મિત કર્યું અને પુનઃ હાથ જોડીને કહ્યું, 'જો મેં કોઈ પણ રીતે આપનું અપમાન કર્યું હોય, તો આપની ક્ષમા પ્રાર્થું છું, રાધિકા.'

રાધિકાએ સ્મિત કરીને પોતાનું મસ્તક હલાવ્યું. 'ના, લેશમાત્ર નહિ. શા

માટે કોઈ કન્યા પોતાની સુંદરતાની પ્રશસ્તિને માણે નહિ ?'

'મારો નાનો ભાઈ ખૂબ જ નસીબદાર છે.'

'હું જોકે એટલી નસીબદાર નથી,' રાધિકાએ ફરી વાર ભરતના કેશમાં આંગળીઓ ફેરવીને કહ્યું.

રામ જોઈ શકતા હતા કે તેમનો ભાઈ પ્રેમના મદમાં હતો. આ સમયે આખી વાત એકદમ અલગ જ હતી. પોતાની પહેલાંની પ્રેમિકાઓ કરતાં રાધિકાનું મૂલ્ય તેને મન વિશેષ હતું. જોકે એ આદિવાસી લોકોની પરંપરાથી પણ ભરત સુપેરે પરિચિત હતો જ. તેમની કન્યાઓ નિઃશંક ઘણી સ્વતંત્ર હતી પરંતુ તેઓ પોતાના સમુદાયની બહાર લગ્ન કરતી નહિ. તેમનો નિયમ તેની સદંતર મનાઈ ફરમાવતો હતો. તેનું કારણ રામને સમજાતું નહિ. કદાચ આદિવાસી લોકો પોતાની શુદ્ધતા જાળવી રાખવા માટે પ્રયત્નશીલ હોય અથવા તો પ્રકૃતિ માતાથી દૂર રહેવાને કારણે નગરજનો તેમને ઊતરતી કક્ષાના લાગતા હોય. તેમણે એવી આશા કરી કે આગળ જતાં તેમના ભાઈનું હૃદય વજ્રાઘાત ન અનુભવે તો સારું !

— |ૐ| ▲ ☀ —

'તું કેટલું માખણ ખાઈશ ?' રામને ભરતનું આ વળગણ કદી પણ સમજાતું નહિ.

સાંજના સમયે, ત્રીજા પ્રહરના છેલ્લા કલાકમાં રામ અને ભરત ગુરુકુળમાં એક વૃક્ષ નીચે બેસીને આરામ કરતા હતા. લક્ષ્મણ અને શત્રુઘ્ન એ સમય દરમિયાન અશ્વસવારીનો અભ્યાસ કરતા હતા, વાસ્તવમાં તે બંને ખુલ્લા મેદાનમાં એકબીજા સાથે ભયાનક સ્પર્ધા કરી રહ્યા હતા. ચારેય ભાઈઓમાં લક્ષ્મણ અશ્વસવારીમાં સૌથી શ્રેષ્ઠ પુરવાર થયો હતો અને તે અત્યારે શત્રુઘ્નને બરાબર હંફાવી રહ્યો હતો.

'મને એ બહુ ભાવે છે, મોટાભાઈ,' ભરતે ખભા ઊંચા કર્યા. તેના હોઠની આસપાસ માખણ ચોંટેલું હતું.

'પરંતુ તે આરોગ્યપ્રદ નથી. તેનાથી મેદસ્વી થવાય છે !'

ભરતે ઊંડો શ્વાસ લઈને પોતાના હાથના સ્નાયુઓ તેમજ પોતાની છાતી ફુલાવી અને પોતાના સ્નાયુબદ્ધ અને ઘાટીલા શરીરસૌષ્ઠવનું પ્રદર્શન કર્યું. 'શું હું તમને મેદસ્વી લાગું છું ?'

રામે સ્મિત કર્યું. 'કન્યાઓને તો તું અનાકર્ષક નથી જ લાગતો. એટલે મારા અભિપ્રાયનો ખરેખર કંઈ અર્થ જ નથી.'

'એકદમ યોગ્ય વાત !' ભરત હસ્યો અને માટલીમાં હાથ નાખીને માખણનો લચકો કાઢીને ખાધો.

રામે મૃદુતાથી ભરતના ખભા પર હાથ મૂક્યો. રામના મુખ પર ચિંતા જોઈને ભરતે ખાવાનું બંધ કર્યું.

રામે હળવેથી કહ્યું. 'ભરત, તને જાણ છે જ કે—'

ભરતે તેમને અધવચ્ચે જ અટકાવ્યા. 'એવું નહિ થાય, મોટાભાઈ.'

'પણ ભરત ?'

'મોટાભાઈ, મારો વિશ્વાસ રાખો. તમારા કરતાં કન્યાઓને હું વધારે સારી રીતે પારખી શકું છું.'

'તને એ તો જાણ જ છે કે સરદાર વરુણના લોકો—'

'મોટાભાઈ, હું તેને જેટલો પ્રેમ કરું છું, એટલો જ પ્રેમ એ પણ મને કરે છે. મારા માટે રાધિકા નિયમનું ઉલ્લંઘન કરશે. તે મને છોડીને જશે નહિ. મારો વિશ્વાસ રાખો.'

'તને આટલો બધો વિશ્વાસ કયા આધારે છે ?'

'મને વિશ્વાસ છે.'

'પણ ભરત ?'

'મોટાભાઈ, મારી ચિંતા કરવાનું છોડી દો. મારા સદ્નસીબ માટે આનંદ અનુભવો.'

રામે પોતાનો પ્રયત્ન છોડી દીધો અને ભરતના ખભા થપથપાવ્યા. 'તો ઠીક છે, અભિનંદન !'

ભરતે નાટ્યાત્મક રીતે મસ્તક ઝુકાવ્યું, 'આપનો આભાર, કૃપાળુ મહારાજ !'

રામના મુખ પર પહોળું સ્મિત ઝળકી ઊઠ્યું.

'તમને અભિનંદન પાઠવવાની તક અમને ક્યારે મળશે, મોટાભાઈ ?' ભરતે પૂછ્યું.

રામે ભરત તરફ જોયું અને ક્રોધ કર્યો.

'શું તમને કોઈ કન્યાનું આકર્ષણ નથી થતું ? અહીંયાં કે અયોધ્યામાં ? આપણે અવકાશના સમયે જઈએ છીએ ત્યારે ઘણી બધી કન્યાઓ મળે છે.'

'તેમાંનું કોઈ મને લાયક લાગ્યું નહિ.'

'કોઈ પણ નહિ ?'

'ના.'

'તમે કેવું પાત્ર શોધી રહ્યા છો ?'

રામ દૂર જંગલનાં વૃક્ષોને તાકી રહ્યાં. 'મારે એક સ્ત્રી જોઈએ છીએ, કન્યા નહિ.'

'અહા ! હું જાણતો જ હતો કે આ ગંભીર મુખ પાછળ એક રસિક રાક્ષસ છુપાયેલો જ છે !'

રામે પોતાની આંખો ઘુમાવી અને ભરતના પેટમાં રમતિયાળ મુક્કો માર્યો. 'મારો કંઈ એવો અર્થ નહોતો. તું જાણે જ છે !'

'તો તમારા કહેવાનો અર્થ શું હતો ?'

'મારે કોઈ અપરિપક્વ કન્યા નથી જોઈતી. પ્રેમ ગૌણ છે. એ મહત્ત્વનો નથી. મારે તો કોઈ એવું પાત્ર જોઈએ છે કે જેને હું માન આપી શકું.'

'માન ?' ભરતે આશ્ચર્ય દર્શાવ્યું. 'એકદમ નિરસ વાત લાગે છે.'

'સંબંધ માત્ર આનંદ કરવા માટેનું રમકડું નથી. સંબંધ એટલે એવો વિશ્વાસ અને જ્ઞાન કે તમે તમારા સાથી પર આધાર રાખી શકો છો. જોશ અને ઉન્માદના આધારે બંધાયેલા સંબંધો ટકતા નથી.'

'સાચે જ ?'

રામે તરત જ સુધારો કર્યો. 'જોકે, તારી અને રાધિકાની વાત જ કંઈક અલગ છે.'

'એ તો છે જ.' ભરતે અટ્ટહાસ્ય કર્યું.

'હું કદાચ એમ કહેવા માંગુ છું કે મારે એક એવી સ્ત્રી જોઈએ છે કે જે મારાથી પણ વધુ ઉમદા હોય, એક એવી સ્ત્રી કે જેની પ્રશંસામાં મારું મસ્તક આપોઆપ જ નમી જાય.'

'નમવાનું તો આપણાં માતા-પિતા અને વડીલો સમક્ષ હોય છે, મોટાભાઈ. પત્ની એટલે એ કે જેની સાથે તમે જીવન અને આનંદનો સહભોગ કરો છો.' ભરતે મુખ પર નટખટ સ્મિત સાથે કહ્યું. તેમની ભ્રમરો સૂચક રીતે ઊંચી થયેલી હતી. 'હે બ્રહ્મદેવ ! તમારી સાથે જે સ્ત્રી લગ્ન રચશે તેની મને દયા આવે છે. ઇતિહાસ તમારા બંનેના સંબંધોને સૌથી નિરસ સંબંધ તરીકે યાદ રાખશે.'

રામે રમતિયાળપણે ભરતને ધક્કો માર્યો અને તેઓ પણ હસી પડ્યા. ભરતે માટલી નીચે મૂકી અને રામને વળતો ધક્કો માર્યો. પછી ભરત ઊભો થઈને રામથી દૂર નાસી ગયો.

'તું મારાથી તો ભાગી નહિ જ શકે, ભરત !' હસીને રામ ઊભા થયા અને તેમણે ભરતનો પીછો પકડ્યો.

'તમે કોને વધારે પસંદ કરો છો ?' મુલાકાતીએ પૂછ્યું.

એક રહસ્યમયી અજાણ્યો માણસ ગુરુકુળમાં લપાતો-છુપાતો આવ્યો હતો. આ મુલાકાતની ગોપનીયતા જળવાઈ રહે તેવી મહર્ષિ વશિષ્ઠની ઇચ્છાને કારણે તે મોડી રાત્રે આવ્યો હતો. નસીબનું કરવું ને તે જ સમયે નીડર લક્ષ્મણ અશ્વસવારીનો અભ્યાસ કરવા માટે ગુરુકુળના સૂવાના સમયના નિયમનો ભંગ કરીને બહાર નીકળ્યો હતો. તે સવારી કરીને પાછો ફર્યો ત્યારે તેણે જોયું કે ગુરુકુળથી થોડેક દૂર એક અજાણ્યો અશ્વ છુપાઈને બાંધવામાં આવ્યો હતો.

તેણે પોતાનો અશ્વ ચુપકીદીથી તબેલામાં બાંધ્યો. પછી અયોધ્યાના એ રાજકુમારે એવો નિર્ણય લીધો કે આ સંભવતઃ ઘૂસણખોરની માહિતી પોતાના ગુરુને પહોંચાડવી. ગુરુ વશિષ્ઠનો ખંડ ખાલી મળતાં લક્ષ્મણના મનમાં શંકાઓ ઘેરી બની. તે પોતાની જાતને રોકી શક્યો નહિ અને આ વિષય અંગે વધારે તપાસ કરવાનું તેણે નક્કી કર્યું. છેવટે તેને મહર્ષિ જોવા મળ્યા સેતુની નીચે. મહર્ષિ એકદમ હળવેથી પેલા રહસ્યમયી મુલાકાતી સાથે વાતો કરી રહ્યા હતા. ઝાડીઓ પાછળ છુપાતાં-છુપાતાં બિલ્લીપગે લક્ષ્મણ તેમની બાજુ સરક્યો અને તેમની વચ્ચેની વાતચીત સાંભળવા લાગ્યો. 'મેં હજુ તે અંગે કોઈ નિર્ણય નથી કર્યો.' વશિષ્ઠે જવાબ આપ્યો.

'તમારે ઝડપથી નિર્ણય લેવો પડશે, ગુરુજી.'

'કેમ ?'

લક્ષ્મણ મુલાકાતીને તો ભાગ્યે જ જોઈ શકતો હતો પરંતુ તેની અંદર ભયની લાગણી પ્રસરી રહી હતી. એકદમ ઝાંખા અજવાળામાં પણ એ અજાણ્યા માણસની એકદમ અસામાન્ય સફેદ ત્વચા, પડછંદ દેહ અને સ્નાયુબદ્ધ શરીર દેખાઈ આવતાં હતાં. તેના શરીર પર રીંછ જેવી સફેદ રુવાંટી હતી, અને તેની પીઠ નીચેથી એ રુવાંટી કંઈક વધારે જ ઊગેલી લાગતી હતી. સ્પષ્ટતઃ તે બેડોળ લોકોની ભયાવહ જાતિ નાગવંશનો હતો અને તેનાથી સમગ્ર સપ્ત સિંધુ પ્રદેશના લોકો ડરતા હતા. મોટા ભાગના નાગવંશીઓ પોતાની ઓળખ છુપાવવા માટે મહોરું કે ટોપીવાળો ડગલો પહેરતા પરંતુ આ મુલાકાતીએ તેવો કોઈ જ પ્રયત્ન

કર્યો નહોતો. જોકે તેનું નીચેનું શરીર ભારતીય પરંપરા અનુસાર ધોતી હેઠળ ઢંકાયેલું હતું.

'કારણ કે એ લોકો હવે તમારી પાછળ પડી ગયા છે,' એ નાગવંશીએ અર્થપૂર્ણ દૃષ્ટિપાત સાથે કહ્યું.

'તો ?'

'શું તમને ભય નથી લાગતો ?'

વશિષ્ઠે ખભા ઊંચા કર્યાં. 'મને શા માટે ભય લાગવો જોઈએ ?'

નાગવંશી ધીમેથી હસ્યો. 'હિંમત અને મૂર્ખતા વચ્ચેની ભેદરેખા બહુ જ પાતળી હોય છે.'

'અને એ ભેદરેખા માત્ર સિંહાવલોકનથી જ જોઈ શકાય છે, મિત્ર. જો હું સફળ બનીશ, તો લોકો મને હિંમતવાન કહેશે. જો હું નિષ્ફળ જઈશ, તો લોકો મને મૂર્ખ કહેશે. એટલે મને જે યોગ્ય લાગે છે તે કરવા દે. મારા અંગેનો નિર્ણય લેવાનું હું ભાવિના હાથમાં છોડું છું.'

અસહમતિ દર્શાવવા નાગવંશીએ પોતાની દાઢી આગળની તરફ વધારી પરંતુ પછી તેણે કોઈ દલીલ કરી નહિ. 'હું શું કરું એમ તમે ઇચ્છો છો ?'

'અત્યારે તો કશું જ નહિ. ધીરજ ધરો,' વશિષ્ઠે જવાબ આપ્યો.

'શું તમને જ્ઞાત છે કે રાવણ...'

'હા, મને જ્ઞાત છે.'

'અને તેમ છતાં તમે અહીં રહીને કશું ન કરવાનું પસંદ કરો છો ?'

'રાવણ...' વશિષ્ઠે બહુ કાળજીપૂર્વક પોતાના શબ્દો પસંદ કરીને એકદમ ધીમેથી કહ્યું, 'તે પણ પોતાની રીતે ઉપયોગી છે.'

લક્ષ્મણ પોતાનો આઘાત નિયંત્રિત કરી શક્યો નહિ. તેમ છતાં, એ કિશોરમાં શાંત રહેવા જેટલી સમયસૂચકતા તો અવશ્ય હતી.

'કેટલાક લોકો એમ પણ માને છે કે આપ સમ્રાટ દશરથ સામે બળવો કરવાની તૈયારી કરી રહ્યા છો,' નાગવંશીએ કહ્યું પરંતુ તેના અવાજ પરથી એ સ્પષ્ટ થઈ જતું હતું કે તે પોતે એ વાતમાં વિશ્વાસ ધરાવતો નથી.

વશિષ્ઠ મૃદુતાથી હસ્યા. 'તેમની વિરુદ્ધ બળવો કરવાની કોઈ આવશ્યકતા નથી. આમ પણ આ સામ્રાજ્ય તો તેમના હાથમાં છે જ નહિ. તેઓ બહુ ઉમદા માનવ છે પરંતુ તેઓ નિરાશા અને પરાજયની ઊંડી ગર્તામાં ધકેલાઈ ગયા છે. મારું ધ્યેય બહુ જ વિશાળ છે.'

'આપણું ધ્યેય,' નાગવંશીએ સુધાર્યું.

'આપણું ધ્યેય,' વશિષ્ઠે સ્મિત કરીને તેનો ખભો થાબડ્યો. 'મને ક્ષમા કર. એ આપણું સામૂહિક ધ્યેય છે. પરંતુ જો લોકોને એમ જ માનવું હોય કે આપણી મહત્ત્વકાંક્ષાઓ માત્ર અયોધ્યા પૂરતી જ સીમિત છે, તો હું કહીશ કે તેમને એમ જ માનવા દો.'

'હા, એ સત્ય છે.'

'મારી સાથે આવ.' વશિષ્ઠે કહ્યું. 'મારે તને કશુંક બતાવવાનું છે.'

એ બંને પુરુષો દૂર ગયા એટલે લક્ષ્મણે ઊંડો શ્વાસ લીધો. તેના હૃદયના ધબકારા વધી ગયા હતા.

ગુરુજી શું કરી રહ્યા છે ? શું અમે અહીં સલામત છીએ ?

આસપાસ કોઈ નથી તે ચકાસીને લક્ષ્મણ ત્યાંથી સરકી ગયો અને રામના કક્ષની દિશામાં દોડી ગયો.

'લક્ષ્મણ, હવે ઊંઘી જા.' ચિડાયેલા રામે ઠપકો આપ્યો. ખૂબ જ ગભરાયેલા લક્ષ્મણે તેમને જગાડ્યા હતા. રામે લક્ષ્મણનો ભયાવહ અહેવાલ સાંભળ્યો અને ઊંઘરેટા મગજથી એમ તારવ્યું કે ફરી વાર લક્ષ્મણના શંકાશીલ સ્વભાવમાં કાવતરાનો અંશ જાગી ઊઠ્યો છે.

'મોટાભાઈ, હું તમને એમ કહું છું કે કશુંક ભયાનક ચાલી રહ્યું છે. તે અયોધ્યાને લગતું છે અને તેમાં ગુરુજી સંકળાયેલા છે.' લક્ષ્મણે આગ્રહ કર્યો.

'શું તેં ભરતને વાત કરી ?'

'નથી કરી. એ પણ કદાચ તેમાં સામેલ હોઈ શકે છે.'

રામ લક્ષ્મણ તરફ જોઈ રહ્યા. 'એ પણ તારો મોટોભાઈ છે, લક્ષ્મણ !'

'મોટાભાઈ, તમે બહુ જ સરળ છો. તમે અયોધ્યામાં બાઝેલાં કાવતરાનાં ગાઢ જાળાં જોવા જ નથી ઇચ્છતા. ગુરુજી તેમાં સંકળાયેલા છે. બીજા પણ સંકળાયેલા હોઈ શકે છે. હું માત્ર તમારો જ વિશ્વાસ કરું છું. તમારે અમારા બધાનું રક્ષણ કરવું જોઈએ. તમને જણાવવાનું મારું કર્તવ્ય મેં પૂર્ણ કર્યું. હવે, તેને ચકાસવાનું તમારી ઉપર છે.'

'આમાં કશું જ ચકાસવા જેવું નથી, લક્ષ્મણ. તારા કક્ષમાં જઈને સૂઈ જા.'

'મોટાભાઈ !'

'તારા કક્ષમાં જા, લક્ષ્મણ ! તત્ક્ષણ !'

અધ્યાય ૮

'જીવન જીવવાનો આદર્શ માર્ગ કયો છે ?' વશિષ્ઠે પૂછ્યું.

વહેલી સવારે, અયોધ્યાના રાજકુમારો ગુરુ સ્ત્રોતમ્‌નું ગાન પૂરું કરીને તેમના ગુરુ સમક્ષ બેઠા હતા.

'ઉત્તર ?' કોઈએ ઉત્તર ન આપ્યો એટલે તેમણે પૂછ્યું.

તેમણે લક્ષ્મણની દિશામાં જોયું, કદાચ સૌ પ્રથમ ઉત્તર આપવાની અધીરાઈ એ દાખવશે એમ માનીને. જોકે લક્ષ્મણને ચિંતામાં અને ગુસ્સામાં બેઠેલો જોઈને તેમને આશ્ચર્ય જરૂર થયું.

'કોઈ સમસ્યા છે, પૌરવ ?' વશિષ્ઠે પૂછ્યું.

લક્ષ્મણ રામ તરફ દોષારોપણવાળો દૃષ્ટિપાત કરીને ધરતી તરફ તાકી રહ્યો. 'ના, ગુરુજી. કોઈ જ સમસ્યા નથી.'

વશિષ્ઠને ક્રોધ આવ્યો. આ પહેલાં ક્યારેય પણ અજ્ઞાનતાએ લક્ષ્મણને જવાબ આપતાં રોક્યો નહોતો. 'વસુ, શું તું ઉત્તર આપવાનો પ્રયત્ન કરીશ ?'

'જીવન જીવવાનો આદર્શ માર્ગ એ છે, ગુરુજી,' ભરતે કહ્યું, 'કે દરેક વ્યક્તિ સ્વસ્થ, સંપત્તિવાન અને આનંદમાં હોય તેમજ પોતાના જીવનના લક્ષ્યને અનુરૂપ કાર્ય કરતી હોય.'

'અને સમાજ એ કઈ રીતે સિદ્ધ કરી શકે ?'

'સંભવતઃ એ અશક્ય છે ! પરંતુ જો તે શક્ય હોય, તો તે માત્ર સ્વાતંત્ર્ય દ્વારા જ શક્ય બની શકે. લોકોને પોતાનો જીવનનો માર્ગ બનાવવાનું સ્વાતંત્ર્ય આપો. તેઓ જાતે જ યોગ્ય માર્ગ બનાવી લેશે.'

'પરંતુ શું સ્વાતંત્ર્ય મળવાથી દરેક લોકોનાં સ્વપ્ન સિદ્ધ થઈ જશે ખરાં ? જો કોઈ એક વ્યક્તિનું સ્વપ્ન બીજી વ્યક્તિથી વિરોધી દિશાનું હોય, તો શું થશે ?'

ઉત્તર આપતા પહેલાં ભરતે એ પ્રશ્ન પર કાળજીપૂર્વક વિચાર કર્યો. 'આપ સત્ય કહો છો. કોઈ શક્તિશાળી માણસના પ્રયત્નો નબળા માણસના પ્રયત્નોથી અવશ્ય આગળ નીકળી જશે.'

'તો ?'

'માટે પ્રશાસને નબળા લોકોની રક્ષા કરવી પડશે. આપણે હંમેશાં શક્તિશાળી માણસોને જ વિજેતા ન બનવા દઈ શકીએ. તેના કારણે ઘણા મોટા વર્ગમાં અસંતોષ ફેલાશે.'

'કેમ, મોટાભાઈ ?' શત્રુઘ્ને પૂછ્યું. 'હું તો એમ કહીશ કે શક્તિશાળીને વિજેતા બનવા દો. શું સમગ્ર સમાજના દૃષ્ટિકોણથી એ સમાજ માટે વધારે ફળદાયી નહિ હોય ?'

'પરંતુ એ તો જંગલનો નિયમ જ કહેવાયને ?' વશિષ્ઠે પૂછ્યું, 'નબળા લોકો ધીમે ધીમે મૃત્યુ પામશે.'

'જો આપ તેને જંગલનો નિયમ કહેતા હોવ, તો હું તેને પ્રકૃતિનો નિયમ કહીશ, ગુરુજી.' શત્રુઘ્ને કહ્યું, 'પ્રકૃતિને પડકારનારા વળી આપણે કોણ ? જો વાઘ દ્વારા નબળાં હરણોનો શિકાર નહિ કરવામાં આવે, તો હરણોનો વસતી-વિસ્ફોટ થશે. તેઓ પ્રચંડ માત્રામાં વનસ્પતિ ખાઈ જશે. લાંબા ગાળે તેના લીધે કદાચ સમગ્ર જંગલો જ નાશ થઈ શકે છે. આમ, માત્ર શક્તિશાળી હરણો જ જીવે એ જંગલ માટે તો લાભદાયી જ છે. સમતોલન સાધવાનો એ પ્રકૃતિનો માર્ગ છે. પ્રશાસને આ પ્રાકૃતિક પ્રક્રિયાની વચ્ચે પડવું જ ન જોઈએ. પ્રશાસને માત્ર એવા તંત્રનું નિર્માણ કરવું જોઈએ કે જેમાં ટકી રહેવાની ન્યાયી તક દ્વારા નબળાનું રક્ષણ થાય. ત્યાર બાદ તંત્રએ ચિત્રમાંથી દૂર થઈ જવું જોઈએ અને સમાજને પોતાનો માર્ગ પોતાની જ રીતે બનાવવા દેવો જોઈએ. બધા જ લોકો પોતાનાં સ્વપ્ન સિદ્ધ કરે તેનું દાયિત્વ પ્રશાસનના શિરે નથી હોતું.'

'તો પછી પ્રશાસનના અસ્તિત્વની જ શું આવશ્યકતા છે ?'

'અમુક આવશ્યક વસ્તુઓ એવી છે કે જે વ્યક્તિગત ધોરણે પૂરી પાડી શકાતી નથીઃ બાહ્ય આક્રમણોથી સરહદનું રક્ષણ કરવા માટેની સેના, બધા માટે મૂળભૂત શિક્ષણની વ્યવસ્થા. જો આપણે કોઈ એક વાતે પ્રાણીઓથી ભિન્ન હોઈએ તો એ કે આપણી વચ્ચે રહેલા નબળા માણસોને આપણે મારતા નથી. પરંતુ પ્રશાસન જો એટલું બધું પ્રભાવી બની જાય કે તેના આધારે નબળાની સંખ્યા વધવા માંડે અને સબળાને દબાઈને રહેવું પડે, તો લાંબા ગાળે એ સમાજનું જ પતન થઈ જશે. સમાજે એ ન ભૂલવું જોઈએ કે તેનો વિકાસ તો માત્ર પ્રતિભાવાન

લોકોના વિચારો અને કાર્યોને લીધે જ થાય છે. જો તમે એ પ્રતિભાવાન લોકોનો જ વિકાસ રૂંધી નાખો અને નબળા લોકોના હિતને જ પ્રાધાન્ય આપવા માંડો, તો તમારો સમાજ આપોઆપ જ પતનની દિશામાં અગ્રેસર થશે.'

વશિષ્ઠે સ્મિત કર્યું. 'સમ્રાટ ભરતના અનુગામીઓના હાથમાં રહેલા ભારતના પતનના કારણોનો તેં ઊંડો અભ્યાસ કર્યો છે, કર્યો છે ને ?'

શત્રુઘ્ને હા કહી. ભરત એક મહાન ચંદ્રવંશી રાજા હતા કે જેઓ હજારો વર્ષો પહેલાં થઈ ગયા હતા. દેવોના મહાન ઇન્દ્ર પછી થઈ ગયેલા મહાનતમ શાસકોમાંના એક તેઓ હતા. તેમણે સમગ્ર ભારતને પોતાના શાસન હેઠળ આણ્યું હતું અને તેમનું શાસન સૌથી વધુ કરુણાસભર અને કાળજીવાળું શાસન હતું તેમ માનવામાં આવે છે.

'તો પછી, સમ્રાટ ભરતના પુરોગામીઓ જ્યારે જોઈ શકતા હતા કે તેમની પદ્ધતિઓ નિરર્થક છે ત્યારે તેમણે પોતાની પદ્ધતિઓ કેમ બદલી નહિ ?' વશિષ્ઠે પૂછ્યું.

'તેનું મને જ્ઞાન નથી.' શત્રુઘ્ને કહ્યું.

'તેનું કારણ એ છે કે જે નીતિથી સમ્રાટ ભરત પોતાનું સામ્રાજ્ય ચલાવી રહ્યા હતા તે નીતિ એક અન્ય સુગઠિત રાજ્યની નીતિની પ્રતિક્રિયા હતી. સમ્રાટ ભરતના સામ્રાજ્યને નારીપ્રધાન જીવનરીતિનો ચર્મોત્કર્ષ કહી શકાય — સ્વાતંત્ર્ય, જોશ અને સુંદરતાની જીવનરીતિનો ચરમોત્કર્ષ કહી શકાય. પોતાના શ્રેષ્ઠ સમયમાં, એ નીતિમાં નબળા માટે કરુણા, સૃજનાત્મકતા અને વિશેષતઃ નબળાઓ માટે આધાર બની રહેવાના ગુણ હતા. એ સંસ્કૃતિઓના પતનની સાથે સાથે એ લોકો ભ્રષ્ટ, દાયિત્વવિહીન અને અવનતિના માર્ગે અગ્રેસર બન્યા.'

'ગુરુજી,' રામે કહ્યું, 'શું આપ એમ સૂચવી રહ્યા છો કે તેનાથી અલગ પ્રકારની એક જીવનરીતિ પણ છે ? પુરુષપ્રધાન સમાજ ?'

'હા. પુરુષપ્રધાન સમાજને સત્ય, કર્તવ્ય અને સમ્માનથી વ્યાખ્યાયિત કરી શકાય છે. પોતાના શ્રેષ્ઠ સમયમાં, પુરુષપ્રધાન સંસ્કૃતિઓ કાર્યદક્ષ, ન્યાયી અને સમતાવાદી બની રહે છે. પરંતુ એ સંસ્કૃતિઓના પતનની સાથે સાથે તે લોકો ઉદ્દામ, જડ અને વિશેષતઃ નબળાઓ પ્રત્યે ક્રૂર બની જાય છે.'

'માટે એમ કહી શકાય કે નારીપ્રધાન સંસ્કૃતિનું પતન થાય ત્યારે પુરુષપ્રધાન સંસ્કૃતિ એ નિવારણ છે.' રામે કહ્યું. 'અને, પુરુષપ્રધાન સમાજનું પતન થાય, ત્યારે નારીપ્રધાન જીવનશૈલીએ આગળ વધવું જોઈએ.'

'હા.' ગુરુએ કહ્યું. 'જીવનચક્ર એમ જ ફરતું રહે છે.'

'શું બહુ સલામત શબ્દોમાં એમ કહી શકાય કે આજનું નારીપ્રધાન ભારત પતનની દિશામાં આગળ વધી રહ્યું છે ?' ભરતે પૂછ્યું.

વશિષ્ઠે ભરત તરફ જોયું. 'વાસ્તવમાં, આજે ભારત એક મૂંઝાયેલો દેશ છે. ભારતની પ્રકૃતિ નારીપ્રધાન અને નરપ્રધાન જીવનશૈલીનું મિશ્રણ છે અને આપણો દેશ તેને સમજી જ નથી શકતો. પરંતુ જો તમે મને વર્તમાન વિષે કંઈક કહેવાનો આગ્રહ જ કરો છો તો હું એમ અવશ્ય કહીશ કે આજનું નારીપ્રધાન ભારત પતનની દિશામાં આગળ વધી રહ્યું છે.'

'તો પછી પ્રશ્ન આમ છે : શું નારીપ્રધાન જીવનશૈલીને પુનર્જીવિત કરવાની દિશામાં આગળ વધવું જોઈએ કે પુરુષપ્રધાન જીવનશૈલી અપનાવી લેવી જોઈએ ?' ભરતે દલીલ કરી. 'સ્વાતંત્ર્ય વિના ભારત ટકી શકશે એ બાબતનો મને વિશ્વાસ નથી. ભારત તો બળવાખોરોનો દેશ છે. આપણે દરેક વસ્તુમાં દલીલો અને લડાઈઓ કરીએ છીએ. આપણે માત્ર નારીપ્રધાન, સ્વાતંત્ર્યપ્રધાન વિચારધારા થકી જ સફળ થઈ શકીએ. પુરુષપ્રધાન જીવનશૈલી કદાચ ટૂંકા ગાળા માટે સફળ થાય, પરંતુ તે લાંબો સમય ટકી શકે નહિ. આપણે એટલી આજ્ઞાંકિત પ્રજા તો નથી જ કે પુરુષપ્રધાન જીવનશૈલીને લાંબો સમય સુધી અપનાવી શકીએ.'

'વર્તમાનમાં તો એમ જ લાગે છે.' વશિષ્ઠે કહ્યું, 'પરંતુ પહેલેથી એમ નહોતું. એક સમય એવો પણ હતો કે પુરુષપ્રધાન જીવનશૈલી જ ભારતની આગવી ઓળખ હતી.'

ભરત ઊંડા વિચારોમાં ગરકાવ થઈ ગયા.

પરંતુ રામને આ વાતમાં ખૂબ જ રસ પડ્યો હતો. 'ગુરુજી, આપે એમ કહ્યું કે સમ્રાટ ભરત દ્વારા સ્થાપવામાં આવેલી નારીપ્રધાન જીવનશૈલી જ્યારે પરિવર્તનની જરૂર હતી ત્યારે પણ પરિવર્તન લાવી શકી નહિ, કારણ કે તે જીવનશૈલી પહેલાંનાં પુરુષપ્રધાન સંસ્કૃતિનાં દૂષણોની પ્રતિક્રિયા સ્વરૂપે નિર્માણ પામી હતી. સંભવતઃ, તેમના મનમાં પુરુષપ્રધાન જીવનશૈલી એટલે ખરાબ જીવનશૈલી એવી એક છાપ હશે.'

'સત્ય વચન, સુદાસ.' વશિષ્ઠે રામના ગુરુકુળના નામનો પ્રયોગ કરીને કહ્યું.

'શું આપ અમને એ પહેલાંની પુરુષપ્રધાન જીવનશૈલી વિષે કંઈ કહી શકો છો ? એ સામ્રાજ્ય કેવું હતું ?' રામે પૂછ્યું, 'શું તેમાંથી આપણા વર્તમાન સમયની સમસ્યાઓનું નિરાકરણ મળી શકે તેમ છે ?'

'તે એક એવું સામ્રાજ્ય હતું જે હજારો વર્ષ પહેલા નિર્માણ પામ્યું હતું અને

શબ્દશઃ સમગ્ર ભારતને તેણે ખૂબ જ ઝડપથી જીતી લીધું હતું. તે જીવનશૈલી એકદમ ભિન્ન હતી અને તેના સુવર્ણકાળમાં મહાનતાની ઊંચાઈ માનવામાં આવતી હતી.'

'એ લોકો કોણ હતા ?'

'આપણે અત્યારે જ્યાં છીએ ત્યાં જ એ લોકોની જીવનશૈલીનો પાયો નંખાયો હતો. હવે તો તેને એટલો બધો સમય થઈ ગયો છે કે લોકો એ આશ્રમને ભૂલી જ ગયા છે.'

'અહીંયાં ?'

'હા. અહીં જ તે મહાન સામ્રાજ્યના સ્થાપકોને તેમના મહાન ગુરુ દ્વારા શિક્ષણ મળ્યું હતું. એ ગુરુએ જ તેમને પુરુષપ્રધાન જીવનશૈલીનાં પાયાનાં તત્ત્વોનું જ્ઞાન આપ્યું હતું. આ તેમનો આશ્રમ હતો.'

'એ મહાન ઋષિનું નામ શું હતું ?' રામ તો આશ્ચર્યમાં ગરકાવ હતા.

વશિષ્ઠે ઊંડો શ્વાસ લીધો. તેમને જ્ઞાન હતું કે તેમના જવાબથી આઘાતની લાગણી અચૂક જન્મ લેશે. આજે એ મહાન ઋષિના નામથી પણ લોકોને ભય લાગતો હતો; એટલો બધો ભય કે લોકો એ શબ્દોનું ઉચ્ચારણ જ નહોતા કરતા, કદી પણ નહિ. પોતાની દૃષ્ટિ રામ પર સ્થિર કરીને, તેમણે જવાબ આપ્યો, 'મહર્ષિ શુક્રાચાર્ય.'

ભરત, લક્ષ્મણ અને શત્રુઘ્ન થીજી ગયા. શુક્રાચાર્ય અસુરોના ગુરુ હતા, અને અસુરો એટલે એવા રાક્ષસી ઉદ્દામ લોકો કે જેમણે હજારો વર્ષો પહેલાં સમગ્ર ભારતવર્ષને જીતી લીધું હતું. છેવટે દેવોએ બહુ લાંબો સમય અસુરો સામે લડીને તેમને હરાવ્યા હતા. એ દેવોને આજે આપણે ભગવાન માનીએ છીએ. અસુરોના સામ્રાજ્યનો છેવટે નાશ કરવામાં આવ્યો હતો તેમ છતાં એ યુદ્ધનાં ભયંકર પરિણામો ભારતે ભોગવ્યાં હતાં. લાખો લોકો મૃત્યુ પામ્યા હતા અને સંસ્કૃતિના પુનર્નિર્માણમાં બહુ જ સમય લાગ્યો હતો. દેવોના આગેવાન ઇન્દ્રએ ભારતમાંથી અસુરોને હાંકી કાઢ્યા હતા. શુક્રાચાર્યનું નામ ધૂળમાં મળી ગયું અને તેમના નામની સાથે રોષ, તિરસ્કાર અને બિનતાર્કિક ભય જોડાઈ ગયા.

શિષ્યોને એટલો આઘાત લાગ્યો હતો કે કોઈ કશી પ્રતિક્રિયા દાખવી શક્યું જ નહિ. જોકે, અન્યોથી વિપરીત, રામની આંખોમાં જિજ્ઞાસાના ભાવ હતા.

વશિષ્ઠ મોડી રાત્રે પોતાના ખંડમાંથી બહાર આવ્યા હતા. પોતાના શિષ્યોમાં ખળભળાટ વ્યાપ્યો હશે તેવી તેમની અપેક્ષા હતી. ગુરુ શુક્રાચાર્ય વિષેની વાત તેમને ઉશ્કેરવા માટે જ કરવામાં આવી હતી. લક્ષ્મણ અને શત્રુઘ્ન તેમના કક્ષમાં ગાઢ નિદ્રામાં હતા પરંતુ રામ અને ભરત ત્યાં નહોતા. વશિષ્ઠે નિર્ણય લીધો કે તેઓ ગુરુકુળની આસપાસ તેમની શોધ કરશે. ચાંદનીનું અજવાળું એ માટે પૂરતું હતું. આગળ વધતાં જ, તેમને કંઈક અવાજ સંભળાયો અને થોડીક ક્ષણોમાં તેમને ઉશ્કેરાયેલ ભરત અને એક કન્યાની દેહાકૃતિઓ દેખાઈ.

ભરત વિનંતી કરી રહ્યો હતો, 'પરંતુ કેમ ?'

'હું ક્ષમા માગું છું, ભરત.' એ કન્યાએ શાંતિથી કહ્યું, 'હું મારા સમાજના નિયમોનું ઉલ્લંઘન નહિ કરું.'

'પરંતુ હું તને અત્યંત પ્રેમ કરું છું, રાધિકા... હું એ પણ જાણું છું કે તું પણ મને અત્યંત પ્રેમ કરે છે ? તો અન્ય લોકો શું વિચારશે એ અંગે આપણે શા માટે વિચારવું જોઈએ ?'

વશિષ્ઠ ત્વરાથી ફર્યા અને પોતાની દિશા તેમણે બદલી નાખી. કોઈની અંગત અને દુઃખની ક્ષણમાં વચ્ચે પડવું અયોગ્ય વાત હતી.

રામ ક્યાં છે ?

એક તરંગના આધારે તેમણે ફરી વાર પોતાની દિશા બદલી અને વિશાળ ખડકની મધ્યમાં બનાવવામાં આવેલ એક મંદિર તરફ દોરી જતી પથ્થરની પગદંડી પર તે ચાલવા લાગ્યા. દેવોના રાજા ઇન્દ્રના મંદિરમાં તેઓ પ્રવેશ્યા, એ જ રાજા કે જેમણે અસુરોને હરાવ્યા હતા. ઇન્દ્રનું મંદિર કેન્દ્રમાં જ હોવાની પ્રતીકાત્મકતા બહુ શક્તિશાળી હતી કારણ કે ઇન્દ્રએ જ એ સેનાની આગેવાની લીધી હતી કે જેણે શુક્રાચાર્યના વારસાનો નાશ કર્યો હતો.

ભવ્ય મૂર્તિની પાછળથી વશિષ્ઠને હળવો અવાજ સંભળાયો અને અંતઃસ્ફુરણાને અનુસારીને તેઓ એ દિશામાં ગયા. મૂર્તિની પાછળ પણ એટલી જગ્યા હતી કે ત્યાં ચાર કે પાંચ લોકો આરામથી સમાઈ શકે. દીવાલ પર લગાવેલી મશાલની જ્યોત પવનમાં ધ્રૂજતી હતી અને તેના કારણે મહર્ષિ વશિષ્ઠ અને ઇન્દ્રની મૂર્તિનો પડછાયો જાણે નૃત્ય કરી રહ્યો હોય તેમ લાગતું હતું.

તેમની દૃષ્ટિ મૂર્તિ પાછળ પહોંચી ત્યારે તેમને ઘૂંટણિયે બેઠેલા રામની એકદમ ઝાંખી આકૃતિ દેખાઈ. તેઓ લોખંડના એક સળિયાની મદદથી એવો ભારે પથ્થર ખોતરીને બહાર કાઢવાનો પ્રયત્ન કરી રહ્યા હતા કે જે ધરતી પર કોતરાયેલા એક પ્રાચીન શિલાલેખને ઢાંકી રહ્યો હતો. એ પથ્થર ખોતરી કાઢવામાં

તેમને સફળતા મળી ત્યાં જ તેમને વશિષ્ઠની ઉપસ્થિતિની જાણ થઈ.

'ગુરુજી,' હથિયારને નીચે નાખીને તાત્કાલિક ઊભા થઈને રામ માત્ર એક જ શબ્દ બોલી શક્યા.

વશિષ્ઠ રામની પાસે પહોંચ્યા, તેમના ખભા ફરતે પોતાનો હાથ મૂક્યો, તેમને ધીમેથી નીચે બેસાડ્યા અને રામે જે શિલાલેખ શોધી કાઢ્યો હતો તેને તપાસવા તેઓ પણ નીચે નમ્યા.

'એમાં શું લખ્યું છે એ તું વાંચી શકે છે ?' વશિષ્ઠે પૂછ્યું.

તે લખાણ એક પ્રાચીન અને બહુ સમય પહેલાં ભુલાયેલી લિપિમાં હતું.

'આ લિપિ મેં આ પહેલાં ક્યારેય જોઈ નથી.' રામે કહ્યું.

'એ બહુ જ જૂની છે અને ભારતમાં પ્રતિબંધિત છે, કારણ કે અસુરો તેનો ઉપયોગ કરતા હતા.'

'આ અસુરો એટલે એ જ પુરુષપ્રધાન જીવનશૈલીના લોકો, જેની આપે આજે વાત કરી હતી, સાચું કહ્યું ?'

'એ તો સ્પષ્ટ જ છે !'

રામે એ શિલાલેખ તરફ આંગળી ચીંધી. 'તેમાં શું લખેલું છે, ગુરુજી ?'

વશિષ્ઠે એ લખાણ પર પોતાની આંગળીઓનાં ટેરવાં ફેરવ્યાં. '''આ બ્રહ્માંડ શુક્રાચાર્યનું નામ કઈ રીતે બોલી શકે ? બ્રહ્માંડ તો ખૂબ નાનું છે. અને શુક્રાચાર્ય કેટલા વિશાળ.'' '

રામે હળવેથી એ લખાણનો સ્પર્શ કર્યો.

'દંતકથા મુજબ આ જગ્યાએ તેમનું આસન હતું, જેની પર બેસીને તે શિક્ષા આપતા.' વશિષ્ઠે કહ્યું.

રામે ઉપર વશિષ્ઠની દિશામાં જોયું. 'મને તેમના વિષે કહો, ગુરુજી.'

'એકદમ ઓછા લોકોનો એક સમૂહ છે જે હજુ પણ એમ માને છે કે આ પૃથ્વી પર જન્મનારા શ્રેષ્ઠ ભારતીય શુક્રાચાર્ય હતા. મને તેમના બાળપણની વિશેષ માહિતી નથી; શંકાસ્પદ પ્રમાણવાળાં સૂત્રો મુજબ તેમનો જન્મ ઇજિપ્તના એક ગુલામ કુટુંબમાં થયો હતો અને તેઓ જ્યારે હજુ શિશુ અવસ્થામાં જ હતા ત્યારે તેમના કુટુંબે તેમનો ત્યાગ કર્યો હતો. એક અસુર રાજકુમાર એ દેશમાં એ સમયે ગયા હતા. તેમને આ શિશુ મળી આવ્યું અને તે રાજકુમારે જ તે શિશુને ભારતમાં લાવીને પોતાના સંતાન તરીકે ઉછેર્યું. જોકે, તેમના કાર્યની સાક્ષી પૂરે એવી તમામ વસ્તુઓનો સહેતુક નાશ કરવામાં આવ્યો છે અને જે બચી ગયું છે તેને પણ જે તે સમયના શક્તિશાળી અને ચુનંદા લોકોએ વિકૃત રીતે રજૂ કર્યું છે. તેઓ એક

તેજસ્વી અને પ્રભાવી આત્મા હતા કે જેમણે ભારતના હાંસિયામાં ધકેલાયેલા રાજાઓને તે સમયના મહાનતમ વિજેતા બનાવી દીધા હતા.'

'હાંસિયામાં ધકેલાયેલા ભારતીય રાજાઓ ? પરંતુ અસુરો તો વિદેશી હતા, નહોતા ?'

'સાવ મૂર્ખામીપૂર્ણ વાત. આવી ખોટી વાતોને સહેતુક ફેલાવવામાં આવી છે. મોટા ભાગના અસુરો હકીકતમાં તો દેવોના સગપણમાં જ હતા. વાસ્તવમાં, દેવો અને અસુરો સમાન પૂર્વજોમાંથી જ ઊતરી આવ્યા હતા જેને માનસકુળ તરીકે ઓળખવામાં આવે છે. પરંતુ એ બંનેમાં અસુરો ગરીબ અને નબળા પિતરાઈ હતા, જેમને દૂરના કુટુંબના સભ્યો તરીકે ધિક્કારવામાં આવતા હતા અને ધીમે-ધીમે ભુલાવી દેવામાં આવ્યા હતા. મહેનત, શિસ્ત, એકતા અને સાથી અસુરો માટેની અત્યંત નિષ્ઠાના ગુણોથી શુક્રાચાર્યએ તેમને શક્તિશાળી બનાવ્યા હતા.'

'પરંતુ તેના કારણે વિજય અને પ્રભાવનું જે આભાવર્તુળ રચાયું તે ન રચાઈ શકે. તેમણે આટલો ભવ્ય વિજય કઈ રીતે મેળવ્યો ?'

'તેમને ઘૃણા કરનારા તો એમ જ કહે છે કે તેઓ વિજયી બન્યા કારણ કે તેઓ જંગલી યોદ્ધાઓ હતા.'

'પરંતુ આપ પોતે એ વાત સાથે અસહમત છો.'

'અને દેવો પણ કંઈ ડરપોક નહોતા. તે ક્ષત્રિયોનો યુગ હતો અને તે સમયમાં યોદ્ધાના ગુણોની તો બહુ જ પ્રશસ્તિ થતી. યુદ્ધકૌશલમાં તેમનાથી વધારે સારા ન કહીએ તોપણ તેઓ અસુરો જેટલા શક્તિશાળી તો અવશ્ય હતા. અસુરો સફળ થયા કારણ કે તે બધા એક સમાન હેતુ વડે સંગઠિત હતા જ્યારે દેવોમાં ઘણા વિભાજનો હતાં.'

'તો પછી છેવટે અસુરોનું પતન કેમ થયું ? શું તે લોકો મૃદુ બની ગયા ? દેવો તેમને કઈ રીતે હરાવી શક્યા ?'

'ઘણી વાર થાય છે એમ, તમારી સફળતાનું કારણ જ, લાંબા સમય બાદ, તમારા પતનનું કારણ પણ બની શકે છે. શુક્રાચાર્યએ અસુરોને એકમ એટલે કે એક ભગવાનની વિભાવનાના આધારે સંગઠિત કર્યા હતા. એકમની પૂજા કરનારા બધા એ ભગવાનની નજરમાં એકસરખા જ ગણાતા હતા.'

રામ ઊંડા વિચારમાં પડી ગયા. 'પરંતુ એ કંઈ નવો વિચાર તો હતો નહિ ! ઋગ્વેદમાં પણ એકમનો, સનાતનનો સંદર્ભ છે જ. આજે પણ આપણે તેમને બધા આત્માઓનો સરવાળો, પરમાત્મા કહીએ છીએ. દેવો જેવા નારીપ્રધાન જીવનશૈલીના અનુયાયીઓ પણ એકમમાં વિશ્વાસ ધરાવતા હતા.'

'એક સૂક્ષ્મ ભેદને તું ભૂલી ગયો છે, સુદાસ. ઋગ્વેદમાં બહુ સ્પષ્ટ લખેલું છે કે એકમ એટલે જ પરમાત્મા અને તે આપણા સુધી ઘણા બધા સ્વરૂપે, અસંખ્ય ભગવાનોના સ્વરૂપે આવે છે તેમજ એવી આશા સાથે આપણો આધ્યાત્મિક વિકાસ કરવામાં સહાયરૂપ બને છે કે છેવટે આપણે સર્વશક્તિમાન અને તેના મૂળ સ્વરૂપને સમજી શકીશું. એ વાત આપણી આસપાસના પ્રાકૃતિક વૈવિધ્યના સંદર્ભે કહેવાઈ હતી. શુક્રાચાર્યની વાત અલગ હતી. તેઓ કહેતા હતા કે એકમના બીજાં બધાં જ સ્વરૂપો ખોટાં છે, જે આપણને ખોટી માયામાં ખેંચી જાય છે. એકમ એક માત્ર ભગવાન છે, એક માત્ર વાસ્તવ છે, એમ તેઓ કહેતા. એ સમય માટે આ બહુ જ ક્રાંતિકારી વિચાર હતો. અચાનક જ, ધાર્મિક ગ્રંથો જાણનારા અને ધર્મ વિષે કશું જ ન જાણનારા બંને એકસમાન સ્તરે આવી ગયા હતા, કારણ કે તે બંને એકમમાં વિશ્વાસ ધરાવતા હતા.'

'તેનાથી સમગ્ર માનવજાત એક સમાન બની જાય.'

'સત્ય વચન. અને, થોડા સમય માટે તો એ બહુ સરસ રીતે ચાલ્યું પણ ખરું કારણ કે તેનાથી અસુરોમાં રહેલા તમામ ભેદભાવો ભુલાઈ ગયા હતા. ઉપરાંત, દેવો જેવા અન્ય સમૂહોના ત્યજાયેલા અને દબાયેલા લોકો પણ અસુરો સાથે જોડાવા માંડ્યા હતા, કારણ કે તેમ કરવાથી તેમનું સામાજિક સ્તર એકાએક જ ઊંચું આવી જતું હતું. પરંતુ મે જેમ ઘણી વાર કહ્યું છે, તેમ દરેક વિચારની હકારાત્મકની સાથે નકારાત્મક બાજુ પણ હોય જ છે. અસુરો એમ માનતા હતા કે એકમમાં વિશ્વાસ ધરાવનારા તમામ લોકો એક સમાન છે. અને જે લોકો એકમમાં વિશ્વાસ નહોતા ધરાવતા તેમના વિષે તેઓ શું માનતા હતા ?'

'કે તેઓ તેમના સમોવડિયા નથી ?' રામે અનિશ્ચિતતાપૂર્વક ધારણા કરી.

'હા. માત્ર એકમમાં જ વિશ્વાસ રાખવો અને આસપાસના વૈવિધ્યનો અનાદર કરવો એવા પ્રયત્નોનું પરિણામ માત્ર અસહિષ્ણુતામાં જ આવે. ઉપનિષદમાં તો એવી ચેતવણી પણ આપવામાં આવી છે.'

'હા, મને તે ઋચા યાદ છે. ખાસ કરીને આ પંક્તિ : *નાના બાળકના હાથમાં તલવાર મૂકવી એ ઉદારતા નથી, બેદરકારી છે.* શું અસુરોમાં પણ એમ જ થયું ?'

'હા. શુક્રાચાર્યના શરૂઆતના જ શિષ્યો, કે જેઓ સ્વયં શુક્રાચાર્યની જ પસંદ હતા, એટલા બુદ્ધિશાળી અને આધ્યાત્મિક દૃષ્ટિએ સક્ષમ હતા કે એકમ જેવી ક્રાંતિકારી વિભાવનાને સમજી શકે તેમ હતા, પરંતુ અસુર સામ્રાજ્યનું વિસ્તરણ તો અવશ્ય થવાનું જ હતું. સાથે-સાથે તેમાં વિશ્વાસ ધરાવતા લોકોની

સંખ્યા પણ વધતી જ ચાલી. પસાર થતા સમયની સાથે, આ અનુયાયીઓનો વિશ્વાસ એકમમાં તો જળવાઈ જ રહ્યો પરંતુ તેઓ બહિષ્કૃત કરનારા બની ગયા. માત્ર તેમની શ્રદ્ધામાં શ્રદ્ધા રાખનારા જ તેમના મિત્રો. તેમના એકમમાં વિશ્વાસ ન રાખનારાને તેઓ ઘૃણા કરવા લાગ્યા અને છેવટે તેમને મારવાનું શરૂ કરવામાં આવ્યું.'

'શું ?' રામ દિગ્મૂઢ થઈ ગયા. 'આ તો સાવ મૂર્ખામીભર્યું છે ! શું પેલી એકમની ઋચામાં એમ નથી કહેવામાં આવ્યું કે એકમની વિભાવના કોઈ વ્યક્તિ સમજી છે કે નહિ, તેની અંતિમ પરીક્ષા એ છે કે તેના માટે કોઈને પણ ઘૃણા કરવી અશક્ય બની જાય ? એકમ તો દરેક વ્યક્તિઅને વસ્તુમાં છે; જો તમે કોઈ પણ વ્યક્તિ કે વસ્તુ પ્રત્યે ઘૃણાની ભાવના અનુભવો, તો તમે સ્વયં એકમને જ ઘૃણા કરો છો !'

'હા, એ સત્ય છે. બદ્નસીબે, અસુરો ખરા હૃદયથી એમ માનતા હતા કે તેઓ સાચું કામ કરી રહ્યા છે. તેમની સંખ્યા વધી એટલે તેમના સૈનિકોએ આતંક મચાવી દીધો, મંદિરો તોડી પાડ્યાં, મૂર્તિઓ અને પવિત્ર સ્થાનોનો નાશ કર્યો અને અન્ય ભગવાનોની પૂજા કરવાનું ચાલુ રાખનારા લોકોને વાઢી નાખવાનું પણ તેમણે શરૂ કર્યું.'

રામે પોતાનું માથું ધુણાવ્યું. 'તો તો બધા જ તેમની વિરુદ્ધ બની ગયા હશે.'

'એકદમ બરાબર ! અને જ્યારે સંજોગો બદલાયા ત્યારે, જેમ બધા કરે જ છે એમ, અસુરોના કોઈ જ મિત્રો નહોતા. બીજી બાજુ, દેવો હંમેશાં વિભક્ત હતા અને તેથી તેમણે અન્યોને પોતાનો માર્ગ અપનાવવા દબાણ નહોતું કર્યું. એવું તેઓ કઈ રીતે કરી શકે ? પોતાની જીવનશૈલી વિષે તેમની અંદર પણ મતભેદો પ્રવર્તતા હતા. સંજોગવશાત્ પછી એમ બન્યું હતું કે તેમના અસંખ્ય સાથીઓ હતા. અસુરો દ્વારા થતી સતત ઉશ્કેરણી અને હિંસાને કારણે તમામ બિન-અસુરો ત્રાસી ગયા હતા. એટલે તેમના શત્રુ દેવો સાથે તે લોકો જોડાઈ ગયા. વ્યંગની વાત તો એ હતી કે અસુરોની અંદર પણ આટલી વ્યાપક હિંસા વિષે પ્રશ્નો ઊઠવા માંડ્યા હતા. તેમણે પણ પોતાનો પક્ષ બદલ્યો અને સામેના પક્ષ સાથે ભળી ગયા. શું અસુરો હાર્યા હોય, તેમાં કંઈ આશ્ચર્ય ખરું ?'

રામે પોતાનું માથું ધુણાવ્યું. 'પુરુષપ્રધાન જીવનશૈલીનું એ બહુ મોટું ભયસ્થાન છે, ખરું ને ? બહિષ્કાર કરવાના વિચારો સરળતાથી અસહિષ્ણુતા અને જડતામાં પરિવર્તિત થઈ જાય છે, ખાસ કરીને મુશ્કેલીના સમયમાં. નારીપ્રધાન જીવનશૈલીમાં આ સમસ્યા ઉદ્ભવતી નથી હોતી.'

'હા, જડ અસહિષ્ણુતાને કારણે એવા શત્રુઓ ઊભા થાય છે કે જેમની સાથે વાટાઘાટો કરી શકાતી નથી. જોકે નારીપ્રધાન જીવનશૈલીની આગવી સમસ્યાઓ છે; સૌથી અગત્યની સમસ્યા તો એ કે કોઈ મોટા હેતુ માટે પોતાના જ લોકોને કઈ રીતે સંગઠિત કરવા. નારીપ્રધાન જીવનશૈલીના લોકો સામાન્યત: એટલા બધા વિભક્ત હોય છે કે કોઈ એક હેતુ માટે, કોઈ એક ધ્વજ હેઠળ તે સૌને સંગઠિત કરવા માટે ચમત્કારની જ આશા રાખવી પડે.'

રામે નારીપ્રધાન જીવનશૈલીના વિતંડાવાદ અને બિનકાર્યદક્ષતાના એટલા બધા ઉદાહરણ વર્તમાન ભારતમાં જોયા હતા કે તેમને ખરેખર પુરુષપ્રધાન જીવનશૈલી વિષે જાણવાની જિજ્ઞાસા થતી હતી. 'પુરુષપ્રધાન જીવનશૈલીને પુનર્જીવિત કરવાની જરૂર છે. ભારતની વર્તમાન સમસ્યાઓના નિરાકરણ માટે અસુરોનો માર્ગ જ સંભવત: એક શક્યતા છે. પરંતુ અસુરોની રીતભાતોની નકલ કરવી કે થવી ન જોઈએ. તેમાં કેટલાક સુધારા અને વધારાઓ આવશ્યક છે. પ્રશ્નો પૂછવાની પદ્ધતિને પ્રોત્સાહન અપાવું જોઈએ. અને, વર્તમાન સંજોગો અનુસાર તેમાં બીજા ફેરફારો પણ કરવા જોઈએ.'

'નારીપ્રધાન જીવનશૈલી શા માટે નહિ ?' ગુરુએ પૂછ્યું.

'હું એમ માનું છું કે નારીપ્રધાન જીવનશૈલીના આગેવાનો દાયિત્વમાંથી છટકી જતા હોય છે. તેમના અનુયાયીઓ માટે તેમનો સંદેશો આવો હોય છે : ''તમારે જ નિર્ણય લેવાનો છે.'' જ્યારે નિર્ણયો અવળા પડે છે ત્યારે તેનું દાયિત્વ કોઈના શિરે નાખી શકાતું નથી. પુરુષપ્રધાન જીવનશૈલીમાં આગેવાને જ સમગ્ર દાયિત્વનો સ્વીકાર કરવો પડે છે. જ્યારે આગેવાનો પોતાના દાયિત્વનો સ્વીકાર કરે છે ત્યારે જ સમાજ કાર્યાન્વિત રહે છે. સમગ્ર સમાજ માટે સ્પષ્ટ દિશા અને હેતુ હાજર હોય છે. અન્યથા, અનંત વાદવિવાદ, વિશ્લેષણો અને પક્ષાઘાતો ચાલુ જ રહે છે.'

વશિષ્ઠે સ્મિત કર્યું. 'તું વાતોને વધારે પડતી સરળ બનાવી રહ્યો છે, પરંતુ હું એ વાતનો અસ્વીકાર નહિ કરું કે જો તમારે ઝડપી સુધારાઓ કરવા હોય, તો પુરુષપ્રધાન જીવનશૈલી વધારે કારગત નીવડે છે. નારીપ્રધાન જીવનશૈલીમાં વધારે સમય લાગે છે, પરંતુ તે વધારે સ્થાયી અને ટકાઉ નીવડે છે.'

'જો આપણે ભૂતકાળમાંથી શીખીએ તો પુરુષપ્રધાન જીવનશૈલી પણ સ્થાયી બની શકે છે.'

'શું આવો નવો માર્ગ આંકવા માટે તું તૈયાર છે ?'

'હું પ્રયત્ન અવશ્ય કરીશ.' રામે એકદમ પ્રામાણિકતાથી કહ્યું, 'એ તો મારી

માતૃભૂમિ પ્રત્યેનું, આપણા આ મહાન દેશ પ્રત્યેનું મારું કર્તવ્ય છે.'

'પુરુષપ્રધાન જીવનશૈલીને પુનર્જીવિત કરવાના માર્ગે તારું સ્વાગત છે. પરંતુ હું એક સૂચન અવશ્ય કરીશ કે જેને તું અસુર સાથે જોડીશ નહિ. વર્તમાનમાં એ નામ એટલું નિંદનીય છે કે પ્રારંભથી જ તારા વિચારોને ગ્રહણ લાગી જશે.'

'તો આપ શું સૂચન કરો છો ?'

'નામનું કશુ જ મહત્ત્વ નથી. મહત્ત્વ છે તેની સાથે જોડાયેલા વિચારો અને દર્શનનું. એવો એક સમય હતો કે જ્યારે અસુરો પુરુષપ્રધાન જીવનશૈલીનું પ્રતિનિધિત્વ કરતા અને દેવો નારીપ્રધાન જીવનશૈલીનું. પછી, અસુરોનો નાશ કરવામાં આવ્યો અને માત્ર દેવો જ બચ્યા. એ દેવોના જ વંશજો એટલે સૂર્યવંશીઓ અને ચંદ્રવંશીઓ, જે બંને નારીપ્રધાન જીવનશૈલીનું પ્રતિનિધિત્વ કરે છે. પરંતુ જો હું માનું છું એમ, તું તારો આગવો માર્ગ કંડારી શકે, તો સૂર્યવંશીઓ પુરુષપ્રધાન જીવનશૈલીનું પ્રતિનિધિત્વ કરતા હશે અને ચંદ્રવંશીઓ તેમના પૂર્વજ દેવોની વિચારધારાને આગળ ધપાવતા હશે. મેં કહ્યું તેમ, નામનું કશું જ મહત્ત્વ નથી.'

રામે ફરી વાર નીચે પેલા શિલાલેખ તરફ જોયું અને એ અજાણ્યા માણસ વિષે વિચારવા લાગ્યા કે જેણે આ શિલાલેખ કોતર્યો હશે. એ કદાચ શક્તિહીન બળવાનું કૃત્ય હતું. શુક્રાચાર્યનું નામ બધે જ પ્રતિબંધિત હતું. તેમના નિષ્ઠાવાન અનુયાયીઓને તેમનું નામ બોલવાની પણ છૂટ નહોતી. કદાચ પોતાના ગુરુનું જાહેરમાં સમ્માન ન કરી શકનારાઓના આત્મા માટે આ વસ્તુ ઉપશમનકારક હતી.

વશિષ્ઠે રામના ખભા પર પોતાનો હાથ મૂક્યો. 'હું તને શુક્રાચાર્ય, તેમના જીવન અને તેમના વિચારો વિષે વધારે વાત કરીશ. તેઓ એક અલૌકિક પ્રતિભા હતા. તેમનામાંથી શીખીને તું મહાન સામ્રાજ્યનું સર્જન કરી શકે છે. પરંતુ તારે એક વાત અવશ્ય યાદ રાખવી પડશે કે તમે મહાન માણસની સફળતામાંથી જેટલું શીખી શકો છો તેનાથી વધારે તેમની નિષ્ફળતાઓ અને ભૂલોમાંથી શીખી શકો છો.'

'હા, ગુરુજી.'

અધ્યાય ૯

'હવે આપણે લાંબા અંતરાલ સુધી નહિ મળી શકીએ, ગુરુજી,' નાગવંશીએ કહ્યું.

ભગવાન ઇન્દ્રના મંદિરમાં રામ અને વશિષ્ઠ વચ્ચે થયેલા શુક્રાચાર્ય વિષેના સંવાદને થોડાક માસ વીતી ચૂક્યા હતા. ગુરુકુળમાં અયોધ્યાના રાજકુમારોનો વિદ્યાભ્યાસ પૂરો થઈ ચૂક્યો હતો અને પછીના દિવસે તો એ બધા હંમેશાં માટે અયોધ્યા પાછા ફરવાના હતા. લક્ષ્મણે છેલ્લી વાર મોડી રાત્રે અશ્વસવારી કરી લેવાનો નિર્ણય લીધો હતો. કોઈને જાણ ન થાય તેવી રીતે પાછા ફરતી વખતે, તેને ફરી વાર પોતાના ગુરુ અને પેલા શંકાસ્પદ નાગવંશી વચ્ચેની મુલાકાતનું દૃશ્ય જોવા મળ્યું હતું.

ફરી એક વાર તેઓ સેતુ નીચે મળ્યા હતા.

'હા, હવે તે બહુ મુશ્કેલ થશે,' વશિષ્ઠે સહમતિ દર્શાવી હતી. 'મારા બીજા જીવન વિષે અયોધ્યાના લોકોને કશી પણ માહિતી નથી. જોકે હું કોઈ ને કોઈ રીતે સંપર્ક કરવાનો માર્ગ અવશ્ય શોધી કાઢીશ.'

નાગવંશી બોલી રહ્યો હતો ત્યારે તેની પીઠ નીચે વધેલી રૂંવાટી પૂંછડીની જેમ હલી રહી હતી. 'મેં એમ સાંભળ્યું છે કે તમારા પૂર્વમિત્રની રાવણ સાથેની મિત્રતા મજબૂત બનતી ચાલી છે.'

એકદમ શાંતિથી જવાબ આપતા પહેલા વશિષ્ઠે પોતાની આંખો બંધ કરી અને ઊંડો શ્વાસ લીધો. 'તે હંમેશાં મારો મિત્ર રહેશે. હું જ્યારે એકલો હતો ત્યારે તેણે જ મને મદદ કરી હતી.'

નાગવંશીએ પોતાની આંખો ઝીણી કરી. તેને આ વાતમાં ખૂબ જ રસ પડ્યો હતો. 'એ વાત ક્યારેક તો આપે મને કરવી જ પડશે, ગુરુજી. શું થયું હતું ?'

વશિષ્ઠે એકદમ આછું નિરાશાજનક સ્મિત આપ્યું. 'કેટલીક વાતો ન કહેવામાં જ સાર છે.'

નાગવંશીને લાગ્યું કે તેણે દુઃખતી નસ દબાવી દીધી છે, માટે આગળ ન વધવાનું નક્કી કર્યું.

'પરંતુ મને જાણ છે કે તું શા માટે આવ્યો છે,' વાતનો વિષય બદલતાં વશિષ્ઠે કહ્યું.

નાગવંશીએ સ્મિત કર્યું. 'મારે જાણવું પડે કે—'

'રામ,' વશિષ્ઠે એકદમ સરળતાથી કહ્યું.

નાગવંશી આશ્ચર્યચકિત થઈ ગયો હતો. 'મને એમ કે રાજકુમાર ભરત—'

'ના. એ રામ છે. એ જ હોવો જોઈએ.'

નાગવંશીએ હકારમાં શિર હલાવ્યું. 'તો પછી, એ રાજકુમાર રામ જ હશે. આપ જાણો જ છો કે આપને હંમેશાં અમારી સહાય તો મળતી જ રહેશે.'

'હા, હું જાણું છું.'

લક્ષ્મણ અવાજ કર્યા વિના આ સાંભળી રહ્યો હતો ત્યારે તેને લાગ્યું કે તેના હૃદયના ધબકારા વધી રહ્યા છે.

————— |지 🐟 ☀ —————

'મોટાભાઈ, તમે ખરેખર આ જગતને સમજતા જ નથી.' લક્ષ્મણે કહ્યું.

'હે ભગવાન ઇક્ષ્વાકુ ! હવે તું સૂઈ જા,' કંટાળેલા રામે ઊંઘમાં જ કહ્યું. 'તને તો બધે કાવતરાં જ દેખાય છે.'

'પરંતુ ?'

'લક્ષ્મણ !'

'એ લોકોએ તમને મારી નાખવાનો નિર્ણય લીધો છે, મોટાભાઈ ! હું જાણું છું.'

'એવું તું ક્યારે માનીશ કે કોઈ મને મારવા નથી ઇચ્છતું ? ગુરુજી શા માટે મને મૃત ઇચ્છે ? અરે, શા માટે *કોઈ પણ* વ્યક્તિ મને મૃત ઇચ્છે, બોલને ? !' રામે કહ્યું, 'જ્યારે પેલો અશ્વસવારીવાળો બનાવ બન્યો ત્યારે પણ કોઈ મને મારવા નહોતું ઇચ્છતું અને અત્યારે પણ મને મારવા માટે કોઈ પ્રયત્ન નથી કરી રહ્યું. હું કંઈ એટલો બધો મહત્ત્વનો નથી, સમજ્યો ? હવે ઊંઘી જા !'

'મોટાભાઈ, તમને જરા પણ અંદેશો નથી ! આવી રીતે તો હું તમારું રક્ષણ

કેવી રીતે કરી શકીશ ?'

'તું ગમે તેમ કરીને પણ મારું રક્ષણ તો અવશ્ય કરીશ,' રામે કહ્યું. પોતાના અવાજમાંથી ક્રોધ દૂર કરીને પ્રેમથી સ્મિત કરતાં કરતાં તેમણે પોતાના ભાઈ લક્ષ્મણનો ગાલ ખેંચ્યો. 'હવે ઊંઘી જા.'

'મોટાભાઈ...'

'લક્ષ્મણ !'

'સ્વાગત છે ઘરમાં, મારા પુત્ર, સ્વાગત છે.' કૌશલ્યાએ કહ્યું.

આનંદનાં આંસુ છુપાવી ન શકતાં મહારાણીએ ગર્વથી પોતાના પુત્ર તરફ જોયું. આ લાગણીની વર્ષાથી થોડાક મૂંઝાયેલા રામ પોતાની માતાને વળગી રહ્યા હતા. પોતાની માતાની જેમ જ, અયોધ્યાના રઘુકુળના સૌથી જ્યેષ્ઠ, અઢાર વર્ષના રાજકુમારની ત્વચા શ્યામલ અને સ્વચ્છ હતી જે ધોતી અને અંગવસ્ત્રના સફેદ રંગના વિરોધાભાસમાં વધારે શ્યામલ લાગતી હતી. તેમના પહોળા ખભા, પાતળું શરીર અને મજબૂત પીઠ તેમની ધનુર્વિદ્યાની શાખ પૂરતાં હતાં. તેમના લાંબા વાળ સાદી જટામાં બંધાયેલા હતા. તેમણે એકદમ સાદા કર્ણફૂલ પણ ધારણ કરેલાં હતાં અને ગળામાં રુદ્રાક્ષની માળા પણ તેમણે ધારણ કરી હતી. તેની ઉપર સૂર્યના આકારમાં કવચ ચડાવવામાં આવ્યાં હતાં જે સૂર્યવંશી શાસકોનું પ્રતીક હતું. રુદ્રાક્ષના ભૂખરા, લંબગોળ મણકા એ જ નામના વૃક્ષમાંથી મેળવવામાં આવતા હતા. ભગવાન રુદ્રએ હજારો વર્ષો પહેલાં ભારતનું અનિષ્ટથી રક્ષણ કર્યું હતું એટલે તેમના માનમાં એ વૃક્ષને રુદ્રાક્ષ નામ આપવામાં આવ્યું હતું.

કૌશલ્યાએ રડવાનું બંધ કર્યું એટલે છેવટે રામ પોતાની માતાથી અળગા થયા. ગોઠણભેર બેસીને તેમણે પોતાના પિતાને વંદન કરવા માટે મસ્તક ઝુકાવ્યું. આ ઉજવણીના પ્રસંગે ખીચોખીચ ભરાઈ ગયેલા રાજસભાગૃહમાં શાંતિ છવાઈ ગઈ. પાછલા બે દસક જેટલા સમયમાં અજેય અયોધ્યાના પ્રભાવક રાજસભાગૃહમાં આટલી ભીડ થઈ જ નહોતી. આ રાજસભાગૃહ અને સમગ્ર મહેલનું બાંધકામ અદ્દ્ભુત, પ્રેરણાદાયી યોદ્ધા રાજા રઘુએ કરાવ્યું હતું. રઘુ રામના પ્રપિતામહ હતા. ઘણાં બધાં યુદ્ધોમાં અદ્દ્ભુત વિજય મેળવીને તેમણે અયોધ્યામાં સત્તાનું એટલું ભવ્ય પુનઃસ્થાપન કર્યું હતું કે અયોધ્યાને ત્યાર બાદ 'ઇક્ષ્વાકુ કુળ' નહિ પરંતુ 'રઘુકુળ' તરીકે જ ઓળખવામાં આવતું હતું. રામને આ પરિવર્તન

માન્ય નહોતું કારણ કે તેઓ એમ માનતા હતા કે આ પરિવર્તન એ તેમની વંશાવલિ સાથે થયેલો દગો છે. કોઈની સિદ્ધિઓ ગમે તેટલી મહાન કેમ ન હોય, તેઓ પોતાના પૂર્વજોનાં નામ તો કદી બદલી શકે નહિ. પોતાના કુટુંબ માટે તેમણે 'ઇક્ષ્વાકુ કુળ' જ પસંદ કર્યું હોત કારણ કે આ વંશના સ્થાપક ખરેખર તો ઇક્ષ્વાકુ જ હતા. જોકે રામના અભિપ્રાયમાં બહુ ઓછા લોકોને રસ હતો.

રામે ગોઠણ પર બેસીને વંદન કરવાનું ચાલુ રાખ્યું પરંતુ રાજા તરફથી કોઈ પ્રતિભાવ આવ્યો નહિ. રાજગુરુ વશિષ્ઠ સમ્રાટની જમણી બાજુ જ બેઠા હતા અને આ ઘટનાને તેઓ શાંત અસ્વીકૃતિથી નિહાળી રહ્યા હતા.

અવકાશમાં તાકી રહેલા દશરથ જાણે કે ઊંડા વિચારોમાં ગરકાવ થઈ ગયા હોય તેમ લાગતું હતું. સિંહાસનના સિંહ જેવા આકારના સુવર્ણહાથા પર તેમના બંને હાથ ટેકવાયેલા હતા. અમૂલ્ય રત્નજડિત સુવર્ણછત્ર તેમના સિંહાસનની એકદમ ઉપર જ લટકી રહ્યું હતું. ભવ્ય રાજસભાગૃહ અને ભવ્યાતિભવ્ય સિંહાસન અયોધ્યાની સત્તા અને શક્તિના પ્રતીક હતાં; અથવા તો એમ કહી શકાય કે, એક સમયની સત્તા અને શક્તિનાં પ્રતીક હતાં. ઊખડી રહેલા રંગોની પોપડીઓ અને તૂટી ગયેલી કિનારીઓ આ એક સમયના મહાન સામ્રાજ્યના પતનની છડી પોકારી રહી હતી. સિંહાસનમાંથી કીમતી રત્નો ખેંચી કાઢવામાં આવ્યાં હતાં, કદાચ નિભાવખર્ચ માટે જ. એક હજાર સ્તંભોવાળું એ રાજસભાગૃહ હજી પણ ભવ્ય જ લાગતું હતું પરંતુ વૃદ્ધ આંખોને તરત જ જણાઈ આવે તેમ હતું કે આ સભાગૃહે આનાથી ઘણો વધારે સારો સમય નિહાળ્યો છે. સભાગૃહમાં કોતરવામાં આવેલી પ્રાચીન ઋષિમુનિઓની મૂર્તિઓની વચ્ચે ત્યારે ચળકતા રેશમી પતાકા ઝૂલતા રહેતા. એ મૂર્તિઓને પણ સ્વચ્છ કરવાની અત્યારે આવશ્યકતા જણાતી હતી.

રામ વંદન કરીને રાહ જોઈ રહ્યા હતા ત્યારે સમગ્ર સભાગૃહમાં મૂંઝવણ દેખાઈ આવતી હતી. સભાગૃહમાં ફરી એક વાર એ જ વાતનો ગણગણાટ થઈ રહ્યો હતો કે જે બધા જાણતા જ હતાઃ રામ પ્રિય પુત્ર નહોતો.

પુત્ર હજુ સ્થિર અને શાંત જ હતો. સત્ય તો એ હતું કે એ પુત્રને આ વાતનું જરા પણ આશ્ચર્ય નહોતું થતું. તેને તો તિરસ્કાર અને ખોટા આરોપ અવગણવાની ટેવ પડી ગઈ હતી. ગુરુકુળથી જ્યારે પણ ઘરે આવવાનું થતું ત્યારે-ત્યારે રામને આ ત્રાસ સહન કરવો જ પડતો. જાણે કે કોઈ ચોક્કસ આયોજન થયેલું હોય, તેમ આસપાસના લોકો સતત તેમને પોતાના જન્મ સમયે બનેલી અપશુકનિયાળ ઘટના યાદ અપાવતા જ રહેતા. મનુ પંચાંગ પ્રમાણેનું તેમનું

જન્મનું વર્ષ ૭,૦૩૨ અને એ વર્ષનો પરાજય લોકો ભૂલવા ઇચ્છતા નહોતા. રામના બાળપણમાં તેમને એ વાત બહુ જ ખટકતી હતી પરંતુ જેને તેઓ પિતાની જેમ પ્રશંસતા તેવા ગુરુ વશિષ્ઠે તેમને એક વાર જે વાત કહી હતી એ તેમને હંમેશાં માટે યાદ રહી ગઈ હતી.

किमपि नु जानाहः वदिश्यंति। तदेव कार्यम् जानानाम्।

લોકો તો મૂર્ખામીપૂર્ણ વાતો કરે જ રાખશે. છેવટે, એ જ તો તેમનું કામ છે.

કૈકેયી પોતાના પતિ પાસે ગઈ, ઘૂંટણિયે બેઠી અને દશરથનો આંશિક રીતે લકવાગ્રસ્ત થયેલો જમણો પગ તેણે યોગ્ય રીતે ગોઠવ્યો. જાહેર જનતાના લાભાર્થે, કર્તવ્યનિષ્ઠ અને આજ્ઞાંકિત હોવાનો તે દેખાવ કરતી અને પોતાના સાચાં લક્ષણો તે અંગત રીતે દર્શાવતી. એકદમ ધીમેથી તેણે સમ્રાટ દશરથના કાનમાં ફુત્કાર કર્યો. 'રામનો સ્વીકાર કરો. યાદ રહે, સંરક્ષક નહિ પણ વંશજ.'

સમ્રાટના મુખ પર જાણે કે જીવનનો સળવળાટ થયો. તેમણે સત્તાશાહી રીતે પોતાનો મુખ ઊંચું કર્યું અને બોલ્યા. 'રઘુકુળના વંશજ, રામ ચંદ્ર, ઊઠો.'

વશિષ્ઠે અસહમતિ સ્વરૂપે પોતાની આંખ ઝીણી કરી અને રામ તરફ દૃષ્ટિપાત કર્યો.

ઉમરાવોની પ્રથમ હરોળમાં, સોનાનાં ભારે આભૂષણો અને ધનવાનોના પરિધાનમાં ગૌર ત્વચા અને ઝૂકેલી કમરવાળી એક સ્ત્રી હતી. તેના મુખ પર કોઈ જૂના રોગનાં નિશાન હતાં અને પીઠ પરની ખૂંધ સાથે તેની ઉપસ્થિતિ જ અનિષ્ટ લાગતી હતી. પોતાની બાજુમાં ઊભેલા એક પુરુષ બાજુ ફરીને, તેણે સિસકારો કર્યો. 'હમમ, કંઈ સમજ્યો, દ્રુહ્યુ ? વંશજ, સંરક્ષક નહિ.'

દ્રુહ્યુએ આદરથી પોતાનું મસ્તક ઝુકાવ્યું. તે અત્યારે સપ્ત સિંધુની સૌથી સંપત્તિવાન અને શક્તિશાળી વેપારી સાથે વાત કરી રહ્યો હતો, 'હા, મંથરાજી.'

દશરથે 'સંરક્ષક' શબ્દ વાપરવાનું ટાળ્યું એટલે ત્યાં હાજર રહેલા તમામના મનમાં એક વાત સ્પષ્ટ થઈ ગઈ કે રામને પ્રથમ જન્મેલા રાજકુમાર તરીકેનો જન્મસિદ્ધ અધિકાર આપવામાં આવશે નહિ. રામ સંયમ અને શિષ્ટાચારી રીતે ઊભા થયા ત્યારે તેમના મુખ પર જરા પણ નિરાશા દેખાતી નહોતી. તેમણે વંદન કર્યાં અને સ્પષ્ટ તેમજ ગંભીર અવાજે બોલ્યા, 'હે પિતાજી, આપણી મહાન ભૂમિના તમામ ભગવાન આપનું રક્ષણ કરતા રહે, તેવી પ્રાર્થના.' પછી એક ડગલું પાછળ ખસીને તેઓ પોતાના બીજા ભાઈએ સાથે કતારમાં ઊભા રહી ગયા.

રામની બાજુમાં, ઓછી ઊંચાઈનો છતાં વજનદાર એવો ભરત ઊભો હતો.

વર્ષોની મહેનતથી તેના શરીરમાં સ્નાયુબદ્ધતા દેખાતી હતી અને તેને પડેલા ઘાવને કારણે તે ભયાવહ તેમજ આકર્ષક પણ લાગતો હતો. તેને પોતાની માતાની ગૌર ત્વચા વારસામાં મળી હતી અને તેની સાથે વાદળી રંગની ધોતી અને અંગવસ્ત્ર તેને અત્યંત શોભતાં હતાં. તેના વાળને એક સેરમાં બાંધી રાખતા પટ્ટા પર ઝીણવટથી ભરતકામ કરેલું સોનેરી મોરપીંછ લગાવેલું હતું. જોકે તેનું સૌથી પ્રભાવક પાસું હતું તેનું મુખ અને આંખો. તીક્ષ્ણ નાક, મજબૂત હડપચી અને નટખટ આંખો. આ ક્ષણે જોકે તેની આંખોમાં ઉદાસી વ્યાપ્ત હતી. ક્રોધથી દશરથ તરફ ફરતાં પહેલાં તેણે રામ તરફ ચિંતિત નજરે જોઈ લીધું.

ભરત એકદમ લાપરવાહીથી આગળ વધ્યો અને દશરથની સામે ઘૂંટણભેર બેઠો. સભાજનો માટે જોકે આઘાતજનક વાત એ હતી કે તે પોતાનું મસ્તક નમાવવા માટે તૈયાર નહોતો. શત્રુતાના સ્પષ્ટ ભાવ સાથે તે દશરથ તરફ જોઈ રહ્યો.

કૈકેયી હજુ પણ દશરથની બાજુમાં જ ઊભી હતી. તે પહોળી આંખોથી ભરત તરફ જોઈ રહી, જાણે મસ્તક નમાવવાનો મૂક આદેશ આપતી હોય ! પણ ભરત હવે કંઈ નાનકડું બાળક નહોતો કે આવી વસ્તુઓથી ડરી જાય. કોઈને ખ્યાલ ન આવે તેવી રીતે કૈકેયીએ પોતાનું મસ્તક નમાવીને દશરથના કાનમાં ફૂંક મારી. પોતાને જે કહેવામાં આવ્યું હતું, તેનું દશરથે પુનરુચ્ચારણ કર્યું.

'રઘુકુળના વંશજ, ભરત, ઊઠો.'

પોતાને 'સંરક્ષક'ની ઉપાધિ નથી આપવામાં આવી એ અંગે ખુશી અનુભવતો ભરત ઊભો થયો. તે ઊભો થયો અને આત્મવિશ્વાસપૂર્વક બોલ્યો, 'ભગવાન ઇન્દ્ર અને ભગવાન વરુણ આપને ચાતુર્ય અર્પે એવી પ્રાર્થના, મારા પિતાજી.'

પોતાના ભાઈઓ તરફ જઈ રહેલા ભરતે રામને આંખ પણ મારી. રામ સ્થિતપ્રજ્ઞ હતા.

હવે લક્ષ્મણનો વારો હતો. તેણે પહેલું ડગલું ભર્યું એટલામાં જ લોકો તેના કદાવર શરીર અને ઊંચાઈથી આશ્ચર્યચકિત થઈ ગયા. આમ તો તે કાયમ અસ્તવ્યસ્ત જ રહેતો હતો પરંતુ આ વિશેષ પ્રસંગે ગૌર ત્વચાવાળો લક્ષ્મણ સુંદર વસ્ત્ર પરિધાન કરે તેનું સુમિત્રાએ વિશેષ ધ્યાન રાખ્યું હતું. જેને લક્ષ્મણ ખૂબ જ પ્રેમ કરતો હતો તેવા ભાઈ રામની જેમ જ, લક્ષ્મણ પણ આભૂષણો પહેરવાનું ટાળતો. તેનાં આભૂષણોમાં પણ કર્ણફૂલ અને રુદ્રાક્ષની માળા જ હતાં. તેનું અભિવાદન કોઈ પણ પ્રકારની વિશેષ ઘટના વિના સ્વીકારવામાં આવ્યું અને ત્યાર

બાદ તરત જ શત્રુઘ્નનો વારો આવ્યો. ઓછી ઊંચાઈનો સૌથી યુવાન રાજકુમાર હંમેશની જેમ એકદમ ચોકસાઈથી વસ્ત્ર પરિધાન કરીને આવ્યો હતો. તેના વાળ સુઘડ રીતે બંધાયેલા હતા, તેની ધોતી અને અંગવસ્ત્ર બિલકુલ કરચલી વિનાનાં હતાં, તેનાં આભૂષણો એકદમ સાદાં તેમ જ ઓછાં હતાં. રઘુકુળના વંશજ તરીકે તેનું પણ અભિવાદન કરવામાં આવ્યું અને આમ આ સમગ્ર પ્રસંગ પૂરો થયો.

છડી પોકારનારે રાજસભા સમાપ્ત થયાની ઘોષણા કરી. દશરથને મદદ કરવા માટે કૈકેયી આગળ વધી. બાજુમાં ઊભેલા એક સેવકને તેણે ઇશારો કર્યો. દશરથે પોતાનો એક હાથ એ સેવકના ખભા પર મૂક્યો ત્યાં જ તેમની નજર વશિષ્ઠ પર પડી. તેઓ પણ પોતાના આસન પરથી ઊભા થયા હતા. દશરથે હાથ જોડીને તેમને વંદન કર્યાં, ‘ગુરુજી.’

પોતાનો જમણો હાથ ઊંચો કરીને વશિષ્ઠે તેમને આશીર્વાદ આપ્યા. ‘ભગવાન ઇન્દ્ર આપને દીર્ઘાયુ આપે, મહારાજ.’

દશરથે મસ્તક હલાવ્યું અને પછી પોતાના પુત્રો તરફ ઝડપથી એક નજર નાખી લીધી. તે બધા એકસાથે ઊભા હતા. તેમની નજર રામ પર અટકી ગઈ, તેમને ઉધરસ આવી ગઈ, તેઓ પાછળ ફર્યા અને સેવકના આધારે ડગમગતા ચાલ્યા ગયા. દશરથની પાછળ જ કૈકેયી પણ રાજસભાગૃહની બહાર ગઈ.

છડી પોકારનારે જાહેર કર્યું કે સમ્રાટ સભાગૃહની બહાર ચાલ્યા ગયા છે, એ પછી બધા સભાસદો સભાગૃહની બહાર ગયા.

મંથરા પોતાની જગ્યાએ જ ઊભી રહી અને દૂર ઊભા રહેલા ચારે રાજકુમારોને નીરખવા લાગી.

‘શું થયું, દેવી ?’ દ્રુહ્યુએ પૂછ્યું.

એ પુરુષ જે રીતે ગુલામની જેમ વર્તતો હતો તેનાથી એકદમ સ્પષ્ટ રીતે જણાઈ આવતું હતું કે તે મંથરાથી કેટલો ભય પામતો હશે. એવી અફવા સાંભળવા મળતી હતી કે મંથરા તો સમ્રાટથી પણ વધારે ધન-સંપત્તિ ધરાવે છે. આ ઉપરાંત, એમ પણ માનવામાં આવતું હતું કે મંથરા આ સામ્રાજ્યની સૌથી શક્તિશાળી વ્યક્તિ, રાણી કૈકેયીની વિશ્વાસુ મિત્ર હતી. બહુ વધારે બોલનારા લોકો તો એમ પણ બોલી નાખતા કે તે રાક્ષસરાજ રાવણની પણ સાથી હતી પરંતુ તાર્કિક લોકો આ છેલ્લી વાતનું ખંડન કરતા હતા.

‘ભાઈઓ એકબીજાને ખૂબ પ્રેમ કરે છે,’ મંથરાએ ધીરેથી કહ્યું.

‘હા, એમ લાગે છે કે તેઓ–’

‘રસપ્રદ ! આશા નહોતી તેવું, પણ રસપ્રદ !’

દ્રુહ્યુએ ભયાર્ત થઈને પોતાની પાછળ જોયું અને બોલ્યો, 'તમે શું વિચારી રહ્યાં છો, દેવી ?'

'આ વિષે હું લાંબા સમયથી વિચારી રહી હતી. મને એમ નથી લાગતું કે આપણે રામની સાવ જ અવગણના કરવી જોઈએ. તેના પર અઢાર વર્ષ સુધી જેટલી ઘૃણા અને નિંદા વરસાવવામાં આવી છે તે પછી પણ જો તે આટલી મક્કમતાથી ઊભો હોય, તો આપણે માનવું પડે કે તે શક્તિશાળી માટીનો બન્યો છે.'

'તો આપણે શું કરવું જોઈએ ?'

'તે બંને મહત્ત્વના છે. બંનેમાંથી કોઈ એક પર દાવ લગાવવો અઘરો છે.'

'પરંતુ ભરત તો રાણી કૈકેયીનો–'

'મને એમ લાગે છે કે' પોતાના સેવકની વાત અધવચ્ચેથી જ કાપીને મંથરા બોલી, 'હું એવો કોઈ ઉપાય જરૂર શોધી કાઢીશ કે જેથી રોશની તેમની સાથે વધારે વાતચીત કરી શકે. આ રાજકુમારોના ચરિત્ર વિષે મારે વધારે જાણવું જ પડશે.'

દ્રુહ્યુ અત્યંત આશ્ચર્યચકિત થઈ ગયો હતો. 'દેવી, મારી ધૃષ્ટતા બદલ મને ક્ષમા કરશો પરંતુ તમારી પુત્રી તો એકદમ નિર્દોષ છે, કન્યાકુમારી જેવી જ છે. તે કદાચ એમ ન પણ...'

'તેની નિર્દોષતાની તો આપણને જરૂર છે, મૂર્ખ. શક્તિશાળી પુરુષોના ભેદ જાણવા માટે નિર્દોષ અને ગુણવાન સ્ત્રીઓથી વધારે સારું હથિયાર એક પણ નથી. દરેક શક્તિશાળી પુરુષ કન્યાકુમારીની રક્ષા અને સમ્માન કરવા પ્રેરાતો હોય છે.'

અધ્યાય ૧૦

'આભાર,' ભરતે સ્મિત કર્યું અને તેણે પોતાનો જમણો હાથ ઊંચો કરીને કાંડા પર બંધાયેલી સોનેરી દોરાવાળી રાખડી જોઈ. એક નાનકડી યુવતી તેની બાજુમાં ઊભી હતી અને તેનું નામ રોશની હતું.

અયોધ્યાના રાજકુમારો અયોધ્યા પાછા ફર્યા તેની ઉજવણીના પ્રસંગને કેટલાંક સપ્તાહ વીતી ચૂક્યાં હતાં. લક્ષ્મણ અને શત્રુઘ્નને રાખડી બંધાઈ ચૂકી હતી. પરંપરાથી વિપરીત, રોશનીએ સૌથી પહેલા નાના ભાઈઓને રાખડી બાંધવાનું પસંદ કર્યું હતું અને ત્યાર પછી મોટાને. તેઓ અયોધ્યાના મહેલના ભવ્ય ઉપવનમાં બેઠા હતા. ઊંચી ટેકરી પર બનાવવામાં આવેલ મહેલમાંથી નગર, તેનો કોટ અને તેની ભવ્ય નહેરનું અદ્દ્ભુત દૃશ્ય દેખાતું હતું. એ ઉપવનની રચના વનસ્પતિશાસ્ત્રના અનામત ભંડાર તરીકે કરવામાં આવી હતી. તેમાં માત્ર સપ્ત સિંધુ પ્રદેશ જ નહિ પરંતુ આસપાસનાં અન્ય મહાન સામ્રાજ્યોનાં ફૂલો પણ વાવવામાં આવ્યાં હતાં. તેનું વિશાળ વૈવિધ્ય તેની સુંદરતાનું પણ કારણ હતું અને તે અયોધ્યાના વૈવિધ્યપૂર્ણ લોકોના ચરિત્રનું પણ પ્રતીક બની રહેલું. ભૌમિતિક આકારોમાં એ ઉપવનની ફરતે અને અંદર માર્ગ બનાવવામાં આવ્યા હતા અને બધે જ લીલાછમ ઘાસની ગાઢ જાજમ બહુ કાળજીપૂર્વક ઉગાડવામાં આવી હતી. પરંતુ, અયોધ્યાની ઘટતી જતી સમૃદ્ધિની અસર આ ઉપવનની દેખરેખમાં પણ દેખાતી હતી અને હવે એ જાજમમાં ઘણી જગ્યાએ ઘાસને બદલે ધરતીના ટુકડા દેખાતા હતા.

આવા પ્રસંગોમાં વપરાતા ચંદનના લેપથી રોશનીએ ભરતના કપાળ પર તિલક કર્યું. મંથરાની પુત્રીને મંથરાની ગૌર ત્વચાનો વારસો મળ્યો હતો પરંતુ બાકી બધી રીતે તે પોતાની માતાથી તદ્દન ભિન્ન હતી. સુઘડ અને સુંદર એવી

રોશની મૃદુભાષી, કોમળ અને બાળક જેવી. તેના કુટુંબની સંપત્તિની ઝાકઝમાળનો જાણે પ્રચ્છન્ન વિરોધ હોય તેમ તેનાં વસ્ત્રો બિલકુલ સાદાં હતાં: સફેદ રંગનું ઉપવસ્ત્ર અને આછા દૂધિયા રંગની ધોતી. તેના લાંબા, વાંકડિયા વાળથી બાંધવામાં આવેલા સુઘડ ચોટલાવાળા મુખ પર નાનકડાં કર્ણફૂલ અને કાંડા પર વીંટેલી રુદ્રાક્ષની માળાને કારણે તહેવારનો ઉલ્લાસ જણાતો હતો. જોકે તેના મુખની ચમત્કારિક વસ્તુ હતી તેની આંખો: તેમાંથી એક સાચી યોગિની જેવી નિર્દોષતા, નજાકત તેમજ બિનશરતી અને કારુણ્યસભર પ્રેમ ઊભરાતો રહેતો હતો.

ભરતે પોતાના કમરબંધ પર બાંધેલો અને સોનાના સિક્કા ભરેલો વાટવો ખેંચી કાઢ્યો અને રોશનીને તે આપ્યો. 'આ તારા માટે મારી બહેન.'

રોશનીએ થોડોક ક્રોધ દર્શાવ્યો. હમણાં હમણાંથી રક્ષાબંધનના દિવસે બહેનને નાણા કે ભેટ આપવાનું જાણે કે પ્રચલન થઈ ગયું હતું. રોશની જેવી સ્ત્રીઓને આ વાત ગમતી નહિ. તે સ્ત્રીઓ એમ માનતી હતી કે તેઓ બ્રાહ્મણ, વૈશ્ય અને શૂદ્ર એ ત્રણેનાં કાર્યો કરી શકે છે: જ્ઞાન આપવું, વેપાર કરવો અને શારીરિક મજૂરી કરવી. માત્ર એક જ કાર્ય તેમને ઘણી વાર પડકારજનક લાગતું અને એ કાર્ય હતું ક્ષત્રિયનું. તેમનામાં એટલી શારીરિક શક્તિ અને હિંસાત્મક મનોવૃત્તિનો અભાવ હતો. જોકે કુદરતે તેમને અન્ય ગુણો જરૂર આપ્યા હતા. માટે રોશની જેવી સ્ત્રીઓ એમ માનતી હતી કે રક્ષાબંધનના તહેવારમાં શારીરિક રક્ષણના વચન સિવાય અન્ય કોઈ વસ્તુ સ્વીકારવી એટલે પુરુષો સમક્ષ સ્ત્રીઓની લઘુતા સ્વીકારવી. સાથે સાથે રોશનીને અસભ્ય પણ નહોતું બનવું.

'ભરત, હું તમારાથી તો મોટી જ છું,' રોશનીએ સસ્મિત કહ્યું. 'એટલે તમે મને નાણાંની સોગાદ આપો એ યોગ્ય નથી લાગતું. પરંતુ જો તમે મને રક્ષણનું વચન આપશો તો હું તેને બહુ ખુશીથી સ્વીકારીશ.'

'એ તો આપીશ જ,' ભરતે કહ્યું અને ત્વરાથી એ વાટવો પોતાના કમરબંધ પર પાછો બાંધી દીધો. 'તમે તો આમ પણ મંથરાજીનાં પુત્રી છો. તમારે વળી ધનની શી જરૂર હોય ?'

રોશની તરત જ શાંત થઈ ગઈ. રામ જોઈ શકતા હતા કે તેને દુઃખ પહોંચ્યું છે. રામ એ પણ જાણતા હતા કે મંથરાજીની સંપત્તિના ઉલ્લેખ માત્રથી રોશનીને અસુખ વર્તાતું હતું. પોતાના અસંખ્ય દેશબાંધવોને ગરીબીમાં રવડતા જોઈને તેને ખરેખર દુઃખ થતું હતું. પોતાની માતા મંથરા દ્વારા અવારનવાર ગોઠવવામાં આવતી મિજલસોમાં પણ શક્ય હોય ત્યાં સુધી ભાગ લેવાનું તે ટાળતી રહેતી. પોતાની સાથે અંગરક્ષકો રાખીને ફરવાનું પણ તેને ગમતું નહિ. ઘણાં બધાં

ઉમદા કાર્યો માટે તે ધન અને સમય આપતી રહેતી, ખાસ કરીને બાળકોના શિક્ષણ અને સ્વાસ્થ્ય માટે, કારણ કે એ બંને કાર્યોને મૈત્રેયી સ્મૃતિમાં સૌથી ઉમદા કાર્યો માનવામાં આવ્યાં હતાં. પોતાની વૈદકીય આવડતોનો ઉપયોગ કરીને પણ તે અવારનવાર આવશ્યકતાવાળા લોકોને મદદરૂપ બનતી હતી.

'ભરતભાઈએ તમને રાખડી બાંધવા દીધી એ જ ચમત્કાર છે, રોશનીબહેન,' પોતાના મોટાભાઈને ખીજવવાની તક ઝડપી લઈને શત્રુઘ્ને શાંતિનો ભંગ કર્યો.

'અને મેં જેટલું સાંભળ્યું છે એ મુજબ સ્ત્રીઓ પણ એમને પ્રેમ કરે જ છે.' રોશનીએ ભરત તરફ હેતાળ દૃષ્ટિથી જોઈને કહ્યું, 'શું હજુ સુધી એવી કોઈ સ્વપ્નસુંદરી નથી મળી કે જેને જોઈને તમે પહેલી જ દૃષ્ટિએ પ્રેમમાં પડી જાવ અને તેની સાથે ગૃહસ્થી વસાવવા ઇચ્છો ?'

'મારી સ્વપ્નસુંદરી છે.' ભરતે પણ ટીખળ કરી, 'પરંતુ સમસ્યા એ છે કે હું જાગુ છું ત્યારે તે અદૃશ્ય થઈ જાય છે.'

શત્રુઘ્ન, લક્ષ્મણ અને રોશની ખડખડાટ હસ્યાં પરંતુ રામ તેમાં જોડાઈ શક્યા નહિ. તેઓ જાણતા હતા કે ભરત પોતાની ટીખળથી પ્રયત્નપૂર્વક હૃદયની પીડા છુપાવી રહ્યો છે. ભરતના મનમાંથી હજુ રાધિકાનો પ્રેમ ભૂંસાયો નહોતો. રામ એવી આશા રાખતા હતા કે તેમનો સંવેદનશીલ ભાઈ હરહંમેશાં રાધિકા માટે તડપતો ન રહે.

'હવે મારો વારો.' રામે કહ્યું અને આગળ વધીને તેમણે પોતાનો જમણો હાથ લંબાવ્યો.

લક્ષ્મણે જોયું કે થોડાક અંતરેથી જ ગુરુ વશિષ્ઠ પસાર થઈ રહ્યા હતા. તેણે તરત જ આસપાસના વિસ્તારમાં કોઈ ભય છે કે નહિ તે ચકાસી જોયું. તેણે હજુ પણ પોતાના ગુરુ પ્રત્યેની શંકાને સંપૂર્ણતઃ નિર્મૂળ નહોતી થવા દીધી.

'હું હંમેશાં તારું રક્ષણ કરવાનું વચન આપું છું, મારી બહેન,' પોતાના કાંડા પર બંધાયેલી સોનેરી રાખડીને અને પછી એટલી જ ગંભીરતાથી રોશનીને જોઈને રામે કહ્યું.

રોશનીએ સ્મિત કર્યું અને પછી તેણે રામના કપાળ પર ચંદનનું તિલક કર્યું. પછી એક લાકડાની બેઠક પર આરતીની થાળી મૂકવા તે પાછી ફરી.

'મોટાભાઈ !' લક્ષ્મણે બૂમ પાડીને રામને ધક્કો મારીને બાજુમાં ખસેડ્યા.

લક્ષ્મણની ભયાનક શક્તિને કારણે રામ પાછળની તરફ ધકેલાઈ ગયા. ત્યારે જ, રામ જ્યાં એક ક્ષણ પહેલાં ઊભા હતા ત્યાં ભયાનક અવાજ સાથે એક

મોટી શાખા તૂટી પડી. પહેલાં તે લક્ષ્મણના ખભાને અથડાઈ અને તેની ગલઅસ્થિના બે ટુકડા કરી નાખ્યા. ત્યાંથી લોહીનો ફુવારો છૂટ્યો અને હાડકાના ટુકડા પણ બહાર નીકળી આવ્યા.

'લક્ષ્મણ !' બધા ભાઈઓએ પોકાર કર્યો અને તેઓ લક્ષ્મણ તરફ ધસી ગયા.

—— |ત્રિ| 🐟 ☀ ——

'એ સાજા થઈ જશે,' શલ્ય-ચિકિત્સા કક્ષમાંથી બહાર આવીને રોશનીએ કહ્યું. વશિષ્ઠ, રામ, ભરત અને શત્રુઘ્ન આયુરાલયની બહાર ચિંતાતુર ચહેરે ઊભા હતા. ત્યાં મુકાયેલા એક આસન પર સુમિત્રા શાંતિથી બેસી હતી. તેની આંખોમાં આંસુ હતાં. આટલું સાંભળીને તે ત્વરાથી ઊભી થઈ અને રોશનીને ભેટી પડી.

'તેમને કોઈ કાયમી નુકસાન નહિ થાય, રાણીજી,' રોશનીએ સુમિત્રાને આશ્વાસન આપ્યું. 'તેમનું અસ્થિ ફરી વાર ગોઠવાઈ ગયું છે. તમારા પુત્ર ત્વરાથી સાજા થઈ જશે. એ શાખા તેમના માથા પર ન પડી તેને આપણા બધાનું સૌભાગ્ય માનવું રહ્યું.'

'આપણું બીજું સૌભાગ્ય એ પણ છે કે લક્ષ્મણનું શરીર આખલા જેવું શક્તિશાળી છે.' વશિષ્ઠે કહ્યું, 'ઓછો શક્તિશાળી માણસ આવો પ્રહાર સહન ન કરી શક્યો હોત.'

—— |ત્રિ| 🐟 ☀ ——

લક્ષ્મણે પોતાની આંખો એક વિશાળ, વિશેષતઃ રાજવી પરિવાર માટે બનાવવામાં આવેલા ઓરડામાં ખોલી. તેની શય્યા વિશાળ હતી પરંતુ નરમ નહોતી જેથી તેના તૂટેલા ગલસ્થિને આધાર મળી રહેતો હતો. અંધારામાં તેને સ્પષ્ટતાથી દેખાયું તો નહિ પરંતુ તેને એકદમ હળવો ધ્વનિ સંભળાયો. થોડીક જ ક્ષણોમાં તેને પોતાની શય્યાની બાજુમાં ઊભા રહેલા લાલ આંખોવાળા રામ દેખાયા.

મેં મોટાભાઈને જગાડ્યા. લક્ષ્મણે વિચાર્યું.

ત્રણ પરિચારિકાઓ શય્યા તરફ દોડી ગઈ. લક્ષ્મણે હળવેથી પોતાનું માથું હલાવ્યું અને એ ત્રણેય એક ડગલું પાછળ ફરી ગઈ.

રામે મૃદુતાથી લક્ષ્મણના મસ્તકનો સ્પર્શ કર્યો. 'મારા ભાઈ !'

'મોટા ભાઈ... પેલું વૃક્ષ ?'

'એ ડાળખી કોહવાઈ ગઈ હતી, લક્ષ્મણ. એટલે જ એ અચાનક પડી. એ કમનસીબીની ક્ષણ હતી. તેં ફરી એક વાર મારું જીવન બચાવ્યું !'

'મોટાભાઈ... ગુરુજી ?'

'મારી ઘાત તું જીરવી ગયો, મારા ભાઈ ! મારી ઘાત તું જીરવી ગયો !' કહીને રામે નીચા નમીને લક્ષ્મણના કપાળ પર હાથ ફેરવ્યો.

એક આંસુ લક્ષ્મણના મુખ પર પડ્યું હોય, તેમ લક્ષ્મણને લાગ્યું. 'મોટાભાઈ !'

'બહુ બોલીશ નહિ. ઊંઘવાનો પ્રયત્ન કર. સ્વસ્થ થા.' પોતાનું મુખ બીજી દિશામાં ફેરવીને રામે કહ્યું.

રાજકુમાર માટે અમુક ઔષધિઓ સાથે રોશની આયુરાલયમાં પ્રવેશી. અકસ્માત થયાને એક સપ્તાહ જેટલો સમય વીતી ગયો હતો. લક્ષ્મણ હવે થોડોક મજબૂત અને બહુ જ અશાંત બની ગયો હતો.

'બધા ક્યાં છે ?'

'પરિચારિકાઓ હજુ અહીં જ છે,' એક સ્મિત સાથે રોશનીએ કહ્યું. તેણે એક મોટા પાત્રમાં બધી ઔષધિઓ ભેગી કરીને તેનો ઉકાળો બનાવ્યો અને લક્ષ્મણને આપ્યો. 'તમારા ભાઈઓ સ્નાનાદિ કાર્યો માટે મહેલમાં ગયા છે. તેઓ ત્વરાથી પાછા આવી જશે.'

ઔષધિઓ પીતી વખતે લક્ષ્મણનું મોઢું આપોઆપ જ વંકાઈ ગયું, 'કડવું ઝેર !'

'ઔષધિ જેટલી વધારે કડવી હશે, તેની અસર પણ એટલી વધારે સારી હશે !'

'તમે વૈદ્યો દર્દીઓને આવી રીતે ત્રાસ શું કરવા આપતા હશો ?'

'આભાર,' ઔષધિનું પાત્ર લક્ષ્મણના હાથમાંથી લઈને એક પરિચારિકાને આપતાં રોશનીએ કહ્યું. હવે તેનું સંપૂર્ણ ધ્યાન લક્ષ્મણમાં જ હતું. તેણે પૂછ્યું, 'હવે તમને કેમ લાગે છે ?'

'મારા ડાબા ખભામાં હજુ બહુ જ ઓછું સંવેદન છે.'

'એ તો પીડાશામક ઔષધિઓના કારણે.'

'મને એ ઔષધિઓની જરૂર નથી.'

'મને જાણ છે કે તમે ગમે તેટલી પીડા સહન કરી શકો તેમ છો, પરંતુ જ્યાં સુધી હું તમારી વૈદ્ય છું, તમારે એમ કરવાની જરા પણ આવશ્યકતા નથી.'

લક્ષ્મણે સ્મિત કર્યું. 'મોટાં બહેનની જેમ બોલ્યાં.'

'હું તો વૈદ્યની જેમ બોલી છું,' રોશનીએ ઠપકો આપ્યો અને લક્ષ્મણના જમણા કાંડા પર બંધાયેલી સોનેરી રાખડી પર તેની હેતાળ નજર પડી. બહાર જવા માટે તેણી ફરી અને અટકી ગઈ.

'શું થયું ?' લક્ષ્મણે પૂછ્યું.

રોશનીએ પરિચારિકાઓને બહાર જવા કહ્યું. પછી તે લક્ષ્મણની શય્યાની પાસે ગઈ. 'તમારા ભાઈઓ મોટાભાગનો સમય અહીંયાં જ હતા. તમારી માતા પણ અહીં જ હતી અને તમારી સાવકી માતાઓ પણ. તમને જોવા માટે તે બધાં પ્રતિદિન અહીં આવતાં હતાં, ઘણો બધો સમય અહીં જ પસાર કરતાં હતાં અને માત્ર સૂવા માટે જ ઘરે જતાં હતાં. એવું થશે તેની આશા મેં રાખી જ હતી. પરંતુ તમારે એ વાત પણ જાણવી જોઈએ કે એક સપ્તાહ સુધી રામ તો અહીંથી ખસ્યા જ નહોતા. તે આ કક્ષમાં જ સૂતા હતા. જે સેવા અમારી પરિચારિકાઓએ કરવાની હોય, તેમાંથી મોટાભાગની સેવા પણ રામ જ કરતા હતા.'

'મને જાણ છે. મોટાભાઈ છે મારા !'

રોશનીએ સ્મિત કર્યું. 'એક વાર મોડી રાત્રે હું તમારું સ્વાસ્થ્ય ચકાસવા માટે આવી ત્યારે તેમને ઊંઘમાં મેં બબડતા સાંભળ્યા હતા : "મારા પાપ માટે મારા ભાઈને શિક્ષા ન કરતા; મને શિક્ષા કરજો, માત્ર મને જ".'

'એ તો બધી વાતમાં પોતાનો જ દોષ જોતા હોય છે,' લક્ષ્મણે કહ્યું, 'બધાએ તેમનું જીવન નર્ક સમાન જ બનાવી નાખ્યું છે.'

લક્ષ્મણ જે કહી રહ્યો હતો એ રોશની સમજતી હતી.

'અયોધ્યાના પરાજય માટે કોઈ મોટાભાઈ પર કઈ રીતે દોષારોપણ કરી શકે ? મોટાભાઈ તો એ દિવસે માત્ર જન્મ્યા હતા. લંકા સામે આપણો પરાજય થયો કારણ કે તે લોકો આપણા કરતાં વધારે સારું લડ્યા હતા.'

'લક્ષ્મણ, તારે ઉત્તેજિત થવાની જરૂર નથી.'

'અપશુકનિયાળ ! શાપિત ! અપવિત્ર ! શું એવો કોઈ અપમાનજનક શબ્દ બાકી છે કે જે તેમને ન સંભળાવવામાં આવ્યો હોય ? અને તેમ છતાં તેઓ અડગ અને મક્કમ બનીને ઊભા છે. તેઓ કોઈને ઘૃણા પણ નથી કરતા કે ધિક્કારતા પણ નથી. તેઓ ઇચ્છે તો સમગ્ર જીવન આખા જગતને ઘૃણા કરી શકે તેટલાં

કારણો તેમની પાસે છે. તેમ છતાં તેમણે સરળ અને સમ્માનજનક જીવન જીવવાનું પસંદ કર્યું છે. તેઓ કદી પણ અસત્ય નથી ઉચ્ચારતા. શું તને ખબર છે, તેઓ કદી પણ અસત્ય નથી ઉચ્ચારતા ?' હવે લક્ષ્મણ રડી રહ્યો હતો. 'તેમ છતાં, એક વાર તેમણે અસત્યનો આશરો લીધો હતો, માત્ર મારા માટે ! હું મોડી રાત્રે અશ્વસવારી કરવા નીકળ્યો હતો. મને જાણ હતી કે તેમ કરવાની અમને મંજૂરી નહોતી. અશ્વસવારી કરતી વખતે હું ઊથલી પડ્યો અને ગંભીર રીતે ઘવાયો. મારી માતા અત્યંત ક્રોધમાં હતી. તે સમયે માતાના ક્રોધથી મારું રક્ષણ કરવા મોટાભાઈએ અસત્ય ઉચ્ચાર્યું હતું. તેમણે કહ્યું કે હું તેમની સાથે તબેલામાં ગયો હતો અને એક અશ્વએ મને લાત મારી હતી. મોટાભાઈ કદી અસત્ય નથી ઉચ્ચારતા એમ જાણતી મારી માતાએ તેમની વાત માની લીધી હતી. તેમણે પોતાના અંતરાત્માથી વિરુદ્ધ જઈને પણ મારા માટે અસત્ય ઉચ્ચાર્યું હતું અને છતાં લોકો તેમને...'

એક ડગલું આગળ વધીને રોશનીએ હળવેથી લક્ષ્મણના મુખ પરનાં આંસુ લૂછ્યાં.

લક્ષ્મણે જોશપૂર્વક પોતાની વાત ચાલુ રાખી. હજુ તેના ગાલ પર આંસુ સરી રહ્યાં હતાં. 'એવો પણ સમય આવશે કે જ્યારે આ જગત જાણશે કે એ કેટલા મહાન માણસ છે. વાદળો સૂર્યને હંમેશાં માટે ઢાંકી શકતાં નથી. એક દિવસ વાદળો હટી જશે અને સૂર્યનો ઝળહળાટ સમગ્ર જગત પર પથરાઈ જશે. પછી બધાને જાણ થશે કે મારા મોટાભાઈ કેટલા મહાન છે.'

'હું તો એ અત્યારથી જાણું છું,' રોશનીએ હળવેથી કહ્યું.

પોતાના કાર્યાલય કક્ષમાં એક વાતાયન પાસે મંથરા ઊભી હતી. તેના મહેલ જેવા ઘરના એક છેડા પર જ તેનું કાર્યાલય બનાવવામાં આવ્યું હતું. એ ઘર પાસે જે સુંદર ઉપવન બનાવવામાં આવ્યું હતું તેને બહુ વિચારને અંતે સમ્રાટના મહેલના ઉપવનથી નાનું બનાવવામાં આવ્યું હતું. એ વિશાળ ઘર પણ એક ટેકરી પર જ બનાવવામાં આવ્યું હતું, જોકે એ ટેકરી અયોધ્યાનો રાજમહેલ જે ટેકરી પર બનાવવામાં આવ્યો હતો તેનાથી તો નીચી જ હતી. મંથરાના મહેલ જેવા ભવ્ય ઘરથી તેના સામાજિક દરજ્જાની જાણ થઈ જતી હતી.

નિઃશંક તે બહુ જ કુશળ વેપારી હતી અને તે મૂર્ખ પણ નહોતી. સપ્ત

સિંધુમાં વૈશ્યો વિરુદ્ધનું જે વાતાવરણ હતું તેના કારણે અત્યંત સંપત્તિવાન હોવા છતાં તેનો સામાજિક દરજ્જો તો ઊતરતી કક્ષાનો જ માનવામાં આવતો હતો. કોઈ તેની સામે તો એમ કહેતું નહિ પરંતુ તેની પીઠ પાછળ લોકો શું બોલતા હતા તેની તેને જાણ હતીઃ 'વિદેશી રાક્ષસ રાવણની નફો રળતી દાસી'. સત્ય જોકે એ હતું કે દરેક વેપારીએ લંકાના વેપારીઓ સાથે વેપાર કર્યા વિના છૂટકો જ નહોતો કારણ કે સપ્ત સિંધુમાં બહારથી આવતી કે બહાર જતી તમામ વસ્તુઓના વેપારમાં રાવણનો એકાધિકાર સ્થપાયેલો હતો. રાવણ સાથેનો આવો કરાર સપ્ત સિંધુના વેપારીઓએ નહિ પરંતુ તેમના રાજાઓએ જ કર્યો હતો. તેમ છતાં રાજાઓ નહિ પરંતુ એ કરારના નિયમ મુજબ વર્તનારા વેપારીઓને ભાંડવામાં આવતા હતા. સૌથી સફળ વેપારી અને સ્ત્રી હોવાને કારણે વૈશ્યો વિરુદ્ધના પૂર્વગ્રહોનો સૌથી વધુ ભોગ મંથરાને જ બનવું પડતું હતું.

મંથરાને પોતાના બાળપણમાં જ એટલું બધું દુઃખ સહન કરવું પડ્યું હતું કે આવનારા ઘણા બધા જન્મો સુધી તેને કોઈ પણ પ્રકારનું દુઃખ સ્પર્શી શકવાનું નહોતું. તેનો જન્મ ગરીબ કુટુંબમાં થયો હતો. બાળપણમાં જ તેને શીતળાનો રોગ થયો અને તેના નિસ્તેજ મુખ પર શીતળાનાં ચાઠાં હંમેશાં માટે રહી ગયાં. જાણે કે એ પૂરતું ન હોય તેમ અગિયાર વર્ષની ઉંમરે તેને બાળલકવાનો રોગ પણ લાગુ પડ્યો. ધીમે-ધીમે એ દૂર તો થયો પરંતુ તેનો જમણો પગ થોડાક અંશે હંમેશાં માટે લકવાગ્રસ્ત રહ્યો જેથી ચાલતી વખતે તે થોડુંક લંગડાતી. વીસ વર્ષની ઉંમરે, તેની ચાલવાની વિચિત્ર ઢબને કારણે પોતાની એક મિત્રના ઘરના ઝરૂખા પરથી તે નીચે પડી ગઈ. તેના કારણે તેની પીઠ પર વિકૃત ખૂંધ રહી ગઈ. યુવાનીમાં તેને બહુ જ ખરાબ રીતે ચીડવવામાં આવતી હતી અને આજે પણ લોકો તેને ધિક્કારની નજરે જ જોતા હતા. તફાવત માત્ર એટલો જ આવ્યો હતો કે હવે કોઈ તેની સામે એ વાત કરવાની હિંમત નહોતું કરતું. તેની પાસે હવે એટલું બધું ધન અને સંપત્તિ હતી કે સમગ્ર કૌશલ રાજ્ય અને આસપાસનાં અન્ય કેટલાંક રાજ્યોનો ખર્ચો તે ઉઠાવી શકે તેમ હતી. અને એ તો માત્ર તેની રોકડમાંથી જ, તેણે જે ધિરાણ કર્યું હતું તે ઉઘરાવવા જવાની તો જરૂર પણ પડે તેમ નહોતી. એટલે તેની પાસે ખૂબ જ સત્તા અને પ્રભાવ હતાં, એ તો કહેવાની પણ આવશ્યકતા નથી.

'દેવી, તમારે કયા વિષયમાં વાત કરવી હતી ?' ખૂબ જ આમન્યા સાથે દ્રુહ્યુ મંથરાથી થોડાંક કદમ દૂર ઊભો હતો.

લંગડાતી મંથરા પોતાના મેજ સુધી ગઈ અને તેના માટે બનાવવામાં આવેલા વિશેષ ગાદીવાળા આસન પર તે બેઠી. મેજની બીજી તરફ દ્રુહ્યુ ઊભો રહ્યો.

તેણે પોતાની આંગળી ચીંધી અને દ્રુહ્યુ તરત જ મેજની બીજી બાજુ જઈને તેની પાસે ઘૂંટણિયે બેસી ગયો. કાર્યાલયમાં તેઓ એકલાં હતાં અને તેમની વચ્ચે થયેલ વાતનો એક શબ્દ પણ કોઈ સાંભળી શકે તેમ નહોતું. સહાયકો ભોંયતળિયે આવેલા સેવકોના કક્ષમાં હતા. પરંતુ તે મંથરાના ઇશારા પણ સારી રીતે સમજી શકતો હતો. તેનામાં દલીલ કરવાની હિંમત નહોતી એટલે તેણે રાહ જોઈ.

'જાણવા જેવું બધું જ હું જાણુ છું.' મંથરાએ કહ્યું, 'મારી રોશનીએ સાવ ભોળી કન્યાની જેમ બધા જ રાજકુમારોના ચરિત્ર વિષે મને જાણ કરી છે. આ વિષે મેં ઊંડો વિચાર કર્યો છે અને મેં એક નિર્ણય લીધો છે. રાજકારણની બાબતો ભરત સંભાળશે જ્યારે રામ આ નગરના સુરક્ષા દળના વડા બનશે.'

દ્રુહ્યુને આશ્ચર્ય થયું. 'મને એમ કે રાજકુમાર રામ તમને ગમવા માંડ્યા છે, દેવી.'

અયોધ્યાના રાજકુમાર ભરત માટે અન્ય રાજ્યો સાથે સંબંધો સ્થાપવાનો ઉત્તમ માર્ગ હતો રાજકારણ અને એના દ્વારા જ એ પોતાના ભાવિ સામ્રાજ્યનો મજબૂત પાયો નાખી શકે તેમ હતો. હજુ પણ સપ્ત સિંધુ સામ્રાજ્યનાં તમામ રાજ્યો અયોધ્યાના છત્ર હેઠળ જ હતાં પરંતુ અયોધ્યા પહેલાં જેટલું શક્તિશાળી હતું તેટલું જ અત્યારે નબળું હતું. અન્ય રાજાઓ સાથે સંબંધો બનાવવા લાભદાયક નીવડી શકે તેમ હતા.

બીજી બાજુ, નગરના સુરક્ષા દળના વડાના ભાગે રાજકુમારને મળે તેવી કોઈ જ તાલીમ આવે તેમ નહોતી. ગુનાઓનો દર ઊંચો હતો, નિયમો અને વ્યવસ્થાની પરિસ્થિતિ બહુ જ ખરાબ હતી અને ધનવાનોને તો પોતાની સુરક્ષાની વ્યવસ્થા જાતે જ ગોઠવવી પડતી હતી. પરિણામે ગરીબોને બહુ જ સહન કરવું પડતું હતું. જોકે આટલા સરળ શબ્દોમાં એ ચિત્રની સંકીર્ણતાનો સંપૂર્ણ ચિતાર આપી ન શકાય. આવી અંધાધૂંધ પરિસ્થિતિ માટે મોટાભાગે તો લોકો પોતે જ જવાબદાર હતા. ગુરુ વશિષ્ઠે એક વાર એમ કહ્યું હતું કે જો જનતાનો એક નાનકડો વર્ગ નિયમોનું ઉલ્લંઘન કરતો હોય તો તંત્ર તેની પર કાબૂ રાખી શકે છે, પરંતુ જો લગભગ દરેક નાગરિક નિયમોની અવગણના જ કરતો હોય તો કોઈ પણ તંત્ર આવી અંધાધૂંધીને રોકી શકે નહિ. અને કોઈ પણ શિક્ષાના ભય

વિના અયોધ્યામાં દરેક નિયમોનું ઉલ્લંઘન કરવામાં આવતું હતું.

જો ભરત રાજદ્વારી સંબંધો સારી રીતે સાચવી લે, તો છેવટે તે દશરથનું આસન સંભાળવા માટેનો મજબૂત દાવેદાર બની જશે જ્યારે રામ માત્ર કૃતઘ્નતાથી પોતાનું કામ કરતા રહેશે. જો રામ મક્કમ પગલાં ભરશે અને ગુનાઓનું નિયંત્રણ કરવામાં સફળ બનશે, તો તેમની નિર્દયતા માટે લોકો તેમને ધિક્કારશે. જો તે દયાળુ બનીને કામ કરશે, તો ગુનાનું પ્રમાણ વધતું જ રહેશે અને તેનો દોષ પણ રામના શિરે જ આવશે. જો કોઈ ચમત્કારની મદદથી તેઓ ગુનાનું નિયંત્રણ કરી શકશે અને લોકોમાં પ્રિય પણ બનશે, તોપણ તેનો કોઈ લાભ તેમને મળશે નહિ કારણ કે રાજાના અનુગામીની પસંદગીમાં લોકોના અભિપ્રાયનું આમ પણ કોઈ મૂલ્ય હોતું નથી.

'ઓહ, મને રામ ગમે છે.' મંથરાએ હાથ હલાવીને કહ્યું, 'પરંતુ મને નફો વધારે ગમે છે. આપણે યોગ્ય અશ્વ પર જ દાવ લગાવીએ એ વસ્તુ આપણા વેપાર માટે જરૂરી છે. અહીં રામ કે ભરતની પસંદગીની વાત નથી, વાત છે કૌશલ્યા અને કૈકેયીની પસંદગીની. અને, બિલકુલ ચિંતા ન કરીશ, તેમાં અવશ્ય કૈકેયી જ જીતશે. એ તો સુનિશ્ચિત છે. રામ કદાચ વધારે સક્ષમ હશે પરંતુ તે કૈકેયીની સામે નહિ પડી શકે.'

'સત્ય વચન, દેવી.'

'અને એ પણ ન ભૂલીશ કે રાજા અને ઉમરાવો રામને ધિક્કારે છે. કરચપના યુદ્ધના પરાજય માટે તેઓ રામને જવાબદાર માને છે. માટે, જો આપણે રામને રાજા બનાવવો હશે, તો આપણે ઘણા બધા લોકોને રુશવત આપવી પડશે. રાજદ્વારી સંબંધોના પ્રમુખ ભરતને જો રાજા બનાવવો હશે તો આપણે એટલું બધું ધન ખર્ચવું પડશે નહિ.'

'આપણો ખર્ચ પણ ઘટશે,' દ્રુહ્યુએ સસ્મિત કહ્યું.

'હા, એ પણ વેપાર માટે સારું રહેશે.'

'અને, મને એમ પણ લાગે છે કે કૈકેયી આપણી ઉપકૃત રહેશે.'

'એને તેમાં પણ આપણને કંઈ નુકસાન નથી.'

'હું બધુ સંભાળી લઈશ, દેવી. રાજગુરુ વશિષ્ઠ અયોધ્યાની બહાર છે તેથી આપણું કાર્ય વધારે સરળ બનશે. તેઓ રામના મજબૂત સમર્થક છે.'

રાજગુરુ વિષેના શબ્દો જેવા દ્રુહ્યુના મોઢામાંથી નીકળ્યા કે એ બોલવાનો તેને પસ્તાવો થયો.

'એ ક્યાં છે એ હજુ તેં શોધ્યું નથી, શોધ્યું છે ?' ચિડાયેલી મંથરાએ પૂછ્યું. 'આટલા લાંબા સમય માટે તેઓ ક્યાં ગયા છે ? તેઓ ક્યારે પાછા ફરશે ? તને તેની જરા પણ માહિતી નથી !'

'નથી દેવી,' પોતાનું મસ્તક ઝુકાવી રાખીને દ્રુહ્યુએ કહ્યું. 'એ માટે હું ક્ષમા પ્રાર્થું છું.'

'ક્યારેક મને એમ વિચાર આવે છે કે હું તને આટલું બધું ધન શા માટે આપતી હોઈશ ?'

દ્રુહ્યુ એકદમ શાંત ઊભો રહ્યો, તેને એક પણ શબ્દ ઉચ્ચારવાનો ભય લાગતો હતો. પોતાનો એક હાથ હલાવીને તેને બહાર જવાનો મંથરાએ આદેશ આપ્યો.

અધ્યાય ૧૧

'સુરક્ષા દળના વડા તરીકે તમે શ્રેષ્ઠ કામગીરી બજાવશો.' આંખોમાં બાળક જેવી ઉત્તેજનાની ચમક સાથે રોશનીએ કહ્યું, 'ગુનાનું પ્રમાણ ઘટશે અને ચારે બાજુથી મુશ્કેલીથી ઘેરાયેલી આપણી પ્રજાને પણ કંઈક શાંતિ મળશે.'

નિરાશ થયેલા પરંતુ પોતાના ગુસ્સાને નિયંત્રણમાં રાખીને બેઠેલા રામની સાથે રોશની રાજ-ઉપવનમાં બેઠી હતી. રામ કંઈક વધારે મોટા ઉત્તરદાયિત્વની આશા રાખીને બેઠા હતા, જેમ કે સેનાપતિ. જોકે પોતાની નિરાશાને તેઓ રોશની સમક્ષ જાહેર નહોતા કરવાના.

'મને વિશ્વાસ નથી કે હું આ ઉત્તરદાયિત્વ સંભાળી શકીશ.' રામે કહ્યું, 'સુરક્ષા દળના સારા વડા બનવા માટે લોકોના સહકારની આવશ્યકતા રહે છે.'

'અને તમને એમ લાગે છે તમને લોકોનો સહકાર નથી ?'

રામે નિસ્તેજ સ્મિત કર્યું. 'રોશની, મને જાણ છે કે તું અસત્ય ઉચ્ચારતી નથી. શું તને ખરેખર લાગે છે કે લોકો મને સહકાર આપશે ? લંકા સામે થયેલા પરાજય માટે બધા જ મને દોષ આપે છે. વર્ષ ૭,૦૩૨નું કલંક મારા શિરે જ રહ્યું છે.'

રોશનીએ થોડાક આગળ નમીને બહુ જ ગંભીરતાથી કહ્યું, 'તમે હજુ સુધી માત્ર સમાજના કુલીન વર્ગને જ મળ્યા છો, એવા લોકો જેઓ 'જન્મથી જ વિશેષ' હોય છે, આપણા જેવા લોકો. હા, એ લોકોને તમે નથી ગમતા. પરંતુ એક બીજું અયોધ્યા પણ અસ્તિત્વમાં છે, રામ, જ્યાં લોકો 'જન્મથી જ વિશેષ' હોવાનું અભિમાન લઈને નથી ફરતા. તેમની અને કુલીનો વચ્ચે કદી પણ સુમેળ નથી રહ્યો. સામાન્ય લોકોમાં તો તમે માત્ર એ જ કારણથી પ્રિય છો કે તમે કુલીનોમાં પ્રિય નથી. અને કદાચ એ જ કારણે લોકો તમને અનુસરશે પણ ખરા.'

રામ હજુ રાજવી અનુભવોના પરપોટામાંથી બહાર નહોતા નીકળ્યા. આ શક્યતામાં તેમને અવશ્ય રસ પડ્યો.

'આપણા જેવા લોકો વાસ્તવિક જગતમાં ડગલું ભરતા જ નથી. તેમાં શું ચાલી રહ્યું છે તેની આપણને જાણ જ નથી હોતી. હું સામાન્ય લોકોના સંપર્કમાં આવી છું અને મને લાગે છે કે કંઈક અંશે હું તેમને સમજી શકી છું. તમને ઘૃણા કરીને કુલીન લોકોએ તમને લાભ પહોંચાડ્યો છે. સામાન્ય લોકોમાં તમે લોકપ્રિય બની શકો તેવી શક્યતા તેમણે ઊભી કરી છે. મને વિશ્વાસ છે કે તમારી વાત તમે એ લોકો સુધી અવશ્ય પહોંચાડી શકશો. હું જાણું છું કે તમે આ નગરમાં થતા અપરાધો પર નિયંત્રણ મેળવી શકશો; અને તે પણ બહુ જ નાટ્યાત્મક રીતે. તમે ઘણાં સારાં કામ કરી શકશો. મને તમારી પર જેટલો વિશ્વાસ છે એટલો જ વિશ્વાસ તમે તમારી જાત પર કરો, મારા ભાઈ.'

રામે શરૂ કરેલા સુધારાઓની સ્પષ્ટ અસર પ્રથમ વર્ષમાં જ જોવા મળી હતી. તેમણે મુખ્ય સમસ્યાથી જ શરૂઆત કરી હતી : મોટા ભાગના લોકોમાં નિયમો પ્રત્યે જાગૃતિ જ નહોતી. કેટલાક લોકોને તો નિયમોના, વિવિધ સ્મૃતિઓના નામની પણ જાણ નહોતી. તેનું પ્રમુખ કારણ તો એ હતું કે આગળની સદીઓમાં ઘણી બધી સ્મૃતિઓ રચાઈ હતી ને તેમાં ઘણા બધા વિરોધાભાસી નિયમો લખાયેલા હતા. *મનુ સ્મૃતિ* સૌથી વિખ્યાત સ્મૃતિ હતી પરંતુ ઘણા લોકોને તેના વિવિધ વૃતાન્તો છે એ પણ જાણ નહોતી, જેમ કે *બૃહદ્ મનુ સ્મૃતિ*. અન્ય કેટલીક સ્મૃતિઓ પણ લોકપ્રિય હતી, જેમ કે *યાજ્ઞવલ્ક્ય સ્મૃતિ, નારદ સ્મૃતિ, આપસ્તામ્બ સ્મૃતિ, અત્રિ સ્મૃતિ, યમ સ્મૃતિ* અને *વ્યાસ સ્મૃતિ*. સુરક્ષા દળો પોતે જેનાથી પરિચિત હોય તેના નિયમોનો હંગામી ધોરણે વપરાશ કરતા. ન્યાયાધીશો જે સમાજમાં જન્મ્યા હોય તેના અનુસાર તેમને કેટલીક વાર અન્ય સ્મૃતિઓના અસ્તિવની જાણ રહેતી. મૂંઝવણમાં વધારો તો ત્યારે થતો કે જ્યારે સુરક્ષા દળ એક સ્મૃતિના નિયમના આધારે કોઈને પકડી જતી અને ન્યાયાધીશ અન્ય કોઈ સ્મૃતિના આધારે ન્યાય કરતા. તેનું પરિણામ હતું સર્વવ્યાપી અંધાધૂંધી. વિવિધ સ્મૃતિઓના વિરોધાભાસી નિયમોની છટકબારીઓનો ઉપયોગ કરીને ગુનેગારો છટકી જતા. બીજી બાજુ કેટલાય નિર્દોષ લોકો અજ્ઞાનને કારણે કારાગૃહમાં સબડતા રહેતા અને ત્યાંની સંખ્યા ખૂબ જ વધી જતી.

રામ સમજી શક્યા કે તેમને નિયમોનું સરલીકરણ અને એકીકરણ કરવાની આવશ્યકતા હતી. તેમણે સ્મૃતિઓનો અભ્યાસ કર્યો અને કાળજીપૂર્વક એવા નિયમો પસંદ કર્યા કે જે તેમને ન્યાયી, તર્કપૂર્ણ, સરળ અને તે સમયના સંદર્ભે પ્રાસ્તાવિક લાગ્યા. ત્યારે બાદ, એ જ નિયમોનું અયોધ્યામાં પાલન થશે અને અન્ય તમામ સ્મૃતિઓને વિસારે પાડી દેવામાં આવશે એમ નિર્ણય લેવામાં આવ્યો. આ નિયમોને પથ્થરની તકતી પર કોતરવામાં આવ્યા અને અયોધ્યાના દરેક મંદિરમાં એવી તકતીઓ લગાડવામાં આવી. સૌથી મહત્ત્વનો નિયમ સૌથી છેલ્લે કોતરવામાં આવ્યો હતો. નિયમો વિષેની અજ્ઞાનતા નિયમો નહિ પાળવા માટેનું બહાનું બની શકશે નહિ. દરરોજ સવારે નિયમોનો ઢંઢેરો પીટવા માટે વિશેષ માણસો રાખવામાં આવ્યા હતા. આમ થોડા જ સમયમાં લોકોને નિયમો વિષે પૂરી માહિતી મળી જવા પામી હતી.

રામને થોડાક જ સમયમાં લોકો દ્વારા આદરપૂર્વક નવું નામ આપવામાં આવ્યું હતું: નિયમો આપનાર રામ.

તેમનો બીજો સુધારો જોકે વધારે ક્રાંતિકારી હતો. તેમણે સુરક્ષા દળોને એટલી સત્તા આપી કે જેથી તેઓ કોઈ પણ પ્રકારના ભય કે વગ વિના નિયમોનું પાલન કરાવી શકે. રામને એક સરળ વાસ્તવિકતા સમજાઈ હતી : સુરક્ષા દળોને સમાજમાં સમ્માન મળે તેવી ઇચ્છા હંમેશાં રહેતી. આ પહેલાં તેમને સમ્માન મેળવવાની તક આપવામાં આવી જ નહોતી. જો નિયમોનો ભંગ કરનારા કોઈ પણ વ્યક્તિ વિરુદ્ધ તેઓ કોઈ પણ પ્રકારના ખચકાટ વિના કાર્યવાહી કરી શકે, ગમે તેવા મોટા કે શક્તિશાળી માણસ હોય તેમ છતાં તેની વિરુદ્ધ પગલાં ભરી શકે, તો લોકો તેમનાથી ભય પણ પામશે અને તેમને સમ્માન પણ આપશે. રામે વારંવાર એમ સિદ્ધ કર્યું હતું કે તમામ નિયમો બધાની જેમ જ તેમને પણ લાગુ પડે છે.

એક ઘટનાનો તો લોકો વારંવાર ઉલ્લેખ કરતા હતા કે રામ સંધ્યા પછી નગરમાં પાછા ફર્યા અને તે સમયે કિલ્લાનું પ્રવેશદ્વાર બંધ થઈ ચૂક્યું હતું. દ્વારપાળે તેમના માટે દ્વાર ખોલ્યું. નિયમભંગ માટે રામે તેને ઠપકો આપ્યો: સંધ્યા પછી દ્વાર કોઈ માટે ખોલવામાં આવશે નહિ. તે રાત્રે રામ કિલ્લાના દ્વારની બહાર જ સૂતા અને નગરમાં બીજે દિવસે સવારે પ્રવેશ્યા. અયોધ્યાના સામાન્ય લોકોએ આ ઘટનાની વાત માસ સુધી કરી હતી પરંતુ કુલીન લોકોએ બહુ ચતુરાઈથી તેની અવગણના કરી હતી.

કુલીન લોકોને સૌથી વધુ ગભરામણ એ બાબતે થઈ હતી કે જ્યારે તેમના

કુટુંબમાંથી કોઈ નિયમભંગ કરતા પકડાતું અને તેઓ સુરક્ષાદળોને દબડાવવાનો પ્રયત્ન કરતા ત્યારે રામ વચ્ચે પડતા. કુલીનોને એ વાતનો આઘાત લાગતો હતો કે તેમની વિરુદ્ધ પણ ન્યાયની પ્રક્રિયા કરવામાં આવતી હતી. થોડા સમયમાં તેઓ સમજી ગયા હતા કે નિયમપાલનની બાબતમાં તેમના માટે પણ કોઈ નરમાશ દાખવવામાં આવશે નહિ. રામ પ્રત્યેની તેમની ઘૃણા અનેકગણી વધી જવા પામી હતી અને તેઓ રામને તુંડમિજાજી અને ભયાનક કહેવા માંડ્યા હતા. જોકે સામાન્ય લોકોનો અયોધ્યાના સૌથી મોટા રાજકુમાર પ્રત્યેનો પ્રેમાદર વધી ગયો હતો. ગુનાનું પ્રમાણ ઘટ્યું હતું કારણ કે ગુનેગારોને કારાગૃહમાં ધકેલી દેવામાં આવતા હતા અથવા બહુ ત્વરાથી તેમને થયેલી શિક્ષાનો અમલ કરવામાં આવતો હતો. નિર્દોષોનો છુટકારો પણ ત્વરાથી થતો અને અયોધ્યા નગર પણ વધુ સલામત બન્યું હતું. સ્ત્રી રાત્રિના સમયે પણ એકલી બહાર નીકળવાનું સાહસ કરવા માંડી હતી. તેમના જીવનમાં આવેલા આવા નાટ્યાત્મક સુધારા માટે તેઓ રામની પ્રશંસા કરતા હતા.

રામનું નામ દંતકથારૂપ બની જવા પામે તેને તો હજુ કેટલાય દાયકાઓની વાર હતી. પરંતુ એ દિશામાં તેમનો પ્રવાસ શરૂ થઈ ચૂક્યો હતો કારણ કે સામાન્ય લોકોમાં તો એક નાયકનો ઉદય થઈ ચૂક્યો હતો.

— |女| 🐦 ☀ —

'તું બહુ લોકોને પોતાના શત્રુ બનાવી રહ્યો છે, મારા પુત્ર,' કૌશલ્યાએ કહ્યું. 'નિયમોનું પાલન કરાવવામાં તારે આટલું બધું દબાણ કરવાની આવશ્યકતા નથી.'

કુલીનોની બહુ બધી ફરિયાદો આવ્યા પછી કૌશલ્યાએ એક દિવસ રામને પોતાના કક્ષમાં બોલાવ્યા હતા. પોતાના જુસ્સાને કારણે રાજસભાગૃહમાં રામના પક્ષે જે થોડાક સાથીઓ હતા તે પણ હવે ઘટી રહ્યા હતા તેની કૌશલ્યાને ચિંતા હતી.

'નિયમના શાસનમાં પસંદગીને અવકાશ નથી હોતો, મા.' રામે કહ્યું, 'એક સમાન નિયમ જ બધાને લાગુ પડતો હોય છે. જો કુલીનોને તે નિયમ ન ગમતો હોય, તો તેમણે તેનો ભંગ જ ન કરવો જોઈએ.'

'હું નિયમોની ચર્ચા નથી કરી રહી, રામ. પરંતુ જો તું એમ માનતો હોય કે સેનાપતિ મૃગસ્યના સૌથી અગત્યના સેવકને શિક્ષા કરવાથી તારા પિતાજી ખુશ થશે, તો તું ભૂલ કરે છે. તેઓ સંપૂર્ણતઃ કૈકેયીના કહ્યામાં છે.'

દશરથ નિરાશાની ગર્તામાં ડૂબી રહ્યા હતા તે સમયગાળામાં સેનાપતિ મૃગસ્ય ખૂબ જ શક્તિશાળી બની ગયા હતા. લોહચુંબકની જેમ શક્તિશાળી રાણી કૈકેયીના તમામ વિરોધીઓ તેમની તરફ જ ખેંચાયા હતા. તેમની ખ્યાતિ એવી હતી કે ગમે તેવા ભયાનક ગુના કે સંપૂર્ણ અસક્ષમતા છતાં તેઓ પોતાના સાથીઓનું નિષ્ઠાપૂર્વક રક્ષણ કરતા હતા. માટે જ તેમને પણ અત્યંત નિષ્ઠાવાન સાથીઓ મળ્યા હતા. તેઓ કૈકેયીની ઇચ્છાઓની પ્રયત્નપૂર્વક અવગણના કરતા એટલે કૈકેયીને તે બિલકુલ ગમતા નહિ. તેના પરિણામે સમ્રાટ દશરથનું પણ સેનાપતિ પ્રત્યેનું વર્તન બદલાયું હતું.

તાજેતરમાં, રામે નિયમનો ઉપયોગ કરીને એક એવી ધરતીનો ટુકડો મુક્ત કરાવ્યો હતો જેને મૃગસ્યના એક નિષ્ઠાવાન સાથીએ કોઈ ગરીબ અયોધ્યાવાસી પાસેથી અયોગ્ય રીતે પડાવી લીધો હતો. મૃગસ્યના એ સાથીને દંડ કરવાની ધૃષ્ટતા પણ રામે કરી હતી. આજ સુધી સેનાપતિના સાથીઓ તરફ આંખ ઊંચી કરવાની હિંમત કોઈએ દાખવી નહોતી.

'સેનાપતિ મૃગસ્ય અને કૈકેયી માના રાજકારણમાં મને રસ નથી. તેમના સાથીએ નિયમનો ભંગ કર્યો હતો. આ વાત માત્ર એટલી જ છે.'

'કુલીનો પોતાની ઇચ્છા મુજબનું વર્તન કરવા ટેવાયેલા છે, રામ.'

'મારામાં તેમને રોકવાની શક્તિ હશે ત્યાં સુધી તો તેમ નહિ થાય !'

'રામ !'

'કુલીન હોવું એટલે ગુણવાન હોવું, મા. એ જ આર્ય લોકોની જીવનરીતિ છે. તમારા જન્મથી નહિ પરંતુ તમારાં કર્મોથી તમે ઓળખાવ છો. માટે કુલીન હોવું તે જન્મસિદ્ધ અધિકાર નહિ પરંતુ બહુ મોટું દાયિત્વ છે.'

'રામ, તું સમજતો કેમ નથી ? સેનાપતિ મૃગસ્ય આપણા એક માત્ર સાથી છે. અન્ય તમામ કુલીનો કૈકેયીના પક્ષે છે. તે એક માત્ર એવી વ્યક્તિ છે જે કૈકેયીની સામે ઊભી રહી શકે છે. જ્યાં સુધી મૃગસ્ય અને તેના નિષ્ઠાવાન સાથીઓ આપણી સાથે હશે, ત્યાં સુધી જ આપણે સલામત રહી શકીશું.'

'એ વાતને નિયમપાલન સાથે શું સંબંધ છે ?'

પોતાના ગુસ્સાને દબાવી રાખવા માટે કૌશલ્યાએ ખૂબ જ પ્રયત્ન કરવો પડ્યો. 'શું તને જાણ છે કે તારા માટે સહકાર મેળવવો એ મારા માટે કેટલું કપરું કામ છે ? બધા જ લોકો તને લંકા સામે થયેલા પરાજય માટે દોષી માને છે.'

જ્યારે તેની વાતના ઉત્તરમાં રામ પથ્થરની જેમ શાંત અને અવિચળ રહ્યા

ત્યારે કૌશલ્યાએ પોતાના અવાજમાં ક્રોધની માત્ર ઘટાડીને કહ્યું, 'હું એમ નથી કહી રહી કે એમાં તારો દોષ છે, મારા પુત્ર. પરંતુ એ જ વાસ્તવિકતા છે. આપણે વ્યવહારુ દૃષ્ટિથી આ વાત જોવી પડશે. શું તારે રાજા બનવું છે કે નહિ ?'

'મારે એક સારા રાજા બનવું છે. અન્યથા, મારો વિશ્વાસ કરજો, હું રાજા નહિ બનવાનું પસંદ કરીશ.'

કૌશલ્યાએ ક્રોધથી પોતાની આંખો બંધ કરી. 'રામ, એમ લાગે છે કે તું તારા પોતાના સૈદ્ધાંતિક જગતમાં જીવી રહ્યો છે. તારે વ્યવહારુ બનતાં શીખવું પડશે. એટલું યાદ રાખજે કે હું તને ખૂબ જ પ્રેમ કરું છું અને તને મદદરૂપ બનવાનો પ્રયત્ન જ કરી રહી છું.'

'જો તમે મને પ્રેમ કરતાં હોવ મા, તો પછી હું શેનાથી ઘડાયો છું એ વસ્તુ પણ સમજી લો,' રામે એકદમ શાંતિથી કહ્યું પરંતુ તેમની આંખોમાં દૃઢ નિર્ધારની ચમક દેખાતી હતી. 'આ મારી જન્મભૂમિ છે. મને તે જે રીતે મળી છે, તેના કરતાં હું તેને વધારે સારી બનાવીને તેની સેવા કરવા માંગું છું. હું રાજા હોઉં, સુરક્ષા દળનો વડો હોઉં કે એક સામાન્ય અયોધ્યાવાસી, મારે મારું કર્મ તો પૂરી નિષ્ઠાથી જ કરવાનું છે.'

'રામ, તું કેમ—'

જોરથી કરવામાં આવેલી ઉદ્ઘોષણાને કારણે કૌશલ્યાએ અધવચ્ચે જ અટકી જવું પડ્યું. 'અયોધ્યાનાં રાણી કૈકેયી પધારી રહ્યાં છે !'

રામ તરત જ ઊભા થઈ ગયા અને કૌશલ્યાએ પણ તેમ જ કર્યું. રામે ત્રાંસી નજરે પોતાની માતાને જોઈ લીધી, તેમની આંખોમાં શક્તિહીન ક્રોધ છે, એ પણ તેમણે નોંધી લીધું. હોઠો પર સ્મિત સજાવેલી કૈકેયી પ્રવેશી ત્યારે તેના હાથ વંદનની મુદ્રામાં જોડાયેલા હતા. 'નમસ્તે બહેન. તમારા પુત્ર સાથેના અંગત સમયમાં ખલેલ પહોંચાડવા માટે હું ખરેખર ક્ષમા પ્રાર્થું છું.'

'અરે, એમાં કોઈ જ સમસ્યા નથી, કૈકેયી,' કૌશલ્યાએ સૌજન્ય દાખવતાં કહ્યું. 'મને વિશ્વાસ છે કે જો કંઈક અત્યંત અગત્યની વાત હોય, તો જ તું એમ કરે.'

'સત્ય વચન, એમ જ છે.' કહીને કૈકેયી રામની દિશામાં ફરી, 'તારા પિતાજીએ શિકાર પર જવાનું નક્કી કર્યું છે, રામ.'

'શિકાર પર ?' રામે સાશ્ચર્ય પૂછ્યું.

દશરથ ક્યારેય શિકાર પર ગયા હોય, તેવું રામની સ્મૃતિમાં નહોતું. એક સમયના મહાન શિકારી એવા દશરથ યુદ્ધમાં ઘવાયા પછી જીવનના આવા સરળ

આનંદ પણ માણી શકતા નહિ.

'હા, મેં ભરતને જ તેમની સાથે મોકલ્યો હોત. મને પણ હરણનું માંસ બહુ પ્રિય છે. પરંતુ તું જાણે જ છે કે ભરત તો અત્યારે રાજદ્વારી કામ માટે બ્રંગા ગયો છે. હું એમ વિચારી રહી હતી કે શું આવું કઠિન ઉત્તરદાયિત્વ હું તારા શિરે નાખી શકું ?'

રામે મૃદુ સ્મિત કર્યું. તે જાણતા હતા કે કૈકેયી રામને સમ્રાટ દશરથ સાથે એટલે મોકલવા માંગે છે કે જેથી સમ્રાટ દશરથની સુરક્ષા થાય, પ્રિય માંસ માટે નહિ. પરંતુ જાહેરમાં કૈકેયી સમ્રાટ વિષે કશું જ અપમાનજનક બોલતી નહિ અને રાજકુટુંબ તેના માટે 'જાહેર' વિષય હતો. રામે હાથ જોડીને વંદન કર્યાં. 'તમારી સેવા કરવાનો મોકો મને મળશે તો તેને હું મારું સૌભાગ્ય સમજીશ, મા કૈકેયી.'

કૈકેયીએ સ્મિત કર્યું. 'આભાર.'

કૌશલ્યાએ શાંતિથી રામ તરફ જોયું ત્યારે તેમના પોતાના મુખ પર ગૂઢ ભાવ હતા.

'એ અહીંયાં શું કરી રહી છે ?' સમ્રાટ દશરથે ઉદ્ધતાઈથી કહ્યું.

રાજમહેલમાં જે દિશામાં કૈકેયીનો આવાસ હતો ત્યાંના દ્વારપાળે કૌશલ્યાના આગમનની છડી પોકારી હતી. દશરથ અને કૈકેયી શય્યામાં સૂતાં હતાં. કૈકેયીએ હાથ લંબાવીને દશરથના લાંબા કેશ તેમના કાન પાછળ ગોઠવ્યા. 'એકદમ ત્વરાથી જે પણ હોય, તે પતાવીને અહીં પાછા આવી જાવ.'

'તારે પણ બેઠા થવું પડશે, પ્રિયે.' દશરથે કહ્યું.

કૈકેયીએ ચીડાઈને નિસાસો નાખ્યો અને શય્યામાંથી બેઠી થઈ. તેણે ત્વરાથી અંગવસ્ત્ર ઉપાડ્યું અને પોતાના શરીર પર વીંટાળ્યું અને તેનો બીજો છેડો પોતાના જમણા કાંડા પર વીંટ્યો. દશરથ પાસે જઈને તેણે સમ્રાટને શય્યામાંથી બહાર આવવામાં મદદ કરી. ઘૂંટણિયે બેસીને તેમની ધોતી પણ સરખી કરી. છેલ્લે તેણે દશરથનું અંગવસ્ત્ર ઉઠાવીને તેમના ખભા પર ગોઠવ્યું. પછી તે દશરથને ચલાવતી ચલાવતી બેઠકખંડમાં લઈ આવી અને તેમને ત્યાં બેસાડ્યા.

'મહારાણીને પ્રવેશવા દો,' કૈકેયીએ આદેશ કર્યો.

બે દાસીઓ સાથે કોશલ્યા ખંડમાં પ્રવેશ્યાં. તેમાંથી એકના હાથમાં સોનાની થાળી હતી કે જેમાં દશરથની યુદ્ધની તલવાર પડી હતી. બીજી દાસીના હાથમાં

પૂજાની થાળી હતી. દશરથ તો હંમેશની જેમ ક્યાંક ખોવાઈ ગયેલા લાગતા હતા.

'બહેન,' વંદનની મુદ્રામાં કૈકેયીએ કહ્યું, 'એક જ દિવસમાં આપને બીજી વાર મળી અત્યંત આનંદ થયો.'

'મને પણ અત્યંત આનંદ થયો, કૈકેયી,' કૌશલ્યાએ જવાબ આપ્યો. 'તેં કહ્યું હતું કે મહારાજા શિકાર પર જઈ રહ્યા છે તેથી મને લાગ્યું કે હું તેની યોગ્ય પૂજાવિધિ કરી લઉં.'

યોદ્ધાની પત્ની યુદ્ધ કે શિકાર માટે જઈ રહેલા પોતાના પતિને પૂજન-અર્ચન કરીને તલવાર આપે તેવી પ્રાચીન પરંપરા હતી.

'જ્યારે પણ મેં મહારાજને મારા હાથેથી તલવાર નથી આપી ત્યારે સારું નથી થયું.' કૌશલ્યાએ કહ્યું.

દશરથના ભાવવિહીન મુખના અચાનક ભાવ ઊમટી આવ્યા. જાણે કે આ નાનકડી વાત નહિ પણ ઘોર પાપ થઈ ગયાની વાત હોય ! કરચપના યુદ્ધમાં જતી વખતે કૌશલ્યાએ દશરથને આવી રીતે વિધિસર તલવાર નહોતી આપી અને તે યુદ્ધમાં જ દશરથનો પહેલો પરાજય થયો હતો. તેમણે પોતાની પ્રથમ પત્ની તરફ એક ડગલું ભર્યું.

કૌશલ્યાએ દાસીના હાથમાંથી પૂજાની થાળી લીધી અને તેનાથી દશરથના મુખની સાત વાર આરતી ઉતારી. પછી થાળીમાંથી કંકુ લઈને તેમણે દશરથના કપાળ પર તિલક કર્યું. 'વિજયી થઈ પાછા ફરો...'

કૈકેયી હસી પડી અને વિધિની વચ્ચે જ બોલી ઊઠી, 'તેઓ યુદ્ધ પર નથી જઈ રહ્યા, બહેન.'

દશરથે કૈકેયીની અવગણના કરી. 'વાક્ય પૂરું કરો, કૌશલ્યા.'

કૌશલ્યાએ ગભરાહટથી ગળા હેઠળ થૂંક ઉતાર્યું અને તેમને અડધી-પડધી ખાતરી તો થઈ જ ગઈ કે તેમનું આ પગલું ભૂલ ભરેલું હતું. તેમણે સુમિત્રાની વાત સાંભળવા જેવી નહોતી. પરંતુ તેણે વિધિનું એ વાક્ય પૂરું કર્યું. 'વિજયી થઈ પાછા ફરો અથવા પાછા જ ન ફરશો.'

કૌશલ્યાને લાગ્યું કે તેમના પતિની આંખોમાં, એ યુવાન દશરથની યાદ અપાવતી અગ્નિ પ્રજ્વલિત થઈ ઊઠી છે કે જે માત્ર રોમાંચ અને કીર્તિ માટે જ જીવતા હતા. 'મારી તલવાર ક્યાં છે ?' દશરથે આદેશ કર્યો અને ગંભીરતાથી પોતાની તલવાર લેવા હાથ લંબાવ્યો.

કૌશલ્યાએ ત્વરાથી પાછળ ફરીને પૂજાની થાળી દાસીના હાથમાં આપી દીધી. પછી તેમણે બંને હાથથી તલવાર ઉપાડી, પોતાના પતિ તરફ ફર્યાં અને

નમીને તેમને વંદન કર્યાં અને તેમના હાથમાં એ તલવાર મૂકી. દશરથે એ તલવાર દૃઢતાથી પકડી, જાણે કે તેમાંથી તેમને ઊર્જા પ્રાપ્ત થઈ રહી હોય.

કૈકેયીએ દશરથને જોયા અને પછી કૌશલ્યાને જોયાં અને પોતાની આંખો ઝીણી કરી અને ઊંડા વિચારોમાં ઊતરી ગઈ.

આ બધુ સુમિત્રાએ જ કર્યું હશે. કૌશલ્યા જાતે તો આવું આયોજન કરી જ ન શકે. દશરથ સાથે રામને જવાનું કહીને મેં કદાચ ભૂલ કરી છે.

—— |ૠ| ◗ ☼ ——

રાજા શિકાર પર જાય તે ઘટના મોટી ગણાતી અને તે ઘણાં સપ્તાહ સુધી ચાલતી. આ સાહસમાં રાજા સાથે ઘણા બધા લોકો જોડાતા. એ સમયગાળામાં અયોધ્યાની ઉત્તરે આવેલા ગાઢ વનમાં છાવણી નાખવામાં આવતી અને રાજસભાગૃહનું વડું મથક પણ ત્યાં ખસેડાતું.

તેમના આગમનના બીજા દિવસથી શિકારની પ્રવૃત્તિ શરૂ થતી. તેમની પદ્ધતિ મુજબ એક વિશાળ વર્તુળમાં ઘણા બધા સૈનિકો વનમાં ફેલાઈ જતા. કેટલીક વાર આ વર્તુળ પચાસ ગાઉ જેટલું વિશાળ રહેતું. તેઓ સતત જોર-જોરથી ઢોલ વગાડતા રહેતા અને ધીમે-ધીમે કેન્દ્રની તરફ ખસીને વર્તુળ નાનું બનાવતા જતા. ઘણી વાર તો આ નાનકડું વર્તુળ પ્રાણીઓનું પાણી પીવાનું સ્થળ જ રહેતું. ધીમે-ધીમે એ વર્તુળ નાનું બનતું જતું અને મારણ-કેન્દ્રમાં ઘણાં બધાં પ્રાણીઓ ભેગાં થઈ જતાં. ત્યાં રાજા અને તેમની સાથે શિકાર કરવા આવેલા રાજસભાસદો આ રાજરમતની મજા લેતાં લેતાં શિકાર કરતા.

રાજહાથીની અંબાડી પર દશરથ ઊભા હતા. રામ અને લક્ષ્મણ તેમની પાછળ જ બેઠા હતા. સમ્રાટને લાગ્યું કે તેમણે ક્યાંક વાઘનો હળવો ઘુરકાટ સાંભળ્યો. તેમણે મહાવતને આગળ વધવાનો આદેશ આપ્યો. થોડાક જ સમયમાં દશરથનો હાથી બીજા શિકારીઓથી અલગ પડી ગયો. તેઓ માત્ર પોતાના પુત્રો સાથે એકલા જ હતા.

આજુબાજુ ગાઢ વૃક્ષો હતાં. ઘણાં વૃક્ષો તો એટલાં ઊંચાં હતાં કે તેઓ હાથી કરતાં પણ ઊંચે જતાં અને તેનાથી મોટાભાગનો સૂર્યપ્રકાશ રોકાઈ જતો હતો. ગાઢ અંધકારમાં વૃક્ષોની બે-ત્રણ હરોળની બીજી બાજુ તો નજર પહોંચતી જ નહોતી.

લક્ષ્મણે નમીને રામના કાનમાં કહ્યું, 'મોટાભાઈ, મને નથી લાગતું કે અહીં કોઈ વાઘ હોય.'

આગળ ઊભા રહેલા પિતાનું નિરીક્ષણ કરતા રામે લક્ષ્મણને ચૂપ રહેવા જણાવ્યું. દશરથ પોતાની ઉત્તેજના છુપાવી શકતા નહોતા. તેમના સમગ્ર શરીરનું વજન તેમના મજબૂત ડાબા પગ પર હતું. અંબાડીના મંચ પર રચવામાં આવેલી અભિનવ યંત્રણા વડે દશરથના જમણા પગને સ્થિર રાખવાની વિશેષ સુવિધા કરવામાં આવી હતીઃ મધ્યમાં એક મજબૂત સ્તંભ પર ભંવરકડીના આધારે બધી દિશામાં ફરતી ગોળ તકતી લગાવવામાં આવી હતી. તેમના જમણા પગને પહોંચાથી શરૂ કરીને ગોઠણ સુધી લાંબી દોરી વડે તે તકતી પર બાંધી લેવામાં આવ્યો હતો. ચારે દિશામાં ફરતી ગોળાકાર તકતીની મદદથી તેઓ શિકાર માટે તીર છોડવા માટે ગમે તે દિશામાં ફરી શકતા હતા. ધનુષ પણ બાણ ચડાવીને ઊભેલા દશરથની પીઠ પર તણાવનાં ચિહ્નો દેખાઈ આવતાં હતાં.

પોતાના નબળા શરીરને દશરથ આટલું બધું કષ્ટ ન આપે તેવી પરિસ્થિતિ રામે વધારે પસંદ કરી હોત પરંતુ જે જુસ્સાથી તે પોતાના નબળા શરીરને પોતાની કુદરતી ક્ષમતાથી પણ વધારે ખેંચી જતા હતા તેની રામ મનોમન પ્રશંસા પણ કરતા હતા.

'ત્યાં કશું જ નથી, તમને કહું છું ને.' લક્ષ્મણે ફરી વાર રામના કાનમાં કહ્યું.

'શીસસસ...' રામે કહ્યું.

લક્ષ્મણ ચૂપ થઈ ગયો. અચાનક, દશરથે પોતાનો જમણો ખભો હલાવ્યો અને પણછને પાછળની દિશામાં ખેંચી. આ તકનીક નિહાળી રહેલા રામને કમકમાટી છૂટી ગઈ. દશરથની કોણી તીરની દિશામાં નહોતી જેનાથી તેમના ખભા અને સ્નાયુઓ પર વધારે તણાવ આવતો હતો. સમ્રાટના કપાળ પર પરસેવાનાં બિંદુ જામી ગયાં હતાં પરંતુ પોતાની જગ્યાએ તેઓ મક્કમ બનીને ઊભા હતા. એક ક્ષણ પછી તેમણે તીર છોડ્યું અને મોટી ગર્જનાથી એ વાતની ખાતરી થઈ કે તીર નિશાન પર જ લાગ્યું હતું. પહેલાં યુદ્ધમાં કદી ન હારતા પોતાના પિતાના જુસ્સાની ઝલક જોવી રામને ગમી.

થોડાક કષ્ટ સાથે પાછળ ફરીને દશરથે લક્ષ્મણ તરફ ઉપહાસપૂર્વક હાસ્ય સાથે કહ્યું, 'મારી શક્તિઓને જરા પણ ઓછી ન આંકીશ, યુવાન.'

લક્ષ્મણે તત્ક્ષણ પોતાનું મસ્તક નમાવ્યું. 'હું ક્ષમા પ્રાર્થું છું, પિતાજી. મારો અર્થ એમ નહોતો.'

'સૈનિકોને વાઘનું શરીર લઈ આવવાનો આદેશ કરો. તેમને આંખથી પ્રવેશીને મગજમાંથી બહાર નીકળેલા તીરવાળું વાઘનું શરીર મળી આવશે.'

'હા, પિતાજી, હું...'

'પિતાજી !' પોકાર કરીને રામ આગળ ધસી ગયા અને પોતાની કમરે બાંધેલ મ્યાનમાંથી એક કટારી તેમણે ખેંચી કાઢી.

અંબાડીની ઉપર આવેલી એક શાખાનાં પાંદડાં હલ્યાં અને તેમાંથી એક ચિત્તો પ્રગટ થયો. એ લુચ્ચા પ્રાણીએ તો પ્રહારનું સુંદર આયોજન કરી નાખ્યું હતું. શાખા પરથી ચિત્તો જ્યારે કૂદ્યો ત્યારે દશરથનું ધ્યાન બીજે ક્યાંક હતું. જોકે રામે સમયસૂચકતા દાખવી હતી. તેમણે કૂદકો મારીને હવામાં રહેલા ચિત્તાની છાતીમાં જ કટારી હુલાવી દીધી હતી. જોકે આ પ્રહાર એટલો અણધાર્યો થયો હતો કે રામનું નિશાન પણ સચોટ નહોતું રહ્યું. કટારી ચિત્તાના હૃદયમાં નહોતી ઊતરી. એટલે ચિત્તો ઘાયલ થયો હતો પરંતુ મૃત્યુ નહોતો પામ્યો. તેણે ગુસ્સાથી ગર્જના કરી અને પોતાના પંજા વડે હુમલો કર્યો. રામ ચિત્તા સાથે કુસ્તી લડી રહ્યા હતા કે જેથી તેની છાતીમાંથી કટારી કાઢીને તેના હૃદયમાં ઉતારી શકાય પરંતુ કટારી ફસાઈ ગઈ હતી. પ્રાણીએ પાછાં ડગલાં ભરીને રાજકુમારના ડાબા હાથના સ્નાયુઓમાં પોતાના દાંત ખૂંતાવી નાખ્યા. રામે પીડાના માર્યા ચીસ પાડી અને તે પ્રાણીને અંબાડી પરથી નીચે ધકેલી દેવા જોર લગાવવા માંડ્યા. ચિત્તાએ પોતાનું માથું પાછું લઈને રામના હાથના માંસનો મોટો લોચો ઉખાડી નાખ્યો અને ત્યાંથી રક્ત ત્વરાથી વહેવા લાગ્યું. હવે તે રામની ગરદન પર પ્રહાર કરવા માટેની અંતઃસ્ફુરણાથી આગળ વધી રહ્યું હતું કે જેથી તે રામને ગૂંગળાવી શકે. રામે જમણા હાથની મુષ્ટી વાળીને હાથ પાછો ખેંચ્યો અને ચિત્તાના મુખ પર એકદમ શક્તિશાળી પ્રહાર કર્યો.

દશરથ પેલી તકતી સાથે બંધાયેલા હતા તેથી લક્ષ્મણનો માર્ગ રોકાઈ રહ્યો હતો તેમ છતાં તે રામ સુધી પહોંચવાનો જુસ્સાપૂર્વક પ્રયત્ન કરી રહ્યો હતો. છેવટે લક્ષ્મણે ઊંચો કૂદકો માર્યો, ઉપર લટકતી શાખાને પકડી અને અંબાડીની બહારની દિશામાં કમાનાકારે ઝોક ખાધો. પોતાની જાતને આગળ ધકેલીને તે અંબાડીની આગળની બાજુ, બરાબર ચિત્તાની પાછળ જ પહોંચી ગયો. ચિત્તો રામને ફરી વાર બટકું ભરવા ગયો તે જ સમયે લક્ષ્મણે પોતાની કટારી ખેંચી કાઢી. લક્ષ્મણે શક્તિશાળી પ્રહાર કર્યો અને સદ્નસીબે કટારી ચિત્તાની આંખમાં જ ખૂંપી ગઈ. ચિત્તાની આંખમાંથી રક્તનો ફુવારો છૂટ્યો અને તેણે પીડાના માર્યા ગર્જનાઓ કરવા માંડી. પોતાની પ્રચંડ ભુજાઓનો ઉપયોગ કરીને લક્ષ્મણે કટારી ચિત્તાના

મગજમાં જ ઉતારી દીધી. ક્ષણાર્ધ માટે ચિત્તાએ પ્રતીકાર કર્યો અને પછી તે મૃત્યુને શરણ થઈ ગયો.

પોતાના હાથ વડે જ લક્ષ્મણે ચિત્તાનું શરીર ઉઠાવ્યું અને તેને નીચે ધરતી પર નાખ્યું ત્યારે રામ રક્તના ખાબોચિયામાં પડેલા હતા.

'રામ !' દશરથે પોકાર કર્યો. પેલી તકતીમાં બંધાયેલા જમણા પગને મુક્ત કરવાનો તેઓ ક્યારના પ્રયત્ન કરી રહ્યા હતા.

લક્ષ્મણે મહાવતને આદેશ આપ્યો, 'છાવણી તરફ પાછા ચાલો !'

અચાનક બનેલી આવી ઘટનાથી હતપ્રભ થયેલો મહાવત તો ભયનો માર્યો આઘાતમાં બેઠો રહ્યો. દશરથે રાજવી રીતે આદેશ આપ્યો. 'છાવણી તરફ ! અત્યારે જ !'

આખી છાવણીમાં મશાલો પ્રગટાવવામાં આવી હતી અને રાત્રિના સમયે એ છાવણી પ્રવૃત્તિઓથી ધમધમી ઊઠી હતી. અયોધ્યાના ઘવાયેલા રાજકુમારને સમ્રાટના ભવ્ય અને વૈભવી તંબુમાં સુવાડવામાં આવ્યા હતા. આમ તો તેમને વૈદ્યના તંબુમાં જ રાખવા જોઈતા હતા, પરંતુ દશરથે એવો આગ્રહ રાખ્યો હતો કે તેમના પુત્રને પોતાના સગવડદાયક તંબુમાં જ સારવાર આપવી. રામનું નિસ્તેજ શરીર પાટામાં બંધાયેલું પડ્યું હતું. વધારે પડતું રક્ત વહી જવાને કારણે તેમનું શરીર બહુ જ નિર્બળ બની ગયું હતું.

'રાજકુમાર રામ,' રાજકુમારને હળવેથી સ્પર્શતી વખતે વૈદ્ય બોલ્યા.

'શું તમારે તેને જગાડવો જ *પડશે* ?' રામની શય્યાની બાજુમાં જ એક આરામદાયક આસન પર બેઠેલા દશરથે વૈદ્યને પૂછ્યું.

'હા, મહારાજ,' વૈદ્યે કહ્યું. 'તેમણે આ ઔષધ તો અત્યારે જ લેવું પડશે.'

વૈદ્ય રામને વારંવાર જગાડવાનો પ્રયત્ન કરી રહ્યા હતા. થોડી વારે રામે આંખ ખોલી અને પાંપણો પટપટાવીને દૃષ્ટિ સ્થિર કરી. ઔષધનો વાટકો પકડીને બેઠેલા વૈદ્યને તેમણે જોયા. મોઢું ખોલીને તેમણે એ ઔષધિ ગળા હેઠળ ઉતારી, તેના કડવા સ્વાદથી તેમના શરીરમાં કમકમાટી આવી ગઈ. વૈદ્ય ફર્યા, નમીને સમ્રાટને વંદન કર્યા અને તંબુમાંથી બહાર નીકળી ગયા. રામ પાછા ઊંઘી જવાની તૈયારીમાં જ હતા કે તેમનું ધ્યાન શય્યા ઉપર રહેલી વિશેષ પ્રકારની સુવર્ણછત્રી પર પડ્યું. તેની મધ્યમાં ભવ્ય સૂર્યદેવ હતા અને તેનાં કિરણો ચારે દિશામાં ફેલાઈ

રહ્યાં હતાં. એ સૂર્યવંશીઓનું ચિહ્ન હતું. રામની આંખો ઝટકાથી ખૂલી ગઈ અને તેમણે બેઠા થવાનો પ્રયત્ન કરવા માંડ્યો. સમ્રાટની શય્યા પર તો તેઓ કઈ રીતે ઊંઘી શકે ?

'સૂતો રહે,' હાથ ઊંચો કરીને દશરથે આદેશ આપ્યો.

લક્ષ્મણ શય્યા તરફ દોડતો આવ્યો અને પોતાના ભાઈ રામને સુવાડવાનો તે પ્રયત્ન કરવા લાગ્યો.

'ભગવાન સૂર્ય દેવને ખાતર, સૂતો રહે, રામ !' દશરથે કહ્યું.

દશરથ તરફ જોઈ રહેલા રામ પાછા શય્યા પર સૂઈ ગયા. 'પિતાજી, મને ક્ષમા કરો. આપના તંબુમાં મારે—'

પોતાનો હાથ હલાવીને દશરથે રામની વાત અધવચ્ચે જ અટકાવી નાખી. પોતાના પિતાના દેખાવમાં નાનકડું પરિવર્તન આવ્યાનું રામે નોંધ્યું. આંખોમાં ચમક, અવાજમાં મક્કમતા અને વર્તનમાં ચપળતા. રામની માતાએ તેમને જે વાર્તાઓ કહી સંભળાવી હતી તેવા દશરથ અત્યારે જોવા મળી રહ્યા હતા. અહીંયાં એક એવો માણસ બેઠો હતો જે પોતાના આદેશોનો અનાદર નહોતો ચલાવી લેતો. આ પહેલાં રામે દશરથને કદી પણ આ સ્વરૂપે નહોતા જોયા.

દશરથે પોતાના સેવકોને આદેશ આપ્યો, 'અમને એકલા મૂકી દો.'

સેવકો સાથે લક્ષ્મણ પણ જવા માટે ઊઠ્યો.

'તું નહિ, લક્ષ્મણ,' દશરથે કહ્યું.

પગલાં ભરતો લક્ષ્મણ અધવચ્ચે જ અટકી ગયો અને બીજા આદેશની રાહ જોવા લાગ્યો. તંબુના ખૂણામાં પાથરવામાં આવેલી વાઘ અને ચિત્તાની ખાલ તેઓ જોઈ રહ્યા. તેમણે અને તેમના પુત્રો કરેલા શિકારની યાદગીરી.

'કેમ ?' દશરથે પૂછ્યું.

'પિતાજી ?' મૂંઝવાયેલા રામે પૂછ્યું.

'મારા માટે કેમ તારું જીવન તેં જોખમમાં મૂક્યું ?'

રામે એક પણ શબ્દ ઉચ્ચાર્યો નહિ.

દશરથે વાત ચાલુ રાખી, 'મારા પરાજયનો દોષ મેં તારી ઉપર ઢોળ્યો. મારા સમગ્ર સામ્રાજ્યએ તને દોષ આપ્યો; શાપ આપ્યા. આખું જીવન તારા ભાગે સહન જ કરવાનું આવ્યું છે અને તેમ છતાં તેં કદી બળવો નથી કર્યો. મને હંમેશાં એમ લાગતું કે તેનું કારણ તારી નબળાઈ હશે, પરંતુ પોતાને ત્રાસ આપનારા લોકોનું નસીબ પલટાય ત્યારે નબળા લોકો તેની ઉજવણી કરતા હોય છે અને તેમ છતાં મારા માટે તેં તારા જીવને જોખમમાં મૂક્યો. કેમ ?'

રામે એક સરળ વાક્યમાં જવાબ આપ્યો. 'કારણ કે એ જ મારો ધર્મ છે, પિતાજી.'

દશરથે પ્રશ્નાર્થસૂચક નજરે રામ સામે જોયું. પોતાના સૌથી મોટા પુત્ર સાથે તે પહેલી વાર કંઈક પદ્ધતિસરની વાત કરી રહ્યા હતા. 'શું માત્ર એ જ કારણ છે ?'

'તો બીજું શું કારણ હોઈ શકે ?'

'ઓહ, એ તો મને જાણ નથી,' એમ કહીને દશરથે જાણે કે આ વાત ગળે નથી ઊતરી એમ નાખોરાં ફુલાવ્યાં. 'શું યુવરાજ બનવાની ઇચ્છા પણ કારણભૂત ન હોઈ શકે ?'

જીવનના આ કટાક્ષને પામીને રામે મનોમન સ્મિત કર્યું. 'હું તમને મનાવી પણ લઉં, પિતાજી, તેમ છતાં આપણા રાજ્યના કુલીન પરિવારો કદી મારો સ્વીકાર નહિ કરે. હું એ પ્રકારનાં આયોજનો નથી કરતો. મેં જે આજે કર્યું હતું તેમ જ હું હંમેશાં કરતો રહીશઃ મારા ધર્મનું પાલન કરતો રહીશ. ધર્મથી વધારે મહત્ત્વનું કશું જ નથી.'

'માટે, તને એમ નથી લાગતું કે રાવણ સામે મારો જે પરાજય થયો તે માટે તને દોષ અપાવો જોઈએ ?'

'હું શું વિચારું છું તેનું કશું જ મહત્ત્વ નથી.'

'તેં મારા પ્રશ્નનો ઉત્તર ન આપ્યો.'

રામ શાંત જ રહ્યા.

દશરથ આગળની તરફ ઝૂક્યા. 'મને ઉત્તર આપ, રાજકુમાર.'

'આ બ્રહ્માંડ આપણા એક પછી એક જન્મોનાં કર્મોનો હિસાબ કેવી રીતે રાખે છે તે મને નથી સમજાતું, પિતાજી. મને તો માત્ર એટલી જ જાણ છે કે આ જન્મમાં હું એવું કશું જ ન કરી શક્યો હોત કે જેના કારણે આપને પરાજયનો સામનો કરવો પડ્યો હોય. શું એ મારા પૂર્વજન્મનાં કોઈ કર્મ હોઈ શકે ?'

દશરથે મૃદુતાથી હાસ્ય કર્યું. તેમને પોતાના પુત્રની સ્વસ્થતાથી આશ્ચર્ય થતું હતું.

'શું તને જાણ છે કે હું કોને દોષ આપું છું ?' દશરથે પૂછ્યું. 'જો હું ખરેખર પ્રમાણિક હોઉં, જો ખરેખર મારા હૃદયના ઊંડાણમાં ઊતરવાની હિંમત મારામાં હોય, તો તેનો જવાબ તો સ્વયંસ્પષ્ટ છે. તેમાં મારો દોષ હતો; માત્ર મારો જ. હું ખૂબ જ અવિચારી અને મૂર્ખની જેમ વર્ત્યો હતો. મેં કોઈ પણ પ્રકારના આયોજન વિના, માત્ર ક્રોધથી જ પ્રેરાઈને પ્રહાર કર્યો હતો. તેની જ

કિંમત મેં ચૂકવી, ચૂકવીને ? મારો સૌ પ્રથમ પરાજય અને, મારું અંતિમ યુદ્ધ, હંમેશ માટેનું.'

'પિતાજી, તેના ઘણા બધા—'

'મને અધવચ્ચે અટકાવીશ નહિ, રામ. મેં હજી વાત પૂરી નથી કરી.' રામ ચૂપ થઈ ગયા અને દશરથે વાત ચાલુ રાખી. 'તેમાં મારો દોષ હતો. અને મેં તારા જેવા શિશુ પર એ દોષ આરોપ્યો. એ બહુ સરળ હતું. મારે તો માત્ર કહેવાનું જ હતું અને બધા જ મારી સાથે સહમત થઈ જવાના હતા. તું જન્મ્યો તે દિવસથી જ મેં તારું જીવન નર્ક જેવું બનાવી નાખ્યું હતું. તારે તો મને ઘૃણા કરવી જોઈએ. તારે તો અયોધ્યાને પણ ઘૃણા કરવી જોઈએ.'

'હું કોઈને ઘૃણા નથી કરતો, પિતાજી.'

દશરથ પોતાના પુત્ર તરફ તાકી રહ્યા. ખૂબ લાંબા સમય પછી, તેમના મુખ પર એક ખાસ પ્રકારનું સ્મિત આવી ગયું. 'મને જાણ નથી કે તેં તારી સાચી લાગણીઓ સંપૂર્ણતઃ દબાવી રાખી છે અથવા લોકોએ તને જે નામોશી બક્ષી છે તેની તને ખરેખર પરવા જ નથી. સત્ય ગમે તે હોય, તું હંમેશાં મક્કમ રહ્યો છે. સમગ્ર બ્રહ્માંડે તને તોડી પાડવા માટે કાવતરું ઘડ્યું અને અહીં તું જરા પણ વિચલિત થયા વિના બેઠો છે. કઈ માટીનો બન્યો છે તું, મારા પુત્ર ?'

રામના મનમાં લાગણીઓનું પૂર આવી ગયું અને તેમની આંખો ભીની થઈ ગઈ. પોતાના પિતા તરફથી મળતી ધિક્કાર અને સંવેદનશૂન્યતાને તે સહન કરી શકે તેમ હતા; અરે એની તો તેમને આદત પડી ગઈ હતી. આ જે સમ્માન મળી રહ્યું હતું તેનાથી તેમને મુશ્કેલી અનુભવાતી હતી. 'હું તો તમારી માટીમાંથી જ બન્યો છું, પિતાજી.'

દશરથ મૃદુતાથી હસ્યા. તે ધીમે-ધીમે પોતાના પુત્રના ગુણોને પારખી રહ્યા હતા.

'મૃગસ્ય સાથે તારે શું મતભેદ છે ?' દશરથે પૂછ્યું.

રામને એ જાણીને આશ્ચર્ય થયું કે દશરથ રાજસભાગૃહમાં બનતી વાતોથી માહિતગાર હતા. 'કોઈ જ મતભેદ નથી, પિતાજી.'

'તો પછી તેમના એક માણસને તેં શા માટે શિક્ષા કરી ?'

'તેણે નિયમનું ઉલ્લંઘન કર્યું હતું.'

'શું મૃગસ્ય કેટલા શક્તિશાળી છે એ તું નથી જાણતો ? શું એમનો તને કોઈ જ ભય નથી ?'

'નિયમથી ઉપર કોઈ નથી, પિતાજી. ધર્મથી વધારે કોઈ શક્તિશાળી નથી.'

દશરથ હસ્યા, 'હું પણ નહિ ?'

'એક મહાન સમ્રાટે એક વાર બહુ સુંદર વાત કરી હતી: ધર્મ બધાથી ઉપર છે, રાજાથી પણ ઉપર. ધર્મ તો સ્વયં ભગવાનથી પણ ઉપર છે.'

દશરથે ગુસ્સાથી કહ્યું, 'આવું કોણે કહ્યું હતું ?'

'તમે જ કહ્યું હતું, પિતાજી, જ્યારે દાયકાઓ પહેલાં તમારો રાજ્યાભિષેક થયો અને તમે પ્રતિજ્ઞા લીધી હતી, ત્યારે. મને એમ કહેવામાં આવ્યું હતું કે તમે આપણા મહાન પૂર્વજ ભગવાન ઇક્ષ્વાકુના જ શબ્દો વાપર્યા હતા.'

તંબુમાં ચાલતાં ચાલતાં દશરથ રામને જોઈ રહ્યા હતા અને પોતે એક સમયે કેટલા શક્તિશાળી હતા, તેને યાદ કરી રહ્યા હતા.

'ઊંઘી જા, મારા પુત્ર.' દશરથે કહ્યું, 'તારે આરામની જરૂર છે.'

અધ્યાય ૧૨

બીજા પ્રહરની શરૂઆતમાં ફરી વાર ઔષધિઓ આપવા માટે રામને જગાડવામાં આવ્યા હતા. તંબુમાં આસપાસ તેમણે નજર ફેરવી તો બહુ જ હર્ષમાં દેખાતા લક્ષ્મણ પર તેમની નજર પડી. પોતાની શિષ્ટ ધોતી અને અંગવસ્ત્રમાં લક્ષ્મણ તેમની શય્યાની બાજુમાં જ ઊભો હતો. કેસરી રંગના અંગવસ્ત્રની મધ્યમાં સૂર્યવંશીઓના ચિહ્ન સમાન મોટા સૂર્યને ગૂંથવામાં આવ્યો હતો.

'પુત્ર !'

રામે ડાબી બાજુ પોતાનું મસ્તક ફેરવ્યું. ભવ્ય રાજવી પોશાકમાં તેમને પોતાના પિતા જોવા મળ્યા. પ્રવાસમાં સાથે લઈ જવાતા વિશેષ રાજસિંહાસન પર તેઓ બેઠા હતા. તેમણે સૂર્યવંશી રાજમુગટ ધારણ કરેલો હતો.

'પિતાજી,' રામે કહ્યું, 'શુભ પ્રભાત.'

દશરથે જુસ્સાપૂર્વક મસ્તક હલાવ્યું. 'આ પ્રભાત શુભ જ રહેશે, નિઃશંક.'

સમ્રાટ પોતાના તંબુના પ્રવેશદ્વાર તરફ ફર્યા. 'કોઈ છે ?'

પડદો બાજુમાં કરીને એક ચોકીદાર દોડી આવ્યો અને ત્વરાથી અભિવાદન કરીને સાવધાનની મુદ્રામાં ઊભો રહ્યો.

'બધા જ ઉમરાવોને અંદર પ્રવેશ આપો.'

ચોકીદારે ફરી વાર વંદન કર્યાં અને ઊલટા પગલે જ તંબુની બહાર નીકળ્યો. થોડીક જ ક્ષણોમાં, બધા ઉમરાવો તંબુની અંદર પ્રવેશીને ઊભા રહી ગયા. સમ્રાટની સામે તેઓ અર્ધવર્તુળાકારે ઊભા રહ્યા અને કશુંક બનવાની રાહ જોઈ રહ્યા.

'મને મારા પુત્રને જોવા દો.' દશરથે કહ્યું.

દશરથના અવાજના સત્તાશાહી રણકાથી આશ્ચર્ય પામેલા ઉમરાવો તત્ક્ષણ

બે ભાગમાં વહેંચાઈ ગયા.

દશરથે સીધું જ રામ તરફ જોયું અને આદેશ આપ્યો, 'ઊભો થા.'

રામને મદદ કરવા લક્ષ્મણ દોડી ગયો પરંતુ તેને એમ કરતો અટકાવવા માટે દશરથે દૃઢતાથી હાથ ઊંચો કર્યો. ખૂબ જ નબળા પડી ગયેલા રામ મહામહેનતે શય્યામાંથી બેઠા થયા, પોતાના પગ પર ઊભા રહ્યા અને પછી ધીમી ચાલે પોતાના પિતા પાસે ગયા. તેને બધા ધ્યાનપૂર્વક નિહાળી રહ્યા. સમ્રાટ પાસે પહોંચીને તેમણે વંદન કર્યાં.

પોતાના પુત્રની આંખો સાથે દશરથે આંખો મિલાવી, ઊંડો શ્વાસ લીધો અને સ્પષ્ટતાથી બોલ્યા, 'નીચે બેસ.'

રામ હલી શક્યા નહિ. તેઓ પોતે પણ આઘાત અને અવિશ્વાસની લાગણીઓ અનુભવી રહ્યા હતા. તેમની અનિચ્છાએ પણ આંખોમાં આંસુ ઊભરાઈ આવ્યાં.

દશરથના અવાજમાં મૃદુતા ભળી, 'નીચે બેસ, મારા પુત્ર.'

રામના મનમાં વિવિધ લાગણીઓનું વાવાઝોડું ચાલી રહ્યું હતું. ઘૂંટણભેર બેસવા માટે તેમણે બાજુમાં રહેલા એક મેજનો આધાર લીધો. મહાપ્રયત્ને તેમણે એક ઘૂંટણ ધરતી પર ટેકવ્યો, પોતાનું મસ્તક નમાવ્યું અને વિધાતાના નિર્ણયની રાહ જોઈ રહ્યા.

દશરથ એકદમ સમતાપૂર્વક બોલ્યા ત્યારે તેમના અવાજના પડઘા રાજવી તંબુની ચારે દિશામાં પડઘાઈ રહ્યા હતા. 'ઊઠો, રામ ચંદ્ર, રઘુકુળના રક્ષક.'

તંબુમાં રહેલ બધાના મોઢામાંથી આઘાતના માર્યા 'ઓહ' બોલાઈ ગયું.

દશરથે પોતાનું મસ્તક ઊંચું કર્યું. બધા જ ઉમરાવો હજુ અવાક હતા.

રામનું મસ્તક હજુ પણ નમેલું જ હતું. પોતાનાં અશ્રુ પોતાના શત્રુઓ જુવે તેમ તે ઇચ્છતા નહોતા. પોતાની જાત પર સંપૂર્ણ નિયંત્રણ ન મેળવી લીધું ત્યાં સુધી તેઓ નીચેની દિશામાં તાકી રહ્યા. પછી તેમણે પોતાના પિતા તરફ જોયું અને મૃદુતાથી બોલ્યા, 'આપણી મહાન ભૂમિના તમામ ભગવાન આપની રક્ષા કરતા રહે, પિતાજી.'

દશરથની આંખો પોતાના જ્યેષ્ઠ પુત્રની દૃષ્ટિને વીંધીને તેના આત્માને ફંફોસી રહી. પોતાના ઉમરાવો તરફ જોતી વખતે તેમના મુખ પર આછેરું સ્મિત હતું. 'અમને એકલા મૂકી દો.'

સેનાપતિ મૃગસ્યએ કશુંક કહેવાનો પ્રયત્ન કર્યો. 'પરંતુ મહારાજ—'

પોતાની તીણી નજરથી દશરથે તેમને અધવચ્ચે જ અટકાવ્યા. '"અમને

એકલા મૂકી દો.''માંથી કયો શબ્દ તમને ન સમજાયો, મૃગસ્ય ?'

'ક્ષમા, મહારાજ,' કહીને મૃગસ્યએ વંદન કર્યાં અને ઉમરાવોને લઈને તે બહાર ગયા.

થોડીક જ ક્ષણોમાં દશરથ, રામ અને લક્ષ્મણ રાજવી તંબુમાં એકલા હતા. જાતે જ ઊભા થવાના પ્રયત્નમાં દશરથે પોતાના ઘાયલ પગ પર બહુ જ વજન આપ્યું. મદદ કરવા ઉત્સુક લક્ષ્મણને પણ તેમણે તોછડા ઘુરકાટથી અટકાવી દીધો. જાતે ઊભા થયા પછી તેમણે ઇશારો કરીને લક્ષ્મણને બોલાવ્યો, તેના પહોળા ખભા પર પોતાનો હાથ મૂક્યો અને ડગમગતી ચાલે તેઓ રામ સુધી ગયા. રામ પણ હવે ઊભા થઈને એકદમ ટટ્ટાર ઊભા હતા. તેમનું મુખ ભાવવિહીન હતું અને આંખો જાણે આંસુઓથી ધોવાઈને સ્વચ્છ બની ગઈ હતી. તેમાં પરમ સ્વસ્થતા દેખાતી હતી.

દશરથે હવે પોતાના હાથ રામના ખભા પર ગોઠવ્યા. 'હું જે પુરુષ બની શકત પણ ના બન્યો તેવો પુરુષ હવે તું બનજે.'

રામ એકદમ મૃદુતાથી બોલ્યા ત્યારે તેમની આંખોમાં ફરી વાર ભીનાશ છવાઈ ગઈ હતી, 'પિતાજી !'

'મને ગર્વ થાય તેવાં પરાક્રમો કરજે.' એમ દશરથ બોલ્યા ત્યારે તેમની આંખોમાંથી અશ્રુધારા વહી રહી હતી.

'પિતાજી !'

'મને ગર્વ થાય તેવાં પરાક્રમો કરજે, મારા પુત્ર.'

જ્યારે દશરથ અયોધ્યાના રાજમહેલના કૈકેયીના વિભાગમાંથી બહાર નીકળી ગયા ત્યારે રાજપરિવારનાં સમીકરણોમાં આવેલા મહાપરિવર્તન વિષેની તમામ શંકાઓ નિર્મૂળ થઈ ગઈ. શા માટે અચાનક જ રામને યુવરાજ ઘોષિત કરવામાં આવ્યા તેવા વારંવાર અને દબાણપૂર્વક પુછાતા કૈકેયીના પ્રશ્નોનો દશરથ કોઈ સંતોષકારક જવાબ આપી શક્યા નહિ. દશરથ હવે પોતાના અંગત સેવકો સાથે કૌશલ્યાના વિભાગમાં રહેવા માંડ્યા હતા. આશ્ચર્યચકિત થયેલાં મહારાણી કૌશલ્યાને અચાનક જ પોતાનું સ્થાન અને ગરિમા પુનઃ પ્રાપ્ત થયાં હતાં. જોકે તેઓ એટલાં ડરપોક અવશ્ય હતાં કે આ નવી ઊંચાઈમાં પણ તેઓ સતત કાળજીપૂર્વક જ રહેતાં. તેઓ આ પરિવર્તન પ્રત્યે તટસ્થ હતાં કે આ સારો સમય વધારે વાર

ટકશે નહિ તેવો તેમને ભય હોય પરંતુ તેમની જૂની જીવનશૈલીમાં કોઈ જ પરિવર્તન આવ્યું નહોતું.

રામના ભાઈઓ અત્યંત હર્ષ અનુભવતા હતા. બ્રંગાથી પાછા ફરેલા ભરત અને શત્રુઘ્નને તો માર્ગમાં જ આ સમાચાર મળી ગયા હતા. એટલે રાજમહેલ પહોંચીને તેઓ સીધા જ રામના કક્ષ તરફ ધસી ગયા. રોશનીએ પણ તેમની સાથે જોડાવાનો નિર્ણય લીધો હતો.

'અભિનંદન, મોટાભાઈ !' અત્યંત હર્ષ અનુભવતાં ભરતે પોતાના મોટાભાઈને ભેટીને કહ્યું.

'તમને આ પદ મળવું જ જોઈતું હતું,' શત્રુઘ્ને કહ્યું.

'હા, અચૂક મળવું જોઈતું હતું,' રોશનીએ કહ્યું. તેના મુખ પર પણ આનંદની રંગોળી પુરાયેલી હતી. 'અહીં આવતી હતી ત્યારે માર્ગમાં મને ગુરુ વશિષ્ઠ મળ્યા હતા. અયોધ્યામાં અપરાધના દરમાં આવેલો ઘટાડો એ તો રામની ક્ષમતાઓનું અત્યંત નાનકડું ઉદાહરણ છે, એમ તેમણે કહ્યું હતું.'

'એકદમ સત્ય વચન !' લક્ષ્મણે ઉત્સાહપૂર્વક કહ્યું.

'બહુ થયું, હવે.' રામે કહ્યું, 'તમે બધા હવે મને શરમાવી રહ્યા છો !'

'આહ.' ભરતે સ્મિત કર્યું, 'એ જ તો અમે કરવા ઇચ્છીએ છીએ, મોટાભાઈ !'

'જ્યાં સુધી મને જ્ઞાન છે, કોઈ પણ ગ્રંથમાં સત્ય ઉચ્ચારવા પર પ્રતિબંધ નથી મુકાયો.' શત્રુઘ્ને કહ્યું.

'અને તેની વાત તો આપણે માનવી જ પડે, મોટાભાઈ.' અંતરના ઊંડાણથી હર્ષ અનુભવી રહેલા લક્ષ્મણે સસ્મિત કહ્યું. 'હું માત્ર એક જ એવા માણસને જાણું છું કે જેને વેદ, ઉપનિષદ, બ્રાહ્મણ, અરણ્યક, વેદાંગ, સ્મૃતિઓ અને માનવજાત દ્વારા લખવામાં કે માનવજાતને કહેવામાં આવેલી તમામ વાતો કંઠસ્થ છે અને તે છે શત્રુઘ્ન.'

'તેના મસ્તિષ્કમાં એટલો બધો ભાર છે કે જેનાથી તેના શરીરનો ઊર્ધ્વદિશામાં વિકાસ જ નથી થઈ શકતો !' ભરત પણ લક્ષ્મણ સાથે જોડાઈ ગયો.

શત્રુઘ્ને રમતિયાળપણે લક્ષ્મણના સ્નાયુબદ્ધ પેટ પર મુક્કો માર્યો અને તે પણ હસી પડ્યો.

લક્ષ્મણ તો અત્યંત હર્ષને કારણે જોરશોરથી હસી રહ્યો હતો. 'શું તને ખરેખર એમ લાગે છે કે તારા પ્રહારોની મને જરા સરખી પણ અસર થશે, શત્રુઘ્ન ? માતાના ગર્ભમાં રચાયેલા મગજના તમામ કોષ ભલે તને મળ્યા હોય

પરંતુ સ્નાયુઓના તમામ કોષ તો મને જ મળ્યા છે !'

બધા ભાઈ ખૂબ જોરથી હસી પડ્યા. રોશનીને એ વાતનો આનંદ હતો કે અયોધ્યાના રાજસભાગૃહમાં ચાલી રહેલી તમામ પ્રકારની રાજરમતો છતાં પણ આ ચારેય ભાઈઓ વચ્ચે અદ્‌ભુત પ્રેમ હતો. ભગવાન ખરેખર જ આ સામ્રાજ્યનાં હિતોનું સ્વયં રક્ષણ કરી રહ્યા હતા.

તેણે રામના ખભા પર હાથ મૂકીને કહ્યું, 'મારે હવે જવું પડશે.'

'ક્યાં જવું પડશે ?' રામે પૂછ્યું.

'સરૈયા. આપને તો જાણ છે જ કે પ્રતિ માસ હું આસપાસના કોઈ એક ગામમાં લોકોની સારવાર માટે સ્વાસ્થ્ય શિબિર લગાવું છું. આ માસ સરૈયાનો વારો આવ્યો છે.'

રામ થોડાક ચિંતિત થઈ ઊઠ્યા. 'તારી સાથે હું કેટલાક અંગરક્ષકો મોકલી આપીશ. સરૈયાની આસપાસનાં ગામ સલામત નથી માનવામાં આવતાં.'

રોશનીએ સ્મિત કર્યું. 'તમારે પ્રતાપે બધે જ અપરાધનું પ્રમાણ કદી ન હોય તેટલું નીચું ગયું છે. તમે બનાવેલા નિયમોથી એ શક્યુ બન્યું છે. હવે કંઈ ચિંતા કરવા જેવું નથી.'

'મને તેમાં હજુ સંપૂર્ણ સફળતા નથી મળી, એ તો તું જાણે જ છે. જો, સલામતીનાં પગલાં ભરવામાં કોઈ જ નુકસાન નથી.'

રોશનીએ નોંધ્યું કે બહુ સમય પહેલાં તેણે જે રાખડી રામને બાંધી હતી તે હજુ પણ તેમના કાંડા પર બંધાયેલી હતી. તેણે સ્મિત કર્યું. 'ચિંતા ન કરશો, રામ. આ તો એક જ દિવસની વાત છે, રાત પહેલાં તો હું પાછી પણ આવી જઈશ. અને હું એકલી તો જવાની નથી. મારા સેવકો તો મારી સાથે જ હશે. અમે ગ્રામવાસીઓને વિનામૂલ્યે ઔષધો અને આવશ્યકતા અનુસાર સારવાર આપીશું. કોઈ મને નુકસાન નહિ પહોંચાડે. એવું તે લોકો શા માટે કરવા ઇચ્છે ?'

આ સંવાદ સાંભળી રહેલા ભરતે વચ્ચે આવીને રોશનીના ખભા ફરતે હાથ મૂક્યો. 'તું બહુ સારી કન્યા છે, રોશની.'

રોશની બાળકની જેમ હસી પડી. 'એ તો હું છું જ.'

બપોરના તડકાથી લક્ષ્મણ ડગ્યો નહિ. અયોધ્યાનો શ્રેષ્ઠ અશ્વસવાર પોતાનાં કૌશલ્યોને સુધારી રહ્યો હતો. તે જાણતો હતો કે અશ્વ અને અશ્વસવાર અચાનક

જ અટકી શકે તો તેનો યુદ્ધમાં ઘણો લાભ ઉઠાવી શકાય. આ વસ્તુનો અભ્યાસ કરવા માટે તેણે નગરથી દૂરનું સ્થળ પસંદ કર્યું. ત્યાં ઊંચી કરાડો સીધી સરયૂ નદીમાં જ ભૂસકો મારતી હતી.

'ચાલ હવે !' લક્ષ્મણે પોકાર કર્યો અને પોતાના અશ્વને બુચકારીને કરાડની ધાર તરફ દોડાવ્યો.

અશ્વ ભયાનક ગતિથી કરાડના છેડા તરફ દોડી રહ્યો હતો. લક્ષ્મણે છેલ્લી ઘડી સુધી રાહ જોઈ. આગળની બાજુ નમીને ડાબા હાથે અશ્વની ગરદનને વળગીને જમણા હાથે લગામ પકડીને તે અશ્વને દોડાવતો રહ્યો. જેવો કરાડનો છેડો આવ્યો કે લક્ષ્મણે જોરથી લગામ ખેંચી અને એ ભવ્ય પ્રાણી એકદમ યોગ્ય સમયે, યોગ્ય જગ્યાએ આવીને, પાછલા બે પગે ઝાડ થઈને ઊભું રહી ગયું. બંને ખરીઓ કરાડ પર એવી રીતે ઘસાઈ કે તેનાં નિશાન પડી ગયાં અને અશ્વ નિશ્ચિત મોતથી બે આંગળ પહેલાં જ ઊભું રહી ગયું. નજાકતથી અશ્વ પરથી નીચે ઊતરીને લક્ષ્મણે તેની કેશવાળી પ્રશંસાપૂર્વક પસવારી.

'અદ્ભુત... અદ્ભુત.'

જાણે એ પ્રશંસા સ્વીકારી હોય, તેમ અશ્વએ પોતાની પૂંછડી હલાવી.

'ફરી એક વાર પ્રયત્ન કરીશું ?'

આજના દિવસમાં એ પ્રાણીએ ઘણી મહેનત કરી હતી એટલે તેણે નાખોરાં વાટે ઘુરકાટ કરીને ના પાડી. અશ્વની પીઠ પસવારતો લક્ષ્મણ હસી પડ્યો. પછી તે અશ્વ પર સવાર થયો અને અશ્વને વિરુદ્ધ દિશામાં વાળીને બોલ્યો, 'સારું. ચલો ઘરે જઈએ.'

તે જંગલમાં સવારી કરી રહ્યો હતો તે જ સમયગાળામાં થોડાક જ અંતરે એક મુલાકાત થઈ રહી હતી, એવી મુલાકાત કે જેની તેને જાણ હોત તો તેમાં થતી વાતચીત તેને સાંભળવી ગમી હોત. ગુરુ વશિષ્ઠ એ જ રહસ્યમયી નાગવંશી સાથે ગહન ચર્ચા કરી રહ્યા હતા.

'એટલું કહ્યા પછી, મને એ વાતનું દુઃખ પણ છે કે તે...'

'...નિષ્ફળ ગયો ?' વશિષ્ઠે તેનું વાક્ય પૂરું કર્યું. ઘણા લાંબા સમયગાળા પછી ગુરુ અયોધ્યા પાછા ફર્યા હતા અને પોતાની અનુપસ્થિતિ બાબતે તેમણે કોઈને કશો જ ખુલાસો આપ્યો નહોતો.

'મેં એ શબ્દ ન વાપર્યો હોત, ગુરુજી.'

'આમ તો એ શબ્દ યોગ્ય જ છે. પરંતુ તે માત્ર આપણી નિષ્ફળતા નથી.

તે નિષ્ફળતા તો છે—'

અચાનક જ કંઈક અવાજ સંભળાયો હોય તેમ વશિષ્ઠ અધવચ્ચે જ અટકી ગયા.

'શું થયું ?' નાગવંશીએ પૂછ્યું.

'તને કોઈ અવાજ સંભળાયો ?' વશિષ્ઠે પૂછ્યું.

નાગવંશીએ આસપાસ જોયું, થોડીક ક્ષણો કાન સરવા કરીને સાંભળવાનો પ્રયત્ન કર્યો અને પછી પોતાનું માથું હલાવીને ના પાડી.

'રાજકુમાર રામનું હવે શું ?' વાતચીત પાછી શરૂ કરતાં નાગવંશીએ પૂછ્યું. 'શું તમને જાણ છે કે તમારા મિત્ર આ દિશામાં જ આગળ વધી રહ્યા છે, રામ માટે ?'

'તેની મને જાણ છે.'

'તમે શું કરવા માંગો છો ?'

'હું કરી પણ શું શકું ?' નિઃસહાયતાથી પોતાનો હાથ ઊંચો કરીને વશિષ્ઠે પૂછ્યું, 'એ બધું તો રામે જાતે જ સંભાળવું પડશે.'

હવે બંને જણાને નાનકડી ડાળી કચડાવાનો સ્પષ્ટ અવાજ સંભળાયો. કદાચ એ કોઈ પ્રાણી હશે. નાગવંશીએ સાવચેતીપૂર્વક કહ્યું, 'હવે મારે જવું જોઈએ.'

'હા.' વશિષ્ઠ સહમત થયા.

નાગવંશી ઝડપથી પોતાના અશ્વ પર સવાર થયો અને તેણે વશિષ્ઠ તરફ જોયું. 'તમારી આજ્ઞાથી હું જઉં છું.'

વશિષ્ઠે સસ્મિત વંદન કર્યાં. 'જેવી ભગવાન રુદ્રની ઇચ્છા, મારા મિત્ર.'

નાગવંશીએ હળવેથી પોતાના અશ્વને એડી મારી અને વિદાય લીધી.

'આ તો માત્ર મચકોડ છે.' રોશનીએ બાળકને આશ્વાસન આપ્યું અને તેના પગની ઘૂંટી ફરતે પાટો બાંધ્યો. 'એક કે બે દિવસમાં તો સારું થઈ જશે.'

'તમને વિશ્વાસ છે ?' ચિંતિત માતાએ પૂછ્યું.

સરૈયા ગામના ચોકમાં આસપાસના ગામના ઘણાબધા લોકો ભેગા થયા હતા. રોશનીએ એ બધાની સારવાર કરી હતી. આ અંતિમ દર્દી હતો.

'હા,' બાળકના માથામાં હાથ ફેરવતી રોશની બોલી. 'હવે મારી વાત સાંભળ.' બાળકના મુખને બે હાથમાં લઈને તેણે કહ્યું. 'હવે થોડાક દિવસ દોડવાનું કે વૃક્ષો પર ચડવાનું બંધ. જ્યાં સુધી તારો મચકોડ ઊતરી ન જાય ત્યાં સુધી શાંતિથી જ રમવાનું.'

બાળકની માતા અધવચ્ચે જ બોલી, 'એ ઘરે જ રહે તેનું હું ધ્યાન રાખીશ.'

'સરસ.' રોશનીએ કહ્યું.

'રોશનીબહેન !' મોઢું ફુલાવવાનો અભિનય કરીને બાળકે પૂછ્યું, 'મારી મીઠાઈ ક્યાં છે ?'

રોશની હસી પડી અને પછી તેણે પોતાના એક સેવકને બોલાવ્યો. તેની થેલીમાંથી મીઠાઈ કાઢીને રોશનીએ આનંદિત બાળકને આપી. પછી એ બાળકના માથામાં પ્રેમથી હાથ ફેરવીને તે પોતાના આસન પરથી ઊભી થઈ. પોતાની અકડાયેલી પીઠને સીધી કરતાં તેણે ગામના મુખીને કહ્યું, 'જો હવે તમે મને આજ્ઞા આપો, તો હું પાછી ફરું.'

'ખરેખર એમ જ કરવું છે, દેવી ?' મુખીએ પૂછ્યું. 'હવે બહુ મોડું થઈ ગયું છે અને રાત પહેલાં કદાચ તમે અયોધ્યા પહોંચી નહિ શકો. નગરના મુખ્ય દ્વાર તો ત્યારે બંધ થઈ ગયાં હશે.'

'ના, મને લાગે છે કે હું સમયસર પહોંચી જઈશ.' દૃઢનિશ્ચયી રોશનીએ કહ્યું, 'મારે પહોંચવું જ પડશે. આજે રાત્રે મારી માતાને અયોધ્યામાં મારી ઉપસ્થિતિની આવશ્યકતા છે. તેણે એક ઉજાણી ગોઠવી છે અને મારે તેમાં ભાગ લેવા પહોંચવું જ પડશે.'

'ઠીક છે, દેવી, જેવી તમારી ઇચ્છા.' મુખીએ કહ્યું, 'તમારો ખૂબ ખૂબ આભાર. તમારા વિના અમારું શું થાત ?'

'તમારે કોઈનો આભાર માનવો હોય, તો ભગવાન બ્રહ્માનો આભાર માનો કારણ કે તમારી સેવા કરવા માટેના આ કૌશલ્યો તો તેમણે જ મને આપ્યાં છે.'

હંમેશની જેમ રોશનીને પગે લાગવા મુખી નીચે નમ્યા. હંમેશની જેમ રોશનીએ તેમને અટકાવ્યા. 'પગે લાગીને મને મૂંઝવણમાં ન મૂકશો. હું તો તમારાથી બહુ જ નાની છું.'

મુખીએ બે હાથ જોડીને વંદન કર્યાં. 'ભગવાન રુદ્રના આશીર્વાદ હંમેશાં આપની પર રહે, દેવી.'

'તેમના આશીર્વાદ આપણા બધાના શિરે રહે !' રોશનીએ કહ્યું. પોતાના

અશ્વ પાસે જઈને તે ત્વરાથી તેની પર સવાર થઈ. તેના બંને સેવકો તો ક્યારનાય બધાં ઔષધો અને સાધનો લઈને અશ્વારૂઢ થઈ ચૂક્યા હતા. રોશનીએ જેવો ઇશારો કર્યો કે ત્રણે જણા ગામની બહારની દિશામાં નીકળી પડ્યાં.

થોડીક જ ક્ષણો બાદ, મુખીના ઘરના દરવાજા સામે આઠ અશ્વારોહી પુરુષો પ્રગટ થયા. તેઓ બાજુના જ ગામ ઈસ્લાના હતા અને થોડાક સમય પહેલાં જ રોશની પાસે પોતાના રોગની સારવાર માટે આવ્યા હતા. તેમના ગામમાં ચેપી તાવ ફેલાઈ ગયો હતો. એક સવાર હતો ધેનુકા નામનો કિશોર જે ઈસ્લા ગામના મુખીનો પુત્ર હતો.

'ભાઈઓ,' મુખીએ કહ્યું, 'તમારે જે જોઈતું હતું તે બધું જ તમને મળી ગયું ?'

'હા.' ધેનુકાએ કહ્યું, 'પરંતુ રોશની દેવી ક્યાં છે ? મારે તેમનો આભાર માનવો હતો.'

મુખીને આશ્ચર્ય થયું. ધેનુકા પોતાના અસભ્ય અને અસંસ્કારી વર્તન માટે કુખ્યાત હતો. તે રોશનીને આજે પહેલી જ વાર મળ્યો હતો. એવું પણ હોય કે પોતાની સભ્યતા અને સારપથી રોશનીએ આ અણઘડ યુવાનને પ્રભાવિત કર્યો હોય. 'દેવી તો ક્યારનાં જતાં રહ્યાં છે. રાત પડતાં પહેલાં અયોધ્યામાં પાછાં ફરવું તેમના માટે આવશ્યક હતું.'

'ઠીક છે.' ધેનુકાએ કહ્યું અને ગામ બહાર જવાના રસ્તાનું તે નિરીક્ષણ કરવા લાગ્યો. તેણે સ્મિત કર્યું અને પોતાના અશ્વને દોડાવ્યો.

———— |આ| ❚ ☀ ————

'શું હું તમને કંઈ મદદ કરી શકું, દેવી ?' ધેનુકાએ પૂછ્યું.

રોશનીએ પાછળ ફરીને જોયું. અચાનક કોઈના આવી ચડવાથી તેને આશ્ચર્ય થયું હતું. તેમણે ઘણું અંતર કાપી નાખ્યું હતું અને થોડોક આરામ કરવા માટે તેઓ સરયૂ નદીના કિનારે અટક્યાં હતાં. હવે તેઓ અયોધ્યાથી માત્ર એક જ કલાકના અંતરે હતાં.

પહેલાં તો રોશની તેને ઓળખી જ ન શકી, પરંતુ થોડીક જ ક્ષણોમાં ઓળખાણ પડતાં તેણે સ્મિત કર્યું.

'આવશ્યકતા નથી, ધેનુકા.' રોશનીએ કહ્યું, 'અમારા અશ્વોને થોડોક

આરામ આપવો હતો. ગામના બધા લોકોને કઈ રીતે ઔષધો આપવાં તે અંગે મારા સેવકે તમને યોગ્ય રીતે સમજાવ્યું જ હશે.'

'હા, તેમણે સમજાવ્યું છે.' વિચિત્ર રીતે સ્મિત કરતાં ધેનુકાએ કહ્યું.

અચાનક જ રોશનીને કશુંક અયોગ્ય લાગ્યું. તેને અંતઃસ્ફુરણા થઈ કે તેણે હવે ત્યાંથી જવું જોઈએ. 'તો, હું આશા કરું છું કે તમારા ગામના બધા જ લોકો ત્વરાથી સાજા થઈ જાય.'

પોતાના અશ્વ પાસે પહોંચીને તેણે લગામ પકડી. ધેનુકાએ એકદમ જ પોતાના અશ્વ પરથી કૂદકો માર્યો અને રોશનીનો હાથ પકડીને તેને પોતાની તરફ ખેંચી. 'ઉતાવળ શું છે, દેવી ?'

રોશનીએ તેને ધક્કો માર્યો અને ધીમે-ધીમે ઊલટાં ડગલાં ભર્યાં. ત્યાં સુધીમાં ધેનુકાની ટોળીના બીજા સભ્યો પણ નીચે ઊતરી ચૂક્યા હતા. તેમાંથી ત્રણ જણા રોશનીના બે સેવકોની દિશામાં ગયા.

રોશનીના શરીરમાં ધ્રુજારી છૂટી ગઈ. 'મેં...' મેં તમારા ગામના લોકોની મદદ કરી...'

ધેનુકાએ અટ્ટહાસ્ય કર્યું. 'ઓહ, પણ એ તો હું જાણું જ છું. હવે હું આશા કરું છું કે તું મારી પણ મદદ કરીશ.'

અચાનક રોશની પાછળની દિશામાં દોડી ગઈ. ત્રણ માણસો તેની પાછળ દોડ્યા અને થોડીક ક્ષણોમાં તેને પકડી પાડી. તેમાંના એકે રોશનીને જોરદાર તમાચો માર્યો. રોશનીના ઘાયલ હોઠમાંથી લોહી વહેવા માંડ્યું તે સમયે બીજા માણસે ઘાતકી રીતે રોશનીનો એક હાથ પીઠ પાછળ લઈ જઈને મચડી નાખ્યો.

હળવી રવાલમાં ચાલતો ધેનુકા રોશની પાસે આવ્યો અને તેના મુખ પર હાથ ફેરવવા લાગ્યો. 'એક કુલીન સ્ત્રી ? હંમ્મ્... આજે તો આનંદ જ આનંદ...'

તેની આખી ટોળકી અટ્ટહાસ્ય કરવા માંડી.

'મોટાભાઈ !' રામના કાર્યાલયમાં દોડી આવેલા લક્ષ્મણે પોકાર કર્યો.

પોતાના મેજ પર પડી રહેલા દસ્તાવેજોને ધ્યાનથી ચકાસી રહેલા રામે પોતાની દૃષ્ટિ ઉપર ન કરી. બીજા પ્રહરનો પહેલો કલાક પસાર થઈ રહ્યો હતો અને તેમને આશા હતી કે શાંત વાતાવરણમાં કામ થશે.

હાથમાં રહેલા દસ્તાવેજને વાંચતાં-વાંચતાં રામે નિર્લેપતાથી કહ્યું, 'હવે પાછું શું થયું, લક્ષ્મણ ?'

'મોટાભાઈ !' લાગણીશીલ લક્ષ્મણના ગળામાં જ શબ્દો અટવાઈ ગયા.

'લક્ષ...' રામે લક્ષ્મણના ગાલ પર દડી રહેલાં આંસુ જોયાં એટલે તે અધવચ્ચે જ અટકી ગયા, 'શું થયું ?'

'મોટાભાઈ... રોશનીબહેન...'

રામ ત્વરાથી ઊભા થઈ ગયા. તેમનું આસન પાછળ ફેંકાઈ ગયું, 'શું થયું રોશનીને ?'

'મોટાભાઈ !'

'એ ક્યાં છે ?'

અધ્યાય ૧૩

આઘાતગ્રસ્ત ભરત એકદમ સ્થિર ઊભો હતો. લક્ષ્મણ અને શત્રુઘ્ન વાંકા વળીને પોક મૂકીને રડી રહ્યા હતા. પોતાની પુત્રીનું મસ્તક ખોળામાં લઈને મંથરા બેઠી હતી. ભાવશૂન્ય મુખ સાથે તે અવકાશમાં તાકી રહી હતી. રડી રડીને તેની આંખો સૂઝી ગઈ હતી. જાણે કે તેના શરીરમાંથી આંસુ ખાલી થઈ ગયાં હતાં. રોશનીના શરીર પર સફેદ કપડું ઢંકાયેલું હતું. મંથરાના માણસોને તેનું નગ્ન અને ભગ્ન શરીર સરયૂ નદીના કિનારે મળી આવ્યું હતું. તેના એક સેવકનો મૃતદેહ પણ થોડાક અંતરે મળી આવ્યો હતો. તેના મસ્તક પર દંડા મારીને તેને મારી નાખવામાં આવ્યો હતો. બીજો સેવક રસ્તાની બાજુમાંથી મળી આવ્યો હતો. એ ગંભીર રીતે ઘવાયેલો હતો, પરંતુ હજુ જીવંત હતો. વૈદ્યો તેની સારવાર કરી રહ્યા હતા અને રામ તેમની પાસે જ ઊભા હતા. તેમનું મુખ સ્થિતપ્રજ્ઞ લાગતું હતું પરંતુ ક્રોધને કારણે તેમના હાથ ધ્રૂજી રહ્યા હતા. તેમણે રોશનીના એ સેવકને પ્રશ્નો પૂછવા હતા.

બીજી સવાર સુધી રોશની પાછી ન ફરી એટલે મંથરાએ તેને લઈ આવવા માટે સરૈયા ગામ પોતાના માણસો મોકલ્યા હતા. પ્રભાતના સમયે જેવાં નગરનાં દ્વાર ખૂલ્યાં કે તેઓ નીકળી ગયા હતા. નગરથી એકાદ કલાકના અંતરે જ તેમને રોશનીનું શરીર મળી આવ્યું હતું. તેની પર ઘાતકીપણે સામૂહિક બળાત્કાર કરવામાં આવ્યો હતો. એક પથ્થર પર વારંવાર તેનું માથું પછાડવામાં આવ્યું હતું. તેનાં કાંડાં અને પીઠ પર પડેલાં ચિહ્નો એમ સૂચવતાં હતાં કે તેને કોઈ વૃક્ષ સાથે બાંધવામાં આવી હશે. તેના શરીર પર ઠેર ઠેર ઉઝરડા અને બટકાનાં ભયાનક નિશાન હતાં. રાક્ષસોએ પોતાના દાંત વડે તેની પેડુ અને ખુલ્લી ભુજાઓ આસપાસની ત્વચા પણ ઉઝરડી નાખી હતી. કોઈ બૂઠી વસ્તુ વડે તેના સમગ્ર

શરીર પર મારવામાં આવ્યું હતું, કદાચ અભદ્ર અને વિકૃત આનંદ મેળવવા માટે. મુખની એક બાજુ મોઢાથી માંડીને ગાલ સુધી ચીરાયેલી હતી. તેના ઘાવ અને મોઢામાં જામી ગયેલું રક્ત જોઈને લાગતું હતું કે આ ઉત્પીડન દરમિયાન તે કદાચ જીવંત હતી. તેના સમગ્ર શરીર પર વીર્યનાં ટીપાં પડેલાં મળી આવ્યાં હતાં. તેના ગળામાં તેજાબ પણ રેડવામાં આવ્યું હતું. રોશનીનું મૃત્યુ જુગુપ્સાપ્રેરક હતું.

રોશનીના ઘાયલ સહાયકે બહુ પીડાથી તેનું મોઢું ખોલ્યું. રામે નીચા વળીને ગર્જના કરી, 'કોણ હતા એ લોકો ?'

'મને નથી લાગતું કે એ બોલી શકશે, યુવરાજ,' વૈદ્યે કહ્યું.

રામે તેની અવગણના કરી અને તે ઘાયલ સેવકની બાજુમાં ઘૂંટણિયે બેઠા. 'કોણ હતા એ લોકો ?' રામે એ જ પ્રશ્ન બીજી વાર પૂછ્યો.

બહુ જ પ્રયત્નપૂર્વક ઘાયલ સેવકે રામના કાનમાં એક નામ કહ્યું અને તે ફરી પાછો બેભાન થઈ ગયો.

— |Ӝ| 🐟 ☀ —

બહુ ઓછી વ્યક્તિઓ એવી હતી જે કુલીનો અને જનસાધારણમાં સમાન રીતે લોકપ્રિય હતી. રોશનીએ પોતાનું જીવન જનસેવાને સમર્પિત કરી દીધું હતું. તે નિર્દોષ ચારિત્ર્યવાળી, નાજુક અને ગરિમાવાળી સ્ત્રી હતી. ઘણા બધા લોકો તેને દંતકથાની કન્યાકુમારી સાથે સરખાવતાં. આ ઘટનાના પગલે લોકોમાં અભૂતપૂર્વ ક્રોધ જાગી ઊઠ્યો. આખા નગરની એક જ માંગણી હતી, આ દુષ્કર્મની યોગ્ય શિક્ષા.

ઈસ્લા ગામના અપરાધીઓ ભાગી છૂટવાની તૈયારીમાં જ હતા પરંતુ તેઓ ભાગે તે પહેલાં તેમને ત્વરાથી ઘેરી લેવામાં આવ્યા હતા. પોતાના પુત્રનો નિરર્થક બચાવ કરનારા ઈસ્લા ગામના મુખીને તેના જ ગામની સ્ત્રીઓએ મારી-મારીને અધમૂવો કરી નાખ્યો હતો. ધેનુકાની નીચતાને તેમણે ઘણા સમય સુધી મૂંગે મોઢે સહન કરી હતી. રામે સુરક્ષાદળનાં ધારાધોરણો સુધાર્યાં હતાં અને બધાને બચાવનો યોગ્ય મોકો મળી રહેતો. એ સુધારેલાં ધોરણો મુજબની ચકાસણી પણ પૂરી થઈ ગઈ હતી. આખી ઘટનાને ન્યાયાધીશ સમક્ષ રજૂ કરવામાં આવી હતી અને બહુ જ ત્વરાથી અપરાધીઓને શિક્ષા કરવામાં આવી હતી. એક સપ્તાહના સમયગાળામાં તો અપરાધીઓને શિક્ષા કરવાની તૈયારી પણ થઈ ગઈ હતી. એકને છોડીને બધાને મૃત્યુદંડ આપવામાં આવ્યો હતો; ધેનુકાને મૃત્યુદંડ કરાયો નહોતો.

રામ આ શિક્ષા સાંભળીને ભાંગી પડ્યા હતા. એક છટકબારીના ઉપયોગને કારણે આ જઘન્ય સામૂહિક બળાત્કાર અને હત્યાનો મુખ્ય અપરાધી જ મૃત્યુદંડમાંથી છટકી જવા પામ્યો હતો. તેનું કારણ એ હતું કે ધેનુકા સગીર વયનો હતો. પરંતુ નિયમનું ઉલ્લંઘન તો શી રીતે થઈ શકે ? નિયમો ઘડનાર રામની નજર હેઠળ તો એ શક્ય જ નહોતું. પરંતુ રોશનીના ધર્મના ભાઈ રામ તો દોષની લાગણીમાં ડૂબી ગયા હતા, કારણ કે પોતાની બહેનના ભયાનક અપમૃત્યુનો બદલો તેઓ લઈ શક્યા નહોતા. તેમણે આ માટે પોતાની જાતને જ શિક્ષા આપવી ઘટે. આ માટે તેમણે પોતાની જાતને જ પીડા આપવાનું નક્કી કર્યું.

પોતાના અંગત અભ્યાસખંડના ઝરૂખામાં એક આસન પર તેઓ બેસી ગયા અને એ ઉપવનને તાકી રહ્યા કે જ્યાં રોશનીએ તેમના કાંડા પર રાખડી બાંધી હતી. પોતાના કાંડા પર બંધાયેલી સોનેરી રાખડી પર તેમની દૃષ્ટિ પડી અને તેમની આંખોમાંથી આંસુ દડવા માંડ્યાં. તેમના ખુલ્લા ધડ પર મધ્યાહ્નના સૂર્યનો આકરો તાપ વરસી રહ્યો હતો. સૂર્ય દેવ તરફ જોતી વખતે તેમણે આંખોને નેજવું ધર્યું અને પછી પોતાના ઘવાયેલા જમણા હાથ તરફ ધ્યાન કેન્દ્રિત કરીને ઊંડો શ્વાસ લીધો. બાજુમાં પડેલા મેજ પર મૂકવામાં આવેલ લાકડાની ફાચર તેમણે હાથમાં લીધી. તેમાં હજુ પણ અંગાર ઝબકી રહ્યો હતો.

તેમણે આકાશ તરફ જોયું અને કહ્યું, 'મને ક્ષમા કરજે, રોશની.'

તેમણે સળગતી ફાચરને પોતાના એ જમણા હાથમાં ખૂંતાવી દીધી કે જેની પર હજુ રાખડી સ્વરૂપે પેલો પવિત્ર દોરો બંધાયેલો હતો. રામે રોશનીને આપેલા રક્ષણના વચનનું પ્રતીક હતો એ દોરો. પીડાનો ઊંહકારો પણ તેમણે કર્યો નહિ કે તેમની આંખો પણ ફરકી નહિ. પવનમાં માંસ બળવાની કડવી ગંધ પ્રસરી રહી.

'મને ક્ષમા કરજે...'

રામે આંખો બંધ કરી, તેમના મુખ પર આંસુ નિરંતર દડી રહ્યાં હતાં.

થોડાક કલાકો પછી રામ પોતાના કાર્યાલયમાં અત્યંત દુઃખી થઈને બેઠા હતા. તેમના ઘવાયેલા હાથ પર ધનુષ્ય ચલાવતી વખતે પહેરવાનો પટ્ટો તેમણે બાંધી રાખ્યો હતો.

'આ તો અન્યાય છે, મોટાભાઈ !'

લક્ષ્મણ રામના કાર્યાલયમાં પ્રવેશ્યો. તે ક્રોધથી ધ્રૂજી રહ્યો હતો. રામે

પોતાના મેજ પરથી દૃષ્ટિ ઊંચી કરી. તેમનો ક્રોધ તેમના દુઃખની ઓથે છુપાઈ રહ્યો હતો.

'નિયમ તો એમ જ કહે છે, લક્ષ્મણ.' રામે શાંત અવાજે કહ્યું, 'નિયમભંગ તો થઈ જ ન શકે. નિયમ જ સર્વોચ્ચ છે, મારા અને તારાથી પણ વધારે મહત્ત્વનો. એ તો...'

રોશનીનું નામ રામ બોલી શક્યા નહિ. તેમના ગળે ડૂમો બાઝી ગયો.

'તમારું વાક્ય પૂરું કરો, મોટાભાઈ !' ભરતે દ્વાર પાસે ઊભા-ઊભા શાબ્દિક ચાબખો વીંઝ્યો.

રામે દૃષ્ટિ એ દિશામાં કરી. ભરત તરફ પોતાનો હાથ ઊંચો કરવા ગયા અને તેમને પીડાનો સણકો આવ્યો, 'ભરત !'

ભરત કાર્યાલયમાં આવ્યો. તેની આંખોમાં પણ શોકની ઘેરી લાગણીઓ વ્યાપ્ત હતી.

તેનું શરીર તંગ હતું, આંગળીઓ ધ્રૂજી રહી હતી અને તેમ છતાં તેની અંદરના ક્રોધની સરખામણીએ તો એ કંઈ જ નહોતું. 'તમે જે કહી રહ્યા હતા, એ પૂરું કરો, મોટાભાઈ. બોલો !'

'ભરત, મારા ભાઈ, મારી વાત સાંભળ.'

'હવે તો કહી જ દો ! કહી જ દો કે તમારો નિયમ રોશની કરતાં પણ વધારે મહત્ત્વનો છે !' ભરતની આંખમાંથી હવે મોટાં-મોટાં આંસુ પડી રહ્યાં હતાં. 'કહી દો કે તમારા નિયમો તમારા કાંડા પર બંધાયેલી રાખડી કરતાં પણ વધારે મહત્ત્વના છે.' તેણે નીચા વળીને રામનો જમણો હાથ પકડ્યો. રામે જરા પણ પીડા દર્શાવી નહિ. 'એમ પણ કહી દો કે આપણી રોશનીની સદા રક્ષા કરવાનું તમે વચન આપ્યું હતું તેનાથી પણ વધારે મહત્ત્વનો છે તમારો નિયમ.'

'ભરત,' ભરતની મજબૂત પકડમાંથી હળવે રહીને પોતાનો હાથ છોડાવતાં રામે કહ્યું, 'નિયમ એકદમ સ્પષ્ટ છેઃ સગીરોને મૃત્યુદંડ આપી શકાય નહિ. ધેનુકા સગીર છે અને નિયમાનુસાર તેને મૃત્યુદંડ નહિ આપી શકાય.'

'એ નિયમ સાવ નકામો છે !' ભરતે જોરથી કહ્યું, 'અહીં નિયમની વાત જ નથી ! વાત છે ન્યાયની ! તે તફાવત તમને નથી સમજાતો, મોટાભાઈ ? એ રાક્ષસ મૃત્યુદંડને જ લાયક છે.'

'હા, એ છે જ,' રામે કહ્યું. દોષની લાગણીથી જાણે કે તેમનો આત્મા અંદરથી અમળાતો હતો, 'પરંતુ અયોધ્યા કોઈ સગીરને મૃત્યુદંડ નહિ આપે. એ નિયમ છે.'

'નકામો નિયમ, મોટાભાઈ !' ભરતે ચીસ પાડી અને મેજ પર પોતાના હાથ પછાડ્યા.

તેમની પાછળથી મોટા અવાજે કોઈકે કહ્યું, 'ભરત !'

ત્રણે ભાઈઓએ દૃષ્ટિ ઊંચી કરીને જોયું તો રાજગુરુ વશિષ્ઠ દ્વાર પાસે ઊભા હતા. તરત સીધા થઈને ભરતે બે હાથ જોડીને વંદન કર્યાં. લક્ષ્મણે કોઈ જ પ્રતિભાવ આપ્યો નહિ. હવે તેનો અમાપ ક્રોધ તેમના ગુરુ પર કેન્દ્રિત થયો હતો.

વશિષ્ઠ ધીમા અને મક્કમ પગલે કાર્યાલયમાં પ્રવેશ્યા. 'ભરત, લક્ષ્મણ, તમારો મોટો ભાઈ સત્ય કહે છે. કોઈ પણ સંજોગોમાં નિયમોનું સમ્માન અને પાલન થવું જોઈએ.'

'અને અમે રોશનીને જે વચન આપ્યું હતું તેનું શું, ગુરુજી ? શું તેનો કોઈ અર્થ જ નથી ?' ભરતે પૂછ્યું, 'અમે તેને વચન આપ્યું હતું કે અમે તેનું રક્ષણ કરીશું. તેના પ્રત્યે અમારું કર્તવ્ય હતું અને અમે તે ચૂકી ગયા. હવે અમારે તેનો બદલો તો લેવો જ જોઈએ.'

'તારા શબ્દો નિયમથી પર નથી.'

'ગુરુજી, રઘુના વંશજો કદી વચનભંગ નથી કરતા.' પ્રાચીન કુળપરંપરાનું સ્મરણ કરાવતાં ભરતે કહ્યું.

'જો તમારી પરંપરા નિયમની વિરુદ્ધ હોય, તો એ પરંપરા તોડીને તમારે જાતે જ અપમાન ભોગવી લેવાનું.' વશિષ્ઠે કહ્યું, 'એ જ ધર્મ છે.'

'ગુરુજી !' લક્ષ્મણે પોકાર કર્યો. એ તમામ પ્રકારનું ઔચિત્ય અને નિયંત્રણ ચૂકવાની તૈયારીમાં જ હતો.

'આ જુવો !' કહીને વશિષ્ઠ રામ પાસે ગયા અને તેમના હાથ પર બાંધી રાખેલો ધનુષ્ય ચલાવતી વખતે પહેરવાનો પટ્ટો છોડીને બધાને દેખાય એ માટે તેમણે રામનો હાથ ઊંચો કર્યો. રામે હાથ પાછો ખેંચવાનો પ્રયત્ન કર્યો પણ વશિષ્ઠે દૃઢતાથીએ હાથને પકડી રાખ્યો.

ભરત અને લક્ષ્મણને આઘાત લાગ્યો. રામના હાથનો એ ભાગ બહુ જ ખરાબ રીતે ઘાયલ હતો. ઘાવ આગળની ત્વચા બળી ગઈ હતી અને ત્યાં માંસ જ દેખાતું હતું.

'જે દિવસથી ન્યાયાધીશે એમ ન્યાય કર્યો કે નિયમને કારણે ધેનુકાને મૃત્યુદંડ નહિ થાય ત્યારથી રામ દરરોજ પોતાના ઘાવ પર ડામ દઈ રહ્યા છે.' વશિષ્ઠે કહ્યું, 'મેં રામને રોકવાનો પ્રયત્ન કર્યો છે. પરંતુ રોશનીને આપેલું વચન

ન પાળી શકવાને કારણે તે આવી રીતે પોતાની જાતને શિક્ષા આપી રહ્યા છે. જોકે તે કદી પણ નિયમભંગ નહિ કરે.'

—|મ્ર| 🐟 ☀—

સાત બળાત્કારીઓના મૃત્યુદંડ વખતે રામ હાજર રહ્યા નહોતા.

મુખ્ય અપરાધીને દંડ ન કરી શકવાને કારણે ન્યાયાધીશો પોતે જ ક્રોધ અનુભવતા હતા એટલે બાકીના સાતેય અપરાધીઓને કઈ રીતે શિક્ષા કરવી તેની તેમણે વિગતવાર સૂચનાઓ આપી હતી. રામના નવા નિયમો મુજબ ત્વરિત મૃત્યુદંડની જોગવાઈ હતી, મૃત્યુ ન આવે ત્યાં સુધી ફાંસીના ગાળિયે લટકાવી રાખવાની. વધુમાં તેમણે એમ પણ નિયમ બનાવ્યો હતો કે કારાગૃહમાં બનાવવામાં આવેલી ચોક્કસ બંધિયાર જગ્યામાં જ આ શિક્ષા કરવાની રહેશે અને એ સાથે ન્યાયાધીશે પણ આ બાબતમાં પોતાની વિવેકબુદ્ધિ વાપરવી એમ પણ નિયમમાં લખેલું હતું. આ નિયમનો ઉપયોગ કરીને ક્રુદ્ધ ન્યાયાધીશોએ મૃત્યુદંડની પ્રક્રિયા વિષે વિસ્તૃત સૂચનાઓ આપી હતીઃ મૃત્યુદંડ જાહેરમાં આપવામાં આવશે, તેમનું મૃત્યુ ન થાય ત્યાં સુધી તેમનું લોહી વહાવવામાં આવશે, મૃત્યુ શક્ય હોય તેટલું પીડાકારક બની રહે તેમ કરવું. તેમણે પોતાની આ સૂચનાઓને એમ કહીને યોગ્ય ઠેરવી હતી કે આ શિક્ષા આવનારા સમયમાં લોકો માટે બોધપાઠ બની રહેશે. અંગત રીતે તેમણે એવી પણ ચર્ચા કરી હતી કે જાહેરમાં શિક્ષા કરવામાં આવે તો લોકોના ક્રોધને બહાર નીકળવાની પૂરતી તક પણ મળી રહેશે. સુરક્ષાદળો પાસે તો આ ચુકાદાને શિરોધાર્ય ગણવા સિવાય કોઈ વિકલ્પ જ નહોતો.

નગરના કિલ્લાની બહાર મૃત્યુદંડ માટે મંચ ઊભો કરવામાં આવ્યો હતો. તેની ઊંચાઈ ચાર ગજ જેટલી રાખવામાં આવી હતી કે જેથી દૂરથી પણ ત્યાં દૃષ્ટિ પહોંચી શકે. હજારો લોકો નગરની બહાર આ શિક્ષા જોવા માટે ભેગા થયા હતા. ઘણા બધા લોકો તો મારવા માટે સડેલાં ફળ અને ઈંડાં પણ લઈને આવ્યા હતા.

કારાગૃહના વાહનમાંથી સાતેય અપરાધીઓને ઉતારવામાં આવ્યા એટલે ટોળું ક્રોધને કારણે પોકારો કરવા માંડ્યું. અપરાધીઓના શરીર પર પડેલા ઘાવથી સ્પષ્ટ હતું કે તેમને કારાગૃહમાં પણ નિર્દયતાથી મારવામાં આવ્યા હતા. પોતાના શ્રેષ્ઠ પ્રયત્નો છતાં રામ કારાગૃહના ચોકીદાર તેમજ અન્ય કેદીઓના પુણ્યપ્રકોપથી તેમને બચાવી શક્યા નહોતા. કોઈ પણ અપવાદ વિના, બધા જ કેદીઓ અને

ચોકીદારોને રોશનીની ભલમનસાઈનો પરચો મળ્યો હતો.

અપરાધીઓ મંચનાં પગથિયાં ચડ્યા. સૌ પ્રથમ તો તેમને જેમાં હાથ અને માથા માટે છિદ્રો હોય છે તેવા ફજેતીના લાકડા સુધી લઈ જવામાં આવ્યા. અપરાધીઓનાં માથાં અને હાથને ફજેતામાં પરોવીને તેમને જનતાનો ધિક્કાર સહન કરવા માટે ઊભા રાખવામાં આવ્યા. તેમને ત્યાં ઊભા રાખીને ચોકીદારો મંચ પરથી નીચે ઊતરી ગયા.

હવે ટોળાને છૂટો દોર મળી ગયો હતો. લોકોએ સચોટ નિશાન લઈને જાતજાતની વસ્તુઓ ફેંકવા માંડી, સાથે સાથે ભયાનક શાપ અને થૂંકવાનું તો ખરું જ. આટલા અંતરેથી તો સડેલાં ફળ અને ઈંડાં પણ રક્ત વહે તેટલા જોરથી વાગતાં હતાં. ટોળાને કોઈ ધારદાર વસ્તુ કે પથ્થરો મારવાની સખત મનાઈ ફરમાવવામાં આવી હતી. અપરાધીઓ ત્વરાથી મૃત્યુ પામે તેમ કોઈ ઇચ્છતું નહોતું. તેમણે તો બહુ જ પીડા ભોગવવાની હતી. તેમણે તેમના અપરાધની કિંમત ચૂકવવાની હતી.

લગભગ અડધા કલાક સુધી આ ફજેતો ચાલ્યો. જ્યારે લોકો સંભવતઃ થાકને કારણે ધીમા પડ્યા ત્યારે જલ્લાદે લોકોને અટકાવ્યા. તે મંચ પર ચડ્યો અને પ્રથમ અપરાધી પાસે ગયો. એ અપરાધીની આંખોમાં ભય છવાયેલો હતો. બે સહાયકોની મદદથી જલ્લાદે તેના બંને પગ જેટલા થઈ શકે તેટલા પહોળા કર્યા. અપરાધીના શ્વાસ તો ફજેતામાં જ ગૂંગળાવા માંડ્યા હતા. પછી જલ્લાદે ધીમે-ધીમે ધરતી પરથી એક ખીલો અને લુહારનો ઘણ ઉપાડ્યો. સહાયકોએ પ્રથમ અપરાધીના પગ ખેંચી રાખ્યા હતા. એક પગને લાકડાના મંચ સાથે ખીલા મારીને જડી લેવામાં આવ્યો. જલ્લાદના દરેક ઘણનો પ્રહાર મક્કમ અને સચોટ હતો. અપરાધી પીડાથી બરાડતો રહ્યો અને ટોળામાંથી આ શિક્ષાની યોગ્યતા માટેના પોકારો થવા લાગ્યા. ઘણના થોડાક વધારે ફટકા મારતા પહેલાં જલ્લાદે પોતાની કારીગરી ચકાસી જોઈ. પછી સંતોષથી તે પાછો ફર્યો. અપરાધીએ હજુ પીડાની ચીસો બંધ જ કરી હતી કે જલ્લાદ તેના બીજા પગ તરફ ફર્યો.

આ જ શિક્ષા તેણે એક પછી એક સાત અપરાધીઓને આપી, એ દરેકના બંને પગને લાકડાના મંચ સાથે જડી લેવામાં આવ્યા. ટોળામાં ઉન્માદ વ્યાપ્યો હતો અને અપરાધીની પ્રત્યેક ચીસના પ્રત્યુત્તરમાં તેઓ પણ કિકિયારીઓ કરતા હતા. આ કામ પૂરું થયું એટલે જલ્લાદ મંચની કિનાર સુધી આવ્યો અને ટોળા તરફ હાથ હલાવ્યો. ટોળાએ આ અભિવાદનને કિકિયારીઓથી વધાવી લીધું.

ત્યાર બાદ જેને પ્રથમ ખીલો માર્યો હતો તે અપરાધી પાસે જલ્લાદ ગયો.

અપરાધી તો ત્યાં સુધીમાં બેભાન થઈ ચૂક્યો હતો. તેના ગળા હેઠળ કેટલાંક ઔષધો ઉતારવામાં આવ્યાં અને તે ફરી વાર ભાનમાં ન આવ્યો ત્યાં સુધી તેને તમાચા મારવામાં આવ્યા.

'આનંદ લેતા રહેવા માટે તારે જાગવું જ પડશે.' જલ્લાદ સિસકાર્યો.

'મને... મારી નાખો.' અપરાધીએ વિનંતી કરી. 'કૃપા કરો... દયા કરો...'

જલ્લાદનું મોઢું પથ્થર જેવું થઈ ગયું. ચાર માસ પહેલાં જ તેના બાળકના જન્મ સમયે રોશની અત્યંત મદદરૂપ બની હતી. તેના વળતર રૂપે તેણે એ જલ્લાદના ગરીબ ઘરનું એક સમયનું સાદું ભોજન જ લીધું હતું. 'શું રોશની દેવી પર તેં દયા ખાધી હતી, હડકાયા કૂતરા ?'

'મને ક્ષમા કરો... મને ક્ષમા કરો... કૃપા કરો... મારી નાખો મને.' અપરાધી રોઈ પડ્યો.

જલ્લાદ તો અવિચલિત હતો.

ત્રણ કલાક સુધી જાહેરમાં ઘાતકી રીતે પીડા આપ્યા પછી જલ્લાદે પોતાના કમરબંધમાં બાંધેલા મ્યાનમાંથી તીક્ષ્ણ કટારી ખેંચી કાઢી. પ્રથમ અપરાધીના જમણા હાથ પરથી તેણે ફજેતાની પકડ ઢીલી કરી અને હાથને વધારે ખેંચ્યો. તેના કાંડાને તેણે ઝીણવટથી તપાસ્યાં. તેણે એવી નસ પસંદ કરવાની હતી કે જેમાંથી ત્વરાથી બધું રક્ત વહી ન જાય. જ્યારે તેને એ નસ મળી આવી ત્યારે તેણે સ્મિત કર્યું.

'સરસ.' જલ્લાદે કહ્યું. પછી પોતાની ધારધાર કટારી વડે તેણે ચોકસાઈથી એ જ નસ કાપી અને તેમાંથી ધીમી ધારે રક્ત વહેલા લાગ્યું. અપરાધી પીડાનો માર્યો ચીસો પાડવા લાગ્યો. મૃત્યુ હજુ ઓછામાં ઓછું બે કલાક દૂર હતું. જલ્લાદે ત્વરાથી એ જ પ્રક્રિયાનું પુનરાવર્તન બાકીના છ અપરાધીઓ પર પણ કર્યું. જ્યારે પણ કોઈ અપરાધીની નસ કપાતી ત્યારે ટોળામાં શોરબકોર મચી જતો અને તેઓ બધા અપરાધીઓને ભાંડતા પણ ખરા.

જલ્લાદે ટોળાને ઇશારો કર્યો કે હવે તેનું કામ પૂરું થયું છે અને તે મંચ પરથી નીચે ઊતરી ગયો. ટોળાએ ફરીથી વસ્તુઓ ફેંકવા માંડી. થોડા થોડા સમયે કોઈ સૈનિક તેમને માત્ર એટલું ચકાસવા માટે અટકાવતો કે એ અપરાધીઓના શરીરમાંથી રક્ત વહી રહ્યું છે કે નહિ. બીજા અઢી કલાકના અંતે છેલ્લો અપરાધી મૃત્યુ પામ્યો. બધા જ અપરાધીઓ ધીમું અને પીડાકારક મૃત્યુ પામ્યા હતા. આવનારા કેટલાય જન્મો સુધી તેમના આત્મા પીડાતા રહે તેવું એ મૃત્યુ હતું.

અપરાધીઓને મૃત જાહેર કરવામાં આવ્યા ત્યારે ટોળાએ પોકાર કર્યો:

'રોશની દેવી અમર રહે !'

મંચની પાસે એક ઊંચા આસન પર ખૂંધથી વાંકી વળેલી મંથરા બેઠી હતી. તેની આંખોમાં હજુ સુધી ધિક્કાર અને ક્રોધની જ લાગણીઓ રમતી હતી. તેને એ બાબતમાં જરા પણ શંકા નહોતી કે જલ્લાદે સાતેય રાક્ષસો પર દમન ગુજારવામાં પોતાના શ્રેષ્ઠ પ્રયત્નો કર્યા જ હશે કારણ કે રોશનીને અસંખ્ય લોકો પ્રેમ કરતાં હતા. તેમ છતાં તેણે પોતે જલ્લાદને સારી એવી માત્રામાં ધન આપ્યું હતું કે જેથી તે પોતાના ઘાતકીપણામાં કોઈ જ કચાશ ન રાખે. લાંબી અને ત્રાસદાયક પ્રક્રિયા દરમિયાન તેણે ભાગ્યે જ આંખ પલકાવી હશે અને પેલા નરાધમોને જે પીડા પહોંચી રહી હતી તેની દરેકેદરેક પળનું તેણે ઝીણવટથી નિરીક્ષણ કર્યું હતું. એ પ્રક્રિયા તો પૂરી થઈ ગઈ હતી અને તેમ છતાં તેના મનને શાંતિ નહોતી વળી, જરા પણ સંતોષ નહોતો થયો. તેનું હૃદય જાણે પથ્થર બની ગયું હતું.

એક અસ્થિકુંભને તેણે પોતાની છાતીએ વળગાડી રાખ્યો હતો. તેમાં રોશનીનાં અસ્થિ હતાં. તેણે નીચેની તરફ દૃષ્ટિ કરી ત્યારે તેની આંખમાંથી એક આંસુ સર્યું. એ આંસુ અસ્થિકુંભ પર પડ્યું. 'હું તને વચન આપું છું મારી પુત્રી કે તારા છેલ્લા અપરાધીને પણ તેના અપરાધની શિક્ષા થશે જ. ધેનુકાને પણ ન્યાયનો કોપ ભોગવવો પડશે.'

અધ્યાય ૧૪

'આ તો નરી જંગાલિયત છે.' રામે કહ્યું, 'રોશની જે કંઈ પણ માનતી હતી તેના સંપૂર્ણ વિરોધાભાસમાં છે આ રીતભાત.'

રામ અને વશિષ્ઠ રાજકુમારના અંગત કાર્યાલયમાં બેઠા હતા.

'તેમાં શા માટે જંગાલિયત છે ?' વશિષ્ઠે પૂછ્યું, 'શું તને એમ લાગે છે કે એ બળાત્કારીઓને મૃત્યુદંડ નહોતો મળવો જોઈતો ?'

'તેમને મૃત્યુદંડ અવશ્ય મળવો જોઈએ. એ તો નિયમ છે. પરંતુ એ મૃત્યુદંડ જે રીતે આપવામાં આવ્યો હતો ? છેવટે ન્યાયાધીશોએ તો ક્રોધની ભાવનાથી દૂર જ રહેવું જોઈતું હતું. એ જંગલી, હિંસક અને અમાનવીય હતું.'

'ખરેખર ? તો શું માનવીય હત્યા જેવી કોઈ વસ્તુ છે ?'

'તો શું આ વર્તનને આપ યોગ્ય ઠેરવવા માંગો છો, ગુરુજી ?'

'મને એમ કહે, શું હવે બળાત્કારીઓ અને હત્યારાઓને આ પ્રકારે નિયમભંગ કરવાનો ભય નહિ લાગે ?

એ વાત રામને સ્વીકારવી પડી. 'હા.'

'તો પછી શિક્ષા કરવાનો હેતુ સર્યો ?'

'પરંતુ રોશનીએ પોતે આવી વસ્તુનો અસ્વીકાર ?...'

'એક વિચારધારા એવી છે કે ઘાતકીપણાનો ઉત્તર માત્ર ઘાતકીપણું જ હોઈ શકે. આગને સામે લડવા માટે આગ જ જોઈએ, રામ.'

'પરંતુ રોશનીએ એમ કહ્યું હોત કે આંખના બદલામાં આંખનો નિયમ હોત, તો સમગ્ર વિશ્વ અંધ જ બની ગયું હોત.'

'અહિંસા બહુ મોટો ગુણ છે, એમાં શંકા નથી પણ ત્યારે જ કે જ્યારે તમે ક્ષત્રિયોના યુગમાં, હિંસાના યુગમાં ન જીવતા હોવ. જો તમે ક્ષત્રિયોના યુગમાં

જીવતા હોવ, તો એ યુગમાં બહુ અલ્પ સંખ્યામાં એવા લોકો છે જે માને છે કે ''આંખના બદલામાં આંખના નિયમથી સમગ્ર વિશ્વ અંધ બની જશે'' અને મોટાભાગના લોકો તેની વિરુદ્ધ વાતમાં વિશ્વાસ રાખે છે. જો તમે એ અલ્પ સંખ્યામાં હોવ, તો તમારી અંધ બનવાની તક ઘણી વધારે છે. વૈશ્વિક સિદ્ધાંતોએ પણ બદલાતા વિશ્વ સાથે બદલાવું પડે છે.'

રામે મસ્તક હલાવ્યું. 'ક્યારેક મને એમ પણ વિચાર આવી જાય છે કે મારા લોકો માટે લડવા જેવું છે પણ ખરું ?'

'સાચો આગેવાન માત્ર લડવા જેવા લોકો માટે જ નથી લડતો. સાચો આગેવાન તો લોકોને પોતાની ક્ષમતા મુજબ શ્રેષ્ઠ બનવા માટે પ્રેરે છે. સાચો આગેવાન રાક્ષસનું રક્ષણ નથી કરતો પરંતુ એ રાક્ષસને ભગવાન બનવાની પ્રેરણા આપે છે; રાક્ષસમાં રહેલા ભગવાનને એ જાગૃત કરે છે. ધર્મસંકટ તે પોતાના શિરે ઉઠાવી લે છે, પરંતુ પોતાના લોકો વધારે સારા માનવ બને તેનો તે શ્રેષ્ઠ પ્રયત્ન કરે છે.'

'તમે પોતે જ તમારાં વિધાનોનો વિરોધ કરી રહ્યા છો, ગુરુજી. જો એમ જ હોય, તો શું આ પ્રકારની ઘાતકી શિક્ષા કોઈ રીતે યોગ્ય છે ખરી ?'

'મારા મતે તો નથી જ. પરંતુ સમાજ તારા અને મારા જેવા લોકોનો નથી બન્યો. દરેક રંગના અભિપ્રાય ધરાવનારા વિવિધ પ્રકારના લોકો આ સમાજમાં વસે છે. સારો આગેવાન ધીમે-ધીમે પોતાના લોકોને ધર્મની દિશામાં દોરી જાય છે કારણ કે તે કેન્દ્રમાં છે અને ત્યાં જ જીવનનું સંતુલન સ્થપાયેલું છે. જો સમાજમાં બહુ જ ક્રોધ પ્રવર્તમાન હોય, જેનાથી અંધાધૂંધી અને વિધ્વંસક હિંસા ફેલાતી હોય, તો આગેવાને સમાજને સ્થિરતા અને શાંતિની દિશામાં દોરી જવો જોઈએ. બીજી બાજુ, જો સમાજ એકદમ નિષ્ક્રિય હોય, કોઈ ફરિયાદ પણ ન કરતું હોય, તો આગેવાને સમાજને ઉશ્કેરીને સક્રિય બનાવવો જોઈએ અને જરૂર પડે તો રોષ અને ક્રોધની દિશામાં પણ લઈ જવો જોઈએ. આ વિશ્વમાં દરેક લાગણીઓ કોઈ ચોક્કસ હેતુસર અસ્તિત્વ ધરાવે છે; પ્રકૃતિના આયોજનમાં કશું જ નકામું નથી. દરેક લાગણીની વિરોધી લાગણી પણ અસ્તિત્વ ધરાવે છે: જેમ કે ક્રોધ અને શાંતિ. અંતે તો સમાજમાં સમતોલનની જ આવશ્યકતા છે. પરંતુ શું રોશનીના બળાત્કારીઓ અને હત્યારાઓ પ્રત્યેનો ક્રોધ એ ન્યાય છે ? કદાચ છે, કદાચ નથી. આવનારા કેટલાક દસકમાં આપણને તેની જાણ થશે જ. પરંતુ અત્યારે તો તે લાગણીઓના દબાણના ઉત્સર્જનનું કાર્ય કરે છે.'

રામે વાતાયનની બહાર જોયું. તેઓ અંદરથી ખળભળી ઊઠ્યા હતા.

વશિષ્ઠ જાણતા હતા કે હવે વધારે રાહ જોવી યોગ્ય નથી. તેમની પાસે વધારે સમય નહોતો. 'રામ, મારી વાત સાંભળ.'

'હા, ગુરુજી.' રામે કહ્યું.

'કોઈક આ દિશામાં આવી રહ્યું છે. એ તારા માટે આવી રહ્યું છે. એ એક મહાન પુરુષ છે અને એ તને લઈ જવા માટે આવી રહ્યા છે. હું તે અટકાવી શકીશ નહિ. એ મારી ક્ષમતા બહારની વાત છે.'

'એ કોણ—'

વશિષ્ઠે અધવચ્ચે જ કહ્યું, 'હું તને વિશ્વાસ આપું છું કે તું કોઈ પણ પ્રકારના ભયમાં નહિ આવે. પરંતુ તને મારા વિષે જાતભાતની વાતો અવશ્ય કહેવામાં આવશે. હું ઇચ્છીશ કે તું એટલું અવશ્ય સ્મૃતિમાં રાખે કે તું મારા પુત્ર સમાન છે. હું ઇચ્છું છું કે તું તારો સ્વધર્મ પૂરો કરે, તારા જીવનનો સાચો ધ્યેય સિદ્ધ કરે. એ લક્ષ્યને ધ્યાનમાં રાખીને જ મેં કાર્યો કર્યાં છે.'

'ગુરુજી, મને નથી સમજાતું કે શું...'

'મારા વિષે તને જે સાંભળવા મળે તેને માનીશ નહિ. તું મારા પુત્ર સમાન છે. અત્યારે તો હું માત્ર એટલું જ કહીશ.'

મૂંઝાયેલા રામે વંદન કર્યાં, 'જી, ગુરુજી.'

'મંથરા, કૃપા કરીને સમજ, હું કશું જ કરી શકું તેમ નથી.' કૈકેયીએ કહ્યું, 'એ જ નિયમ છે.'

અયોધ્યાની દ્વિતીય ક્રમની રાણીને મળવા જવાનો સમય માંગવામાં મંથરાએ જરા પણ વાર લગાડી નહોતી. બીજે જ દિવસે કૈકેયીને મળવા માટે દૃઢનિશ્ચયી મંથરા આવી હતી. મંથરાએ ના પાડી એટલે રાણીએ એકલા જ ભોજન લેવાનું ચાલુ રાખ્યું હતું. મંથરાને અંગત રીતે ગમતો ન્યાય જોઈતો હતો. પરંતુ કૈકેયી કોઈ સમક્ષ એવું નહોતી સ્વીકારતી કે દશરથ પર હવે તેનો બહુ જ ઓછો પ્રભાવ રહ્યો છે અને રામ પર તો તેનાથી પણ ઓછો. તેણીએ નિયમને દોષ આપવાનું ચાલુ રાખ્યું. અભિમાની લોકો માટે પોતાની નિષ્ફળતાઓના સ્વીકારની જગ્યાએ ઉમદા રીતે નિયમપાલનનો દેખાવ કરવો વધારે સરળ રહે છે.

પરંતુ મંથરા કોઈ રીતે એ સ્વીકારવા માંગતી નહોતી. તે જાણતી હતી કે નગરના જ ઉચ્ચ સુરક્ષા ધરાવતા એક કારાગૃહમાં ધેનુકા કેદમાં છે. તેને એ પણ

જાણ હતી કે તે જે વિચારી રહી હતી એ કામ તો માત્ર રાજપરિવારનો કોઈ સભ્ય જ કરી શકશે. 'દેવી, મારી પાસે એટલું ધન છે કે આ સામ્રાજ્યનો દરેક ઉમરાવ ખરીદી શકાશે. તમે એ જાણો જ છો. જરૂર પડશે ત્યારે એ બધું જ ધન તમારા ચરણોમાં હશે. હું વચન આપું છું.'

કૈકેયીનું હૃદય એક ધબકારો ચૂકી ગયું. તે જાણતી હતી કે જો મંથરાના તમામ સ્રોત તેના પક્ષે હોય, તો તે કદાચ ભરતને રાજસિંહાસન પર બેસાડી શકશે. તેમ છતાં કોઈ જ વચન ન આપવાની કાળજી તેણે રાખી. 'તારા વચન માટે આભાર. પરંતુ તે વચન તો ભવિષ્ય માટેનું છે અને ભવિષ્ય કોણે જોયું છે ?'

મંથરાએ પોતાના અંગવસ્ત્રની સળોમાં હાથ નાખીને એક હૂંડી બહાર કાઢી. તેમાં એક ચોક્કસ રકમનું ઋણ ચૂકવવાનું વચન હતું. કૈકેયીને જાણ હતી જ કે તે જે મેળવી રહી હતી, તે માત્ર ધન જ હતું. મંથરાની સહીવાળી હૂંડી સામે આખા સપ્ત સિંધુ પ્રદેશમાં કોઈ પણ તેને ધન આપશે જ. આવી બાબતોમાં તો મંથરાની શાખ નિઃશંક બહુ જ ઊંચી હતી. કૈકેયીએ ત્વરાથી એ હૂંડી સ્વીકારીને તેને તે વાંચી ગઈ. રાણીને આઘાત લાગ્યો હતો. એ હૂંડીમાં જે રકમ લખવામાં આવી હતી તે અયોધ્યાની દસ વર્ષની કુલ આવક કરતાં પણ મોટી હતી. એક જ ક્ષણમાં મંથરાએ કૈકેયીને રાજાથી પણ ધનવાન બનાવી દીધી હતી. તો મંથરાની પોતાની પાસે કેટલી સંપત્તિ હશે તેની તો રાણી કલ્પના પણ ન કરી શકી.

'હું સમજું છું કે આટલી મોટી રકમની હૂંડી સામે ધન આપવું મોટાભાગના વેપારીઓ માટે બહુ જ અઘરું છે, દેવી,' મંથરાએ કહ્યું. 'એટલે જ્યારે પણ આપને ધનની આવશ્યકતા હોય, ત્યારે હું પોતે એ હૂંડીના બદલામાં આપને સોનાના સિક્કા સ્વરૂપે એટલું ધન આપીશ.'

કૈકેયીને એક બીજા ઉદાહરણીય નિયમનું જ્ઞાન પણ હતું : જો હૂંડીનું વળતર ન ચૂકવવામાં આવે, તો હૂંડી લખનારને લેણિયાત ઘણાં વર્ષો સુધી પોતાની કેદમાં રાખી શકતો હતો.

મંથરાએ હજુ વધારે લોભ લગાડ્યો, 'આ ધન જ્યાંથી આવે છે, ત્યાં તો તેનાથી પણ ઘણું વધારે ધન છે. આવશ્યકતા હશે તો એ બધું જ તમારી સેવામાં ઉપસ્થિત કરવામાં આવશે.'

કૈકેયીએ પોતાના હાથમાં એ હૂંડી મજબૂતીથી પકડી રાખી. તે જાણતી હતી કે આ હૂંડીના માધ્યમથી તેણે પોતાના પુત્ર માટે જે પણ સ્વપ્ન જોયાં હશે, તે પૂરાં થઈ શકશે, એ સ્વપ્નો કે જે તાજેતરમાં અસંભવ લાગવા માંડ્યા હતા.

મંથરા પોતાના આસનમાંથી મહાપ્રયત્ને ઊભી થઈ, ડગમગ ચાલે તે કૈકેયી સુધી ગઈ અને નીચા નમીને તે સિસકારી, 'હું ઇચ્છું છું કે તે પીડા ભોગવે. મારી પુત્રીને જેટલી પીડા થઈ હતી તેટલી જ પીડા તે ભોગવે. તત્કાલ મૃત્યુમાં મને રસ નથી.'

કૈકેયીએ દૃઢતાથી મંથરાનો હાથ પકડી લીધો, 'ઇન્દ્ર ભગવાનની સોગંદ પર હું કહું છું કે એ રાક્ષસને હવે જાણ થશે કે ન્યાય કોને કહેવાય.'

ચટ્ટાન જેવી ચુપકીદીથી મંથરા કૈકેયીને જોઈ રહી. તેનું શરીર ક્રોધથી ધ્રૂજતું હતું.

'તે અત્યંત પીડાદાયક મૃત્યુ પામશે.' કૈકેયીએ વચન આપ્યું, 'રોશનીનો બદલો લેવામાં આવશે. આ અયોધ્યાની રાણીનું વચન છે.'

'મા, મારો વિશ્વાસ કર, એ નરાધમને મારા પોતાના હાથે મારવાનું મને ગમશે.' ભરતે ગંભીરતાથી કહ્યું. 'મને જાણ છે કે એમ કરવામાં હું સાચે જ ન્યાય કરી રહ્યો હોઈશ પરંતુ મોટાભાઈ રામના નવા નિયમો એમ કરવાની અનુમતિ નથી આપતા.'

મંથરા જેવી રાજમહેલમાંથી બહાર ગઈ કે કૈકેયી ભરતને મળવા ગઈ હતી. તે જાણતી હતી કે તેને શું કરવાનું છે અને કઈ રીતે કરવાનું છે. તેના પુત્રની મહત્ત્વાકાંક્ષાઓને લલકારવી તો વ્યર્થ પ્રયત્ન હતો, તે પોતાની સગી મા કરતાં સાવકા ભાઈ પ્રત્યે વધારે નિષ્ઠા ધરાવતો હતો. એટલે કૈકેયીએ તેની ન્યાય ભાવના, તેના ક્રોધ અને રોશની પ્રત્યેના પ્રેમને જ લલકારવાનો હતો.

'મને તો આ નવો નિયમ સમજાતો જ નથી, ભરત. તેનાથી કયો ન્યાય થાય છે ?' કૈકેયીએ જુસ્સાપૂર્વક પૂછ્યું. 'શું *મનુ સ્મૃતિ*માં સ્પષ્ટ રીતે એમ નથી લખ્યું કે જ્યાં સ્ત્રીઓનું સમ્માન નથી થતું તે ભૂમિને દેવો ત્યાજ્ય ગણે છે ?'

'હા, મા, પણ આ જ નિયમ છે ! સગીરોને મૃત્યુદંડ આપી શકાય નહિ.'

'શું તને જાણ છે કે હવે ધેનુકા સગીર નથી રહ્યો ? જ્યારે અપરાધ કરવામાં આવ્યો ત્યારે જ તે સગીર હતો.'

'મને તેની જાણ છે, મા. આ વિષયમાં તો મેં મોટાભાઈ સાથે પણ બહુ જ લડાઈ કરી હતી. હું તારી સાથે સહમત છું કે નિયમોની બારીકાઈ કરતાં પણ ન્યાય વધારે મહત્ત્વનો છે. પરંતુ મોટાભાઈ એ સમજતા નથી.'

'હા, એ નથી જ સમજતો,' કૈકેયીએ ક્રોધ કર્યો.

'મોટાભાઈ આ જગત કેવું હોવું જોઈએ તેમાં જીવે છે, આ જગત જેવું છે તેમાં નથી જીવતા. તેઓ એક આદર્શ સમાજનાં મૂલ્યો બધાને સમજાવવા માંગે છે પરંતુ તેઓ એ વાત ભૂલી જાય છે કે અયોધ્યા આદર્શ સમાજ નથી. આપણે તો તેનાથી જોજનો દૂર છીએ. તેમાં આ ધેનુકા જેવા રાક્ષસો નિયમોની કોઈ ને કોઈ છટકબારી શોધીને છટકી જ જશે. બીજા લોકો પણ આવી ઘટનામાંથી અયોગ્ય બોધપાઠ લેશે. આગેવાને આદર્શ નિયમોનું પાલન કરાવતા પહેલાં સમાજને પણ આદર્શ બનાવવો જ પડે.'

'તો પછી કેમ તું...'

'ના, હું ન કરી શકું. જો હું મોટાભાઈના નિયમોનો ભંગ તો શું તેની વિરુદ્ધ વાત પણ કરું, તો તેમની વિશ્વસનીયતા પર પ્રશ્નાર્થ ચિહ્ન લાગી જશે. જો તેમનો પોતાનો ભાઈ જ તેમની વાત ન માનતો હોય, તો બીજા લોકો શા માટે માને ?'

'તું વાતનો મૂળ મુદ્દો ભૂલી રહ્યો છે. અત્યાર સુધી રામના નિયમોથી ભય પામનારા અપરાધીઓ હવે જાણે છે કે નિયમોમાં પણ છટકબારીઓ છે અને તેમાંથી છટકી શકાય તેમ છે. વયસ્કો કોઈ અપરાધનું આયોજન કરીને સગીરો દ્વારા તેનો અમલ કરાવશે. અહીં પૂરતી સંખ્યામાં ગરીબ, નિરાશ, સગીર કિશોરો છે કે જેમને થોડાક સિક્કા દ્વારા અપરાધ કરવા પ્રેરી શકાશે.'

'એ શક્ય છે.'

'ધેનુકાથી જ એક ઉદાહરણ પ્રસ્તુત કરવું જોઈએ. તેના પરથી બીજા લોકો પણ યોગ્ય બોધપાઠ લેશે.'

ભરતે કૈકેયી સમક્ષ મૂંઝવણમાં જોયું. 'તને આ વિષયમાં આટલો બધો રસ શા માટે છે, મા ?'

'મારે તો માત્ર રોશની માટે ન્યાય જોઈએ છે.'

'ખરેખર ?'

'તે બહુ જ ઉમદા સ્ત્રી હતી, ભરત. તારી ધર્મની બહેન પર એક હત્યારા ગામડિયાએ બળાત્કાર કર્યો છે.' કૈકેયી હવે વાતને રોશની તરફ વાળી રહી હતી.

'મને એક વાતની જિજ્ઞાસા છે; જો આ પરિસ્થિતિ બિલકુલ ઊલટી હોત, તોપણ તું આવો જ આગ્રહ રાખતી હોત ? જો કોઈ ઉમરાવ ઘરના કિશોરે કોઈ ગ્રામીણ સ્ત્રી પર બળાત્કાર કર્યો હોત, તોપણ તું ન્યાય માટે આવો જ આગ્રહ રાખત ?'

કૈકેયી કશું બોલી નહિ. તે જાણતી હતી કે જો તે હા પાડશે તો ભરત તેનો વિશ્વાસ નથી જ કરવાનો.

'હું તો ઉમરાવ ઘરના બળાત્કારી હત્યારાને પણ મૃત્યુદંડ થતો જોવા અવશ્ય ઇચ્છત,' ભરત ઘૂરક્યો. 'જેમ હું ધેનુકાને મૃત્યુદંડ ઇચ્છું છું તેમજ. એ જ સાચો ન્યાય છે.'

'તો પછી હજુ ધેનુકા શા માટે જીવંત છે ?'

'બીજા બળાત્કારીઓને તો શિક્ષા થઈ ગઈ છે.'

'આવું તો પ્રથમ વાર સાંભળ્યું ! ભેદભાવપૂર્ણ ન્યાય ! કપટી, નહિ ? ભેદભાવપૂર્ણ ન્યાય જેવું કશું જ હોતું નથી, પુત્ર ! તમને ન્યાય મળે છે અથવા તો નથી મળતો !'

'મા...'

'બળાત્કારીઓમાંનો સૌથી ઘાતકી અપરાધી તો હજુ જીવતો જ છે ! વધારામાં, એ અયોધ્યાનો અતિથિ પણ બની ગયો છે ! તેનો રહેવાનો અને ખાવાનો ખર્ચ અયોધ્યાના ખજાનામાંથી જ થાય છે; તારા ખજાનામાંથી થાય છે. જેણે તારી ધર્મની બહેન પર અત્યાચારો કર્યા એને તું પોતે ખવડાવી રહ્યો છે.'

ભરત શાંત રહ્યો.

'કદાચ રામને રોશની પ્રત્યે એટલો પ્રેમ નહિ હોય,' કૈકેયીએ સાહસ કરી નાખ્યું.

'હે ભગવાન રુદ્ર, તું આવું બોલી જ કઈ રીતે શકે, મા ? મોટાભાઈ રામ તો પોતાને શિક્ષા કરી રહ્યા છે કારણ કે...'

'આ તે કંઈ બુદ્ધિગમ્ય વાત છે ? તેનાથી રોશનીને કઈ રીતે ન્યાય મળવાનો ?'

ભરત ફરી વાર શાંત રહ્યો.

'તારી નસોમાં કૈકેય વંશનું રક્ત વહે છે. તારી નસોમાં અશ્વપતિનું રક્ત વહે છે. શું તું આપણો પ્રાચીન મુદ્રાલેખ ભૂલી ગયો ? "રક્તનો જવાબ હંમેશાં રક્તથી જ અપાશે !" તો જ બીજા લોકો તમારાથી ભય પામશે.'

'એ તો મારી સ્મૃતિમાં જ છે, મા ! પણ હું મોટાભાઈ રામની વિશ્વસનીયતાને કોઈ જ હાનિ નહિ પહોંચાડું.'

'મારી પાસે એક ઉપાય છે.'

ભરતે કૈકેયી તરફ આશ્ચર્યચકિત થઈને જોયું.

'તારે કોઈ રાજદ્વારી મુલાકાત માટે અયોધ્યાની બહાર જવું જોઈએ. તારી

અનુપસ્થિતિની વાત હું બધે જ પ્રસરાવી દઈશ. પછી અયોધ્યામાં રૂપ બદલીને પાછો ફર; તારા કેટલાક વિશ્વાસુ માણસો સાથે કારાગૃહમાં પ્રવેશીને ધેનુકાને ભગાવી જા. તેનું શું કરવું એ તો તું જાણે જ છે. કામ પતી જાય એટલે તારી રાજદ્વારી મુલાકાત માટે આગળ વધી જજે. તેનાથી કશો જ તફાવત નહિ પડે. સમગ્ર અયોધ્યા પર તેની હત્યાનો આરોપ આવશે, કારણ કે બધા જ તેને મૃત ઇચ્છે છે. એ કોણે કર્યું છે એ શોધવું રામ માટે પણ અશક્ય બની જશે. પોતાના ભાઈને છાવરવાની સમસ્યામાંથી પણ રામ ઊગરી જશે, કારણ કે તારું નામ તો ક્યાંય આવશે જ નહિ. આ ઘટનાને એક એવા અપવાદ તરીકે જોવામાં આવશે કે જેમાં રામ હત્યારાને પકડી શક્યા નહિ. અને સૌથી અગત્યની વાત એ કે સાચો ન્યાય થશે.'

'તેં ખરેખર બહુ લાંબો વિચાર કર્યો લાગે છે,' ભરતે કહ્યું. 'અને, કોઈ રાજનીતિક આમંત્રણ વિના હું નગર છોડીને ક્યાં જઈશ ? જો હું એવા કોઈ આમંત્રણ વિના જ જઈશ, તોપણ શંકા જરૂર ઊભી થશે.'

'કૈકેયની રાજદ્વારી મુલાકાત માટેનું આમંત્રણ તો ક્યારનું આવી ગયું છે.'

'ના, એવું કોઈ આમંત્રણ નથી.'

'હા, છે.' કૈકેયીએ કહ્યું, 'રોશનીના મૃત્યુ પછીની અંધાધૂંધી અને મૂંઝવણમાં એ કોઈના ધ્યાનમાં નથી આવ્યું.' તેણે ભરતને એમ ન જણાવ્યું કે પોતાને તાજેતરમાં જ મળેલા ધનમાંથી થોડાકનો ઉપયોગ કરીને તેણે જૂની તારીખનું કૈકેયનું આમંત્રણ મેળવીને એ આમંત્રણને અયોધ્યાના રાજદ્વારી દસ્તાવેજો સાથે મુકાવી દીધું હતું. 'આમંત્રણનો સ્વીકાર કર અને તારી બહેનના આત્મા માટે ન્યાય મેળવ.'

ભરત એકદમ સ્થિર બેઠો હતો, હિમની જેમ થીજીને. પોતાની માતાએ જે કહ્યું એ અંગે તે વિચારી રહ્યો હતો.

'ભરત !'

તેણે પોતાની માતાની દિશામાં એ રીતે જોયું જાણે કે તેની ઉપસ્થિતિથી તેને આશ્ચર્ય થયું હોય.

'શું તું આ કામ કરીશ કે નહિ કરે ?'

માત્ર પોતાની જાતને જ સંભળાય એટલા ધીમા અવાજે ભરતે કહ્યું, 'કેટલીક વાર ન્યાય મેળવવા માટે તમારે નિયમભંગ કરવો પડે છે.'

કૈકેયીએ પોતાના અંગવસ્ત્રમાંથી એક રક્તરંજિત સફેદ કપડું કાઢ્યું. એ જ કપડા વડે રોશનીના વિક્ષત દેહને ઢાંકવામાં આવ્યો હતો. 'તેને ન્યાય અપાવ.'

ભરતે હળવેથી તેની માતાના હાથમાંથી એ કપડું લીધું, થોડીક ક્ષણો તેને જોઈ રહ્યો અને પછી પોતાની રાખડીને તેણે જોઈ. તેણે પોતાની આંખો બંધ કરી ત્યારે તેના ગાલ પર આંસુ દડી રહ્યાં હતાં.

પોતાના પુત્ર પાસે આવીને કૈકેયીએ તેને છાતીએ વળગાડી દીધો. 'શક્તિ માના આશીર્વાદ તારી પર છે, મારા પુત્ર. સ્ત્રી પર આવો જઘન્ય અત્યાચાર કરનારને તું શિક્ષા આપ્યા વિના છોડી ન શકે એટલું યાદ રાખજે.'

શક્તિ મા પ્રત્યે બધા ભારતીયોને અપાર શ્રદ્ધા હતી અને ભય પણ.

રક્તનો જવાબ હંમેશાં રક્તથી જ અપાશે.

— 🜂 🐟 ☀ —

રાજ-કારાગૃહની કાળકોટડીનું દ્વાર ખૂલ્યાના અવાજથી ધેનુકા જાગી ઊઠ્યો.

તેની કાળકોટડીમાં બહુ જ ઊંચે એક નાનકડું વાતાયન હતું પરંતુ અંધારી અમાસની રાતને કારણે અંદર જરા પણ પ્રકાશ આવી રહ્યો નહોતો. તેને ભય લાગ્યો. તેણે દ્વારની દિશામાં પોતાનું શરીર ફેરવ્યું પરંતુ ઊંઘવાનો ડોળ ચાલુ રાખીને પ્રહાર કરવા માટે મુઠ્ઠીઓ તૈયાર રાખી હતી. તેણે જરા જેટલી આંખ ખોલી પરંતુ અંધારામાં કશું પણ જોઈ શકાય તેમ નહોતું.

તેના માથા ઉપર તેને હળવો સિસકારો સંભળાયો. તે ત્વરાથી ઊભો થયો પરંતુ ત્યાં કોઈ જ નહોતું. અવાજ જોકે ઉપરની દિશામાંથી આવ્યો હતો. મૂંઝાયેલા ધેનુકાની આંખો બધી દિશામાં ફરી વળી અને શું ચાલી રહ્યું છે તે જોવા માટે તે મહેનત કરવા લાગ્યો. અચાનક જ તેની પર પ્રહાર થયો.

તેના મસ્તકના પાછળના ભાગે શક્તિશાળી પ્રહાર થયો અને તે આગળની દિશામાં જ પડ્યો. કોઈએ એક હાથે તેના વાળ પકડીને તેનું શરીર ઊંચું કર્યું અને બીજા હાથે તેના નાક આગળ ભીનું કપડું લગાડ્યું. એ મધુર સુગંધવાળું પ્રવાહી ધેનુકા તરત જ ઓળખી ગયો. તેણે પોતે ઘણી વાર પોતાના પ્રતાડનનો ભોગ બનનારા લોકો પર તે વાપર્યું હતું. તે જાણતો હતો કે તે હવે લડી શકશે નહિ. થોડીક જ ક્ષણોમાં તો તે બેભાન થઈ ગયો.

— 🜂 🐟 ☀ —

ધૂળિયા રસ્તા પર ચાલી રહેલા પૈડાંના હળવા અવાજ વચ્ચે ધેનુકા જાગ્યો. મસ્તક

પર થયેલા પ્રહાર સિવાય તેને કોઈ ઈજા થઈ નહોતી અને પ્રહારની જગ્યાએ મસ્તકમાં લબકારા ઊઠતા હતા. તેના અપહરણકર્તાઓએ તેને ઘાયલ નહોતો કર્યો. તે વિચારવા લાગ્યો કે એ લોકો કોણ હશે ? શું એ તેના પિતાના માણસો હોય અને તેને ભાગી છૂટવામાં મદદરૂપ થવા આવ્યા હોય, તેવું બને ? એ અત્યારે ક્યાં હતો ? હવે ખરબચડા રસ્તાને કારણે પૈડાં ઊછળતાં હતાં તેમજ તમરાંનો અવાજ સતત સંભળાઈ રહ્યો હતો એટલે તેણે અનુમાન કર્યું કે તેઓ જંગલમાં જ હશે અને નગરની બહાર તો અવશ્ય નીકળી ચૂક્યા હશે. પોતે ક્યાં છે એ જાણવા માટે તેણે પોતાનું માથું ઊંચું કરવાનો પ્રયત્ન કર્યો પરંતુ ફરી વાર ભીનું કપડું તેને સૂંઘાડ્યું. તે ફરી વાર બેભાન થઈ ગયો.

——— |ૠ| 🐦 ☀ ———

પાણીની છાલકથી ધેનુકા જાગી ગયો. પોતાનું માથુ ધુણાવીને તેણે જોરથી ગાળ ભાંડી.

આશ્ચર્યજનક રીતે મૃદુ અવાજ તેને સંભળાયો. 'હવે રહેવા દે.'

આશ્ચર્યચકિત પરંતુ ચિંતિત ધેનુકાએ બેઠા થવાનો પ્રયત્ન કર્યો. તેને ખ્યાલ આવ્યો કે તે ઘાસ ભરવા માટે વપરાતા હોય તેવા ચારે બાજુથી ઢંકાયેલા ગાડામાં હતો. તેના શરીર પર ચોંટેલું ઘાસ તેણે ખંખેર્યું. નીચે ઊતરવામાં તેને મદદ કરવામાં આવી. હજી પણ ગાઢ અંધકાર જ હતો પરંતુ કેટલીક મશાલો પ્રગટાવવામાં આવી હતી જેના પ્રકાશમાં આસપાસ જોઈને તે ક્યાં છે તેનો ખ્યાલ મેળવવાનો પ્રયત્ન તે કરી રહ્યો હતો. તે હજુ અસ્થિરતા અનુભવતો હતો અને લથડિયાં ભરીને ચાલી રહ્યો હતો. કદાચ પેલી બેભાન કરવાની દવાની અસર પણ હોઈ શકે. તેણે હાથ લંબાવીને ગાડાનો ટેકો લઈને પોતાની જાતને સ્થિર કરવાનો પ્રયત્ન કર્યો.

'આ પી લે,' ધીમેથી તેની બાજુમાં પ્રગટ થયેલા પુરુષે એક વાટકો બતાવીને તેને કહ્યું.

ધેનુકાએ તેના હાથમાંથી વાટકો લીધો પરંતુ પીવામાં તેને ખચકાટ થતો હતો એટલે તે અંદર રહેલા પ્રવાહીને તપાસી રહ્યો હતો.

'જો મારે તને મારવો હોત, તો મેં તને ક્યારનોય મારી નાખ્યો હોત,' એ પુરુષે તેને કહ્યું. 'આનાથી તારા મગજમાં ચેતના આવશે. હવે જે બનવાનું છે તેને સમજવા માટે તું સંપૂર્ણ જાગ્રત હોય તે આવશ્યક છે.'

વિરોધ કર્યા વિના ધેનુકા એ પ્રવાહી ગટગટાવી ગયો. તેની અસર તાત્કાલિક હતી. તેનું મગજ એકદમ ચેતનવંતુ બની ગયું. તેની ઇન્દ્રિયો સ્થિર થઈ એ પછી ધેનુકાને વહેતા પાણીનો અવાજ સંભળાયો.

કદાચ હું નદી પાસે છું. જેવો સૂરજ ઊગશે કે હું તેમાં કૂદીને તરતો તરતો સલામત જગ્યાએ પહોંચી જઈશ. પરંતુ પિતાજી ક્યાં છે ? મારા છુટકારા માટે અધિકારીઓને લાંચ તો માત્ર તેમણે જ આપી હોય.

'આભાર,' ધેનુકાએ કહ્યું અને તેણે વાટકો પેલા પુરુષના હાથમાં મૂક્યો. 'મારા પિતાજી ક્યાં છે ?'

પેલા પુરુષે ચૂપચાપ વાટકો હાથમાં લીધો અને તે અંધકારમાં ઓગળી ગયો. ધેનુકા હવે એકલો હતો. 'અરે ! તમે ક્યાં જઈ રહ્યા છો ?'

એ પુરુષ જે દિશામાં ગયો હતો તે દિશામાંથી સુદૃઢ શરીરવાળો બીજો પુરુષ પ્રગટ થયો. મશાલના અજવાળામાં તેની ગૌર-ત્વચા, લીલી ધોતી અને અંગવસ્ત્ર ચળકતાં હતાં. પોતાના લાંબા વાળાને એક સેરમાં રાખવા માટે તેણે એક નાનકડી પટ્ટી બાંધી હતી. તે પટ્ટી પર વિશેષ રચનાવાળું સુવર્ણ મોરપિચ્છ ભરાવેલું હતું. તેની સામાન્યતઃ તોફાની દેખાતી આંખોમાં અત્યારે હિમ સમાન ઠંડક હતી.

'રાજકુમાર ભરત !' બોલીને ધેનુકા ઘૂંટણિયે બેસી ગયો.

ઉત્તર આપ્યા વિના ભરત તેની પાસે ગયો.

કોશલની સ્ત્રીઓમાં ભરતની લોકપ્રિયતા વિષે ધેનુકાએ સાંભળ્યું હતું. 'મને હતું જ કે તમે તો મને અવશ્ય સમજશો. તમારા સીધા-સાદા ભાઈ પાસે તો હું એવી આશા ક્યાંથી રાખી શકું ?'

ભરત એકદમ સ્થિર ઊભો હતો અને ઊંડા શ્વાસ લઈ રહ્યો હતો.

'હું જાણતો હતો કે તમે તો સમજી જ શકશો કે સ્ત્રીઓનું સર્જન આનંદ-પ્રમોદ માટે કરવામાં આવ્યું છે, પ્રભુ. સ્ત્રીઓનું સર્જન પુરુષોના ઉપભોગ માટે કરવામાં આવ્યું છે !' ધેનુકા ધીમેથી હસ્યો, પોતાનું મસ્તક ઝુકાવ્યું અને આભાર દર્શાવવા માટે તે ભરતના અંગવસ્ત્રને સ્પર્શવા ગયો.

અચાનક ભરત બાજુમાં ખસી ગયો, ધેનુકાના હાથને તેણે દૂર હટાવી દીધો અને તેનું ગળું પકડીને તેના ભીંસાયેલા દાંતમાંથી આવી રહેલા દુષ્ટ અવાજે તે બોલ્યો, 'સ્ત્રીઓનું સર્જન ઉપભોગ માટે નથી કરવામાં આવ્યું. તેમને પ્રેમ કરવાનો હોય છે.'

ધેનુકાના હાવભાવ સ્પષ્ટતઃ ભયના હાવભાવમાં પરિવર્તિત થઈ ગયા. જાળમાં ફસાયેલા પ્રાણીની જેમ, તે એ જગ્યાએ ઊભો રહ્યો અને તેની આસપાસ

જાણે પાતાળમાંથી ફૂટી નીકળ્યા હોય તેમ વીસ સુદઢ બાંધાના પુરુષો ફૂટી નીકળ્યા. ભરતે તેનું ગળું દબાવવાનો પ્રયત્ન કર્યો અને ધેનુકા તેમાંથી છૂટવાનો પ્રયત્ન કરવા લાગ્યો.

'પ્રભુ,' પાછળથી એક પુરુષે ભરતને ખલેલ પહોંચાડી.

ભરતે એક ક્ષણ પોતાનો શ્વાસ રોકી રાખ્યો અને પછી અચાનક જ ધેનુકાને તેણે છોડી દીધો. 'તું આટલી ત્વરાથી મૃત્યુ નહિ પામે.'

પોતાનો શ્વાસ નિયમિત કરવાનો પ્રયત્ન કરી રહેલો ધેનુકા જોરથી ઉધરસ ખાઈ રહ્યો હતો. અચાનક જ તે ઊભો થયો, દિશા બદલી અને ભાગી છૂટવા માટે તે ધસી ગયો. બે પુરુષોએ તેને ઝડપી લીધો અને તેને લાતો મારતા અને પોકારો કરતાં-કરતાં ઢસડીને પાછો ગાડા સુધી લઈ આવ્યા.

'નિયમ !' ધેનુકાએ ચીસ પાડી. 'નિયમ યાદ કરો ! તમે મને કશું જ ન કરી શકો. હું ત્યારે સગીર હતો.'

કોઈ ત્રીજો પુરુષ આગળ વધ્યો અને તેણે ધેનુકાના જડબા પર મુક્કો માર્યો. ધેનુકાનો એક દાંત તૂટી ગયો અને મોઢામાંથી રક્ત વહેવાનું શરૂ થઈ ગયું. 'હવે તું સગીર નથી રહ્યો !'

'પરંતુ રાજકુમાર રામના નિયમ અનુસાર—'

પેલા પુરુષે ફરી એક વાર તેના મુખ પર મુક્કો માર્યો એટલે તેનું વાક્ય અધૂરું રહી ગયું. આ સમયે તેનું નાક તૂટ્યું હતું. 'અહીં ક્યાંય તને રાજકુમાર રામ દેખાય છે ?'

'તેને બાંધી દો,' ભરતે કહ્યું.

બે પુરુષો ધેનુકાને ઢસડીને એક કદાવર વૃક્ષની દિશામાં લઈ ગયા જ્યારે અન્યોએ મશાલો ઉઠાવી. તેમણે તેના બંને હાથ વિરુદ્ધ દિશામાં ખેંચીને તેને પેલા વૃક્ષના થડ સાથે બાંધ્યો. તેના બંને પગ ખેંચીને એ જ વસ્તુનું તેમણે પુનરાવર્તન કર્યું. તેમાંના એકે પાછળ ફરીને કહ્યું, 'આદેશનો અમલ થઈ ગયો છે, પ્રભુ.'

ભરત તે પુરુષની દિશામાં ફર્યો. 'હું છેલ્લી વાર તને ચેતવી રહ્યો છું, શત્રુઘ્ન. જતો રહે. તારે અહીં રહેવાની જરૂર નથી. દૂર રહે આ બધાથી ?'

શત્રુઘ્ન અધવચ્ચે જ બોલ્યો, 'હું હંમેશાં તમારી સાથે જ રહીશ, મોટાભાઈ.'

ભરત ભાવવિહીન આંખે શત્રુઘ્નની દિશામાં જોઈ રહ્યો.

શત્રુઘ્ને વાત ચાલુ રાખી, 'આ વસ્તુ કદાચ નિયમ વિરુદ્ધ હશે, પરંતુ ન્યાય

સંગત અવશ્ય છે.'

ભરતે હકારમાં માથું હલાવ્યું અને તે આગળની દિશામાં ચાલ્યો. તે ધેનુકા પાસે પહોંચવામાં જ હતો કે ત્યારે તેણે પોતાની કમરે બાંધેલું એક સફેદ કપડું ખેંચી કાઢ્યું, બહુ પૂજ્યભાવે તેના પર મસ્તકથી સ્પર્શ કર્યો અને પોતાના જમણા હાથના કાંડા પર રાખડીની ઉપર તેને બાંધી લીધો.

સિંહોના ટોળામાં ઘેરાયેલી બકરીની જેમ ધેનુકા ધ્રૂજી રહ્યો હતો. તે બકરીની જેમ બોલ્યો, 'પ્રભુ, કૃપા કરીને મને જવા દો. હું વચન આપું છું કે આજ પછી કદી કોઈ સ્ત્રીને હું હાથ પણ નહિ લગાવું.'

ભરતે તેના મુખ પર જોરદાર તમાચો માર્યો. 'તને આ સ્થળ યાદ છે ?'

ધેનુકાએ આસપાસ જોયું અને તેને સમજાયું. આજ જગ્યાએ તેણે પોતાના સાથીઓ સાથે રોશની પર બળાત્કાર કર્યો હતો અને તેની હત્યા કરી હતી.

ભરતે પોતાનો હાથ લંબાવ્યો. આસપાસ ઊભેલા સૈનિકોમાંથી એકે આગળ વધીને એ હાથમાં ધાતુની બરણી મૂકી. ભરતે ઢાંકણું ખોલ્યું અને બરણીને ધેનુકાના નાકની નજીક ધરી રાખી. 'તને હમણાં જ ખબર પડશે કે પીડા કોને કહેવાય.'

તેજાબની સુગંધ પારખતાં જ ધેનુકા રડી પડ્યો. 'પ્રભુ, મને ક્ષમા કરો... મને ક્ષમા કરો... મારી પર કૃપા કરો... મને જવા દો... કૃપા કરો...'

'રોશનીબહેને પાડેલી ચીસો યાદ કર, હડકાયા કૂતરા,' શત્રુઘ્ન ગર્જ્યો.

ધેનુકા વધારે ને વધારે વિનંતીઓ કરતો ગયો, 'રોશની દેવી બહુ જ ઉમદા સ્ત્રી હતાં, પ્રભુ... હું રાક્ષસ હતો... મને ક્ષમા કરો... રોશની દેવી કદી પણ આવું કરવા ન ઇચ્છત...'

ભરતે એ બરણી પેલા સૈનિકને પાછી આપી જ્યારે બીજા સૈનિકે ભરતના હાથમાં એક શારડી મૂકી. ભરતે શારડીનું તીક્ષ્ણ ફણું ધેનુકાના ખભા પર ટેકવ્યું. 'તું કદાચ સાચું કહે છે. તે તો એટલી ભલી સ્ત્રી હતી કે તેણે તારા જેવા નરાધમને પણ ક્ષમા કરી દીધો હોત. પરંતુ હું તેના જેટલો ઉમદા માનવી નથી.'

એક સૈનિકે ભરતના હાથમાં એક હથોડી મૂકી ત્યારે ધેનુકાએ તીણી ચીસો પાડવી શરૂ કરી હતી.

'તારે પાડવી હોય એટલી ચીસો પાડ, પાગલ કૂતરા.' સૈનિકે કહ્યું, 'અહીંયાં કોઈ તારી ચીસો નહિ સાંભળી શકે.'

'નાઆઆઆ ! કૃપા કરો...'

ભરતે હાથ ઊંચો કરીને હથોડી પ્રહાર માટે તૈયાર કરી. તેણે શારડીનું ફણું ધેનુકાના ખભા પર બરાબર ગોઠવ્યું. તેને એટલું જ છિદ્ર બનાવવું હતું કે જેમાંથી તે તેના શરીરમાં તેજાબ રેડી શકે. ત્વરિત મૃત્યુથી તો તેની પીડાનો ત્વરિત અંત આવી જવાનો હતો જે કોઈ ઇચ્છતું નહોતું 'રક્તનો જવાબ હંમેશાં રક્તથી જ અપાશે...' ભરત બોલ્યો.

હથોડી વિંઝાઈ અને શારડીએ યોગ્ય રીતે છિદ્ર ગાળી આપ્યું. સરયૂ નદીના વહેણથી પણ ઊંચા અવાજે ચીસો ગુંજી ઊઠી.

અધ્યાય ૧૫

સૂર્યદેવનાં પ્રથમ કિરણોએ જ્યારે અંધકારને થોડોક દૂર કર્યો ત્યારે અયોધ્યાની ઉત્તર દિશાની પેલે પાર આવેલી સરયૂ નદીને કિનારે ભરત અને શત્રુઘ્નને મળવા માટે કૈકેયી ચાલી નીકળી. દક્ષિણમાં જ્યાં ધેનુકાનો મૃતદેહ પડ્યો હતો ત્યાંથી એ જગ્યાએ પહોંચતા ઓછામાં ઓછા બે કલાક જેટલો સમય લાગે તેમ હતો.

બંને ભાઈઓએ બહુ ઉદ્યમથી આગલી રાતની ઘટનાની રક્ત અને અન્ય નિશાનીઓ ધોઈ નાખી હતી. તેમણે નવાં વસ્ત્રો ધારણ કર્યાં હતાં અને તેમના જૂનાં વસ્ત્રોને બાળી નાખવામાં આવ્યાં હતાં. કૈકેયીની સાથે ભરતના અંગરક્ષકો હતા.

પોતાના રથમાંથી ઊતરીને તે એ બંનેને ભેટી પડી. 'તમે ન્યાય કર્યો છે, મારા પુત્રો.'

ભરત અને શત્રુઘ્ન કશું જ બોલ્યા નહિ. તેમની ભીતર ચાલી રહેલા તોફાન પર તેમણે શાંતિનું મહોરું ચડાવી દીધું હતું. તેમની ભીતર તો હજુ લાવાની જેમ ક્રોધ ભડકી રહ્યો હતો. કેટલીક વાર ન્યાય માટે ક્રોધ પણ આવશ્યક છે. પરંતુ ક્રોધ અગ્નિ જેવો છે. તમે તેને જેટલો શમાવવાનો પ્રયત્ન કરો તેટલો તે વધુ પ્રજ્વલિત થતો જતો હોય છે. ક્રોધને શમાવવા માટે ઘણું જ્ઞાન મેળવું પડે છે. બંને રાજકુમારો હજુ યુવાન હતા અને એ કલા પર તેમનું પ્રભુત્વ નહોતું.

'હવે તમારે જવું જ જોઈએ,' કૈકેયીએ કહ્યું.

રોશનીના મૃતદેહને ઢાંકવા માટે જે રક્તરંજિત કપડું વપરાયું હતું તે હવે ભરત કૈકેયીને પાછું આપી રહ્યો હતો.

'આ કપડું હું અંગત રીતે જઈને મંથરાને પાછું આપીશ,' કૈકેયીએ કહ્યું અને તેણે ભરતના હાથમાંથી તે લીધું.

પોતાની માતાના ચરણસ્પર્શ કરવા માટે ભરત નીચે ઝૂક્યો. 'અમે જઈએ છીએ, મા.' શત્રુઘ્ને પણ એમ જ કર્યું.

— |ૉ| 🐟 ☀ —

એ બાજુથી પસાર થઈ રહેલા ગ્રામવાસીઓને ધેનુકાનું શરીર મળી આવ્યું હતું. કાગડાઓ તેના મૃતદેહની ઉજાણી કરી રહ્યા હતા અને તેમના અવાજથી ગ્રામવાસીઓનું ધ્યાન એ બાજુ ખેંચાયું હતું.

ગ્રામવાસીઓએ એ મૃતદેહને બંધાયેલાં દોરડાં કાપીને તેને વૃક્ષથી મુક્ત કરીને નીચે મૂક્યો હતો. શરીરમાં પડેલાં છિદ્રોની આસપાસ જામેલા રક્તથી તેમણે અનુમાન કર્યું હતું કે એ જીવંત હતો તે સમયે જ તેના શરીરમાં અસંખ્ય છિદ્રો ગાળવામાં આવ્યા હતા. એ છિદ્રોની આસપાસ બળી ગયાનાં ચિહ્નો જોઈને એમ લાગતું હતું કે તે છિદ્રોમાં કંઈક તેજાબી પ્રવાહી રેડવામાં આવ્યું હશે.

ધેનુકાના પેટમાં પ્રવેશેલી તલવાર પાછળ વૃક્ષના થડમાં પ્રવેશી ગઈ હતી અને તેનું મૃત્યુ તો નિશ્ચિત જ હતું. રક્ત ટપકતું રહ્યું હશે અને તે ધીમે-ધીમે મૃત્યુ પામ્યો હશે. ઉજાણી કરવા માટે કાગડાઓ ઊતરી આવ્યા ત્યારે તો તે હજુ જીવંત જ હશે તેમ લાગતું હતું.

એક ગ્રામવાસીએ ધેનુકાને ઓળખી કાઢ્યો હતો, 'ચાલો આપણે જતા જ રહીએ.' તેણે સૂચવ્યું.

'ના, આપણે પ્રતીક્ષા કરીશું,' એ ટોળાના આગેવાને કહ્યું અને તેણે આંખમાંથી સરી પડતું આંસુ લૂછ્યું. પોતાના એક માણસને પાછા જઈને આ સમાચાર અયોધ્યા પહોંચાડવાનો તેણે આદેશ આપ્યો. તેને પણ રોશનીના દયાળુ સ્વભાવનો અનુભવ થયો હતો. જ્યારે તેને જાણવા મળ્યું કે નિયમની છટકબારીને કારણે ધેનુકાને મૃત્યુદંડ નહિ આપવામાં આવે ત્યારે તેણે પણ અત્યંત ક્રોધ અનુભવ્યો હતો. તેને એવી ઇચ્છા પણ થઈ આવી કે આ ધેનુકાની હત્યા કરનાર તે પોતે જ હોવો જોઈતો હતો. તેણે સરયૂ નદી તરફ ફરીને આ ન્યાય કરવા બદલ સરયૂ માતાનો આભાર માન્યો હતો.

પાછળ ફરીને તે મૃતદેહ પર થૂંક્યો પણ હતો.

— |ૉ| 🐟 ☀ —

એક રથમાં મંથરા ઉત્તર દ્વારથી નગરની બહાર નીકળી. તેની સાથે તેનો સહાયક દ્રુહ્યુ અને કેટલાક અંગરક્ષકો પણ હતા. તેમણે ભવ્ય નહેર વટાવી અને જ્યાં સુધી તેઓ નદી પાસે આવેલા સ્મશાન સુધી ન પહોંચ્યા ત્યાં સુધી, લગભગ અડધો કલાક સુધી, તેઓ આગળ વધતા ગયા. ઘાટના છેવાડે દંતકથા સ્વરૂપ પ્રથમ મર્ત્ય ભગવાન યમનું મંદિર હતું. રસપ્રદ વાત હતી કે ભગવાન યમને મૃત્યુના ભગવાન તરીકે પૂજવામાં આવતા અને ધર્મના ભગવાન તરીકે પણ. પ્રાચીન સમયમાં લોકો એમ માનતા હતા કે મૃત્યુ અને ધર્મ એકબીજા સાથે જોડાયેલા છે. એક રીતે એવું માનવામાં આવતું કે, માણસના મૃત્યુ પછી તેનાં કર્મોનો હિસાબ કરવામાં આવશે અને જો તેની બંને બાજુઓમાં સમતોલન ન હોય, તો આત્માએ બીજું મર્ત્ય શરીર ધારણ કરીને પાછું પૃથ્વી પર અવતરવું પડશે. જો ધર્મ અને કર્મની બંને બાજુઓ સરભર થાય અને હિસાબના અંતે સમતોલ સધાતું જોવા મળે, તો તે આત્માને મોક્ષપ્રાપ્તિ થશે, જન્મોની ઘટમાળમાંથી મુક્તિ મળશે અને એ આત્માનું પરમાત્મા, પ્રથમ, એકમ, બ્રહ્મ સાથે મિલન થશે.

ભગવાન યમના મંદિરમાં મંથરાએ પોતાના હાથમાં અસ્થિકુંભ પકડી રાખ્યો હતો અને સાત બ્રાહ્મણો ધાર્મિક વિધિ કરી રહ્યા હતા. એ અસ્થિકુંભમાં મંથરાના સૌથી સુંદર સર્જન જેવી તેની પુત્રીનાં અસ્થિઓ હતાં. બીજા અસ્થિકુંભમાં એ રક્તરંજિત સફેદ કપડું હતું જે કૈકેયીએ આજે સવારે જ તેને આપ્યું હતું.

દ્રુહ્યુ નદીકિનારે જ બેઠો હતો અને ટૂંકા સમયગાળામાં જે રીતે સમય બદલાયો હતો તેના ઉપર તે ઊંડો વિચાર કરી રહ્યો હતો. તેની સ્વામિની હંમેશાં માટે બદલાઈ ગઈ હતી. તેણે જીવનમાં કદી ન કરી હોય તેવી વસ્તુઓ પાછલા કેટલાક દિવસોમાં કરી હતી, એવી વસ્તુઓ કે જે તેના વેપારને અને તેને પોતાને પણ હાનિકર્તા હતી. બદલાની વેદી પર તેણે પોતાનું જીવન સમર્પિત કરી નાખ્યું હતું. દ્રુહ્યુને શંકા હતી કે તાજેતરમાં જેટલું ધન વેડફી નાખવામાં આવ્યું હતું તેના કારણે તેનો સાચો માલિક કોપાયમાન થશે. મંથરાએ સંગ્રહેલું મોટાભાગનું ધન તેનું પોતાનું નહોતું કે જેને તે પોતાની મરજી મુજબ વાપરી શકે. દ્રુહ્યુને તો હવે પોતાની સુખાકારીની પણ ચિંતા થવા માંડી હતી. મંદિરના દ્વારે થયેલી હલનચલનને કારણે તેની વિચારધારા વહેતી અટકી હતી.

મંથરા ઘાટ તરફ જઈ રહી હતી ત્યારે તેનો પગ વધારે લંગડાઈ રહ્યો હતો અને ખૂંધ વધારે સ્પષ્ટ રીતે દેખાઈ આવતી હતી. તેના અંગરક્ષકો ચૂપચૂપ તેની પાછળ ચાલી રહ્યા હતા અને તેની પાછળ મંત્રોચ્ચાર કરતા પંડિતો આવી રહ્યા હતા. તે એક એક પગથિયું ઊતરીને ધીમે ધીમે નદી તરફ ગઈ. હવે નદીનું

પાણી તેના પગને પખાળી રહ્યું હતું. તેણે અંગરક્ષકોને દૂર કર્યા. પંડિતો તેનાથી એક પગથિયું ઉપર ઊભા હતા અને કર્મઠ બનીને સંસ્કૃતમાં મંત્રોચ્ચાર કરી રહ્યા હતા કે જેથી પૌરાણિક વૈતરણી નદીને પાર કરીને મૃતકના આત્માને આ જગતમાંથી બીજા જગતમાં જવાના પ્રવાસમાં સરળતા રહે. ઈશાવાસ્ય ઉપનિષદના એક શ્લોકથી તેમણે પૂર્ણાહુતિ કરી. આ જ શ્લોક અગ્નિસંસ્કાર વખતે પણ ગાવામાં આવ્યો હતો.

વયુર અનિલમ્ અમૃતમ્; અથેદમ્ ભાસમંતમ્ શરીરમ્ |

આ નશ્વર શરીરને રાખમાં મળી જવા દો. જીવનનો આત્મા તો કોઈ અન્ય જગ્યાનો છે. તેને પરમાત્માની પ્રાપ્તિ થાઓ.

દ્રુહ્યુ થોડેક દૂરથી આ વિધિ નિહાળી રહ્યો હતો. તેનું ધ્યાન તો દયનીય લાગતી મંથરા પર હતું જે એક સમયે અત્યંત ગણતરીબાજ અને બુદ્ધિશાળી સ્ત્રી હતી. તેના મગજમાં એક જ વિચાર ક્યારનો રમી રહ્યો હતો.

આ વૃદ્ધા હવે એ બધું ગુમાવી ચૂકી છે. તે સાચા માલિકને હવે ઉપયોગી નથી રહી. હવે મારે જ મારી જાતને સંભાળવી પડશે.

મંથરાએ અસ્થિકુંભને પોતાની છાતી જેટલો ઊંચો કર્યો. ઊંડો શ્વાસ લઈને જે કામ કરવું જ પડે તેમ હતું તેના માટે તેણે શક્તિ ભેગી કરી. તેણે અસ્થિકુંભનું ઢાંકણું ખોલ્યું અને અસ્થિકુંભને ઊંધો કરી નાખ્યો. પોતાની પુત્રીના અસ્થિઓ તેણે નદીના પાણીમાં વહી જવા દીધાં. તેણે પેલું રક્તરંજિત સફેદ કપડું પોતાના મુખની નજીક ધરી રાખ્યું અને ધીરેથી બોલી, 'આ કુરૂપ જગતમાં પાછી ન આવતી, મારી પુત્રી; તારા જેવા શુદ્ધ આત્મા માટે તેનું નિર્માણ જ નથી થયું.'

પોતાનાથી દૂર થઈ રહેલી પુત્રીનાં અસ્થિઓને મંથરા સ્થિર બનીને તાકી રહી. તેણે આકાશ તરફ જોયું ત્યારે તે ક્રોધથી ખળભળી રહી હતી.

રામ...

મંથરાએ પોતાની આંખો બંધ કરી. ક્રોધથી તેની છાતી ઊંચી નીચી થવા લાગી.

એ નરાધમનું તેં રક્ષણ કર્યું... તેં ધેનુકાનું રક્ષણ કર્યું... હું તે વાતને મારી સ્મૃતિમાં સંઘરી રાખીશ.

— ||श्री|| 🐟 ☀ —

'આ કામ કોનું છે ?' રામ ગજર્યા. તણાવને કારણે તેમનું શરીર ખેંચાયેલું હતું.

તેઓ સુરક્ષા અધિકારીઓથી ઘેરાયેલા હતા.

જેવા ધેનુકાની ઘૃણાસ્પદ હત્યાના સમાચાર રામને મળ્યા કે તેઓ અપરાધસ્થળે દોડી ગયા હતા. અધિકારીઓ શાંત હતા. પોતાની સ્વસ્થતા માટે પ્રખ્યાત રામના ક્રોધથી આજે એ બધા આશ્ચર્યચકિત થઈ ગયા હતા.

'આ તો નિયમોનો ઉપહાસ છે, ન્યાયનો અવળો અર્થ છે.' રામે કહ્યું, 'આ કામ કોણે કર્યું છે ?'

'મને જાણ નથી, પ્રભુ.' અધિકારીઓમાંના એકે સહેજ ગભરાટમાં કહ્યું.

એ ગભરાયેલા અધિકારી તરફ રામ નમ્યા અને તેની તરફ એક ડગલું ભર્યું. 'એ હું માની લઈશ એવી આશા તમે રાખો છો ?'

પાછળથી કોઈએ જોરથી બૂમ પાડી, 'મોટાભાઈ !'

રામે જોયું તો લક્ષ્મણ અશ્વ દોડાવીને તેમની તરફ આવી રહ્યો હતો.

'મોટાભાઈ,' એકદમ નજીક આવીને લક્ષ્મણે કહ્યું, 'તમારે અત્યારે જ મારી સાથે આવવાની જરૂર છે.'

'અત્યારે નહિ, લક્ષ્મણ,' નકારમાં હાથ હલાવીને રામે કહ્યું, 'હું વ્યસ્ત છું.'

'મોટાભાઈ,' લક્ષ્મણે કહ્યું, 'ગુરુ વશિષ્ઠે તમને બોલાવ્યા છે.'

રામે લક્ષ્મણ સામે ચિડાઈને જોયું, 'હું બહુ જ જલદી તારી પાછળ આવું છું. કૃપા કરીને ગુરુજીને કહે કે મારે—'

લક્ષ્મણે અધવચ્ચે જ પોતાના ભાઈને અટકાવ્યા. 'મોટાભાઈ, મહર્ષિ વિશ્વામિત્ર આવ્યા છે ! તેઓ તમને મળવા માંગે છે; *વિશેષતઃ તમને.*'

રામે આશ્ચર્યચકિત થઈને લક્ષ્મણ સામે જોયું.

વિશ્વામિત્ર મલયપુત્રોના પ્રમુખ હતા. મલયપુત્રો એટલે એ રહસ્યમય જાતિ કે જેને છેલ્લા વિષ્ણુ ભગવાન પરશુ રામ મૂકીને ગયા હતા. તેઓ છઠ્ઠા વિષ્ણુનું પ્રતિનિધિત્વ કરતા હતા અને તેમનું કામ આગળ વધારવું જ તેમનું કર્તવ્ય હતું. મલયપુત્રોની શક્તિઓની દંતકથાઓ સાંભળીને સપ્ત સિંધુના લોકોમાં આદરયુક્ત ભયની લાગણી ઉત્પન્ન થતી. વિશ્વામિત્રની ભયાવહ છબીને કારણે આ અસર બેવડાતી. કૌશિક નામે ક્ષત્રિય કુળમાં જન્મેલા વિશ્વામિત્ર રાજા ગાધિના પુત્ર હતા. પોતાની યુવાવસ્થામાં બહાદુર યોદ્ધા હોવા છતાં તેમની પ્રકૃતિને કારણે તેઓ ઋષિ બનવા પ્રેરાયા. અને બધી જ મુશ્કેલીઓ છતાં તે ઋષિ બન્યા પણ ખરા. પછી, જ્યારે તેઓ મલયપુત્રોના પ્રમુખ બન્યા ત્યારે તો તેઓ બ્રાહ્મણોમાં પણ સર્વોચ્ચ સ્થાને બિરાજમાન થયા. પ્રમુખ બન્યા પછી તેમણે પોતાનું નામ બદલીને વિશ્વામિત્ર કર્યું હતું. હવે જ્યારે નવા મહાદેવનું પ્રાગટ્ય થાય ત્યારે તેમને મદદરૂપ

બનવાનું કાર્ય મલયપુત્રોએ કરવાનું હતું. જોકે યોગ્ય સમય આવે ત્યારે નવા વિષ્ણુના અવતરણમાં સહાયરૂપ બનવું એ તેમના અસ્તિત્વનું પ્રમુખ કારણ છે, એમ તેઓ માનતા હતા.

રામે નીચે પડેલા ધેનુકાના મૃતદેહ તરફ જોયું અને પછી પોતાના ભાઈ તરફ જોયું. તેઓ બે કર્તવ્યો વચ્ચે ગૂંચવાઈ ગયા હતા. લક્ષ્મણ અશ્વ પરથી નીચે ઊતર્યો અને તેણે રામને કોણીથી પકડ્યા.

'મોટાભાઈ, આ જગ્યાએ તમે પાછા ફરી શકશો,' લક્ષ્મણે આગ્રહ કર્યો, 'પરંતુ મહર્ષિ વિશ્વામિત્રને પ્રતીક્ષા ન કરાવવી જોઈએ. આપણે બધાએ તેમના સ્વભાવ વિષે સાંભળ્યું છે.'

રામ થોડા ફૂણા પડ્યા. 'મારો અશ્વ,' તેમણે આદેશ કર્યો.

એક અધિકારી ત્વરાથી તેમનો અશ્વ લઈને હાજર થયો. રામ અશ્વારૂઢ થયા અને હળવેથી તેને એડી મારીને દોડાવ્યો; લક્ષ્મણ તેમને અનુસર્યો. નગરની દિશામાં અશ્વો ફલાંગો ભરી રહ્યા હતા ત્યારે કેટલાક દિવસ પહેલાં ગુરુ વશિષ્ઠ સાથે થયેલી વિચિત્ર વાતચીત તેમને યાદ આવી.

કોઈક આ દિશામાં આવી રહ્યું છે. હું તે અટકાવી શકીશ નહિ.

'મહર્ષિ વિશ્વામિત્રને વળી મારી પાસેથી શું જોઈતું હશે ?' રામે પોતાની જાતને જ પૂછ્યું.

'તારે તેમની ધ્યેયપ્રાપ્તિમાં પણ મદદરૂપ બનવાનું છે...'

રામે પોતાનું ધ્યાન વર્તમાન પર કેન્દ્રિત કર્યું અને ડચકારો કરીને અશ્વને ગતિ વધારવાનો ઇશારો કર્યો.

'શું આપ મને ના પાડી રહ્યા છો, મહારાજ ?' વિશ્વામિત્રે મધુર અવાજે પૂછ્યું પરંતુ તેમાં રહેલી ગર્ભિત ધમકી એકદમ સ્પષ્ટ હતી.

મહર્ષિ વિશ્વામિત્રનું સ્થાન અને ખ્યાતિ જાણે પૂરતાં ભયાવહ ન હોય તેમ તેમનું ઉચ્ચ વ્યક્તિત્વ પણ તેમના અટલ પ્રભાવમાં વધારો કરતું હતું. તેમની ઊંચાઈ લગભગ સાત ગજ જેટલી હતી, એકદમ વિશાળ. મોટું પેટ, મજબૂત અને સ્નાયુબદ્ધ છાતી, પહોળા ખભા અને લાંબી ભુજાઓ પણ તેમને ઓપતી હતી. હવામાં ફરફરતી તેમની સફેદ દાઢી અને મુંડન કરેલા માથા પર બ્રાહ્મણોની ઓળખ સમાન ચોટી, મોટી અને નિર્મળ આંખો તેમજ પવિત્ર જનોઈ તેમના

શરીર પર વિવિધ યુદ્ધોમાં પડેલા અસંખ્ય ઘાવ સાથે અજબ વિરોધાભાસ રચતા હતા. તેમની કેસરી ધોતી અને અંગવસ્ત્રને કારણે તેમની શ્યામલ ત્વચા વધારે શ્યામલ લાગતી હતી.

મહારાજા દશરથ અને તેમની ત્રણેય રાણીઓએ મહારાજાના અંગત કાર્યાલયમાં મહર્ષિનું સ્વાગત કર્યું હતું. મહર્ષિએ સીધી જ મૂળ વાત કરી હતી. તેમના આશ્રમોમાંના એક આશ્રમ પર આક્રમણ થઈ રહ્યાં હતાં અને તેના રક્ષણ માટે તેમને રામની મદદ જોઈતી હતી, એટલી જ વાત હતી. કેવા પ્રકારના આક્રમણ થઈ રહ્યાં છે અને જેમની પાસે ભારતનું સૌથી ભયાવહ બિન-રાજવી લશ્કર હતું તેવા મહાન તેમજ શક્તિશાળી મલયપુત્રોનું રક્ષણ રામ કઈ રીતે કરશે એ બાબતે કોઈ જ ખુલાસા આપવામાં આવ્યા નહોતા. મલયપુત્રોના પ્રમુખને ન તો પ્રશ્ન પૂછી શકાય કે ન તો નકારી શકાય.

દશરથે ગભરાટથી ગળા હેઠળ થૂંક ઉતાર્યું. પોતાની શક્તિઓ જ્યારે ટોચ પર હતી ત્યારે પણ દશરથને વિશ્વામિત્રનો સામનો કરવામાં ભય લાગતો હતો; અત્યારે તો તેઓ શબ્દશઃ ભયાર્ત જ હતા અને તેઓ સંપૂર્ણતઃ મૂંઝાયેલા પણ હતા. પાછલા કેટલાક માસમાં રામ પ્રત્યેની તેમની લાગણીમાં અત્યંત વધારે થયો હતો અને હવે તેઓ રામથી જુદા પડવા જ નહોતા માંગતા. 'પ્રભુ, હું એમ નથી સૂચવી રહ્યો કે મારે તેને આપની સાથે નથી મોકલવો. મને માત્ર એટલો જ વિચાર આવે છે કે સેનાપતિ મૃગસ્ય પણ આ કાર્યમાં એટલા જ સહાયરૂપ બનશે. મારી સમગ્ર સેના તમારી સેવામાં હાજર છે અને...'

'મારે રામ જોઈએ છે,' વિશ્વામિત્રે કહ્યું. તેમની આંખો દશરથની આંખોનાં ઊંડાણ ચકાસી રહી હતી અને તેનાથી સપ્ત સિંધુના મહારાજ ગભરાઈ રહ્યા હતા. 'અને, મારે લક્ષ્મણ પણ જોઈશે.'

વિશ્વામિત્રના આ પ્રસ્તાવનો શું અર્થ કાઢવો તે કૌશલ્યાને સમજાતું નહોતું. રામને આ મહર્ષિ સાથે અંગત પરિચયનો મોકો મળશે એ વાતનો તેને હર્ષ હતો તો બીજી બાજુ એવો ભય પણ હતો કે વિશ્વામિત્ર પોતાના લાભાર્થે રામના યુદ્ધકૌશલનો પ્રયોગ કરશે અને પછી તેને માર્ગમાંથી હઠાવી દેશે. વધુમાં, રામની અનુપસ્થિતિનો ઉપયોગ કરીને કૈકેયી ભરતને યુવરાજ બનાવવાની તક ઝડપી લેશે તેવો પણ તેને ભય હતો. જ્યારે પણ આવી પરિસ્થિતિ સર્જાતી ત્યારે કૌશલ્યાનો એક જ જવાબ રહેતો : તે નિઃશબ્દ બનીને આંસુ વહાવતી.

કૈકેયીના મનમાં આવો કોઈ સંઘર્ષ નહોતો ચાલી રહ્યો. મંથરાના આયોજનમાં સામેલ થવાનો તેને અત્યારે પસ્તાવો થવા માંડ્યો હતો અને તે

મનોમન એમ ઇચ્છતી હતી કે અત્યારે ભરત હાજર હોત તો વધારે સારું હોત. ‘મહર્ષિજી,’ કૈકેયીએ કહ્યું, ‘ભરતને આપની સાથે મોકલવામાં મને સમ્માન મળ્યાની લાગણીનો અનુભવ થાત. આપણે માત્ર–’

‘પરંતુ ભરત અયોધ્યામાં હાજર નથી,’ વિશ્વામિત્રે કહ્યું. એમ લાગતું હતું કે તે સર્વજ્ઞાની છે અને કશું જ તેમની જાણ બહાર નથી.

‘આપ સત્ય કહો છો, મહર્ષિજી,’ કૈકેયીએ કહ્યું. ‘હું એ જ કહેવા જતી હતી. આપણે કદાચ થોડાંક સપ્તાહ પ્રતીક્ષા કરવી પડે. ભરતને પાછો બોલાવવા માટે હું ત્વરિત સંદેશો જરૂર મોકલાવી શકીશ.’

વિશ્વામિત્ર કૈકેયીની આંખોમાં જોઈ રહ્યા. ગભરાહટમાં કૈકેયી નીચું જોઈ ગઈ. તેને એવી લાગણી થવા લાગી કે જાણે તેનાં રહસ્યો ઉઘાડાં પડી ગયાં છે. શાંતિ છવાઈ ગઈ. પછી વિશ્વામિત્રનો અવાજ આખા ખંડમાં પડઘાવા લાગ્યો, ‘મારે રામ જોઈએ છીએ, મહારાજ. અને લક્ષ્મણ પણ. મારે બીજા કોઈની આવશ્યકતા નથી. હવે, તમે તેમને મારી સાથે મોકલી રહ્યા છો કે નહિ ?’

‘ગુરુજી,’ સુમિત્રાએ કહ્યું, ‘આ વાતચીતમાં ભંગ પડાવવા બદલ હું આપની ક્ષમા પ્રાર્થું છું પરંતુ મને એમ લાગે છે કે આપણાથી એક શિષ્ટાચારનો ભંગ થઈ રહ્યો છે. અમે તો આપના દર્શન પામીને ધન્ય બન્યાં પરંતુ અમારા પૂજ્ય રાજગુરુ મહર્ષિ વશિષ્ઠને આપને મળવાનું સૌભાગ્ય પ્રાપ્ત નથી થયું. શું તેમને અહીં પધારવાની વિનંતી કરવા કોઈને મોકલું ? તેઓ અહીં આવી પહોંચે પછી આપણે આ ચર્ચા ચાલુ કરીએ.’

વિશ્વામિત્ર હસ્યા, ‘હં ! મને જે સાંભળવા મળ્યું છે એ ખરેખર સત્ય જ છે. ત્રીજી અને સૌથી નાની રાણી જ સૌથી ચતુર છે.’

‘હું સૌથી ચતુર નથી, મહર્ષિજી,’ સુમિત્રાએ કહ્યું. મૂંઝવણ અનુભવતી હોય, તેમ તેનું મુખ લાલ થઈ ગયું હતું. ‘હું તો માત્ર એવું સૂચન કરી રહી હતી કે શિષ્ટાચાર...’

‘હા, એ યોગ્ય છે.’ વિશ્વામિત્રે કહ્યું, ‘તમારા શિષ્ટાચાર અનુસાર આગળ વધો. રાજગુરુને અહીં બોલાવો. એ પછી આપણે રામ વિષે વાત કરીશું.’

મહારાજા અને તેમની ત્રણેય રાણીઓ ખંડની બહાર ધસી ગયાં. આશ્ચર્યથી મૂઢ થઈ ગયેલા કેટલાક સેવકોની વચ્ચે મહર્ષિ ત્યાં એકલા બેસી રહ્યા.

વશિષ્ઠ રાજવી કાર્યાલયમાં એકલા જ પ્રવેશ્યા અને સેવકોને તેમણે બહાર મોકલી દીધા. જેવા તેઓ બહાર ગયા કે વિશ્વામિત્રે ઊભા થઈને તિરસ્કારસૂચક હાસ્ય કર્યું. 'તેને મારાથી દૂર રાખવા માટે તું કઈ દલીલો કરીશ, દિવોદાસ ?'

વિશ્વામિત્રે સહેતુક વશિષ્ઠનું ગુરુકુળનું નામ વાપર્યું હતું, વશિષ્ઠને ગુરુકુળમાં દિવોદાસના નામે બોલાવવામાં આવતા હતા.

'હવે હું બાળક નથી રહ્યો, મહર્ષિ વિશ્વામિત્ર,' વશિષ્ઠે પ્રયત્નપૂર્વક વિનમ્રતા સાથે કહ્યું. 'મારું નામ વશિષ્ઠ છે. અને તમે મને મહર્ષિ વશિષ્ઠ કહેશો તો મને વધારે ગમશે.'

વિશ્વામિત્ર ડગલું ભરીને તેમની સમીપ આવ્યા. 'દિવોદાસ, શું છે તારી દલીલો ? તારું રાજકુટુંબ તો આમ પણ વિભક્ત જ છે. દશરથને પોતાના પુત્રોથી અળગા નથી થવું. કૌશલ્યા મૂંઝાયેલી છે જ્યારે કૈકેયી એમ ઇચ્છે છે કે ભરત જ મારી સાથે આવે. અને સુમિત્રા, ચતુર સુમિત્રા, તો એ બાબતે ખુશ છે કે ગમે તે પક્ષ જીતે પરંતુ તેના બેમાંથી એક પુત્રને તો વિજેતા પક્ષ સાથે જવાનું થશે જ. તેં અહીં બહુ સરસ કામ કર્યું છે, નહિ, રાજગુરુ ?'

વશિષ્ઠે આ બધાં મર્મભેદી વચનોની અવગણના કરી. તેમના મનમાં સ્પષ્ટ થઈ ગયું હતું કે આ વિષયમાં તે કંઈ કરી શકે તેમ નહોતા. તે ગમે તેટલી દલીલો કરે તેમ છતાં રામ અને લક્ષ્મણને વિશ્વામિત્ર સાથે અચૂક જવું જ પડશે.

'કૌશિક,' વશિષ્ઠે પણ વિશ્વામિત્રના બાળપણના નામનો પ્રયોગ કરીને કહ્યું, 'એમ લાગે છે કે ફરી એક વાર તું તારું ધાર્યું જ કરીશ; પછી ભલેને તે ગમે તેટલું અન્યાયી જ કેમ ન હોય ?'

વિશ્વામિત્રે વશિષ્ઠ તરફ વધુ એક ડગલું ભર્યું અને જાણે રાજગુરુની ઉપર જ ઝળૂંબી રહ્યા હોય તેમ તે બોલ્યા, 'અને, મને એમ લાગે છે કે ફરી એક વાર તું ભાગી છૂટીશ. હજુ તને યુદ્ધનો ભય લાગે છે, હેં, દિઓદાસ ?'

વશિષ્ઠે બળપૂર્વક મુઠ્ઠીઓ વાળી પરંતુ તેમનું મોઢું ભાવવિહીન જ રહ્યું. 'મેં જે કર્યું એ કેમ કર્યું એ તું કદી નહિ સમજી શકે. એ હતું—'

'સૌના ભલા માટે ?' વશિષ્ઠને અધવચ્ચે જ રોકી પાડીને વિશ્વામિત્ર કટાક્ષમય હસ્યા, 'શું તું ખરેખર એમ માને છે કે હું એ વાત માની લઈશ ? કહેવાતા ઉમદા વિચારોની ઓથે પોતાની કાયરતા છુપાવવાથી વધારે દયનીય તો શું હોઈ શકે ?'

'તું હજુ તારા એક પણ ક્ષત્રિય લક્ષણ ભૂલ્યો નથી, ખરું ને ? ક્ષત્રિયોના અભિમાનનો ભાંગીને ભુક્કો કરી નાખનારા મહાન પ્રભુ પરશુ રામનું પ્રતિનિધિત્વ

કરવાની તારી કલ્પનાથી વધારે મોટી ધૃષ્ટતા હોઈ જ ન શકે !'

'બધાને મારા ભૂતકાળની જાણ છે, દિવોદાસ. હું કશું છુપાવતો તો નથી,' વિશ્વામિત્ર પોતાનાથી ટૂંકા માણસની આંખોમાં તાકી રહ્યા. 'શું તારા પ્રિય નાનકડા બાળકને હું તારા સાચા મૂળનો પરિચય કરાવું ? તેને એ કહું કે મેં શું કર્યું—'

'તેનાથી તેં મને કોઈ લાભ નહોતો કરાવ્યો !' વિશ્વામિત્રે છેવટે સ્વનિયંત્રણ ગુમાવ્યું અને બૂમ પાડીને કહ્યું.

'તો એ લાભ કદાચ હવે કરાવી દઉં,' વિશ્વામિત્રે સ્મિત કર્યું.

વશિષ્ઠ ગુસ્સાથી ધમધમતા એ કક્ષમાંથી બહાર નીકળી ગયા. બહુ લાંબો સમય વીતી ગયો હતો તેમ છતાં તેમને એમ લાગતું હતું કે અભિમાની વિશ્વામિત્રમાં તેમની જૂની મૈત્રીની સ્મૃતિ રૂપે પણ થોડુંક સૌજન્ય તો રહ્યું જ હશે.

અધ્યાય ૧૯

એક સપ્તાહ પછી, સરયૂ નદી પર સરી રહેલા મલયપુત્રોના વહાણના તૂતક પર રામ અને લક્ષ્મણ ઊભા હતા. વિશ્વામિત્રના ઘણા આશ્રમોમાંથી એક આશ્રમ ગંગા નદીને કિનારે આવેલો હતો અને તેઓ તે દિશામાં જ જઈ રહ્યા હતા.

'મોટાભાઈ, આ વિશાળ વહાણ અને તેની પાછળ પાછળ આવી રહેલા અન્ય બે વહાણ મહર્ષિ વિશ્વામિત્રનાં છે,' લક્ષ્મણે કહ્યું. વહાણ પર કુલ ત્રણસો જેટલા તાલીમબદ્ધ યોદ્ધાઓ છે. મેં એવી પણ વાતો સાંભળી છે કે તેમની ખાનગી રાજધાની, એ જ્યાં પણ હોય, ત્યાં આવા હજારો અન્ય યોદ્ધાઓ છે. પ્રભુ પરશુ રામ જાણે કે તેમને આપણી એવી તે શું જરૂર પડી હશે ?'

'મને જ્ઞાન નથી,' રામે કહ્યું અને તેઓ સરયૂ નદીની શ્યામલ જલરાશિને તાકી રહ્યા. વહાણ પરની દરેક વ્યક્તિ તેમનાથી સલામત અંતર રાખતી હતી. 'આમાં કશું જ સમજાતું નથી. પરંતુ પિતાજીએ આપણને આદેશ આપ્યો છે કે આપણે મહર્ષિ વિશ્વામિત્રને આપણા ગુરુ માનવા અને–'

'મોટાભાઈ, પિતાજી પાસે કોઈ વિકલ્પ હોય તેમ મને લાગ્યું નહિ.'

'અને આપણી પાસે પણ નથી.'

કેટલાક દિવસો પછી મહર્ષિ વિશ્વામિત્રે વહાણના લંગર પાણીમાં ઉતારવાનો આદેશ આપ્યો. વહાણમાંથી નૌકાઓ ઉતારવામાં આવી અને પચાસ માણસો કાંઠા સુધી હલેસાં મારતા ગયા, જેમાં રામ અને લક્ષ્મણ પણ હતા.

નૌકાઓ જેવી કિનારે લાંગરી કે ત્યાંના સાંકડા કિનારા પર મલયપુત્રો કૂદી

પડ્યા અને પૂજા માટે જગ્યા તૈયાર કરવા લાગ્યા.

'આપણે અહીં શું કરવાની તૈયારી કરી રહ્યા છીએ, ગુરુજી ?' વંદન કરીને રામે વિનમ્રતાથી પૂછ્યું.

'શું તમારા રાજગુરુએ તમને આ સ્થળ વિષે કશું જ શીખવ્યું નથી ?' વિશ્વામિત્રે ભ્રમરો ભેગી કરીને પૂછ્યું. તેમના મુખ પર ઉપહાસસૂચક હાસ્ય તરી આવ્યું.

રામ પોતાના ગુરુ વશિષ્ઠ વિષે કશું પણ અશોભનીય બોલે નહિ પરંતુ લક્ષ્મણને તેવો કોઈ છોછ નહોતો.

'ના ગુરુજી, તેમણે નથી શીખવ્યું,' કહીને લક્ષ્મણ પોતાનું માથું ધુણાવવા લાગ્યો.

'આ એ જગ્યા છે જ્યાં છઠ્ઠા વિષ્ણુ પ્રભુ પરશુ રામે કાર્તવીર્ય અર્જુન સાથે યુદ્ધમાં ઊતરતા પહેલા પાંચમા વિષ્ણુ પ્રભુ વામનની પૂજા કરી હતી.'

'વાહ.' લક્ષ્મણે કહ્યું અને અચાનક જન્મેલા આદરભાવ સાથે તે ચારેતરફ જોવા લાગ્યો.

'તેમણે અહીં બલ-અતિબલ પૂજા પણ કરી હતી.' વિશ્વામિત્રે વાત આગળ વધારી, 'કે જેનાથી તેમનું સ્વાસ્થ્ય બલિષ્ઠ બન્યું હતું અને તેમને ભૂખ-તરસથી મુક્તિ મળી હતી.'

'શું હું આપને એમ વિનંતી કરી શકું, ગુરુજી,' કહીને રામે વંદન કર્યાં, 'કે અમને પણ એ જ્ઞાન આપો.'

લક્ષ્મણ અચાનક જ અસુખ અનુભવવા લાગ્યો. તેને ભૂખ કે તરસથી મુક્તિ મેળવવાની કોઈ જ ઇચ્છા નહોતી. તેને ભોજન અને પીણાંઓ પ્રત્યે રુચિ હતી.

'આપીશ.' વિશ્વામિત્રે કહ્યું. 'હું જ્યારે એ પૂજા કરું ત્યારે તમે બંને મારી આજુબાજુ બેસજો. એ પૂજાની અસરથી ઓછામાં ઓછું એક સપ્તાહ માટે તમારી ભૂખ અને તરસ ઓછી થશે. તમારા સ્વાસ્થ્ય પર તો તેની અસર આજીવન પડશે.'

થોડાંક જ સપ્તાહમાં, વહાણ ગંગા અને સરયૂ નદીના મિલનસ્થાને પહોંચી ગયા અને ત્યાંથી તેમણે ગંગાની ઉપર પશ્ચિમ દિશા તરફનો માર્ગ પકડ્યો. થોડા દિવસો પછી તેમણે લંગર નાખ્યાં અને એક કામચલાઉ ધક્કા સાથે તેમનાં વહાણો બાંધ્યાં. બહું ઓછા માણસોને એ વહાણની સારસંભાળમાં મૂકીને વિશ્વામિત્ર, રામ

અને લક્ષ્મણ બસો જેટલા યોદ્ધાઓ સાથે પગપાળા ચાલી નીકળ્યા. અગ્નિ દિશામાં ચારેક કલાક ચાલ્યા બાદ છેવટે તેઓ મલયપુત્રના સ્થાનિક આશ્રમમાં પહોંચ્યા.

રામ અને લક્ષ્મણને એમ કહેવામાં આવ્યું હતું કે આશ્રમ પર થઈ રહેલા આક્રમણથી રક્ષણ કરવા માટે તેમને આશ્રમમાં લઈ જવાના છે. પરંતુ બંને ભાઈઓને જે જોવા મળ્યું તેનાથી તેમને બહુ જ આશ્ચર્ય થયું. આશ્રમનું બાંધકામ કોઈ પણ પ્રકારના ગંભીર આક્રમણોથી રક્ષણ થઈ શકે તેમ નહોતું કરવામાં આવ્યું. એક પ્રાથમિક પ્રકારની તાર અને થોરની વાડથી કેટલાંક પ્રાણીઓને પ્રવેશતાં રોકી શકાય પરંતુ સશસ્ત્ર યોદ્ધાઓને રોકવા માટે તો તે વાડ બિલકુલ અસક્ષમ હતી. આશ્રમની બાજુમાં આવેલા નાનકડા ઝરણાની દિશામાં પણ રક્ષણની પૂરતી વ્યવસ્થા કરવામાં આવી નહોતી કે જેથી કોઈ સુનિયોજિત આક્રમણને રોકી શકાય. વાડની બંને બાજુનો વિસ્તાર પણ સાફ કરવામાં આવ્યો નહોતો કે જેથી આક્રમણ કરનારને છુપાવાની જગ્યા મળી રહે તેમ હતી અને અંદરથી આશ્રમનું રક્ષણ કરનારને પણ જોવામાં તકલીફ પડે તેમ હતી. ગાર લીંપેલી દીવાલો અને ઘાસથી મઢેલી છતને કારણે આગ લાગવાનો ભય પણ હતો. શત્રુએ માત્ર એક ઝૂંપડીને જ આગ લગાડવાની રહે અને બહુ ઝડપથી તે સમગ્ર આશ્રમમાં ફેલાઈ જાય તેમ હતી. પ્રાણીઓને પણ આશ્રમની સરહદને બદલે આશ્રમની બરોબર મધ્ય ભાગમાં રાખવામાં આવેલા હતા. જો આશ્રમની સરહદ પાસે જ પ્રાણીઓને રાખવામાં આવે તો તેમની વધારે ચેતનવંતી ઇન્દ્રિયોને કારણે આક્રમણની જાણકારી થોડીક વહેલી મળી શકે.

'કશુંક યોગ્ય નથી, મોટાભાઈ.' લક્ષ્મણે ધીમા અવાજે કહ્યું, 'આ આશ્રમ જોઈને તો એમ લાગે છે કે તેની સ્થાપના તાજેતરમાં જ કરવામાં આવી હોય. તેની સંરક્ષણ વ્યવસ્થા તો એકદમ નિરુપયોગી છે.'

રામે આંખોના ઇશારાથી લક્ષ્મણને ચૂપ રહેવા જણાવ્યું. લક્ષ્મણ શાંત થઈ ગયો અને તેણે પાછળ ફરીને જોયું તો મહર્ષિ વિશ્વામિત્ર તેમની તરફ આવી રહ્યા હતા. મહાકાય લક્ષ્મણથી પણ મહર્ષિ થોડાક ઊંચા હતા.

'ભોજન લઈ લો, અયોધ્યાના રાજકુમારો.' વિશ્વામિત્રે કહ્યું, 'પછી આપણે વાત કરીશું.'

અયોધ્યાના રાજકુમારો એકલા જ બેઠા હતા. વિશ્વામિત્રના જમણા હાથ સમાન

અને દંતકથા બની ચૂકેલા મલયપુત્રોના મહાન સેનાપતિ અરિષ્ટનેમીની સૂચનાઓનું પાલન કરતાં આશ્રમના રહેવાસીઓ રામ કે લક્ષ્મણની દિશામાં જોયા વિના આમતેમ દોડાદોડી કરી રહ્યા હતા. વડના એક વૃક્ષ નીચે વિશ્વામિત્ર સુખાસનમાં બેઠા હતાં: તેમણે પલાંઠી વાળેલી હતી અને એક પગ બીજા પગના ગોઠણ નીચે આવે તેમ ગોઠવાયેલો હતો. તેમના હાથ ગોઠણ પર ટેકવાયેલા હતા અને હથેળી નીચેની દિશામાં હતી, આંખો ધ્યાનસ્થ. આ એક આરામદાયક યોગાસન હતું જે કઠોર ચિંતન સિવાયનાં કાર્યો માટે વાપરવામાં આવતું હતું.

લક્ષ્મણે જોયું કે અરિષ્ટનેમીએ તેમની તરફ આંગળી ચીંધીને તેમના એક સહાયકને કંઈક કહ્યું. થોડીક જ ક્ષણોમાં કેસરી રંગની ધોતી અને ઉપવસ્ત્ર ધારણ કરેલી એક સ્ત્રી તેમની પાસે કેળના બે મોટાં પાન લઈને આવી. તેણે એ પાન રામ અને લક્ષ્મણની સામે મૂક્યાં અને તેની ઉપર વિધિસર પાણી છાંટ્યું. તેને અનુસરતા બે શિષ્યો આવ્યા કે જેમના હાથમાં ભોજન ભરેલાં પાત્રો હતાં. એ સ્ત્રીના નિરીક્ષણ હેઠળ ભોજન પીરસવામાં આવ્યું.

તેણે સ્મિત કર્યું અને વંદન કરીને કહ્યું, 'કૃપા કરીને ભોજન ગ્રહણ કરો, અયોધ્યાના રાજકુમારો.'

લક્ષ્મણે સાશંક દૃષ્ટિથી એ ભોજન તરફ જોયું અને પછી દૂર બેઠેલા વિશ્વામિત્ર તરફ દૃષ્ટિ કરી. મહર્ષિ સામે પણ કેળનું પાન રાખવામાં આવ્યું હતું અને તેની પર માત્ર જાંબુ જ રાખવામાં આવ્યાં હતાં, એ ફળ કે જેને ભારતના પ્રાચીન નામ જંબુદ્વીપ સાથે સંબંધ હતો.

'મને એમ લાગે છે કે તેઓ આપણને વિષ આપવાનો પ્રયત્ન કરી રહ્યા છે, મોટાભાઈ.' લક્ષ્મણે કહ્યું, 'અતિથિ તરીકે આપણને આટલું બધું ભોજન પીરસવામાં આવ્યું છે જ્યારે મહર્ષિ વિશ્વામિત્ર માત્ર જાંબુ જ ખાઈ રહ્યા છે.'

'એ ફળ ખાવા માટે નથી પીરસવામાં આવ્યાં, લક્ષ્મણ.' રામે કહ્યું. રામે રોટલીના બટકાથી થોડાક શાકનો કોળિયો બનાવ્યો.

'મોટાભાઈ!' લક્ષ્મણે કહ્યું અને તેણે રામનો હાથ પકડીને તેમને ભોજન લેતાં અટકાવવાનો પ્રયત્ન કર્યો.

રામે સ્મિત કર્યું. 'જો તે આપણી હત્યા જ કરવા માંગતા હોય, તો વહાણ પર તેમને વધારે સારી અસંખ્ય તક હતી જ. આ ભોજનમાં કોઈ જ વિષ મેળવવામાં આવ્યું નથી. ખાઈ લે!'

'મોટાભાઈ, તમે દરેકનો વિશ્વાસ—'

'ખાઈ લે, લક્ષ્મણ.'

'અહીં જ તેમણે આક્રમણ કર્યું હતું,' અડધી બળેલી વાડની દિશામાં આંગળી ચીંધીને વિશ્વામિત્રે કહ્યું.

'અહીંયાં, ગુરુજી ?' રામે પૂછ્યું. તેઓ ખૂબ જ આશ્ચર્ય પામ્યા અને લક્ષ્મણ તરફ ત્વરાથી જોઈ લઈને તેમણે ફરી વાર વિશ્વામિત્રની વાતમાં પોતાનું ધ્યાન કેન્દ્રિત કર્યું.

'હા, અહીં જ.' વિશ્વામિત્રે કહ્યું.

અરિષ્ટનેમી વિશ્વામિત્રની પાછળ શાંતિથી ઊભા હતા.

રામને આશ્ચર્ય થવાનાં પૂરતાં કારણ હતાં. કોઈ મોટા આક્રમણ જેવું કંઈ લાગતું નહોતું. વાડનો બે ગજ જેટલો હિસ્સો અડધો બળી ગયો હતો. અમુક દૂર્જન તત્ત્વોએ મીણ રેડીને ત્યાં આગ લગાવી હોય તેમ લાગતું હતું. તેમની પાસે જોકે મીણનો પૂરતો જથ્થો નહિ હોય તેમ લાગતું હતું, કારણ કે લગભગ આખી વાડ સલામત જ હતી. એ દુર્જનોએ રાત્રિના એવા સમયે આક્રમણ કર્યું હશે કે જ્યારે વાડ પર ઝાકળ થવા માંડી હશે. તેના કારણે જ આગ લગાડવાના તેમના પ્રયત્નને પૂરતી સફળતા મળી નહોતી.

એ લોકો આ કામમાં પૂરતા કુશળ હોય તેમ લાગતું નહોતું.

એ વાડમાં પડેલા નાનકડા ગાબડા વાટે રામ બહાર નીકળ્યા અને અર્ધ-બળેલો કપડાનો ટુકડો તેમણે ઉઠાવ્યો અને સૂંઘ્યો પરંતુ તેમાં બળી શકે તેવા કોઈ પ્રવાહીની વાસ આવી નહિ. 'એ કોઈના અંગવસ્ત્રનો ટુકડો લાગે છે. તેમનામાંથી કોઈનું કપડું અકસ્માતે સળગ્યું હશે. મૂર્ખ !'

લક્ષ્મણની દૃષ્ટિ એક કટારી પર પડી; તેણે ધ્યાનથી તેનું નિરીક્ષણ કર્યું અને પછી રામના હાથમાં તે મૂકી. તે કટારી જૂની અને કાટ લાગેલી હતી પરંતુ ધારદાર હતી. એ કોઈ વ્યવસાયિક સૈનિકની હોય, તેમ લાગતું નહોતું.

રામે વિશ્વામિત્ર તરફ જોયું. 'આપનો શું આદેશ છે, ગુરુજી ?'

'હું એમ ઇચ્છું છું કે અહીં આક્રમણ કરીને આશ્રમમાં ચાલી રહેલી વિધિઓ અને દૈનિક પ્રવૃત્તિઓમાં ખલેલ પહોંચાડનારને તમે શોધો.' વિશ્વામિત્રે કહ્યું, 'તેમનો નાશ થવો જ જોઈએ.'

ચિડાયેલો લક્ષ્મણ વચ્ચે જ કૂદી પડ્યો. 'પરંતુ આ લોકો તો સાવ...'

રામે તેને શાંત થવાનો ઇશારો કર્યો, 'હું આપના આદેશનું પાલન કરીશ, ગુરુજી, કારણ કે એ જ અમારા પિતાજીનો પણ આદેશ છે. પરંતુ આપે પણ અમારી સાથે પ્રમાણિકતા દર્શાવવી પડશે. જ્યારે આપના આદેશની પ્રતીક્ષા કરતા આટલા બધા યોદ્ધા અહીં હાજર છે, તો શા માટે અમને અહીં લાવવામાં આવ્યા છે ?'

'કારણ કે તમારી પાસે એવું કંઈક છે જે અમારા યોદ્ધાઓ પાસે નથી.' વિશ્વામિત્રે જવાબ આપ્યો.

'એ શું છે ?'

'અયોધ્યાનું રક્ત.'

'તેનાથી શું વૈશિષ્ટ્ય પ્રાપ્ત થાય છે ?'

'આક્રમણકારો છે પ્રાચીન માન્યતા ધરાવતા અસુરો.'

'એ અસુરો છે ?!' લક્ષ્મણે ઉદ્‌ગાર કર્યો. 'પરંતુ ભારતવર્ષમાં તો અસુરો બચ્યા જ નથી. એ રાક્ષસોનો તો ઘણા સમય પહેલાં ભગવાન રુદ્ર દ્વારા સંહાર કરવામાં આવ્યો હતો.'

વિશ્વામિત્રે લક્ષ્મણ તરફ ક્રોધિત દૃષ્ટિ નાખી. 'હું તારા મોટાભાઈ સાથે વાત કરી રહ્યો છું.' રામ તરફ ફરીને તેમણે કહ્યું, 'પ્રાચીન માન્યતાના અસુરો કોઈ અયોધ્યાવાસી પર આક્રમણ કરવાનું સ્વપ્ન પણ ન જોઈ શકે.'

'એમ કેમ, ગુરુજી ?'

'શું તમે શુક્રાચાર્ય વિષે સાંભળ્યું છે ?'

'હા, તેઓ અસુરોના ગુરુ હતા. અસુરો તેમની જ પૂજા કરતા હતા કે કરે છે.'

'અને તમને જાણ છે કે શુક્રાચાર્ય ક્યાંથી આવ્યા હતા ?'

'ઇજિપ્ત.'

વિશ્વામિત્રે સ્મિત કર્યું. 'તકનીકી દૃષ્ટિએ એ સાચી વાત છે. પરંતુ ભારતનું હૃદય બહુ જ વિશાળ છે. જો કોઈ વિદેશી અહીં આવે અને ભારતને પોતાની માતૃભૂમિ તરીકે સ્વીકારી લે, તો પછી તે વિદેશી રહેતો નથી. તે ભારતીય બની જાય છે. શુક્રાચાર્યનો ઉછેર અહીં થયો હતો. શું તમે ધારણા કરી શકો છો કે કયા ભારતીય નગરમાં તેમનો ઉછેર થયો હતો ?'

રામની આંખો આશ્ચર્યથી પહોળી થઈ ગઈ. 'અયોધ્યા !'

'હા, અયોધ્યા. પ્રાચીન માન્યતાના અસુરો કોઈ અયોધ્યાવાસી પર હુમલો

નહિ કરે, કારણ કે એ ભૂમિ તેમના માટે પવિત્ર છે.'

બીજા દિવસે, બીજા પ્રહરના પહેલા કલાકમાં, રામ, લક્ષ્મણ અને અરિષ્ટનેમી અશ્વ પર બેસીની આશ્રમમાંથી બહાર નીકળ્યા. તેમની સાથે પચાસ સૈનિકો હતા. તેમણે દક્ષિણ દિશામાં પ્રયાણ કર્યું. અસુરોની સ્થાનિક છાવણી એક દિવસથી પણ ઓછા અંતરે આવેલી છે, એમ માનવામાં આવતું હતું.

'મને તેમના આગેવાનો વિષે જણાવો, અરિષ્ટનેમીજી,' રામે મલયપુત્રોના સેનાપતિને સાદર પૂછ્યું.

અરિષ્ટનેમીની ઊંચાઈ લક્ષ્મણ જેટલી જ હતી પરંતુ યુવાન રાજકુમારથી વિપરીત, અરિષ્ટનેમી પાતળા હતા, બહુ જ પાતળા. તેમણે કેસરી ધોતી પહેરેલી હતી અને તેમના જમણા ખભા પર ટેકવાયેલા અંગવસ્ત્રનો બીજો છેડો તેમના જમણા હાથ પર વીંટળાયેલો હતો. તેમણે જનોઈ પણ ધારણ કરેલી હતી. તેઓ બ્રાહ્મણ છે એમ તેમનું મુંડન કરેલું મસ્તક અને શિખા કહી રહ્યાં હતાં. જોકે અન્ય બ્રાહ્મણોમાં જોવા ન મળે તે યુદ્ધમેદાનના ઘણા બધા ઘાવ અરિષ્ટનેમીના ઘઉંવર્ણા શરીર પર હતા. એવી વાતો સાંભળવા મળતી હતી કે તેમની ઉંમર સિત્તેર વર્ષથી પણ વધારે છે પરંતુ તે દેખાવમાં વીસ વર્ષથી વધારે લાગતા નહોતા. કદાચ મહર્ષિ વિશ્વામિત્રે તેમને દૈવી પીણા સોમરસના રહસ્યથી પરિચિત કર્યા હોય, તેમ બને. એ પીણામાં એવી ચમત્કારિક અસર હતી કે બસો વર્ષની વય સુધી તે શરીરનું આયુષ્ય વધવા દેતું નહોતુ.

'અસુરોના ટોળાની આગેવાન એક સ્ત્રી છે, તાડકા, જે તેમના મૃત સરદાર સુમાલિની પત્ની છે.' અરિષ્ટનેમીએ કહ્યું, 'તાડકા રાક્ષસ જાતિમાંથી આવે છે.'

રામે કહ્યું, 'મને એમ હતું કે રાક્ષસો તો દેવોની સાથે હતા અને પરિણામે દેવોના વંશજો તરીકે તેઓ આપણા પણ સાથીઓ જ હોવા જોઈએ.'

'રાક્ષસો તો યોદ્ધાઓ છે, રાજકુમાર રામ. શું આપને જાણ છે કે "રાક્ષસ" શબ્દનો અર્થ શું થાય ? પ્રાચીન સંસ્કૃત શબ્દ રક્ષા પરથી તે ઊતરી આવ્યો છે. એવું માનવામાં આવે છે કે તેમનાથી પીડિત લોકો અન્યો પાસે તેમનાથી રક્ષણ માંગતા, તે શબ્દ પરથી રાક્ષસ શબ્દ બન્યો છે 'ઓહ !' રામે ઉદ્‌ગાર કર્યો અને તેમની ભ્રમરો આશ્ચર્યથી ઊંચી થઈ ગઈ.

અરિષ્ટનેમીએ વાત ચાલુ રાખી. 'તાડકા પાસે પંદર સૈનિકોની એક

નાનકડી લશ્કરી ટુકડી છે જેનો સેનાપતિ છે તેનો પુત્ર સુબાહુ. સ્ત્રીઓ અને બાળકો સાથે તેમની કુલ સંખ્યા પચાસથી વધારે નહિ હોય.'

રામને આશ્ચર્ય થયું. *માત્ર પંદર સૈનિકો ?*

બીજે દિવસે પરોઢના સમયે, એ બધા પોતાની રાત્રિરોકાણની જગ્યાએથી આગળ વધ્યા.

'અસુરોની છાવણી અહીંથી લગભગ એક કલાકના અંતરે છે,' અરિષ્ટનેમીએ કહ્યું. 'મેં આપણા સૈનિકોને અસુરોએ ગોઠવેલાં સંભવિત છટકાં અને ચોકીદારો હોય, તો તે શોધવાનું કામ સોંપ્યું છે.'

તેઓ આગળ વધતા હતા તે સમયે રામે પોતાનો અશ્વ અરિષ્ટનેમીની પાસે લીધો. તેઓ આ મિતભાષી સૈનિક સાથેની વાત આગળ ધપાવવા માંગતા હતા. 'અરિષ્ટનેમીજી,' રામે કહ્યું, 'મહર્ષિ વિશ્વામિત્રે પ્રાચીન માન્યતા ધરાવતા અસુરોની વાત કરી હતી. તેમાં માત્ર પચાસ લોકો જ ન હોઈ શકે. માત્ર પચાસ લોકો પ્રાચીન માન્યતા જીવંત રાખી શકે નહિ. અન્ય પ્રાચીન માન્યતા ધરાવતા અસુરો ક્યાં છે ?'

અરિષ્ટનેમીએ સ્મિત કર્યું પરંતુ કોઈ ઉત્તર આપ્યો નહિ. *આ છોકરો ચતુર છે. મારે ગુરુજીને ચેતવવા પડશે કે તેની સમક્ષ શબ્દોની પસંદગીમાં ધ્યાન આપે.*

રામે પ્રશ્નો પૂછવાનું ચાલુ રાખ્યું. 'જો અસુરો ભારતમાં હોત, તો તેમણે દેવોના વંશજો એટલે કે અમારી પર જરૂર આક્રમણ કર્યું હોત. તેનાથી એવી ધારણા કરી શકાય કે તેઓ અહીં નથી. તેઓ ક્યાં છે ?'

અરિષ્ટનેમીએ નિસાસો નાખ્યો અને સૂર્યનાં કિરણોને રોકી પાડતાં ગાઢ વૃક્ષો તરફ ઉપર જોયું. 'શું તેં વાયુપુત્રો વિષે સાંભળ્યું છે ?'

'હા, સાંભળ્યું છે.' રામે કહ્યું. 'કોણે નહિ સાંભળ્યું હોય ? જેમ તમે બધા મલયપુત્રો એટલે આગલા વિષ્ણુ પ્રભુ પરશુ રામ દ્વારા મૂકી જવામાં આવેલા લોકો, તેવી જ રીતે પૂર્વ મહાદેવ, ભગવાન રુદ્ર જે લોકોને પોતાની પાછળ મૂકી ગયા હતા એ લોકો એટલે વાયુપુત્રો. જ્યારે પણ ભારત સામે કોઈ અનિષ્ટ ઊભું થાય ત્યારે એ અનિષ્ટનો નાશ કરવાનું કામ વાયુપુત્રોએ કરવાનું છે. તેઓ એમ માને છે કે જ્યારે યોગ્ય સમય આવશે ત્યારે તેમાંથી જ કોઈ આગળ આવશે અને મહાદેવ બનશે.'

અરિષ્ટનેમીએ ગૂઢ સ્મિત કર્યું.

'પરંતુ અસુરોને તેની સાથે શું સંબંધ હોઈ શકે ?' રામે પૂછ્યું.

અરિષ્ટનેમીના હાવભાવ બદલાયા નહિ.

'ભગવાન રુદ્રની કૃપાથી, શું એમ તો નથી ને કે વાયુપુત્રો જ ભારતના શત્રુ અસુરોને શરણ આપી રહ્યા હોય ?'

અરિષ્ટનેમીનું સ્મિત વધારે બહોળું થયું.

અને પછી જ રામને સત્ય સમજાયું. 'અસુરો હવે વાયુપુત્રો સાથે જોડાયા છે ?'

'હા, એમ જ છે.'

રામ હવે ગૂંચવાઈ ગયા હતા. 'પરંતુ, શા માટે ? આપણા પૂર્વજોએ ભારતમાંથી અસુરોનું સામ્રાજ્ય નષ્ટ કરવા માટે બહુ જ કષ્ટ ઉઠાવ્યું હતું. માટે તેઓ દેવો અને તેમના વંશજોને ઘૃણા કરતા હોવા જોઈએ. પરંતુ હવે તેઓ એવા લોકો સાથે જોડાયા છે જેમના જીવનનો એક માત્ર ધ્યેય છે ભારત સામે પડેલાં અનિષ્ટોનો નાશ કરવો. તો પછી તેઓ પોતાના શત્રુઓના વંશજોનું રક્ષણ કેમ કરી રહ્યા છે ?'

'હા, એ લોકો એમ જ કરી રહ્યા છે, ખરું ને ?'

રામ આશ્ચર્યચકિત હતાં, 'પરંતુ, શા માટે ?'

'કારણ કે ભગવાન રુદ્રએ તેમને એમ કરવાનો આદેશ આપ્યો હતો.'

હવે રામ વધારે મૂંઝાઈ ગયા ! રામને આ વાત અત્યંત આઘાતજનક લાગી. જોકે વધારે અગત્યની વાત તો એ હતી કે આ વિધાન તેમની બુદ્ધિપ્રતિભાને પડકારજનક લાગ્યું. તેમણે આશ્ચર્યચકિત નજરે આકાશ તરફ જોયું. પુરુષપ્રધાન જીવનશૈલીના લોકો નિઃશંક વિચિત્ર તો છે જ, પરંતુ ભવ્ય પણ ખરા ! તેઓ એવા જ કોઈ આદર્શવાદી તેમજ તરંગી જીવોને મળવા જઈ રહ્યા હતા.

પરંતુ તે લોકોનો સંહાર કેમ કરવો જોઈએ ? તેમણે કયા નિયમનો ભંગ કર્યો છે ? મને વિશ્વાસ છે કે અરિષ્ટનેમીજીને તે વાતની જાણ છે. પરંતુ તેઓ મને કહેશે નહિ. તેઓ મહર્ષિ વિશ્વામિત્ર પ્રત્યે ખૂબ નિષ્ઠા ધરાવે છે. અસુરો પર અંધની જેમ પ્રહાર કરવા કરતાં મને તેમના વિષે વધારે માહિતી મળે તે આવશ્યક છે.

અરિષ્ટનેમી બહુ ધ્યાનપૂર્વક પોતાનું નિરીક્ષણ કરી રહ્યા છે, જાણે તે તેમનું

મગજ વાંચવાનો પ્રયત્ન કરી રહ્યા છે, તેની જાણ થતાં રામ પાછા ઊંડા વિચારોમાં ગરકાવ થઈ ગયા.

અશ્વારોહી દળ અડધો કલાક જેટલું આગળ વધ્યું હશે કે રામે તે બધાને અટકી જવાનો ઇશારો કર્યો. બધાએ તરત જ લગામ ખેંચી. લક્ષ્મણ અને અરિષ્ટનેમીએ હળવેથી પોતાના અશ્વોને રામની દિશામાં આગળ ધપાવ્યા.

'ઉપરની દિશામાં.' રામે હળવેથી કહ્યું, 'પેલા વૃક્ષની ઉપર.'

પચાસેક ગજ દૂર, એક અંજીરના વીસેક ગજ ઊંચા વૃક્ષ પર બનાવવામાં આવેલા માંચડા પર એક શત્રુસૈનિક બેઠો હતો. માચડાની આગળ એ જ વૃક્ષની કેટલીક શાખાઓ બાંધવામાં આવી હતી કે જેથી તેને છુપાવી શકાય પરંતુ એમ થયું નહોતું.

'આ મૂર્ખને તો છદ્મવેશ કરતાં પણ નથી આવડતું,' લક્ષ્મણે કંટાળો દર્શાવીને હળવેથી કહ્યું.

અસુર સૈનિક લાલ ધોતીમાં સજ્જ હતો. જો તેનો હેતુ ગુપ્તચર કે ચોકિયાતનું કાર્ય કરવાનો હોય, તો તેની અસર ભયાનક હતી, કારણ કે લાલ રંગને કારણે તેની ઉપસ્થિતિ ઊડીને આંખે વળગે તેમ હતી, જાણે કે કાગડાના ટોળામાં બેઠેલો પોપટ.

'તેઓ લાલને પવિત્ર રંગ માનતા હોય છે.' અરિષ્ટનેમીએ કહ્યું, 'તેઓ યુદ્ધમાં જવા માટે કાયમ આ જ રંગ ધારણ કરે છે.'

લક્ષ્મણને અત્યંત આશ્ચર્ય થયું. 'પરંતુ તેણે તો યોદ્ધાનું નહિ, ગુપ્તચરનું કાર્ય કરવાનું છે ! નવશીખિયા લાગે છે !'

રામે પોતાના ખભા પર ટેકવાયેલું ધનુષ હાથમાં લીધું અને તેની પણછ ખેંચીને ચકાસી જોઈ. રામે નીચા નમીને પોતાના અશ્વની ગરદન પંપાળી અને હળવા સાદે કોઈ ધૂન વગાડી એટલે અશ્વ એકદમ શાંત થઈ ગયો. પીઠ પર બંધાયેલા ભાથામાંથી રામે એક તીર ખેંચી કાઢ્યું અને ત્વરાથી નિશાન લીધું. પોતાના અંગૂઠાથી તીર સરખું કરીને તેમણે છોડ્યું. આંખના પલકારામાં ઊડી ગયેલું તીર પોતાના નિશાન પર સચોટ રીતે જઈ લાગ્યું: માંચડાને બાંધી રાખનારા જાડા દોરડા પર તે જઈ લાગ્યું. તરત જ તે કપાઈ ગયું, માંચડો તૂટી પડ્યો અને તેની પર બેઠેલો અસુર વૃક્ષની વિવિધ શાખાઓને અથડાતો નીચે આવી પડ્યો.

તેના કારણે તે એકદમ ઓછી ઈજાઓ સાથે ધરતી પર આવી પડ્યો.

રામની સચોટ ધનુર્વિદ્યાને અરિષ્ટનેમી સાશ્ચર્ય જોઈ રહ્યા. છોકરો છે તો પ્રતિભાશાળી.

'અમારી શરણાગતિ સ્વીકારી લે અને અમે તને કોઈ જ હાનિ નહિ પહોંચાડીએ,' રામે ખાતરી આપી. 'અમારે તારી પાસેથી માત્ર કેટલાક ઉત્તર જ જોઈએ છે.'

અસુર ત્વરાથી ઊભો થયો. તે ખરેખર તો એક પંદરેક વર્ષનો એક યુવાન જ હતો. તેના મુખ પર ક્રોધ અને ધિક્કારની લાગણીઓ હતી. તે જોશથી ધરતી પર થૂંક્યો અને પોતાની તલવાર ખેંચવા ગયો. તેણે બીજા હાથે મ્યાન નહોતું પકડ્યું એટલે તલવાર તેમાં ભરાઈ રહી. તેણે ધિક્કાર વરસાવ્યો અને તલવાર જોરથી ખેંચી, છેવટે તે બહાર આવી. અરિષ્ટનેમી પોતાના અશ્વ પરથી નીચે ઊતર્યા અને તેમણે કાળજીપૂર્વક પોતાની તલવાર ખેંચી કાઢી.

'અમે તારી હત્યા કરવા નથી ઇચ્છતા.' રામે કહ્યું, 'શરણાગતિ સ્વીકારી લે.'

લક્ષ્મણે એ પણ નોંધ્યું કે એ યુવાનની તલવારની મૂઠ પરની પકડ પણ એકદમ અયોગ્ય હતી. તેણે તલવાર એવી રીતે પકડી હતી કે જેથી તે બહુ જલદી થાકી જાય તેમ હતો. તલવારનું વજન પણ તેના ખભા અને હાથના ઉપરના ભાગના સ્નાયુઓ પર હોવાને બદલે હાથના આગળના ભાગમાં લેવાયેલું હતું. તેણે તલવારની મૂઠના મૂળને બદલે તેનો છેડો પકડ્યો હતો. એ ગમે ત્યારે હાથમાંથી પડી જાય તેમ હતી !

એ અસુર ફરી વાર થૂંક્યો અને બરાડ્યો. 'અધમ માનવો, શું તમને એમ લાગે છે કે તમે લોકો અમને હરાવી શકશો ? સારા ભગવાન તો અમારા પક્ષે છે. તમારા ખોટા ભગવાન તમને બચાવી શકશે નહિ. તમે બધા જ મૃત્યુ પામશો ! મૃત્યુ ! મૃત્યુ !'

'આવા મૂઢના શિકારમાં આપણે શા માટે સમય બગાડીએ છીએ ?' લક્ષ્મણે પોતાના હાથ ઊંચા કર્યા.

રામે લક્ષ્મણના શબ્દોની અવગણના કરીને ફરી વાર એ યુવાનને વિનમ્રતાથી કહ્યું, 'હું તને વિનંતી કરી રહ્યો છું. તારું શસ્ત્ર નીચે ફેંકી દે. અમે તારી હત્યા કરવા નથી ઇચ્છતા. હું વિનંતી કરું છું.'

અરિષ્ટનેમી ધીમે ધીમે આગળ વધી રહ્યા હતા. તે પેલા અસુરને ભયાર્ત કરવા માંગતા હતા. જોકે તેની અસર તો એકદમ ઊલટી જ પડી.

અસુરે જોરથી પોકાર કર્યો, 'સત્યમ્ એકમ્ !'

પરમ સત્ય !

તેણે અરિષ્ટનેમી પર હુમલો કર્યો. બધું એટલું ત્વરાથી બની ગયું કે વચ્ચે પડવાની રામને તક જ મળી નહિ. અસુરે અરિષ્ટનેમી પર તલવારનો નીચો પ્રહાર કરવાનો પ્રયત્ન કર્યો. તેણે સીધા જ ઘાતક પ્રહારનું ધ્યેય રાખ્યું હતું, પરંતુ તે પોતાના શત્રુથી પૂરતો નજીક નહોતો. ઊંચા કદના અરિષ્ટનેમીએ એક ડગલું પાછળની દિશામાં ભરીને બહુ જ સરળતાથી તે પ્રહાર ચૂકવ્યો.

'અટકી જા !' અરિષ્ટનેમીએ તેને ચેતવ્યો.

એ યુવાન સૈનિકે જોકે જોરથી ચીસ પાડી અને પોતાની તલવાર ડાબી બાજુથી વીંઝી. આ પ્રયત્નમાં તેણે પોતાની બંને ભુજાઓનો પ્રયોગ કરવો જોઈતો હતો. અને તેમ છતાં પણ અરિષ્ટનેમી જેવા શક્તિશાળી માનવ આગળ તો તે પણ એક ભૂલ જ માનવામાં આવત. મલયપુત્રએ એટલા બળથી પોતાની તલવાર વીંઝી કે અસુરની તલવાર તેના હાથમાંથી ઊડી ગઈ. એક પણ ક્ષણ ગુમાવ્યા વિના અરિષ્ટનેમીએ ઉપરની દિશામાંથી તલવાર વીંઝી અને અસુરની છાતી પર ઘસરકો કર્યો. કદાચ તેઓ એવી આશા કરતા હતાં કે આ અસુર યુવાન ભયનો માર્યો શરણાગતિ સ્વીકારી લે.

અરિષ્ટનેમીએ એક ડગલું પાછળ ભર્યું અને પોતાની તલવારના ફણાને પોચી ધરતીમાં ખૂંતાવીને એમ સૂચવ્યું કે તેમનો હેતુ અસુરને હાનિ પહોંચાડવાનો નથી. તેમણે પોકાર કરીને કહ્યું, 'પાછળ હઠી જા. મારે તારી હત્યા નથી કરવી. હું મલયપુત્ર છું.' પછી, માત્ર અસુરને જ સંભળાય એટલા ધીરા અવાજે તે બોલ્યા, 'શુક્રાચાર્યના સૂવર.'

ક્રુદ્ધ અસુરે અચાનક જ પોતાની કમરે બાંધેલા નાનકડા મ્યાનમાંથી કટારી ખેંચી કાઢી અને ચીસો પાડતો અરિષ્ટનેમી તરફ ધસી આવ્યો, 'મલયપુત્ર શ્વાન !'

અંતઃસ્ફુરણાથી જ અરિષ્ટનેમી એક ડગલું પાછળ હઠ્યા અને બચાવમાં પોતાનો એક હાથ ઊંચો કર્યો. જમણા હાથમાં પકડાયેલી તેમની તલવાર ઊંચી થઈ. અસુર જાણે કે અરિષ્ટનેમીની તલવારને ભેટવા માટે જ દોડ્યો હોય, તેમ તલવાર તેના પેટમાં પ્રવેશી ગઈ.

'અરેરેરે !' અરિષ્ટનેમીને ઉદ્ગાર કાઢ્યો અને એક ડગલું પાછળ ભરીને તેમણે તલવાર ખેંચી કાઢી. તેમણે રામ તરફ દૃષ્ટિ કરી, ત્યારે તેમની આંખોમાં પરિતાપની ભાવના હતી.

આશ્ચર્યચકિત અસુરની કટારી તેના હાથમાંથી પડી ગઈ અને તે પોતાના

પેટ તરફ જોવા લાગ્યો. ઘાવમાંથી રક્ત વહેતું હતું અને થોડીક જ ક્ષણોમાં તો તે પ્રવાહ વધી ગયો. તેને આઘાત જ એટલો બધો લાગ્યો હતો કે હજુ સુધી પીડા તેને સ્પર્શી નહોતી. તે પોતાના શરીરને એવી રીતે તાકી રહ્યો જાણે કે એ બીજા કોઈનું શરીર હોય. જાણે તેના મગજે એક સાથે બનેલી આ બધી ઘટનાઓ પરથી નિયંત્રણ ગુમાવી દીધું હોય, તેમ તેનું શરીર નીચે ઢળી પડ્યું. તેણે જોરથી ચીસ પાડી, જેમાં પીડા કરતાં ભયની ભાવના વધારે હતી.

અરિષ્ટનેમીએ પોતાની ઢાલ નિરાશામાં નીચે ફેંકી દીધી. 'તને અટકી જવાનું મેં કહ્યું હતું, અસુર !'

રામે તેનું મસ્તક ઊંચું કર્યું. 'પ્રભુ રુદ્ર, કૃપા કરો...'

અસુર હવે નિઃસહાયતાથી ચીસો પાડી રહ્યો હતો. તેની બચવાની કોઈ શક્યતા હતી નહિ. જે ગતિથી રક્તપ્રવાહ વહી રહ્યો હતો તે જોતાં એમ લાગતું હતું કે અરિષ્ટનેમીની તલવારે મહત્ત્વનાં અંગો અને નસોને જ કાપી નાખ્યાં છે. અસુર થોડા જ સમયમાં મૃત્યુ પામવાનો હતો, તે નિશ્ચિત હતું. મલયપુત્ર રામ તરફ ફર્યાં. 'મેં તેને ચેતવણી આપી હતી. તમે પણ તેને ચેતવ્યો હતો. એ દોડ્યો જ એવી રીતે કે...'

રામે પોતાની આંખો બંધ કરીને નિરાશાથી માથું ધુણાવ્યું, 'આ મૂર્ખ યુવાનને પીડામાંથી મુક્ત કરો.'

અરિષ્ટનેમીએ પોતાના પગ પાસે ઊંધા પડેલા અસુર તરફ જોયું. પછી તે ગોઠણભેર બેઠા. એટલા નીચા વળ્યા કે તેમના હાવભાવ માત્ર અસુરને જ દેખાય અને રામના આદેશનું પાલન કરતા પહેલાં તેમણે તિરસ્કારદર્શક હાસ્ય કર્યું.

અધ્યાય ૧૭

રામે આખી ટોળીને ફરી અટકવાનો ઇશારો કર્યો.

'આ લોકોની અણઘડતાનો તો કોઈ પાર જ નથી,' લક્ષ્મણે કહ્યું અને તે પોતાના અશ્વને રામની નજીક લઈ ગયા.

રામ, લક્ષ્મણ અને અરિષ્ટનેમીએ દૂર જોયું, ત્યાં અસુરોની છાવણી હોય તેમ લાગતું હતું. તેમણે પોતાની આસપાસ કિલ્લા જેવું રક્ષણ ઊભું કર્યું હતું પરંતુ તે કંઈ લશ્કરી સૂઝબૂઝથી કરેલું લાગતું નહોતું. આખી છાવણી ફરતે તેમણે લાકડાના ધારદાર ખૂંટાની વાડ ઊભી કરી હતી, અને તે ખૂંટાને શણના બરછટ દોરડાંથી બાંધવામાં આવ્યા હતા. તેના કારણે તીરો, ભાલા અને તેવા અન્ય અસ્ત્રો સામે તો રક્ષણ મળતું હતું, પરંતુ જો આગ લાગે તો તેના વડે જ ભયંકર અંધાધૂંધી ફેલાઈ શકે તેમ હતી. છાવણીની પાસે જ વહી રહેલા એક નાનકડા ઝરણાને વાડ કરવામાં આવી નહોતી. તે ઝરણું એટલું ઊંડું જરૂર હતું કે તેમાં કોઈ સૈનિક ચાલતો જઈ શકે નહિ પરંતુ અશ્વારોહી સૈનિકને તે ઝરણું ઓળંગવામાં કોઈ જ સમસ્યા નડે નહિ.

'મને વિશ્વાસ છે કે તેઓ એમ માનતા હશે કે ખુલ્લું ઝરણું શત્રુઓને લલચાવવા માટે ઉપયોગી નીવડશે,' અરિષ્ટનેમીએ અટ્ટહાસ્ય કર્યું.

જાણે શત્રુઓનું અશ્વદળ ખરેખર એ ઝરણું પાર કરીને તેમની પર હુમલો કરવાનું હોય તેમ એ છીછરા ઝરણાથી થોડેક દૂર અસુરોએ નાનકડી ખાઈ પણ ખોદી રાખી હતી અને તેને છુપાવવાનો બહુ નબળો પ્રયત્ન પણ કરવામાં આવ્યો હતો. જો શત્રુ અશ્વસવારો ખરેખર એ ઝરણામાં ઊતરે તો ખાઈમાં છુપાયેલા અસુર ધનુર્ધારીઓ ખરેખર તીરની વર્ષા કરી શકે. એટલે સૈદ્ધાંતિક રીતે તો આ રણનીતિ બહુ જ અસરકારક હતી પરંતુ તેની પર અમલ બહુ અણઘડ રીતે

કરવામાં આવ્યો હતો.

નજીકમાંથી ક્યાંકથી હળવો થડકારો થયો એટલે ખાઈની સંભાવના પ્રત્યે રામ સાવચેત થઈ ગયા. ઝરણાની એકદમ પાસે જ હોવાને કારણે ખાઈમાં પણ પાણી પહોંચી ગયું હતું અને તેની અંદરનો ભાગ લપસણો બની ગયો હતો. ખાઈમાં પાણી રોકવાની પૂરતી વ્યવસ્થા કરવામાં નહોતી આવી. કોઈ સૈનિક તેમાં લપસી પડ્યો હશે.

તેમની અણઘડતાનો બીજો પુરાવો હોય, તેમ અસુરોએ અહીં પણ એક વૃક્ષ ઉપર માંચડો બાંધ્યો હતો જ્યાંથી ખાઈની ઉપર તેમજ આજુબાજુ ચોકી કરી શકાતી હતી. ઝરણું પાર કરી રહેલા શત્રુઓ પર તીર ચલાવવાના હેતુથી જ એ માંચડો બાંધવામાં આવ્યો હોય તેમ લાગતું હતું. જોકે માંચડો અત્યારે તો ખાલી જ હતો. તેનાથી રામે સરળતાથી અનુમાન કરી લીધું કે શત્રુઓ ખાઈમાં જ હોવા જોઈએ.

રામે હળવેથી પોતાના અશ્વના કાનમાં કંઈક કહ્યું અને અશ્વ એકદમ સ્થિર થઈ ગયો. રામે એક તીર લીધું, તેને ધનુષ પર ચડાવ્યું અને નિશાન લીધું.

'તીર હવામાં વળીને ખાઈમાં નહિ જઈ શકે, રાજકુમાર,' અરિષ્ટનેમીએ વિરોધ નોંધાવ્યો. 'તેઓ ખાઈમાં ઊંડે ઊતરીને બેઠા છે. આ વખતે તમે નિશાન સાધી શકશો નહિ.'

રામે હવાની દિશા પકડી અને હળવેથી બોલ્યા, 'હું ખાઈનું નિશાન નથી લઈ રહ્યો, અરિષ્ટનેમીજી.'

તેમણે પણછ ખેંચીને તીર છોડતાં પહેલાં ધનુષની પુચ્છને પોતાની આંગળીથી વિશિષ્ટ રીતે ફેરવી. તેના કારણે હવામાં આગળ વધી રહેલું તીર ગતિથી ફરતું પણ હતું. ફરી એક વાર તીર માંચડાને બાંધી રાખનારા જાડા દોરડા પર જઈ લાગ્યું અને તેને કાપી નાખ્યું. દોરડું કપાયું એટલે માંચડો તૂટી પડ્યો અને તેના લાકડાના ટુકડા નીચે પડ્યા, જેમાંથી ઘણા ખાઈમાં પણ જઈ પડ્યા.

'અદ્‌ભુત !' અરિષ્ટનેમી હસ્યા.

આ એ જ લાકડાના ટુકડા હતા જેમાંથી માંચડો બાંધવામાં આવ્યો હતો. તે એટલા ભારે તો અવશ્ય હતા કે માણસ મરે નહિ પરંતુ ઘાયલ તો થાય જ. ખાઈમાંથી ચીસો સંભળાવા લાગી.

લક્ષ્મણે રામ તરફ જોયું. 'શું આપણે—'

'ના,' રામે લક્ષ્મણને અધવચ્ચે જ અટકાવ્યો. 'આપણે પ્રતીક્ષા કરીશું અને ધ્યાન રાખીશું. મારે યુદ્ધ શરૂ નથી કરવું. મારે તેમને જીવંત પકડવા છે.'

અરિષ્ટનેમીના હોઠ પર હળવું સ્મિત ઝળકી ગયું.

ખાઈમાંથી ભય અને ક્રોધની ચીસો સંભળાતી રહી. કદાચ અસુરો તેમની પર પડેલા લાકડાના ટુકડાઓ હઠાવી રહ્યા હતા. થોડીક જ ક્ષણોમાં એક અસુર બહાર આવ્યો અને તેની પાછળ પાછળ અન્ય અસુરો પણ બહાર આવ્યા. બધાનો આગેવાન લાગતો સૌથી ઊંચો અસુર તેના માણસોનું નિરીક્ષણ કરી રહ્યો હતો. પછી તે ક્રોધથી પાછો ફર્યો અને તેના શત્રુઓને તાકી રહ્યો.

'એ સુબાહુ છે,' અરિષ્ટનેમીએ જણાવ્યું. 'તાડકાનો પુત્ર અને અસુરોનો સેનાપતિ.'

નીચે પડેલા લાકડાના એક ટુકડાને કારણે સુબાહુના ડાબા હાથનું હાડકું તૂટી ગયું હતું પરંતુ અન્ય કોઈ રીતે તેને હાનિ પહોંચી હોય તેમ લાગતું નહોતું. તેણે પોતાની તલવાર ખેંચી, એમ કરવામાં તેને થોડોક પ્રયત્ન કરવો પડ્યો, કારણ કે તેનો ડાબો હાથ તો વાપરી શકાય તેમ નહોતો અને તેનાથી મ્યાન પણ પકડી શકાય તેમ નહોતું. તેણે પોતાની તલવાર ઊંચી કરી અને તે ક્રોધથી બરાડ્યો. તેના સૈનિકો પણ તેને અનુસર્યા.

હવે રામને ખૂબ જ આશ્ચર્ય થયું. તેમને સમજાતું નહોતું કે આ લોકોની કદી પણ જોઈ હોય તેટલી બધી શૂરવીર મૂર્ખામી પર હસવું કે તેમની પ્રશંસા કરવી ?

'હે પ્રભુ પરશુ રામ.' લક્ષ્મણ ઘૂરક્યો, 'શું આ લોકો પાગલ છે ? શું તેઓ જોઈ નથી શકતા કે આપણી પાસે પચાસ અશ્વારોહી સૈનિકો છે ?'

'સત્યમ્ એકમ્ !' સુબાહુએ પોકાર કર્યો.

'સત્યમ્ એકમ્ !' અન્ય અસુરોએ પણ પોકાર કર્યો.

રામને ગુરુ વિશ્વામિત્રની વાતો યાદ હતી. તેમને આશ્ચર્ય એ વાતનું થયું કે અસુરો હજુ પણ પોતાની મૂર્ખામીને વળગી રહ્યા હતા. તેમણે પાછળ ફરીને જે જોયું તેનાથી તેમને ક્રોધ આવ્યો. 'લક્ષ્મણ, અયોધ્યાનો ધ્વજ ક્યાં છે ? હજુ સુધી તેં ધ્વજ ફરકાવ્યો કેમ નથી ?'

'શું ?' લક્ષ્મણે પૂછ્યું. તેણે તરત જ પાછળ ફરીને જોયું તો તેમની પાછળ ઊભા રહેલા સૈનિકોએ મલયપુત્રોનો ધ્વજ ફરકાવેલો હતો. છેવટે આ વિશ્વામિત્રની જ સેના હતી.

'હવે ફરકાવી દે !' રામે બૂમ પાડી. તેમણે અસુરો પરથી દૃષ્ટિ હઠાવી નહોતી, કારણ કે તેઓ આક્રમણની તૈયારી કરી રહ્યા હતા.

અશ્વ સાથે બાંધેલી થેલીમાં ધ્વજ બાંધેલો હતો, તે લક્ષ્મણે ખેંચી કાઢ્યો.

તેણે ધ્વજ ખોલીને ફરકાવવા માંડ્યો. એ સફેદ ધ્વજ હતો જેની મધ્યમાં લાલ રંગે સૂર્ય દોરેલો હતો અને તેનાં કિરણો બધી દિશામાં ફેલાઈ રહ્યાં હતાં. ધ્વજમાં, સૂર્યની નીચેની બાજુ, કૂદી રહેલો ભવ્ય વાઘ દોરેલો હતો.

'આક્રમણ !' સુબાહુએ પોકાર કર્યો.

'સત્યમ્ એકમ્ !' પોકાર કરીને અસુરો દોડ્યા.

રામે પોતાની મુઠ્ઠી ઊંચી કરીને પોકાર કર્યો, 'અજેય નગરીના વિજેતા યોદ્ધા !'

એ અયોધ્યાવાસીઓનો યુદ્ધપોકાર હતો.

લક્ષ્મણે પણ ધ્વજ ફરકાવીને પોકાર કર્યો, 'અજેય નગરીના વિજેતા યોદ્ધા !'

ધસી રહેલા અસુરો અયોધ્યાનો ધ્વજ અને બંને રાજકુમારોને જોઈને અટકી ગયા. તેઓ રામના અશ્વથી માત્ર પચાસેક ગજ દૂર આવીને ઊભા રહ્યા.

સુબાહુ ધીમે ધીમે આગળ વધ્યો અને પોતાની તલવારનું ફણું તેણે નીચેની દિશામાં કરી નાખ્યું.

'શું તમે અયોધ્યાના છો ?' પોતાનો અવાજ સંભળાય તેટલો નજીક પહોંચીને સુબાહુએ પૂછ્યું.

'હું અયોધ્યાનો યુવરાજ છું.' રામે કહ્યું, 'શરણાગતિ સ્વીકારી લો અને હું અયોધ્યાના નામે આપને વચન આપું છું કે તમને કોઈને હાનિ પહોંચાડવામાં આવશે નહિ.'

સુબાહુની ભુજાઓમાંથી જાણે કે અચાનક જ શક્તિ જતી રહી હોય તેમ તેના હાથમાંથી તલવાર ધરતી પર પડી ગઈ અને તે ઘૂંટણિયે બેસી ગયો. અન્ય અસુરોએ પણ એમ જ કર્યું. તેમાંના કેટલાક તો એકબીજા સાથે ધીમા અવાજે કંઈક વાત પણ કરવા માંડ્યા હતા. જોકે તેમનો ગણગણાટ રામના કાન સુધી તો પહોંચી જ ગયો.

'શુક્રાચાર્ય ?'

'અયોધ્યા ?'

'એકમનો અવાજ ?'

રામ, લક્ષ્મણ અને મલયપુત્રોને ઔપચારિક રીતે અસુરોની છાવણીમાં લઈ જવામાં

આવ્યા. ચૌદ અસુર સૈનિકોને આવકારવા માટે તાડકા આવી હતી. તે તરત જ પોતાના ઘવાયેલા માણસોની સારવારમાં લાગી ગઈ. અસુરોનાં હથિયારો તો મલયપુત્રોએ લઈ લીધાં હતાં.

અંતે યજમાન અને અતિથિઓ છાવણીની મધ્યમાં આવેલા એક ચોક પર બેઠા. થોડાંક જલપાન પછી રામે મલયપુત્રોના સેનાપતિને કહ્યું, 'અરિષ્ટનેમીજી, કૃપા કરીને મને અસુરો સાથે એકલો મૂકી દો.'

'કેમ ?' અરિષ્ટનેમીએ પૂછ્યું.

'મારે એમની સાથે એકાંતમાં વાત કરવી છે.'

લક્ષ્મણે તેનો ભારે વિરોધ કર્યો. 'મોટાભાઈ, મેં જ્યારે એમ કહ્યું કે આપણે આ લોકો પર આક્રમણ ન કરવું જોઈએ, તેનો અર્થ એમ નહોતો કે તેઓ બહુ ભલા લોકો છે અને આપણે તેમની સાથે વાતો કરવી જોઈએ. હું તો માત્ર એમ કહેવા માંગતો હતો કે આવા મૂર્ખ લોકો સાથે યુદ્ધ કરવું આપણા આત્મગૌરવને શોભે તેમ નથી. તેમણે જ્યારે શરણાગતિ સ્વીકારી જ લીધી છે ત્યારે આપણું કાર્ય સંપન્ન થયું. ચાલો, તેમને મલયપુત્રોને સોંપીને આપણે અયોધ્યા પાછા ફરીએ.'

'લક્ષ્મણ,' રામે કહ્યું, 'મેં કહ્યું કે મને તેમની સાથે વાતો કરવી ગમશે.'

'તમે કયા વિષયમાં વાત કરશો, મોટાભાઈ ?' અસુરો આ વાત સાંભળી રહ્યા છે તેની તમા રાખ્યા વિના લક્ષ્મણે આગ્રહ ચાલુ રાખ્યો. 'આ જંગલી લોકો છે. તેઓ પશુઓ સમાન છે. પ્રભુ રુદ્રના કોપમાંથી બચી ગયેલા લોકો છે આ બધા. તેમના માટે તમારા સમયનો વ્યય કરશો નહિ.'

રામનું શરીર એકદમ તંગ થયું અને તેમના શ્વાસોશ્વાસ ધીમા થયા. તેમના મુખ પર ભાવવિહીન શાંતિ છવાઈ ગઈ. લક્ષ્મણ તરત જ રામની આ ભાષા સમજી ગયાઃ તેના મોટાભાઈના મૂળભૂત શાંત વ્યક્તિત્વની હેઠળ ઊકળી રહેલા ક્રોધની એ નિશાની હતી. તે એ પણ જાણતો હતો કે આ ક્રોધ કોઈ શાંત કરી શકશે નહિ. તેણે નિરાશાથી શરણાગતિ સ્વીકાર્યાનું જાહેર કરવા માટે પોતાના બંને હાથ ઊંચા કર્યાં.

અરિષ્ટનેમીએ ખભા ઊંચા કર્યાં, 'ઠીક છે, તમે તેમની સાથે વાત કરી શકો છો, પરંતુ અમારી અનુપસ્થિતિમાંમાં તમે વાત કરો એ સલાહભર્યું નથી.'

'મેં તમારી સલાહની નોંધ લીધી છે. આપનો આભાર ! પરંતુ હું તેમનો વિશ્વાસ કરું છું.' રામે કહ્યું.

તાડકા અને સુબાહુએ રામના શબ્દો સાંભળ્યા. તેમને એ વાતનું આશ્ચર્ય

પણ થયું કારણ કે બહુ લાંબા સમયથી તેમને શત્રુ જ માનવામાં આવી રહ્યા હતા.

અરિષ્ટનેમીએ પણ રામની વાતનો સ્વીકાર કરવો પડ્યો. જોકે, અસુરો તેમને એકદમ સ્પષ્ટતાથી સાંભળી શકે તેવા અવાજે એ કહેવાનું ચૂક્યા નહિ. 'ઠીક છે, અમે દૂર જતા રહીશું. પરંતુ અમે અશ્વારૂઢ રહીને યુદ્ધ માટે તૈયાર જ રહીશું. અમને સમસ્યાનું જરાક અમથું ચિહ્ન પણ દેખાશે તો અમે ધસી આવીશું અને એ બધાની હત્યા કરી નાખીશું.'

દૂર જવા માટે અરિષ્ટનેમી પાછળની દિશામાં ફર્યા ત્યારે રામે પોતાનાં સૂચનો ફરી વાર કહી સંભળાવ્યાં, આ સમયે પોતાના સંરક્ષક ભાઈ લક્ષ્મણને. 'મારે તેમની સાથે એકાંતમાં વાત કરવી છે, લક્ષ્મણ.'

'હું તમને તેમની સાથે એકલા મૂકીને ક્યાંય નથી જવાનો, મોટાભાઈ.'

'લક્ષ્મણ ?'

'હું તમને મૂકીને નથી જવાનો, મોટાભાઈ !'

'સાંભળ, ભાઈ, મારે...'

લક્ષ્મણે પોતાનો અવાજ ઊંચો કર્યો. 'હું તમને એકલા મૂકીને ક્યાંય નથી જવાનો, મોટાભાઈ.'

'ઠીક છે,' કહીને રામે તેની વાતનો સ્વીકાર કર્યો.

ઝરણું પોતાની પાછળ રહે તેવી રીતે અરિષ્ટનેમી અને મલયપુત્ર યોદ્ધાઓ છાવણીની સરહદે જઈને, અશ્વારૂઢ થઈને ઊભા રહ્યા. રામ કે લક્ષ્મણને મુશ્કેલી પડે તો ધસી જવા માટે તેઓ તૈયાર જ હતા. છાવણીની મધ્યમાં આવેલા એક ઊંચા મંચ પર બંને ભાઈઓ બેઠા હતા અને અસુરો તેમની આસપાસ ટોળે વળીને બેઠા હતા. સુબાહુના તૂટેલા હાથ પર પાટો બાંધવામાં આવ્યો હતો. તે સૌથી આગળ પોતાની માતા તાડકા સાથે બેઠો હતો.

'તમે ધીમે-ધીમે આત્મહત્યા કરી રહ્યા છો,' રામે કહ્યું.

'અમે તો માત્ર અમારા નિયમોનું પાલન કરી રહ્યા છીએ,' તાડકાએ કહ્યું.

રામે ક્રોધ દર્શાવ્યો, 'મલયપુત્રો પર સતત આક્રમણ કરીને તમે શું સિદ્ધ કરવા માંગો છો ?'

'અમે તેમને બચાવવા માંગીએ છીએ. જો તેઓ અમારા પક્ષે આવી જાય, તેમની ખોટી માન્યતાઓ ફગાવી દે અને એકમના અવાજને સાંભળે, તો જ તેઓ

પોતાના આત્માને બચાવી શકશે.'

'માટે, તેમને સતત હેરાન કરીને, તેમની વિધિઓમાં ભંગ પડાવીને અને તેમની હત્યા કરવાનો પ્રયાસ કરીને તમે તેમની મદદ કરી રહ્યા છો, એમ તમારું માનવું છે ?'

'હા,' તાડકાએ કહ્યું. તેના અવાજમાં એકદમ સ્પષ્ટ હતું કે આ વિચિત્ર તર્ક તેમના માટે તો અંતિમ સત્ય સમાન હતો. 'અને, વાસ્તવમાં, અમે મલયપુત્રોને બચાવવાનો પ્રયત્ન નથી કરી રહ્યા. એ પ્રયત્ન તો પરમ સત્ય, એકમ, સ્વયં કરી રહ્યા છે ! અમે બધા તો નિમિત્ત માત્ર છીએ.'

'પરંતુ જો એકમ તમારા પક્ષે હોય, તો મલયપુત્રો આટલી સદીઓથી શા માટે જીતી રહ્યા છે ? તમે મને એમ સમજાવી શકશો કે એકમના તમારા અર્થઘટનને લગભગ સંપૂર્ણતઃ નકારી કાઢનારા સપ્ત સિંધુના લોકો શા માટે આટલા બધા સમયથી પ્રભાવી બની રહ્યા છે ? શા માટે તમે અસુરો ફરી એકવાર ભારતને જીતી નથી શકતા ? શા માટે એકમ તમને મદદ નથી કરી રહ્યા ?'

'પ્રભુ અમારી પરીક્ષા લઈ રહ્યા છે. અમે અમારા માર્ગને પૂર્ણ સચ્ચાઈથી વળગી રહ્યા નથી.'

'તમારી પરીક્ષા ?' રામે પૂછ્યું, 'સદીઓથી, અરે હજારો વર્ષોથી, એકમે અસુરોને તમામ યુદ્ધો હારવા દીધાં છે કે જેથી તે તમારી પરીક્ષા લઈ શકે ?'

તાડકાએ જવાબ ન આપ્યો.

'શું તમે કદી એમ વિચાર્યું છે કે એ કદાચ તમારી પરીક્ષા કરી જ નથી રહ્યા ?' રામે પૂછ્યું, 'કદાચ એ તમને કશુંક શીખવવા માંગતા હોય ! કદાચ એ તમને એમ કહેવા માંગતા હોય કે સમયના પરિવર્તન સાથે તમારે પણ અમુક પરિવર્તનો લાવવાં જોઈએ ! શું શુક્રાચાર્યએ પોતે જ એમ નહોતું કહ્યું કે જે રણનીતિથી નિષ્ફળતા મળે, તેને જ વળગી રહેવું અને સફળતાની આશા કરવી એ તો નિઃશંક પાગલપનથી ઓછું કશું જ ન કહેવાય ?'

'પરંતુ અમે આ અવનતિના માર્ગે અગ્રેસર ઘૃણાસ્પદ દેવોના નિયમો મુજબ કેવી રીતે જીવી શકીએ કે જે સૈદ્ધાંતિક રીતે કણ કણમાં ભગવાનની વાતો કરે છે પરંતુ જીવનમાં કોઈની સાચી પૂજા કરતા જ નથી ?' તાડકાએ પૂછ્યું.

'આ ''અવનતિના માર્ગે અગ્રેસર ઘૃણાસ્પદ દેવો'' અને તેમના વંશજો જ સદીઓથી સત્તા ભોગવી રહ્યા છે.' લક્ષ્મણે આક્રમક સૂરે કહ્યું, 'તેમણે ભવ્ય નગરો બાંધ્યાં છે અને સંસ્કૃતિઓ વિકસાવી છે જ્યારે તમે લોકો આવી જંગલી છાવણીઓમાં દયનીય જીવન વિતાવી રહ્યા છો. કદાચ તમારા લોકોએ તેમના

સિદ્ધાંતો અને જીવનરીતિ બદલવાની જરૂર છે, એ જે પણ હોય !'

'લક્ષ્મણ...' શાંતિ રાખવાના આદેશ સાથે રામ એક હાથ ઊંચો કરીને બોલ્યા.

'આ સાવ મૂર્ખામીભરી વાત છે, મોટાભાઈ,' લક્ષ્મણ પારોઠનાં પગલાં ભરવા માંગતો નહોતો. 'આનાથી મોટો ભ્રમ કયો હોઈ શકે ? શું તેમને વાસ્તવિકતા દેખાતી નથી ?'

'તેમની એક માત્ર વાસ્તવિકતા તેમનો નિયમ છે, લક્ષ્મણ. પુરુષપ્રધાન જીવનશૈલીના લોકો માટે પરિવર્તન બહુ જ અઘરી વાત હોય છે. તેમનું માર્ગદર્શક પરિબળ માત્ર તેમના નિયમો જ હોય છે અને જો એ નિયમો સમયની સાથે અનુરૂપ ન હોય, તો એ વાત સ્વીકારવી અને પરિવર્તનની શરૂઆત કરવી તેમના માટે અત્યંત અઘરી વાત બની રહે છે. મોટાભાગે તો એમ જ બને છે કે તેઓ પોતાના નિયમોને વધારે જડતાથી વળગી રહે છે. આપણે નારીપ્રધાન જીવનશૈલીની પરિવર્તન પ્રત્યેની ખુલ્લી અને સ્વતંત્ર વિચારસરણી જોઈ શકતા નથી; તેઓ આપણને નબળા, ભ્રષ્ટ અને પતિત લાગે છે.'

'આપણે ? આપણને ?' લક્ષ્મણે પૂછ્યું. રામે પોતાને પુરુષપ્રધાન જીવનશૈલીના ગણાવ્યા એટલે લક્ષ્મણને ક્રોધ આવ્યો હતો.

તાડકા અને સુબાહુ બે ભાઈઓ વચ્ચેનો સંવાદ આતુરતાપૂર્વક સાંભળી રહ્યાં હતાં. પ્રાચીન અસુર વંદનની મુદ્રામાં સુબાહુએ પોતાની જમણા હાથની મુઠ્ઠી ઊંચી કરીને પોતાના હૃદય પર લગાવી.

રામે લક્ષ્મણને પૂછ્યું, 'શું તને એમ લાગે છે કે ધેનુકા સાથે જે કરવામાં આવ્યું તે અયોગ્ય હતું ?'

'મને એમ લાગે છે કે પોતાના એકમના અર્થઘટન સાથે સહમત ન થતા હોય એવા લોકોને આડેધડ મારવાની અસુરોની પદ્ધતિ વધારે અયોગ્ય છે.'

'એ વાતમાં તો હું પણ તારી સાથે સહમત છું. અસુરોનાં એ કૃત્યો માત્ર અયોગ્ય જ નહિ પરંતુ દુષ્ટ પણ હતાં.' રામે કહ્યું, 'પરંતુ હું ધેનુકાની વાત કહી રહ્યો હતો. શું તને એમ લાગે છે કે ધેનુકા સાથે જે કરવામાં આવ્યું તે અયોગ્ય હતું ?'

લક્ષ્મણે ઉત્તર આપ્યો નહિ.

'મને ઉત્તર આપ, મારા ભાઈ.' રામે કહ્યું, 'શું તે અયોગ્ય હતું ?'

'તમે જાણો જ છો કે હું કદી આપનો વિરોધ કરું નહિ, મોટાભાઈ.'

'તું શું નહિ કરે એ હું તને નથી પૂછી રહ્યો. તું શું વિચારે છે એમ હું

પૂછી રહ્યો છું, લક્ષ્મણ.'

લક્ષ્મણ ચૂપ રહ્યો. પરંતુ તેનો ઉત્તર સ્પષ્ટ હતો.

'આ ધેનુકા કોણ છે ?' સુબાહુએ પૂછ્યું.

'એક રીઢો અપરાધી, સમાજ પરનું કલંક જેનો આત્મા લાખો જન્મો સુધી પ્રાયશ્ચિત્ત કરતો રહેશે.' રામે કહ્યું, 'જોકે નિયમ મુજબ તેને મૃત્યુદંડ મળ્યો નહોતો. તેણે ગમે તેવો ઘોર અપરાધ કર્યો હોય, પરંતુ જો શુક્રાચાર્યએ બનાવેલા નિયમોમાં મંજૂરી આપવામાં આવી ન હોય, તો તેને મૃત્યુદંડ મળવો જોઈએ ?'

સુબાહુને વિચારવામાં એક ક્ષણ પણ લાગી નહિ, 'ના.'

લક્ષ્મણની દિશામાં ફરતા સમયે રામના હોઠો પર હળવું સ્મિત હતું. 'નિયમ બધા માટે એક સમાન હોય છે. તેમાં કોઈ જ અપવાદ નથી હોતા. અને નિયમનો ભંગ ન જ થવો જોઈએ. સિવાય કે જ્યારે...'

લક્ષ્મણે તેમની દિશામાંથી નજર હઠાવી લીધી. ધેનુકા સાથે જે થયું તે ન્યાયપાલન જ હતું તેવી પોતાની માન્યતાને તે વળગી રહ્યો.

રામ અસુરોના નાનકડા સમૂહને સંબોધવા તેમની દિશામાં ફર્યા. 'હું તમને જે કહી રહ્યો છું તે સમજવાનો પ્રયત્ન કરો. તમે નિયમાનુસાર જીવતા લોકો છો; તમે પુરુષપ્રધાન જીવનશૈલીને અનુસરો છો. પરંતુ તમારા નિયમો હવે પ્રસ્તુત રહ્યા નથી. સદીઓથી પ્રસ્તુત નથી કારણ કે વિશ્વ બદલાઈ ચૂક્યું છે. તમારાં કર્મોનાં ફળ તમને વારંવાર એ જ વસ્તુ શીખવવાનો પ્રયત્ન કરી રહ્યાં છે. જો તમારાં કર્મો તમને સતત નકારાત્મક ફળ આપી રહ્યાં છે, તો એ તમારી પરીક્ષા નથી લઈ રહ્યાં પરંતુ તે તમને કશુંક શીખવી રહ્યાં છે. તમારે તમારી સ્વશિસ્તને ઢંઢોળીને તમારામાંથી કોઈ નવા શુક્રાચાર્ય શોધવાની આવશ્યકતા છે. તમારે નવી પુરુષપ્રધાન જીવનશૈલી અપનાવવાની આવશ્યકતા છે. તમારે નવા નિયમો ઘડવા જોઈએ.'

તાડકા બોલી ઊઠી, 'ગુરુ શુક્રાચાર્યએ કહ્યું હતું કે યોગ્ય સમયે તેઓ પુનઃ અવતાર ધારણ કરશે કે જેથી તેઓ અમને નવી દિશામાં લઈ જઈ શકે.'

સમગ્ર સમૂહમાં લાંબી શાંતિ પથરાઈ ગઈ.

તાડકા અને સુબાહુ અચાનક એક સાથે ઊભાં થઈ ગયાં. તેઓ પોતાના જમણા હાથની મુઠ્ઠીને પોતાના હૃદય સુધી લઈ ગયાં અને નીચા નમીને તેમણે રામને વંદન કર્યાં. આ અસુરોની દંડવત્ પ્રણામની પદ્ધતિ હતી. તેમના સૈનિકો પણ ઊભા થઈને તેમને અનુસર્યા અને સ્ત્રીઓ, બાળકો તેમજ વૃદ્ધો પણ તેમને અનુસર્યાં.

રામને લાગ્યું કે અચાનક જ તેમની છાતી પર પર્વત જેટલું વજન મૂકી દેવામાં આવ્યું હોય અને તેમનામાંથી જાણે કે પ્રાણ જતો રહ્યો હોય. ગુરુ વશિષ્ઠના શબ્દો આપોઆપ તેમના મનમાં પડઘાવા લાગ્યા : *તારું દાયિત્વ બહુ મોટું છે. તારું કાર્ય બહુ જ મહાન છે. તેને વળગી રહેજે. વિનમ્ર રહેજે પણ એટલો વિનમ્ર ન બનતો કે તારા દાયિત્વને તું નિભાવી જ ન શકે.*

લક્ષ્મણ અસુરોને તાકી રહ્યો અને પછી રામને. જે થઈ રહ્યું હતું તેની પર તેને વિશ્વાસ બેસતો નહોતો.

'અમે શું કરીએ એમ તમે ઇચ્છો છો, પ્રભુ ?' તાડકાએ પૂછ્યું.

'મોટાભાગના અસુરો અત્યારે વાયુપુત્રો સાથે રહે છે, પરિહા નામની ભૂમિમાં, ભારતની પશ્ચિમોત્તર સરહદથી પણ ઘણા જ દૂર.' રામે કહ્યું, 'હું એમ ઇચ્છું છું કે મલયપુત્રોની મદદથી તમે તેમની પાસે રહેવા પહોંચી જાવ.'

'પરંતુ મલયપુત્રો અમને શા માટે મદદ કરે ?'

'હું તેમને વિનંતી કરીશ.'

'અમે ત્યાં શું કરીશું ?'

'તમારા પૂર્વજોએ ભગવાન રુદ્રને જે વચન આપ્યું હતું તે પૂરું કરજો.'

'પરંતુ વર્તમાન ભારતનું રક્ષણ કરવું એટલે તો દેવોનું રક્ષણ કરવું...'

'હા, એમ જ.'

'પરંતુ અમે તેમનું રક્ષણ શા માટે કરીએ ? તેઓ અમારા શત્રુઓ છે. તેઓ...'

'તમે તેમનું રક્ષણ કરશો, કારણ કે ભગવાન રુદ્રએ તેમ જ કરવાનો તમને આદેશ આપ્યો છે.'

પોતાની માતાને રોકવા માટે સુબાહુએ તાડકાનો હાથ પકડી લીધો. 'અમે તમારા આદેશ મુજબ જ વર્તીશું, પ્રભુ.'

મૂંઝવણમાં મુકાયેલી તાડકાએ એક ઝાટકો મારીને પોતાના પુત્રની પકડમાંથી પોતાનું કાંડુ છોડાવ્યું. 'પરંતુ આ અમારી પવિત્ર ભૂમિ છે. અમારે તો ભારતમાં જ રહેવું છે. અમે આ પવિત્ર ભૂમિની બહાર સુખી થઈ શકીએ નહિ.'

'અંતે તો તમે અહીં જ પાછાં ફરશો. પરંતુ તમે અસુરો તરીકે પાછા ન ફરી શકો. એ જીવનશૈલી હવે સમાપ્ત થઈ ચૂકી છે. તમે એક નવા સ્વરૂપે પાછાં ફરશો. આ મારું તમને વચન છે.'

અધ્યાય ૧૮

લક્ષ્મણને એવી આશા હતી કે સ્વછંદી વિશ્વામિત્ર ક્રોધ કરશે પરંતુ તેમને તો કુતૂહલ થયું હતું અને તેઓ પ્રભાવિત પણ થયા હતા. તેમના આ વર્તનનું શું અર્થઘટન કરવું એ જ લક્ષ્મણને સમજાયું નહિ.

વટવૃક્ષની ફરતે બનાવવામાં આવેલા ચોતરા પર મહર્ષિ પદ્માસનમાં બેઠા હતા. તેમના પગ વિરુદ્ધ સાથળ પર ઉપરની તરફ ગોઠવાયેલા હતા. માથા પર બાંધેલી શિખા પવનની સાથે લહેરાતી હતી. તેમનું સફેદ અંગવસ્ત્ર બાજુમાં મૂકી દેવામાં આવ્યું હતું.

'બેસો.' વિશ્વામિત્રે આદેશ આપ્યો, 'આમાં કદાચ થોડોક સમય લાગશે.'

રામ, લક્ષ્મણ અને અરિષ્ટનેમી તેમની ફરતે બેસી ગયા. થોડેક દૂર શાંતિથી ઊભા રહેલા અસુરોનું વિશ્વામિત્ર નિરીક્ષણ કરવા લાગ્યા. તેમને બાંધવામાં નહોતા આવ્યા. એ આશ્રમના રહેવાસીઓમાં ખળભળાટ મચી ગયો હતો છતાં રામે આગ્રહ કર્યો હતો કે અસુરોને બાંધવા નહિ. પરંતુ તેમ લાગતું હતું કે એવું કરવાની જરૂર પણ નહોતી. તેઓ શિસ્તબદ્ધ રીતે એક કતારમાં ઊભા હતા અને તેમની જગ્યાએથી જરા પણ હલી રહ્યા નહોતા. જોકે અરિષ્ટનેમીએ તો તેમની આસપાસ ત્રીસ ચોકીદારોને ઊભા રાખ્યા જ હતા, તેઓ કોઈ વાતની કસર રાખવા માંગતા નહોતા.

વિશ્વામિત્રે રામને સંબોધન કર્યું, 'તેં મને આશ્ચર્યચકિત કરી નાખ્યો છે, અયોધ્યાના રાજકુમાર. મેં તને આ અસુરોને મારવાનો સીધો જ આદેશ આપ્યો હતો, તેની તેં કેમ અવજ્ઞા કરી ? અને તેં એમને એવું તે શું કહ્યું કે તેમનામાં આવું નાટ્યાત્મક પરિવર્તન આવ્યું ? શું તારી પાસે એવો કોઈ રહસ્યમયી મંત્ર છે કે જેનાથી અસંસ્કૃત લોકો ત્વરાથી સંસ્કૃત બની ગયા ?

'મને જાણ છે કે તમે જે કહ્યું છે તેમાં તમને પોતાને જ વિશ્વાસ નથી, ગુરુજી.' રામે શાંત અવાજે કહ્યું. 'તમે પોતે તો એમ માનતા જ નથી કે અસુરો અસંસ્કૃત છે; તમે એમ માની પણ ન શકો કારણ કે મેં પોતે જોયું છે કે તમે ભગવાન રુદ્રની પૂજા કરો છો અને તેઓ જે વાયુપુત્રોને મૂકીને ગયા છે તેમની સાથે જ અસુરો જોડાયેલા છે. વાયુપુત્રો તો આપના કર્મસાથીઓ છે. તેથી, મને એમ લાગે છે કે તમે જે કહ્યું તેનાથી મને ઉશ્કેરવાનો પ્રયત્ન કરી રહ્યા છો. હું વિચારી રહ્યો છું કે શા માટે ?'

રામ પર કેન્દ્રિત થયેલી વિશ્વામિત્રની આંખો સહેજ પહોળી થઈ, જેની રામ સિવાય કોઈએ નોંધ લીધી નહિ. પરંતુ તેમણે રામને કોઈ ઉત્તર આપ્યો નહિ. 'શું તને ખરેખર એમ લાગે છે કે આ જડબુદ્ધિ લોકો બચાવવા જેવા છે ?'

'એ પ્રશ્ન તો મહત્ત્વનો છે જ નહિ, ગુરુજી. મહત્ત્વનો પ્રશ્ન તો એ છે : તે સર્વેની હત્યા કેમ કરવી જોઈએ ? તેમણે એવા તે કયા નિયમનો ભંગ કર્યો છે ?'

'તેમણે વારંવાર મારા આશ્રમ પર આક્રમણ કર્યું છે.'

'પરંતુ તેમણે કોઈને માર્યા નથી. છેલ્લી વાર તો તેમણે માત્ર આશ્રમ ફરતે જે વાડ હતી તેના નાનકડા હિસ્સાને જ સળગાવ્યો હતો અને તમારા ખોદકામનાં કેટલાંક શસ્ત્રોને તોડ્યાં હતાં. શું સ્મૃતિના નિયમો મુજબ તેમને મૃત્યુદંડ મળવો જોઈએ ? ના. હું અયોધ્યાના નિયમોનું હંમેશાં પાલન કરું છું અને તે નિયમો મુજબ જો કોઈ નબળી વ્યક્તિએ કોઈ નિયમ ન તોડ્યો હોય, તો તેમનું રક્ષણ કરવું બળવાનનું કર્તવ્ય બની રહે છે.'

'પરંતુ મારા આદેશો એકદમ સ્પષ્ટ હતા.'

'મારી વાત પણ એકદમ સ્પષ્ટ જ છે, ગુરુજી. ધૃષ્ટતા બદલ ક્ષમા કરશો, પરંતુ જો તમે ખરેખર આ અસુરોને મારવા ઇચ્છતા હોત, તો અરિષ્ટનેમીજી જ એ કામ સરળતાથી કરી શક્યા હોત. તમારા યોદ્ધાઓ તો તાલીમબદ્ધ છે. અને આ અસુરો તો બિચારા અપરિપક્વ છે. મને એમ લાગે છે કે તમે અમને અહીં લાવ્યા કારણ કે તમને વિશ્વાસ હતો કે એ લોકો અયોધ્યાના રાજકુમારોની જ વાત સાંભળશે, અન્ય કોઈની નહિ. તેમની સમસ્યાનો તમારે વ્યવહારુ અને સંઘર્ષવિહીન ઉપાય જોઈતો હતો. મેં માત્ર નિયમપાલન કર્યું છે એટલું જ નહિ પરંતુ તમારે વાસ્તવમાં જે પરિણામ જોઈતું હતું તે પરિણામ પણ મેળવી આપ્યું છે. મને માત્ર એક જ વાત નથી સમજાતી કે તમે તમારા સાચા હેતુની મને જાણ કેમ નહોતી કરી ?'

આ મહાન બ્રાહ્મણના મુખ પર ભાગ્યે જ જોવા મળે તેવા હાવભાવ અત્યારે છવાયેલા હતા: આશ્ચર્યમિશ્રિત આદરના ભાવ. તેમના મુખ પર એવા હાવભાવ પણ હતા કે જાણે તેમનાથી વધારે ચતુર માણસે તેમને પરાસ્ત કર્યા હોય. તેમણે સ્મિત કર્યું. 'શું તું તારા ગુરુને હંમેશાં આવી રીતે જ પ્રશ્ન કરે છે ?'

રામ શાંત રહ્યા. ન અપાયેલો જવાબ સુસ્પષ્ટ હતો. વિશ્વામિત્ર નહિ પરંતુ વશિષ્ઠ તેમના ગુરુ હતા. તેઓ તો વિશ્વામિત્રને એ પદ જેટલું માન આપવાના તેમના પિતાજીના આદેશનું પાલન માત્ર કરી રહ્યા હતા.

'તું સત્ય કહે છે.' રામના હાવભાવને અવગણીને વિશ્વામિત્રે વાત ચાલુ રાખી, 'અસુરો ખરાબ લોકો નથી; તેમની ધર્મની જે સમજ છે તે આજના જગતમાં પ્રસ્તુત નથી. કેટલીક વાર તો અનુસરનારા સારા હોય છે પણ તેમના આગેવાનો તેમને ખોટા માર્ગે દોરતા હોય છે. તેમને પરિહા મોકલી આપવા એ સારો વિચાર છે. તેમના જીવનને કોઈ હેતુ પ્રાપ્ત થશે. આપણે તેમને મોકલી આપવાની વ્યવસ્થા કરીશું.'

'આભાર, ગુરુજી,' રામે કહ્યું.

'તારા મૂળ પ્રશ્નનો ઉત્તર હું અત્યારે નહિ આપું. કદાચ ભવિષ્યમાં આપીશ.'

બે સપ્તાહના સમયમાં તો અસુરો સાથે જ મલયપુત્રોની એક નાનકડી ટોળકી તૈયાર કરવામાં આવી હતી કે જે ભારતની પશ્ચિમ સરહદની પેલે પાર આવેલા મલયપુત્રોના ગુપ્ત નગર તરફ જવાની હતી. અસુરોને થયેલા ઘાવ સંપૂર્ણતઃ ભરાઈ ગયા હતા.

વિશ્વામિત્ર મલયપુત્રોની છાવણીના દ્વાર પાસે ઊભા હતા અને તેમને અંતિમ સૂચનાઓ આપી રહ્યા હતા. અરિષ્ટનેમી, રામ અને લક્ષ્મણ તેમની બાજુમાં ઊભા હતા. મલયપુત્રો તેમના અશ્વો પર સવાર થવા માટે ગયા, ત્યારે તાડકા અને સુબાહુ વિશ્વામિત્ર પાસે આવ્યા.

'આ બધા માટે આપનો આભાર,' નીચે નમીને વંદન કરતાં તાડકાએ કહ્યું.

અસુર સ્ત્રીએ દર્શાવેલી રીતભાતથી આશ્ચર્ય પામેલા વિશ્વામિત્રના મુખ પર સ્મિત આવી ગયું. પછી તાડકા રામની દિશામાં ફરી અને તેની આંખોમાં સંમતિ માંગવાના ભાવ હતા. રામે પ્રશંસાપૂર્વક મૃદુ સ્મિત આપ્યું.

'તમારા અન્ય અસુર બાંધવો પશ્ચિમમાં રહે છે.' વિશ્વામિત્રે કહ્યું, 'તેઓ તમને સલામત રાખશે. આથમતા સૂર્યને અનુસરજો અને તમે યોગ્ય જગ્યાએ પહોંચી જશો.'

તાડકા ટટ્ટાર થઈ. 'પરિહા અમારું ઘર નથી. આ ભૂમિ, ભારતભૂમિ જ અમારું ઘર છે. દેવો જેટલા સમયથી આ ભૂમિ પર રહ્યા છે એટલા જ સમયથી અમે પણ આ ભૂમિ પર રહ્યા છીએ. અમે પણ શરૂઆતથી જ આ ભૂમિ પર ઊછર્યા છીએ.'

રામ વચ્ચે બોલ્યા, 'અને જ્યારે યોગ્ય સમય હશે, ત્યારે તમે અવશ્ય પાછાં ફરશો. અત્યારે તો આથમતા સૂર્યની દિશામાં પ્રયાણ કરો.'

વિશ્વામિત્રે રામની સામે સાશ્ચર્ય જોયું પરંતુ તેઓ શાંત રહ્યા.

───|א| ● ☀───

'આપણે જેમ આયોજન કર્યું હતું તેમ તો ન થયું, ગુરુજી.' અરિષ્ટનેમીએ કહ્યું.

વિશ્વામિત્ર મલયપુત્રોની છાવણીથી થોડેક દૂર આવેલા એક તળાવના કિનારે બેઠા હતા. અરિષ્ટનેમી જ્યારે પણ પોતાના સ્વામી સાથે એકાંતમાં હોય ત્યારે સાવધાનીપૂર્વક પોતાની તલવાર એકદમ નજીક જ રાખતા હતા અને તે પણ ખુલ્લી, મ્યાનમાં નહિ. જો કોઈ વિશ્વામિત્ર પર હુમલો કરવાની હિંમત કરે તો તેમણે બહુ ત્વરાથી ઉત્તર આપવાની તૈયારી રાખી હતી.

'તને જોકે તેનું બહુ અસુખ હોય તેમ નથી લાગતું,' વિશ્વામિત્રે કહ્યું.

અરિષ્ટનેમીએ દૂર ક્યાંક દૃષ્ટિ ઠેરવી અને પોતાના સ્વામી સાથે આંખ મેળવવાનું ટાળ્યું. એ ખચકાટ અનુભવતા હતા. 'પ્રમાણિકતાથી કહું, ગુરુજી ? મને એ છોકરો ગમે છે. મને એમ લાગે છે કે તેની પાસે...'

વિશ્વામિત્ર આંખો ઝીણી કરીને અરિષ્ટનેમીને તાકી રહ્યા. 'આપણે આપણી જાતને જે વચન આપ્યું છે એ ભૂલતો નહિ.'

અરિષ્ટનેમીએ પોતાનું મસ્તક ઝુકાવ્યું, 'નહિ જ ભૂલું, ગુરુજી. શું હું કદી પણ તમારી ઇચ્છાથી વિરુદ્ધ જઈ શકું ?'

અકળાવનારી શાંતિ છવાઈ ગઈ. વિશ્વામિત્રે ઊંડો શ્વાસ લીધો અને અખૂટ જળરાશિ તરફ જોઈ રહ્યા. 'જો અસુરોની છાવણીમાં જ તેણે અસુરોનો નાશ કર્યો હોત, તો એ બહુ ઉપયોગી સિદ્ધ થાત.'

અરિષ્ટનેમીએ યોગ્ય રીતે તેમનો વિરોધ ન કર્યો.

વિશ્વામિત્ર પોતાનું મસ્તક ધુણાવીને ખિન્નતાપૂર્વક હસ્યા. 'એવા છોકરાની બુદ્ધિએ મને પરાસ્ત કર્યો કે જે એમ કરવાનો પ્રયત્ન પણ નહોતો કરી રહ્યો. તે તો માત્ર તેના "નિયમો"ને જ અનુસરી રહ્યો હતો.'

'હવે આપણે શું કરવું જોઈએ ?'

'આપણે આપણા બીજા આયોજન મુજબ કામ કરીશું.' વિશ્વામિત્રે કહ્યું. 'એ તો સ્પષ્ટ છે, છે કે નહિ ?'

'મને એ બીજા આયોજનમાં પૂરતો વિશ્વાસ નથી, ગુરુજી. એમ તો છે નહિ કે સમગ્ર ઘટનાચક્ર પર આપણું નિયંત્રણ છે–'

વિશ્વામિત્રે તેમને પોતાનું વાક્ય પૂરું ન કરવા દીધું. 'આ વિષયમાં તું ખોટું કહે છે.'

અરિષ્ટનેમી શાંત રહ્યા.

'રાષ્ટ્રદ્રોહી વશિષ્ઠ રામનો ગુરુ છે. જ્યાં સુધી રામને વશિષ્ઠ પર વિશ્વાસ છે ત્યાં સુધી હું કદી પણ રામનો વિશ્વાસ ન કરી શકું.'

અરિષ્ટનેમીના મનમાં આશંકાઓ હતી પરંતુ તેઓ કંઈ બોલ્યા નહિ. તેઓ જાણતા હતા કે વશિષ્ઠ અંગેની કોઈ પણ ચર્ચા ભયાનક સ્વરૂપ જ ધારણ કરી લે છે.

'તો આપણે બીજા આયોજન મુજબ આગળ વધીશું.' વિશ્વામિત્રે અંતિમ નિર્ણય સંભળાવ્યો.

'પરંતુ આપણે જે આશા રાખીએ છીએ તે મુજબ એ વર્તશે ?'

'આપણે તેની સામે તેના પ્રિય "નિયમો"નું જ શસ્ત્ર વાપરવું પડશે. એક વાર એ થઈ જાય પછી ઘટનાચક્ર પર મારુ સંપૂર્ણ નિયંત્રણ રહેશે. વાયુપુત્રો ખોટા છે. હું તેમને બતાવી આપીશ કે હું સાચો છું.'

અસુરો પરિહા જવા નીકળ્યા તેના બે દિવસ પછી એક પ્રભાતે રામ અને લક્ષ્મણ જાગ્યા તો સમગ્ર છાવણીમાં ભયાનક પ્રવૃત્તિઓ ચાલી રહી હતી. એ કશામાં જિજ્ઞાસા દાખવ્યા વિના, તેઓ પોતાની ઝૂંપડીમાંથી બહાર નીકળ્યા અને સૂર્ય દેવ તેમજ ભગવાન રુદ્રની પૂજા કરવા માટે તેઓ તળાવની દિશામાં જવા લાગ્યા.

અરિષ્ટનેમી તેમની સાથે થઈ ગયા. 'આપણે ટૂંક સમયમાં જ પ્રયાણ કરીએ છીએ.'

'અમને જણાવવા બદલ આભાર, અરિષ્ટનેમીજી,' રામે કહ્યું.

રામે જોયું કે અસામાન્ય રીતે વિશાળ એવી એક પેટીને કાળજીપૂર્વક બહાર લઈ જવામાં આવી રહી હતી. તેમાં કંઈક ખૂબ જ ભારે હતું તે તો જણાઈ આવતું હતું. તેને ધાતુની પાલખી પર મૂકવામાં આવી હતી અને બાર માણસો તેને ઊંચકી રહ્યા હતા.

'પેલું શું છે ?' શંકાશીલ બનીને ભ્રમર ઊંચી કરીને લક્ષ્મણે પૂછ્યું.

'એવું કંઈક કે જે સારું પણ છે અને ખરાબ પણ છે.' અરિષ્ટનેમીએ રહસ્યમયી રીતે કહ્યું અને રામના ખભા પર પોતાનો હાથ મૂક્યો. 'તમે ક્યાં જઈ રહ્યા છો ?'

'પ્રભાતની પ્રાર્થનાઓ કરવા માટે.'

'હું તમારી સાથે આવીશ.'

—|ॐ| ● ☀ —

સામાન્ય રીતે અરિષ્ટનેમી દરરોજ પ્રભાતે પ્રભુ પરશુ રામને પ્રાર્થના કરતા. જોકે રામ અને લક્ષ્મણની સંગાથે, તેમણે પણ મહાદેવ ભગવાન રુદ્રની પ્રાર્થના કરવાનું નક્કી કર્યું. અંતે તો બધા જ ભગવાન એક જ છે, તેમણે વિચાર્યું.

પ્રાર્થનાઓ પતી ગઈ એટલે તળાવને કિનારે આવેલા એક મોટા ખડક પર તેઓ બેઠાં.

'હું એમ વિચારતો હતો કે શું તાડકા અને તેની ટોળીના લોકો પરિહામાં ગોઠવાઈ શકશે ?' અરિષ્ટનેમીએ કહ્યું.

'મને વિશ્વાસ છે કે તેઓ ગોઠવાઈ શકશે.' રામે કહ્યું, 'જો તેઓ તમને પોતાના માની લે તો તેમને સંભાળી લેવા બહુ જ સરળ છે.'

'એ એકમાત્ર ઉપાય છે તે લોકોને સાચવવાનો: તેમના જેવા સાથે જ તેમને રાખો. બહારના લોકો સાથે તેઓ ભળી જ નથી શકતા.'

'હું તેમના વિચારો વિષે ઊંડાણપૂર્વક વિચારી રહ્યો હતો. તેઓ એકમ ને જે રીતે જુવે છે તેમાં જ સમગ્ર સમસ્યા રહેલી છે.'

'તેમના ભગવાન.. ?'

'હા,' રામે કહ્યું. 'આપણને વારંવાર એમ કહેવામાં આવે છે કે એકમ ભગવાન આપણી મોહમાયાની જગતથી ઘણા જ દૂર રહે છે. તેઓ તમામ પ્રકારના ગુણોથી પર છે. શું આ વિવિધ ગુણોને કારણે જ જગતની મોહમાયા,

ક્ષણભંગુરતા સર્જાય છે જે શાશ્વત નથી ? શું એ જ કારણે તેમને નિરાકાર અને નિર્ગુણ નથી કહેવામાં આવતા ?'

'એકદમ યોગ્ય કહ્યું.' અરિષ્ટનેમી બોલ્યા.

'અને જો એકમ આ બધાથી પર હોય, તો પછી એ કોઈનો પક્ષ કઈ રીતે લઈ શકે ?' રામે પૂછ્યું. 'જો તે કોઈ પણ પ્રકારના રૂપથી પર હોય, તો તે કોઈ પણ રૂપને વધારે મહત્ત્વ આપે એ કઈ રીતે બને ? એ તો કદી કોઈ એક સમૂહના હોઈ જ ન શકે. એ સર્વના છે અને કોઈના નથી. અને એ માત્ર માનવજાતને જ લાગું પડે છે તેમ નથી પરંતુ આ બ્રહ્માંડમાં સર્જાયેલા તમામ અસ્તિત્વોને તે લાગું પડે છેઃ પ્રાણીઓ, છોડ, પાણી, પૃથ્વી, શક્તિ, તારા, અવકાશ, બધું જ. તેઓ કંઈ પણ કરે કે વિચારે કે માને, દરેક સર્જન એ ભગવાનનું જ છે અને આપણે બધા એકમમાંથી જ બન્યા છીએ.'

અરિષ્ટનેમીએ હકારમાં મસ્તક હલાવ્યું. 'આપણા જગતના વિવિધ આકાર અને એકમના નિરાકાર જગત વચ્ચે જે મૂળભૂત ગેરસમજ થયેલી છે તેના કારણે જ તે લોકો એમ માને છે કે તેમના ભગવાન સાચા અને આપણા ભગવાન ખોટા. ચતુર માણસ અવશ્ય સમજશે કે તેના માટે તો શરીરના તમામ અવયવો સરખા જ મહત્ત્વના છે. તે એકને છોડીને બીજાને પસંદ કરી શકે નહિ. તેવી જ રીતે એકમ ભગવાન પણ એક સમૂહને છોડીને બીજાને પસંદ કરે તેવું બની શકે નહિ. જો તમે તેનાથી કશું પણ વિપરીત વિચારો તો એ નરી મૂર્ખામી જ છે.'

'એકદમ બરાબર !' રામે કહ્યું, 'જો તે મારો ભગવાન હોય, તે બીજા કોઈને છોડીને મને મહત્ત્વ આપે, તો એ ખરેખર એકમ નથી. સાચા એકમ તો એ છે કે જે કોઈનો પક્ષ લેતા નથી, જે સર્વના છે અને જે નિષ્ઠા કે ભયની માંગણી કરતા નથી. વાસ્તવમાં એ તો એ છે કે જેની કશી જ માંગણી નથી. કારણ કે એકમ તો અસ્તિત્વ માત્ર છે, અને એ અસ્તિત્વને કારણે જ અન્ય તમામ અસ્તિત્વ ટકી રહ્યાં છે.'

અરિષ્ટનેમી અયોધ્યાના આ ચતુર યુવાન રાજકુમાર માટે મનોમન આદરભાવ અનુભવી રહ્યા હતા પરંતુ તે વાતનો સ્વિકાર વિશ્વામિત્ર સમક્ષ કરવાનો તેમને ભય લાગતો હતો.

રામે વાત ચાલુ રાખી. 'એક પરિપૂર્ણ પુરુષપ્રધાન જીવનશૈલીવાળા સમાજનું સર્જન કરવાના શુક્રાચાર્યના વિચાર યોગ્ય જ હતા. એવો સમાજ કાર્યદક્ષ, ન્યાયી અને આદરભાવવાળો હોય છે. તેમણે ભૂલ એ કરી કે એ સર્જન તેમણે શ્રદ્ધાના આધાર પર કર્યું. તેમણે માત્ર નિયમોનો જ આધાર લેવો જોઈતો હતો અને

આધ્યાત્મિક જગતને ભૌતિક જગતથી દૂર રાખવું જોઈતું હતું. સમય તો હંમેશાં પરિવર્તનશીલ જ હોય છે, અને જ્યારે ખરેખર સમય બદલાય છે ત્યારે પણ માણસ પોતાની શ્રદ્ધાને છોડી શકતો નથી. વાસ્તવમાં તે બમણા જોશથી એ શ્રદ્ધાને વળગી રહે છે. મુશ્કેલ સમયમાં માણસો પોતાની શ્રદ્ધાને વધારે શક્તિથી વળગી રહે છે. પરંતુ જો તમે પુરુષપ્રધાન જીવનશૈલીનું નિર્માણ નિયમોને આધારે કરો, તો, સંભવતઃ, જ્યારે આવશ્યકતા હોય ત્યારે નિયમો બદલી પણ શકાય છે. પુરુષપ્રધાન જીવનશૈલીનું નિર્માણ નિયમોને આધારે થવું જોઈએ, શ્રદ્ધાના આધારે નહિ.'

'શું તમે વાસ્તવમાં એમ માનો છો કે અસુરોને બચાવી શકાય તેમ છે ? ભારતમાં તો ઘણા બધા અસુરો છે. તેઓ નાના-નાના સમૂહોમાં છુપાઈને રહે છે, પણ તેઓ ભારતમાં હાજર અવશ્ય છે.'

'મને તો એમ લાગે છે કે તેઓ અત્યંત શિસ્તબદ્ધ અનુયાયીઓ બની શકે તેમ છે. હું જે બળવાખોર અને નિયમભંગ કરનારા લોકોને મારા લોકો કહું છું, તેનાથી તો અવશ્ય વધારે સારા તેઓ બની શકે તેમ છે. અસુરોની સમસ્યા એ છે કે તેમના નિયમો કાલગ્રસ્ત થઈ ગયા છે. અસુરો તો સારા જ છે; તેમને માત્ર પ્રબુદ્ધ અને અસરકારક આગેવાનની જ આવશ્યકતા છે.'

'શું તમને લાગે છે કે તમે એ આગેવાન બની શકશો ? શું તમે તેમના માટે જીવનની નવી શૈલીનું નિર્માણ કરી શકશો ?'

રામે ઊંડો શ્વાસ લીધો. 'ભાગ્યચક્રે તેમાં મારો શું ભાગ નક્કી કર્યો છે તેની મને જાણ નથી પણ—'

લક્ષ્મણ વચ્ચે બોલ્યો. 'ગુરુ વશિષ્ઠ એમ માને છે કે મોટાભાઈ રામ હવે પછીના વિષ્ણુ બની શકે તેમ છે. તેઓ માત્ર અસુરોના જ નહિ, પરંતુ બધાના, સમગ્ર ભારતવર્ષના આગેવાન બનશે. હું પણ તેમાં વિશ્વાસ ધરાવું છું. મોટાભાઈ રામ જેવું કોઈ જ નથી.'

રામે લક્ષ્મણ તરફ જોયું, તેમના મુખ પરના ભાવ પારખી શકાય તેમ નહોતા.

અરિષ્ટનેમી સહેજ પાછળની દિશામાં નમ્યા અને તેમણે ઊંડો શ્વાસ લીધો. 'તમે બહુ સારા માણસ છો; વાસ્તવમાં બહુ વિશેષ માણસ છો. અને મને સ્પષ્ટ દેખાય છે કે આવનારા ઇતિહાસમાં તમારે બહુ જ મહત્ત્વનો ભાગ ભજવવાનો છે. જોકે શું ભાગ ભજવવાનો છે, એ અંગે મને જાણ નથી.'

રામનું મુખ ભાવવિહીન જ રહ્યું.

'હું એમ સૂચન કરીશ કે તમારે મહર્ષિ વિશ્વામિત્રને સાંભળવા જોઈએ.' અરિષ્ટનેમીએ કહ્યું, 'વર્તમાન ઋષિઓમાં તે સૌથી બુદ્ધિમાન અને સૌથી શક્તિશાળી ઋષિ છે, અન્ય કોઈ નહિ.'

રામે કોઈ પ્રતિક્રિયા દર્શાવી નહિ, જોકે તેમના મુખ પર ન જોઈ શકાય તેવી સખ્તાઈ આવી હતી.

'અન્ય કોઈ નહિ.' પોતાની વાતનું વજન પડે અને સ્પષ્ટતઃ ઋષિ વશિષ્ઠ તરફ આંગળી ચીંધાય એટલે અરિષ્ટનેમીએ પુનરુચ્ચારણ કર્યું.

—|太| ● ☼ ⚬—

સમગ્ર ટુકડી શાંતિપૂર્વક જંગલમાંથી પસાર થઈ. વિશ્વામિત્ર અને અરિષ્ટનેમી સૌથી આગળ હતા, આગેવાન તરીકે, અને તેમની પાછળ જ પેલી ભારે પેટી ભરેલું ગાડું આવી રહ્યું હતું. રામ અને લક્ષ્મણને પાછળ પગપાળા આવી રહેલા મલયપુત્રોની સાથે રહેવાનું કહેવામાં આવ્યું હતું. ગંગા નદીને કિનારે લાંગરેલાં વહાણો સુધી પહોંચવામાં તેમને હજુ થોડા કલાક લાગવાના હતા.

વિશ્વામિત્રે અરિષ્ટનેમીને ઇશારો કરીને બોલાવ્યા. અરિષ્ટનેમીએ તરત જ પોતાના અશ્વને તેમની દિશામાં વાળ્યો અને તેમની પાસે પહોંચી ગયા.

'તો ?' વિશ્વામિત્રે પૂછ્યું.

'તેઓ જાણે છે.' અરિષ્ટનેમીએ કહ્યું, 'મહર્ષિ વશિષ્ઠે તેમને જણાવ્યું છે.'

'શા માટે એ દુષ્ટ, દગાખોર, કાવતરાખોર માણસે...'

વિશ્વામિત્રે પોતાના ક્રોધને વાચા આપી ત્યાં સુધી અરિષ્ટનેમીએ પોતાની દૃષ્ટિ એકદમ દૂરની વસ્તુઓને જોવામાં વ્યસ્ત રાખી. તેના પછી એકદમ ભયાવહ શાંતિ છવાઈ ગઈ. છેવટે શિષ્યએ પૂછવાની હિંમત કરી, 'તો, હવે આપણે શું કરીશું, ગુરુજી ?'

'આપણે જે કરવું પડશે એ બધું જ આપણે કરીશું.'

અધ્યાય ૧૯

ગંગા નદી પર સહજતાથી વહી રહેલાં ત્રણ વહાણોમાં સૌથી આગળના વહાણના તૂતક પર રામ અને લક્ષ્મણ ઊભા હતા. સમગ્ર પ્રવાસ દરમિયાન વિશ્વામિત્રે પોતાની ઓરડીમાં જ રહેવાનું પસંદ કર્યું હતું. આ તકનો અરિષ્ટનેમીએ પૂરતો લાભ લીધો હતો. તેમને અયોધ્યાના આ રાજકુમારોમાં અનહદ રસ પડ્યો હતો.

'આજે રાજકુમારોને કેમ છે ?' તેમની તરફ જતાં જતાં અરિષ્ટનેમીએ પૂછ્યું.

રામે પોતાના લાંબા કેશ ધોયા હતા અને તેને ખુલ્લા મૂકી દીધા હતા કારણ કે આવા ઉકળાટવાળા વાતાવરણમાં તે સુકાતા નહોતા.

'આ ભયાનક ગરમીમાં પીડાઈ રહ્યા છીએ,' લક્ષ્મણે કહ્યું.

અરિષ્ટનેમીએ સ્મિત કર્યું. 'આ તો હજુ પ્રારંભ માત્ર છે. વરસાદ આવવાને તો હજુ કેટલાય માસની વાર છે. હજુ તો વાતાવરણ વધારે ખરાબ થશે અને પછી તે સુધરવાનું શરૂ થશે.'

'એટલે જ તો અમે ખુલ્લા તૂતક પર આવીને ઊભા છીએ. પવનની દરેક લહેર ભગવાનના આશીર્વાદ સમાન લાગે છે !' કહીને લક્ષ્મણે નાટ્યાત્મક ઢબે પોતાના હાથથી હવા નાખવાનો પ્રયત્ન કર્યો. ઘણા બધા લોકો તૂતક પર ભેગા થયા હતા. બપોરનું ભોજન લીધા પછી, વહાણના તળિયે પોતાના કામમાં લાગતા પહેલા તે સૌ નાનકડો વિરામ લઈ રહ્યા હતા.

અરિષ્ટનેમી રામની પાસે ગયા, 'તમે આપણા પૂર્વજો વિષે જે કહ્યું તેનાથી મને આશ્ચર્ય થયું હતું. શું તમે દેવોના વિરોધી છો ?'

'હું વિચારતો જ હતો કે તમે આ મુદ્દો ક્યારે ચર્ચશો,' રામે કહ્યું. તેમના અવાજમાં આ વાત ન ટાળી શકવા માટેનો વ્યંગ હતો.

'તો હવે તમે એ વિષે વિચારવાનું બંધ કરી શકો છો.'

રામ ખડખડાટ હસ્યા. 'હું દેવોને વિરોધી નથી. આપણે સૌ તેમના તો વંશજો છીએ. પરંતુ હું પુરુષપ્રધાન જીવનશૈલીનો પ્રશંસક છું, એક એવી જીવનશૈલી કે જે નિયમો, આજ્ઞાંકિતતા, સમ્માન અને ન્યાયના આધારે બનેલી છે. અંતહીન સ્વાતંત્ર્યવાળી જીવનશૈલી કરતાં એ જીવનશૈલી મને વધારે ગમે છે અને હું તેનું સમર્થન કરું છું.'

'નારીપ્રધાન જીવનશૈલીમાં જુસ્સા અને સ્વાતંત્ર્યથી ઘણી વધારે વસ્તુઓ રહેલી છે, રાજકુમાર.' અરિષ્ટનેમીએ કહ્યું, 'તેમાં નિર્બન્ધ સર્જનાત્મકતા પણ રહેલી છે.'

'તેનો હું સ્વીકાર કરું છું. પરંતુ જ્યારે કોઈ સંસ્કૃતિનું પતન થાય છે ત્યારે નારીપ્રધાન જીવનશૈલીમાં વિભક્તતા આવી જાય છે અને દોષનો ટોપલો ઢોળવા માટે કોઈ મસ્તક શોધવામાં આવે છે. દેવોના મધ્ય યુગમાં, મૂળે જન્મ નહિ પરંતુ કર્મના આધારે રચાયેલી વર્ણ-વ્યવસ્થા બહુ જ જડ, સાંપ્રદાયિક અને રાજનીતિયુક્ત બની રહી હતી. તેને કારણે જ અસુરો તેમને હરાવી શક્યા હતા. પછી જ્યારે દેવોએ સુધારા દાખલ કર્યાં, વર્ણ-વ્યવસ્થાને ફરી પાછી યોગ્ય દિશામાં વાળી, ત્યારે તેઓ ફરી એક વાર શક્તિશાળી બની ગયા અને અસુરોને હરાવી શક્યા.'

'હા, પરંતુ જ્યારે સંસ્કૃતિનું પતન થાય છે ત્યારે પુરુષપ્રધાન જીવનશૈલી પણ જડ અને ધર્માંધ બની શકે છે. દેવોનું એકમનું અર્થઘટન ભિન્ન હોવાને કારણે અસુરો તેમની પર સતત આક્રમણ કરતા રહ્યા, એ વાતને કોઈ પણ રીતે યોગ્ય ઠેરવી શકાય નહિ.'

'હું સહમત છું. પરંતુ શું આ આક્રમણોને કારણે દેવો સંગઠિત ન બન્યા ? આ ભયાનક હિંસાને કારણે જે હકારાત્મક વસ્તુઓ બની તેનો પણ દેવોએ સ્વીકાર કરવો જોઈએ. વર્ણ-વ્યવસ્થામાં પ્રવેશેલાં અનિષ્ટો તેમણે સુધારવા પડ્યાં અને તેમણે સંગઠિત થવું પડ્યું. મારા અભિપ્રાય પ્રમાણે, ભગવાન ઇન્દ્ર જો કોઈ સૌથી મોટો સુધારો લાવી શક્યા હોય, તો એ સુધારો હતો વર્ણ-વ્યવસ્થાનો સુધારો. પાછળના સમયમાં સંગઠિત થયેલા દેવો અસુરોને હરાવી શક્યા અને અસુરો તેમની ધર્માંધ જડતાને કારણે જ હાર્યા હતા.'

'શું તમે એમ સૂચવી રહ્યા છો કે અસુરોની ઘાતકી હિંસા બદલ દેવોએ તેમનો આભાર માનવો જોઈએ ?'

'ના, હું એમ નથી સૂચવી રહ્યો.' રામે કહ્યું, 'હું એમ સૂચવી રહ્યો છું કે

સૌથી ભયાનક ઘટનાઓમાંથી પણ કંઈક સારું તો અવશ્ય બહાર આવી શકે છે. દરેક નકારમાં એક હકાર છુપાયેલો છે અને દરેક નકારમાં કંઈક હકાર પણ રહેલો છે. જીવન બહુ સંકીર્ણ છે અને સમતુલિત વ્યક્તિ તેના બંને પાસાં જોઈ શકે છે. ઉદાહરણ તરીકે, અસુરોની ઘાતકી હિંસાના અનુભવો સામાન્ય જનમાનસમાંથી ઘણા સમય પહેલા ભૂંસાઈ ગયા, તેના કારણે વર્ણ-વ્યવસ્થા ફરી એક વાર જડ બની ગઈ છે, એ વાતનો આપ શું અસ્વીકાર કરશો ? આજના સમાજમાં કોઈ પણ માનવનો દરજ્જો તેનાં કર્મ નહિ પરંતુ જન્મના આધારે નક્કી થાય છે. શું તમે એ વાતનો અસ્વીકાર કરશો કે આ અનિષ્ટ આધુનિક સપ્ત સિંધુની નસે-નસમાં પ્રસરી ગયું છે ?'

'બહુ થયું હવે !' લક્ષ્મણે કહ્યું, 'બહુ થઈ તત્ત્વજ્ઞાનની વાતો. મારા મસ્તકમાં વિસ્ફોટ થશે એમ લાગે છે !'

અરિષ્ટનેમી ખડખડાટ હસી પડ્યા જ્યારે રામ સ્નેહપૂર્વક લક્ષ્મણની સામે જોઈ રહ્યા.

'પ્રભુનો આભાર કે અમે વહાણમાંથી જેવા અયોધ્યાના કાંઠે ઊતરીશું કે આ બધું સમાપ્ત થઈ જશે,' લક્ષ્મણે કહ્યું.

'ઓહ.' અરિષ્ટનેમીએ કહ્યું, 'તેમાં થોડુંક મોડું થશે, રાજકુમાર.'

'તમે કહેવા શું માંગો છો ?' રામે પૂછ્યું.

'અયોધ્યા પહોંચતા પહેલાં ગુરુ વિશ્વામિત્ર મિથિલાની મુલાકાત લેવાનું ઇચ્છે છે. ત્યાં પણ તેમણે એક અગત્યનું કાર્ય સંપન્ન કરવાનું છે.'

'આ વિષે અમને ક્યારે જણાવવાનું તમારું આયોજન હતું ?' ચિડાયેલા લક્ષ્મણે પૂછ્યું.

'મેં તમને અત્યારે તો જણાવ્યું,' અરિષ્ટનેમીએ કહ્યું.

લક્ષ્મણને ધીરજ ધરવાનો ઇશારો કરીને રામે કહ્યું, 'ઠીક છે, અરિષ્ટનેમીજી. અમારા પિતાજીએ આદેશ આપ્યો છે કે ગુરુ વિશ્વામિત્રને યોગ્ય લાગે ત્યાં સુધી અમારે તેમની સાથે રહેવું. થોડાક વધુ માસ થવાથી અમને કોઈ જ હાનિ થવાની નથી.'

'મિથિલા..' લક્ષ્મણે રોષથી કહ્યું, 'એ તો કેટલે દૂર આવ્યું છે !'

સપ્ત સિંધુના અન્ય તમામ મોટાં નગરોથી વિપરીત, રાજા મિથિ દ્વારા સ્થાપવામાં આવેલું ભૂમિપુત્રોનું નગર મિથિલા નદીકિનારે વસેલું નગર નહોતું, અમુક દાયકાઓ પહેલા ગંડકી નદીએ પોતાનું વહેણ પશ્ચિમ દિશા તરફ ફેરવ્યું ત્યારથી તો નહોતું જ. તેના કારણે મિથિલાના ભાગ્યમાં નાટ્યાત્મક પલટો આવ્યો

હતો. પહેલા સપ્ત સિંધુનાં મહત્ત્વના શહેરોમાં ગણના પામતું મિથિલા હવે ઝડપથી નીચે ઊતરી રહ્યું હતું. તે સમયે ભારતનો મોટાભાગનો વેપાર નદીઓ પર સ્થાપવામાં આવેલાં બંદરો વડે થતો હતો. ગંડકીએ પોતાનું મોઢું ફેરવી લીધું એ પછી મિથિલાનું ભાગ્ય રાતોરાત પલટાયું હતું. રાવણના ચાલાક વેપારીઓએ મિથિલામાં જે માણસો સ્થાપ્યા હતા તેમના પરવાના રદ કર્યા હતા કારણ કે સાવ નગણ્ય જથ્થાના વેપારમાં તેમની આવશ્યકતા હતી નહિ.

એ નગર પર રાજા જનકનું રાજ હતું જે એક શ્રદ્ધાળુ, આધ્યાત્મિક અને પ્રતિષ્ઠિત માનવ હતા. સારા માનવનું તેઓ ઉત્તમ ઉદાહરણ હતા, જોકે પોતાના કાર્યમાં તેઓ એટલા ઉત્તમ નહોતા. જો જનક આધ્યાત્મિક ગુરુ બનવાના પંથે અગ્રેસર હોત, તો તેઓ જગતના શ્રેષ્ઠ ગુરુ બની શક્યા હોત. જોકે ભાગ્યએ તેમને રાજા બનાવ્યા હતા. રાજા બન્યા તેમ છતાં તેઓ ધર્મસભા જેવાં આયોજનો દ્વારા પોતાની જનતાનો આધ્યાત્મિક વિકાસ કરવા પ્રયત્નશીલ રહેતા હતા. જોકે ભૌતિક વિકાસ અને સલામતીની ગંભીરપણે ઉપેક્ષા કરવામાં આવતી હતી.

મિથિલાની ચિંતામાં એ વાતે વધારો થયો હતો કે રાજકુટુંબમાં ધીમે-ધીમે પણ નિર્ણાયક રીતે બધી સત્તા જનકના નાના ભાઈ કુશધ્વજના હાથમાં જતી રહી હતી. ગંડકી નદીનો નવો માર્ગ સંકશ્ય નગર પાસેથી પસાર થતો અને સંકશ્યનો શાસક હતો કુશધ્વજ. મિથિલાને જે નુકસાન થયું હતું તેનો સીધો લાભ સંકશ્યને મળ્યો હતો. જળમાર્ગની સુલભતાને લીધે તેનો વેપાર રાતોરાત વધ્યો હતો અને સાથે જ તેની જનસંખ્યામાં પણ નાટ્યાત્મક વધારો આવ્યો હતો. ધન અને સંખ્યાબળના આધારે સપ્ત સિંધુ પ્રદેશમાં પોતાના કુટુંબના પ્રતિનિધિ તરીકે કુશધ્વજ સ્થાપિત થયો હતો. તે દેખાવ કરવામાં કુશળ હતો અને બાહ્ય જગતની દૃષ્ટિએ તો તે હજી પણ સંત સમાન મોટાભાઈ જનક પ્રતિ પૂજ્યભાવ ધરાવતો હતો. તેમ છતાં, એવી અફવાઓ અવશ્ય સાંભળવા મળતી કે આ તો અભિનય માત્ર છે અને વાસ્તવમાં તો કુશધ્વજ મિથિલાને ગળી જઈને પોતાના શાસન હેઠળ લાવવા માંગે છે.

'જો ગુરુજીની ઇચ્છા હોય કે આપણે ત્યાં જઈએ, તો આપણે ત્યાં જ જઈશું લક્ષ્મણ.' રામે કહ્યું, 'સંકશ્યથી આપણી સાથે સશસ્ત્ર સૈન્ય ટુકડી જોડાશે, બરોબરને ? મેં એમ સાંભળ્યું છે કે સંકશ્યથી મિથિલા જવા માટે કોઈ સારો માર્ગ નથી.'

'પહેલાં એક માર્ગ હતો.' અરિષ્ટનેમીએ કહ્યું, 'પરંતુ જ્યારે નદીએ પોતાનો પ્રવાહ બદલ્યો ત્યારે એ માર્ગ ધોવાઈ ગયો હતો. તેના પુનઃનિર્માણના કોઈ પ્રયત્ન

કરવામાં આવ્યા નથી. મિથિલામાં ધનની અછત છે. પરંતુ તેમના વડાં પ્રધાનને જાણ કરી દેવામાં આવી છે અને સશસ્ત્ર સૈન્ય ટુકડી આપણી સાથે જોડાય તેવી વ્યવસ્થા કરી દેવામાં આવી છે.'

'શું એ વાત સત્ય છે કે રાજા જનકની પુત્રી જ તેમના વડાં પ્રધાન તરીકેનો કાર્યભાર સંભાળે છે ?' લક્ષ્મણે પૂછ્યું, 'અમે તે વાત માની નથી શકતા. શું તેનું નામ ઊર્મિલા છે ?'

'એક સ્ત્રી વડાં પ્રધાન હોય, તે વાત કેમ માની ન શકાય, લક્ષ્મણ ?' અરિષ્ટનેમી કોઈ જવાબ આપે તે પહેલાં જ રામે પૂછ્યું, 'સ્ત્રીઓની માનસિક ક્ષમતા તો પુરુષો જેટલી જ હોય છે.'

'હું જાણું છું, મોટાભાઈ.' લક્ષ્મણે કહ્યું, 'પણ એ વાત અસામાન્ય છે, એટલું જ મેં કહ્યું.'

'દેવી મોહિની એક સ્ત્રી જ હતાં.' રામે વાત આગળ ચલાવી, 'અને તે એક વિષ્ણુ પણ હતાં. એ સ્મૃતિમાં રાખજે.'

લક્ષ્મણ શાંત થઈ ગયો.

અરિષ્ટનેમીએ પ્રેમથી લક્ષ્મણના ખભા પર પોતાનો હાથ મૂક્યો અને કહ્યું, 'તમે સાચું જ કહો છો, રાજકુમાર લક્ષ્મણ. રાજા જનકની પુત્રી જ તેમનાં વડાં પ્રધાન તરીકેનો કાર્યભાર સંભાળે છે. પરંતુ તે તેમની પોતાની પુત્રી ઊર્મિલા નથી. એ કાર્યભાર તેમની દત્તકે લીધેલી પુત્રી સંભાળે છે.'

'દત્તક પુત્રી ?' રામે સાશ્ચર્ય પૂછ્યું. વર્તમાન ભારતમાં દત્તક સંતાનોને ભાગ્યે જ સમાનાધિકાર પ્રાપ્ત થતો. નિયમોમાં સુધારો કરીને આ વસ્તુ સુધારવાનું રામે નક્કી પણ કરી રાખ્યું હતું.

'હા,' અરિષ્ટનેમીએ કહ્યું.

'મને તેની જાણ નહોતી. તેમનું નામ શું છે ?'

'તેમનું નામ છે સીતા.'

— ||Ŝ|| 🕊 ☀ —

વિશ્વામિત્રનાં વહાણો સંકશ્યના બંદરે લાંગરી ચૂક્યાં હતાં. એ બંદર નગરથી થોડાક ગાઉ દૂર હતું. તેમને મિથિલાના અધિકારીઓ બંદરે આવીને મળ્યા અને તેમની આગેવાન હતી સમિચિ. તે નગરના સુરક્ષા દળ અને રાજકીય શિષ્ટાચાર વિભાગના વડાં તરીકેનો કાર્યભાર સંભાળતી હતી. સમિચિ અને તેના સૈનિકો સો

જેટલા મલયપુત્રોની નાનકડી ટુકડીને મિથિલા લઈ જવાના હતા. બાકીનાં બધાં લાંગરેલાં વહાણો પર જ રહેવાના હતા.

'ના.' અરિષ્ટનેમીએ કહ્યું અને તે પોતાના અશ્વ પર આરૂઢ થયા. 'ગુરુ વિશ્વામિત્ર આ નગરને અજ્ઞાત રીતે ઓળંગી જવા માંગે છે. અને આમ પણ, રાજા કુશધ્વજ તો અત્યારે યાત્રામાં છે.'

રામ અને પોતાને પહેરાવવામાં આવેલા એકદમ સરળ સફેદ વસ્ત્રોને લક્ષ્મણ જોઈ રહ્યો હતો. સ્પષ્ટ હતું કે રાજકુમારો સામાન્ય માણસો તરીકે જ એ નગરમાંથી પસાર થઈ જાય એમ વિશ્વામિત્ર ઇચ્છતા હતા.

'અજ્ઞાત રીતે ?' લક્ષ્મણે પૂછ્યું. તેના મનમાં શંકાકુશંકાઓ ઘૂંટાવા માંડી અને તે મલયપુત્રોની ટુકડીનું નિરીક્ષણ કરવા માંડ્યો. 'તમે અમને મૂર્ખ બનાવી શક્યા હોત.'

અરિષ્ટનેમીએ સ્મિત કર્યું અને તેના ગોઠણ પર પોતાનો હાથ મૂક્યો અને તેમનો અશ્વ ચાલવા લાગ્યો. રામ અને લક્ષ્મણ તેમના અશ્વો પર સવાર થયા અને તેમને અનુસર્યાં. વિશ્વામિત્ર તો આ ટુકડીની સૌથી આગળ, સમિચિ સાથે જ નીકળી ગયા હતા.

જંગલમાંથી પસાર થતો માર્ગ એટલો સાંકડો હતો કે માત્ર ત્રણ જ અશ્વો એકસાથે પસાર થઈ શકતા હતા. ક્યાંક ક્યાંક ગોળ કાંકરીઓથી બનેલા માર્ગની નિશાનીઓ મળી આવતી અને એટલી જગ્યા પૂરતો માર્ગ અચાનક પહોળો બની જતો. જોકે મોટાભાગના માર્ગ પર તો જંગલે જ પોતાનું આધિપત્ય સ્થાપી દીધું હતું. ઘણી વાર તો બહુ લાંબા પટ્ટા સુધી સમગ્ર ટુકડીને એકની પાછળ એક એમ ચાલવું પડતું હતું.

'તમે કદી મિથિલાની મુલાકાત નથી લીધી, લીધી છે ?' અરિષ્ટનેમીએ પૂછ્યું.

'ત્યાં જવાની કદી પણ જરૂર પડી નથી,' રામે ઉત્તર આપ્યો.

'તમારા ભાઈ ભરત થોડા માસ પહેલા સંકશ્યની મુલાકાતે અવશ્ય આવ્યા હતા.'

'તે અયોધ્યાના રાજદ્વારી સંબંધો સંભાળવાનું કાર્ય કરે છે. એટલે એ સપ્ત સિંધુઓના રાજાને મળતા રહે એ સ્વાભાવિક છે.'

'ઓહ ! મને એમ લાગ્યું હતું કે તેઓ રાજા કુશધ્વજને લગ્નના પ્રસ્તાવ સાથે મળવા આવ્યા હશે.'

લક્ષ્મણ ઘૂરક્યો, 'લગ્નનો પ્રસ્તાવ ? જો અયોધ્યા લગ્ન પ્રસ્તાવ દ્વારા રાજનૈતિક સંબંધો સુધારવા ઇચ્છુક હોત, તો વધારે શક્તિશાળી રાજ્યો સાથે એ પ્રસ્તાવ મૂકવામાં આવ્યો હોત. સંકશ્ય સાથે કેમ ?'

'તમને એકથી વધારે લગ્ન કરીને એકથી વધારે રાજ્યો સાથે સંબંધ કેળવવામાં કોઈ રોકવાનું નથી. ઘણા લોકો તો એમ જ કહે છે કે અંગત સંબંધો બાંધીને રાજનૈતિક સંબંધો સુધારવા માટે આવાં લગ્નો શ્રેષ્ઠ ઉપાય છે.'

લક્ષ્મણે રામ તરફ છાનામાના જોઈ લીધું.

'શું થયું ?' અરિષ્ટનેમીએ પૂછ્યું. તેમણે લક્ષ્મણની ચોરી પકડી પાડી હતી. 'તમે સહમત નથી ?'

લક્ષ્મણે ઉત્તર આપ્યો, 'મોટાભાઈ રામ એમ માને છે કે લગ્ન પવિત્ર બંધન છે. તેને રાજનૈતિક સંબંધો સુધારવાના શસ્ત્ર તરીકે વાપરવું ન જોઈએ.'

અરિષ્ટનેમીએ તેની ભ્રમરો ઊંચી કરી. 'પ્રાચીન જગતમાં એમ જ હતું. હા, હવે જોકે એવાં મૂલ્યોમાં કોઈ જ વિશ્વાસ ધરાવતું નથી.'

'આપણા પૂર્વજોએ આચરેલી તમામ વસ્તુઓનો હું પ્રશંસક નથી.' રામે કહ્યું, 'પરંતુ તેમની કેટલીક પરંપરાઓને અવશ્ય પુનર્જીવિત કરવી જોઈએ. તેમાંની એક પરંપરા છે કે લગ્નને બે આત્માઓના પવિત્ર બંધન તરીકે જોવું; બે સત્તાકેન્દ્રો વચ્ચેના રાજકીય સંબંધો તરીકે નહિ.'

'તમે કદાચ બહુ ઓછા લોકોમાંના એક હશો કે જે આ રીતે વિચારે છે.'

'તેનો મતલબ એમ નથી કે હું ખોટો છું.'

લક્ષ્મણ ફરી વાર વાતચીતમાં જોડાયો, 'મોટાભાઈ એમ પણ માને છે કે પુરુષે માત્ર એક જ સ્ત્રીને પરણવું જોઈએ. તેઓ એમ માને છે કે બહુપત્નીત્વની પ્રથા સ્ત્રીઓને અન્યાયકર્તા છે અને તેની પર પ્રતિબંધ મુકાવો જોઈએ.'

'હું એકદમ જ એમ નથી વિચારતો, લક્ષ્મણ.' રામે કહ્યું. 'હું એમ માનું છું કે નિયમો બધા માટે એક સમાન હોવા જોઈએ. જો તમે કોઈ પુરુષને એકથી વધારે સ્ત્રીઓ સાથે પરણવાનો અધિકાર આપો, તો તમારે સ્ત્રીઓને પણ તેમની પસંદગી મુજબ એકથી વધારે પુરુષોને પરણવાનો અધિકાર આપવો જ પડે. અત્યારના નિયમમાં ભૂલ એ છે કે તે પુરુષને લાભકર્તા નિયમ છે. બહુપત્નીત્વની મંજૂરી આપવામાં આવે છે પરંતુ બહુપતિત્વની મંજૂરી આપવામાં આવતી નથી. તે તદ્દન અયોગ્ય છે. એટલું કહ્યા પછી હું એમ અવશ્ય ઉમેરીશ કે મારું અંગત

મંતવ્ય તો એ જ છે કે કોઈ પણ પુરુષ એક સ્ત્રીને શોધે અને સમગ્ર જીવન માત્ર તે સ્ત્રી પ્રત્યે જ નિષ્ઠાવાન બની રહે.'

'તમે એમ નથી માનતા કે એક પુરુષે ઘણા બધા જન્મો સુધી એક જ સ્ત્રી પ્રત્યે નિષ્ઠા રાખવી જોઈએ, એ બદલ હું પ્રભુ બ્રહ્માનો આભારી છું !' અરિષ્ટનેમી મલક્યા.

રામે સ્મિત કર્યું.

'પરંતુ રાજકુમાર રામ,' અરિષ્ટનેમીએ કહ્યું, 'મને વિશ્વાસ છે કે તમને અવશ્ય જાણ હશે કે બહુપત્નીત્વનો જન્મ થોડીક સદીઓ પહેલાં સારાં કારણોને લીધે થયો હતો. સૂર્યવંશીઓ અને ચંદ્રવંશીઓ વચ્ચે પચાસ વર્ષ જેટલા લાંબા સમય સુધી ચાલેલાં યુદ્ધો પછીનો એ સમય હતો. લાખો પુરુષો મૃત્યુ પામ્યા હતા. પૂરતી સંખ્યામાં પુરુષો વધ્યા જ નહોતા એટલે જ પુરુષોને એક કરતાં વધારે સ્ત્રીઓને પરણવાનું પ્રોત્સાહન આપવામાં આવતું હતું. એકદમ નિખાલસતાથી કહું, તો આપણી જનસંખ્યા વધારવા માટે પણ તે આવશ્યક હતું. ત્યાર પછી, વધુ ને વધુ લોકોએ બહુપત્નીત્વની પ્રથા અપનાવવા માંડી હતી.'

'હા, પરંતુ હવે આપણા દેશમાં એવી કોઈ જ સમસ્યા નથી, છે ?' રામે પૂછ્યું, 'તો પછી પુરુષોને હજુ પણ એ વિશેષ લાભ શા માટે આપવામાં આવી રહ્યો છે ?'

અરિષ્ટનેમી શાંત થઈ ગયા. થોડીક ક્ષણો પછી, તેમણે રામને પૂછ્યું, 'શું તમે માત્ર એક જ સ્ત્રીને પરણવાની ઇચ્છા રાખો છો ?'

'હા. અને મારું સમગ્ર જીવન હું તેના પ્રત્યે નિષ્ઠાવાન બનીને જ રહીશ. હું પરસ્ત્રી તરફ દૃષ્ટિપાત પણ કરીશ નહિ.'

'મોટાભાઈ,' લક્ષ્મણે સંકોચપૂર્વક, હસતાં હસતાં કહ્યું, 'પરસ્ત્રી તરફના દૃષ્ટિપાતને તમે કેવી રીતે ટાળી શકો ? પરસ્ત્રી તો બધે જ હશે ! શું જ્યારે પણ તમને કોઈ સ્ત્રી પસાર થતી જોવા મળશે ત્યારે તમે તમારી આંખો બંધ કરી દેશો ?'

રામ હસ્યા, 'હું શું કહેવા માંગું છું એ તું બહુ સારી રીતે સમજે છે. હું અન્ય સ્ત્રી તરફ કદી એવી રીતે નહિ જોઉં જેવી રીતે હું મારી પત્નીને જોતો હોઈશ.'

'તો, તમને કેવી સ્ત્રી પસંદ આવશે ?' જિજ્ઞાસાવશ અરિષ્ટનેમીએ પૂછ્યું.

રામ પોતે કંઈ બોલવાનું શરૂ કરે તે પહેલાં જ લક્ષ્મણ વચ્ચે કૂદી પડ્યો. 'ના, ના, ના. આનો ઉત્તર તો મારે જ આપવો પડે.'

અરિષ્ટનેમીએ આશ્ચર્યચકિત સ્મિત સાથે લક્ષ્મણ તરફ જોયું.

'મોટાભાઈએ એક વાર કહ્યું હતું,' લક્ષ્મણે વાત ચાલુ રાખી. 'કે તેમને એવી સ્ત્રી જોઈએ છીએ જેની પ્રશંસામાં તેમનું મસ્તક નમી જાય.'

લક્ષ્મણે સગર્વ આ વાક્ય કહ્યું. તેને ગર્વ એ વાતનો હતો કે પોતાના ભાઈની અંગતમાં અંગત વાત એ જાણતો હતો.

અરિષ્ટનેમીએ રામ સામે મૂંઝાયેલું સ્મિત કર્યું. 'જેની પ્રશંસામાં તમારું મસ્તક નમી જાય ?'

રામે તો કશું જ કહેવાનું નહોતું.

અરિષ્ટનેમીએ આગળની દિશામાં જોયું. તેઓ એક એવી સ્ત્રીને જાણતા હતા કે જેને રામ અચૂક પ્રશંસશે.

અધ્યાય ૨૦

વિશ્વામિત્ર અને તેમની ટુકડી એક સપ્તાહ પછી મિથિલા પહોંચી. મિથિલાની આસપાસની ધરતી રસાળ અને કાંપવાળી હતી એટલે બહુ જ ફળદ્રુપ હતી. એમ કહેવાતું હતું કે મિથિલાના ખેડૂતોએ ધરતી પર દાણા વિખેરી દેવાના અને થોડાક માસ પછી પાછા આવીને પાક લણી લેવાનો. બાકીનું બધું કામ મિથિલાની ધરતી પોતે જ કરી લેતી હતી. પરંતુ મિથિલાના ખેડૂતોએ વધારે ધરતી ખેતીલાયક બનાવી નહોતી કે વધારે દાણા વિખેર્યા નહોતા એટલે જંગલે જ પ્રકૃતિની આ મિજબાનીનો લાભ લીધો હતો અને આખા નગરની ફરતે ગાઢ વાડ જેવી રચના કરી નાખી હતી. કોઈ મોટી નદીની અનુપસ્થિતિને કારણે મિથિલાના એકાંતમાં વધારો થતો હતો. નદી વાટે ભારતનાં મોટાભાગનાં નગરો જોડાયેલાં હતાં જ્યારે મિથિલા સાવ એકલું પડી જતું હતું.

'શા માટે આપણે નદીઓ પર આટલો બધો આધાર રાખીએ છીએ ?' રામે પૂછ્યું, 'આપણે માર્ગ શા માટે નથી બાંધતા ? મિથિલા જેવા નગરને એકલું પાડી દેવાની આવશ્યકતા નથી.'

'એક સમયે આપણી પાસે સુંદર માર્ગ હતા.' અરિષ્ટનેમીએ કહ્યું, 'તમે કદાચ તેનું પુનઃનિર્માણ કરી શકશો.'

જેવી આ ટુકડી જંગલમાંથી બહાર આવી કે તેમને એક તળાવ જેવું મળ્યું કે જે ભૂતકાળમાં નગર આસપાસની રક્ષણાત્મક ખાઈ જેવું જ કામ આપતું હશે. એ તળાવ આખા નગરની પ્રદક્ષિણા કરતું હતું એટલે મિથિલા ટાપુ જેવું બની જતું હતું. તળાવમાં મગર જેવા કોઈ પ્રાણીઓની ઉપસ્થિતિ નહોતી કારણ કે હવે તેનો રક્ષણાત્મક ઉપયોગ થતો નહોતો. સરળતાથી પાણી સુધી પહોંચવા માટે તળાવના કિનારે પગથિયાં બનાવવામાં આવ્યાં હતાં. મોટાં ચક્રો વાટે તળાવમાંથી

પાણી ખેંચવામાં આવતું હતું અને પછી નલિકાઓ વાટે તેને નગરમાં લઈ જવામાં આવતું હતું.

'ખાઈને નગરના પાણીના મુખ્ય સ્રોત તરીકે વાપરવું એ મંદબુદ્ધિનું કાર્ય કહેવાય,' લક્ષ્મણે કહ્યું. 'ઘેરો નાખનાર સૈન્ય સૌ પ્રથમ કામ તેનો પુરવઠો બંધ કરવાનું જ કરે. કદાચ, તેમાં ઝેર ભેળવવા જેટલી નિમ્ન કક્ષાએ પણ ઊતરી શકે.'

'તમે સાચું કહો છો.' અરિષ્ટનેમીએ કહ્યું, 'મિથિલાના વડાં પ્રધાનને આ વાત સમજાઈ જ છે. એટલે જ તેણે નગરની અંદર નાનકડું પણ અત્યંત ઊંડું તળાવ બંધાવડાવ્યું છે.'

રામ, લક્ષ્મણ અને અરિષ્ટનેમી તળાવના બહારની બાજુના કિનારે પોતાના અશ્વ પરથી નીચે ઊતર્યા. નગરમાં પ્રવેશવા માટે તેમણે એક તરતા પુલને પસાર કરવો પડે તેમ હતો. આ તરતો પુલ મોટી નૌકાઓ કે હોડીના આધારે જ રહેલો હોવાથી થોડોક અસ્થિર અને ધ્રુજતો રહેતો હોય છે, એટલે અશ્વને દોરી જઈને પગપાળા જ પુલ પસાર કરવામાં ચતુરાઈ હતી.

અરિષ્ટનેમીએ ઉત્સાહપૂર્વક સમજાવ્યું, 'આ પુલ પારંપરિક પુલ કરતાં બહુ જ ઓછા ખર્ચે બને છે તેમજ નગર પર આક્રમણ થાય તો તેને સરળતાથી દૂર પણ કરી શકાય છે તેમજ એટલી જ સરળતાથી બાંધી પણ શકાય છે.'

રામે વિનમ્રતાપૂર્વક માથું હલાવ્યું. તેમને એ નહોતું સમજાતું કે અરિષ્ટનેમીજીએ શા કારણે મિથિલાનાં વખાણ કરીને તેની પ્રતિષ્ઠા વધારવી પડે તેમ હતી. અને ગમે તે કારણ હોય, પરંતુ રામ એટલું તો અવશ્ય સમજતા હતા કે મિથિલા પાસે એટલું ધન નહોતું કે તેઓ આ કામચલાઉ પુલની જગ્યાએ કાયમી પુલનું નિર્માણ કરાવી શકે.'

જોકે, એ દૃષ્ટિએ તો અત્યારના ભારતમાં, લંકા સિવાયના કયા રાજ્ય પાસે ધન છે ? લંકાવાસીઓ બધું જ ધન અહીંથી ઢસડી ગયા છે.

પુલ પસાર કર્યા પછી, મિથિલા નગર ફરતેના કિલ્લાના દ્વાર પાસે તેઓ પહોંચ્યા. રસપ્રદ વાત એ હતી કે કિલ્લાના દ્વાર પર કોઈ પણ પ્રકારના રાજવી ગર્વ સૂચવતાં સૂત્રો કે લશ્કરી પ્રતીકોનો શણગાર નહોતો. તેના બદલે, તેની પર સરસ્વતી દેવીનું વિશાળ ચિત્ર હતું, જેને દ્વારના ઉપરના અર્ધા ભાગમાં દોરવામાં આવ્યું હતું. તેની નીચે એક સરળ શ્લોક હતો :

સ્વગૃહે પૂજ્યતે મૂર્ખાઃ, સ્વગ્રામે પૂજ્યતે પ્રભુઃ,

સ્વદેશે પૂજ્યતે રાજા, વિદ્વાનસર્વત્ર પૂજ્યતે ।

(મૂર્ખ પોતાના ઘરમાં પૂજાય છે.
પ્રમુખ પોતાના ગામમાં પૂજાય છે.
રાજા પોતાના રાજ્યમાં પૂજાય છે.
વિદ્વાન સર્વત્ર પૂજાય છે.)

રામે સ્મિત કર્યું. જ્ઞાનને સમર્પિત નગર.

'આપણે પ્રવેશીએ ?' અરિષ્ટનેમીએ પૂછ્યું અને પોતાના અશ્વની લગામ પકડીને તે આગળ વધવા લાગ્યા.

રામે લક્ષ્મણ તરફ મસ્તક હલાવીને ઇશારો કર્યો અને તેઓ પણ પોતાના અશ્વને દોરીને અરિષ્ટનેમીની પાછળ નગરમાં પ્રવેશ્યા. દ્વારની પાછળ એક સાદો માર્ગ હતો જે કિલ્લાની બીજી દીવાલ તરફ લઈ જતો હતો. બંને દીવાલો વચ્ચે એકાદ હજારેક ગજ જેટલું અંતર હતું. બંને દીવાલો વચ્ચેની જગ્યાને માપસરનાં ખેતરોમાં ફેરવી દેવામાં આવી હતી. એ ખેતરોમાં લણવા માટે પાક તૈયાર હતો.

'વાહ ! બુદ્ધિમાની !' રામે કહ્યું.

'હા મોટાભાઈ, કિલ્લાની દીવાલની અંદર જ પાક લેવાથી તેમનો અન્ન પુરવઠો સલામત બની રહે છે,' લક્ષ્મણે કહ્યું.

'વધારે મહત્ત્વની વાત તો એ છે કે તેના કારણે અહીંયાં કોઈ માણસ રહેવા આવતું નથી. જો કોઈ શત્રુસૈન્ય બહારની દીવાલ તોડીને અહીં સુધી પહોંચી જાય, તો અહીં જ તે બધાને પાકની જેમ વાઢી શકાય. બીજી દીવાલ સુધી પહોંચવામાં શત્રુસૈન્યને ભારે નુકસાની વેઠવી પડે અને ત્વરાથી પાછા ફરવાની આશા પણ રહે નહિ. આ તો લશ્કરી દૃષ્ટિએ અતિ-તેજસ્વી વ્યક્તિનું જ કામ હોઈ શકે — કિલ્લાની બે દીવાલો અને તેની વચ્ચેના વિસ્તારમાં માનવવસતીની અનુપસ્થિતિ. આપણે અયોધ્યામાં પણ આવું જ કરવું જોઈએ.'

કિલ્લાની બીજી દીવાલની નજીક આવતા અરિષ્ટનેમીએ પોતાની ગતિ વધારી.

'શું પેલાં વાતાયનો દેખાઈ રહ્યાં છે ?' લક્ષ્મણે અંદરની દીવાલની ઉપરની તરફ આંગળી ચીંધીને કહ્યું.

'હા.' અરિષ્ટનેમીએ કહ્યું.

'શું લોકો કિલ્લાની દીવાલનો ઉપયોગ પોતાના ઘરની દીવાલો તરીકે પણ કરે છે ?' આશ્ચર્ય પામેલા લક્ષ્મણે પૂછ્યું.

'હા, એમ જ છે.' અરિષ્ટનેમીએ કહ્યું.

'ઓહ.' લક્ષ્મણે ખભા ઊંચા કરીને કહ્યું.

ફરી એક વાર આગળ જોઈને અરિષ્ટનેમીએ સ્મિત કર્યું.

'અરે, આ શું છે ?' મિથિલા નગરના કિલ્લાનું અંદરનું દ્વાર પસાર કરી જેવા તેઓ અંદર પ્રવેશ્યા કે અચાનક જ અટકી જઈને લક્ષ્મણ બોલ્યો. તેનો હાથ સ્વતઃ જ તલવાર સુધી પહોંચી ગયો. 'આપણને કોઈ છટકામાં ફસાવવામાં આવ્યા છે !'

'શાંત થાવ, રાજકુમાર.' અરિષ્ટનેમીએ બહોળા સ્મિત સાથે કહ્યું, 'આ કોઈ છટકું નથી. મિથિલા આવું જ છે.'

દ્વારની પેલી બાજુ એક જ દીવાલના આધારે બનાવવામાં આવેલાં ઘણાં બધાં બાંધકામ હતાં. કિલ્લાની અંદરની વિશાળ દીવાલનો ઉપયોગ કરીને તેના આધારે ઘણાં બધાં ઘર બાંધવામાં આવ્યાં હતાં. મધપૂડાની જેમ, બધાં ઘર એકબીજાને અડોઅડ જ બાંધવામાં આવ્યાં હતાં. તેમની વચ્ચે જરા પણ જગ્યા નહોતી. દરેક ઘરની દીવાલ પર ઊંચે એક વાતાયન હતું, પરંતુ નીચેની તરફ તો કોઈ દ્વાર જ નહોતાં. માટે જ લક્ષ્મણને છટકાના કે અચાનક કોઈ આક્રમણ થવાનું છે તેવા વિચારો આવવા સ્વાભાવિક હતા. વિશ્વામિત્રની મોટાભાગની ટુકડી પણ દેખાતી નહોતી, તેના કારણે શંકામાં વધારો થાય તેમ હતો.

'માર્ગ ક્યાં છે ?' રામે પૂછ્યું.

એકબીજાને અડીને મધપૂડાની જેમ ઘર બનેલા હતાં એટલે ક્યાંય ગલીઓ કે નાનકડા માર્ગ માટે જગ્યા જ નહોતી.

'મને અનુસરો,' અરિષ્ટનેમીએ કહ્યું. પોતાના સાથીઓની મૂંઝવણનો તેઓ આનંદ ઉઠાવી રહ્યા હતા. એક ઘરની અંદર બનેલી પથ્થરની સીડી સુધી તેઓ પોતાના અશ્વને દોરી ગયા.

'તમે ઘરની છત પર કેમ ચડી રહ્યા છો ?! અને તે પણ તમારા અશ્વ સાથે !' લક્ષ્મણે ઉદ્‌ગાર કાઢ્યો.

'માત્ર મારું અનુસરણ કરો, રાજકુમાર,' અરિષ્ટનેમીએ શાંતિથી કહ્યું.

જાણે કે લક્ષ્મણને શાંત પાડવા માંગતા હોય, તેમ રામે તેની પીઠ થપથપાવી અને તેઓ સીડી ચડવા લાગ્યા. લક્ષ્મણ ખચકાટસહ પોતાના અશ્વને

સીડીઓ પર દોરી ગયો. છત પર ચડીને તેમને એવું દૃશ્ય જોવા મળ્યું જે અકલ્પનીય હતું.

એકસાથે જોડાયેલાં બધાં ઘરની છત પણ એક સાથે મોટા મંચની જેમ જોડાયેલી હતી, જાણે કે ધરતીની ઉપરની તરફ મેદાન બનાવવામાં આવ્યું હતું. વિવિધ રંગોની મદદથી તેની પર વિવિધ માર્ગ ચીતરવામાં આવ્યા હતા અને સહેતુક કે અહેતુક લોકો વિવિધ દિશામાં આમતેમ ચાલી રહ્યાં હતાં. વિશ્વામિત્રની ટુકડીને આગળ જતી જોઈ શકાતી હતી.

'હે ભગવાન ! આપણે ક્યાં આવી ચડ્યા છીએ ? અને પેલા બધા લોકો ક્યાં જઈ રહ્યા છે ?' આ પહેલા આવું દૃશ્ય કદી નહિ જોવા પામનાર લક્ષ્મણે પૂછ્યું.

'પરંતુ આ લોકો પોતાના ઘરમાં કેવી રીતે પ્રવેશે છે ?' રામે પૂછ્યું.

જાણે તેનો ઉત્તર આપવાનો હોય, તેમ પગદંડીની જગ્યાએ, રસ્તાના સ્તરે જ પથરાયેલું દ્વાર ઉપરની તરફ ઉઠાવીને એક માણસ તેના ઘરમાં પ્રવેશ્યો અને તેની પાછળ એ દ્વાર નીચે પાડીને બંધ કરતો ગયો. રામ જોઈ શકતા હતા કે મુખ્ય રસ્તાની આજુબાજુ આવેલી પગદંડીઓ પર ચાલવાની મંજૂરી નહોતી અને ત્યાં તમામ ઘરનાં દ્વાર હતાં અને લોકો ત્યાંથી જ પોતાનાં ઘરોમાં આવનજાવન કરી રહ્યાં હતાં. દરવાજાઓની વચ્ચે-વચ્ચે વાતાયનો પણ હતાં અને તેના પર જાળીઓ લગાવેલી હતી કે જેથી અમુક ઘરમાં હવા અને સૂર્યપ્રકાશ મળી રહેતાં.

'ચોમાસામાં આ લોકો શું કરતા હશે ?' લક્ષ્મણે પૂછ્યું.

'જ્યારે વરસાદ પડે ત્યારે એ લોકો વાતાયનો અને દ્વાર બંધ રાખતા હોય છે,' અરિષ્ટનેમીએ કહ્યું.

'પરંતુ એ સમયમાં હવા અને પ્રકાશ કેવી રીતે મળે ?'

નિયત અંતરે કાણાં પાડીને લગાવવામાં આવેલી નલિકાઓ તરફ અરિષ્ટનેમીએ આંગળી ચીંધી. 'પ્રત્યેક ચાર ઘરના સમૂહ વચ્ચે એક નલિકા મૂકવામાં આવી છે. ઘરની અંદર રહેલાં વાતાયનો આ નલિકાઓના માર્ગે ખૂલતાં હોય છે અને તેના વાટે હવા અને પ્રકાશ તેમને મળી રહે છે. નલિકાઓની બાજુમાં જ નાળા બનાવવામાં આવ્યા છે જ્યાંથી નલિકાઓ વાટે વરસાદનું પાણી વહી જતું હોય છે. આ ''મધમાખી ગૃહ''ની નીચે આવી નલિકાઓનું માળખું ગોઠવેલું છે. વરસાદનું પાણી નગરની બહારની ખાઈ અથવા તો નગરની અંદરના તળાવમાં વહાવી દેવામાં આવે છે. તેનો ઉપયોગ ખેતરોમાં પણ કરવામાં આવે છે.'

'હે ભગવાન પરશુ રામ !' લક્ષ્મણે કહ્યું, 'ધરતીની નીચે લગાવેલી નલિકાઓ. અદ્‌ભુત વિચાર છે ! રોગચાળાનું નિયંત્રણ કરવાનો શ્રેષ્ઠ ઉપાય.'

જોકે રામે બીજી વાત નોંધી હતી. 'મધમાખી ગૃહ ! શું આ વિસ્તારનું એ નામ છે ?'

'હા,' અરિષ્ટનેમીએ જવાબ આપ્યો.

'કેમ ? તેની રચના મધપૂડા જેવી છે માટે ?'

'હા.' અરિષ્ટનેમીએ સ્મિત કર્યું.

'કોઈનામાં વિનોદવૃત્તિ જરૂર રહેલી છે.'

'હું આશા કરું છું કે એ તમારામાં પણ હોય, કારણ કે આપણે પણ આવા જ કોઈ ગૃહમાં રહેવાનું છે.'

'શું ?' લક્ષ્મણે પૂછ્યું.

'રાજકુમાર,' અરિષ્ટનેમીએ ક્ષમાયાચનાના ભાવ સાથે કહ્યું, 'મિથલાના કામદારો મધમાખી ગૃહમાં જ રહેતા હોય છે. આગળ વધીએ પછી ઉપવનો, ગલીઓ, મંદિરો અને વેપારી વિસ્તારો વટાવ્યા પછી જ ધનવાનો અને રાજવીકુટુંબનાં નિવાસસ્થાન આવે છે. જોકે આપ તો જાણો જ છો કે આપનો પરિચય ગુપ્ત રહે તેમ ગુરુ વિશ્વામિત્ર ઇચ્છે છે.'

'જો વડાં પ્રધાનને જાણ હોય કે અમે અહીંયાં આવવાના છીએ, તો એ ગુપ્તતા કઈ રીતે જળવાશે ?' લક્ષ્મણે પૂછ્યું.

'વડાં પ્રધાન માત્ર એટલું જ જાણે છે કે ગુરુ વિશ્વામિત્ર તેમની ટુકડી સાથે આવ્યા છે. તેને અયોધ્યાના રાજકુમારો વિષે કોઈ જાણ કરવામાં આવી નથી. હજુ સુધી તો નહિ જ.'

'અમે અયોધ્યાના રાજકુમારો છીએ.' લક્ષ્મણે કહ્યું અને તેણે જોશથી મુઠ્ઠીઓ વાળી. 'એ રાજ્યના રાજકુમાર કે જે સમગ્ર સપ્ત સિંધુનાં તમામ રાજ્યોની પણ ઉપર છે. શું અમને અહીં આ રીતે આવકારવામાં આવશે ?'

'આપણે અહીં માત્ર એક સપ્તાહ પૂરતા જ છીએ.' અરિષ્ટનેમીએ કહ્યું, 'કૃપા કરીને...'

'એ યોગ્ય જ છે.' રામે વચ્ચે જ કહ્યું, 'અમે અહીં જ રહીશું.'

લક્ષ્મણ રામ તરફ ફર્યો. 'પરંતુ મોટાભાઈ !'

'આ પહેલાં પણ આપણે સાદા ઘરમાં રહેલા જ છીએ, લક્ષ્મણ. એક સપ્તાહની જ તો વાત છે. પછી આપણે આપણા ઘરે પાછા ફરીશું. આપણે

આપણા પિતાજીની ઇચ્છાનું માન રાખવું જોઈએ.'

— |ㅊ| 🐦 ☀ —

'હું આશા કરું છું કે તમે બંને અહીં શાંતિથી રહી શકતા હશો,' છતનું દ્વાર ઊંચું કરીને કક્ષમાં પ્રવેશેલા વિશ્વામિત્રે કહ્યું.

મધ્યાહ્ન પછી, ત્રીજા પ્રહરના ત્રીજા કલાકમાં છેવટે વિશ્વામિત્રે મધમાખી ગૃહમાં પગલાં પાડ્યાં હતાં. મધમાખી ગૃહની સૌથી અંદરની હરોળના એક કક્ષમાં બંને ભાઈઓને ઉતારો આપવામાં આવ્યો હતો. તેના પછી તરત ઉપવન શરૂ થતાં હતાં. ત્યાં એવાં ઘણાં ઉપવનો હતાં જે નગરના ઊંચા વિસ્તારને આ વિસ્તારથી અલગ પાડતાં હતાં. મધમાખી ગૃહના અંતભાગમાં કક્ષ હોવાને કારણે બહાર પડતી દીવાલ પર સદ્‌નસીબે વાતાયન હતું જેમાંથી આ ઉપવન દેખાતાં. હજુ સુધી રામ અને લક્ષ્મણે નગરના અંદરના ભાગની મુલાકાત લીધી નહોતી.

વિશ્વામિત્રને નગરની મધ્યમાં આવેલા રાજમહેલમાં ઉતારો આપવામાં આવ્યો હતો. એક સમયે તે રાજમહેલ બહુ જ વિશાળ હતો પરંતુ દયાળુ રાજા જનકે ધીમે-ધીમે રાજમહેલના અમુક ભાગ ઋષિમુનિઓ અને તેમના શિષ્યોને રહેવા માટે કાઢી આપ્યા હતા. આ તત્ત્વજ્ઞાની રાજા એમ ઇચ્છતા હતા કે સમગ્ર ભારતવર્ષના જ્ઞાનીઓ માટે મિથિલા નગરીમાં લોહચુંબકીય આકર્ષણ જન્માવવું જોઈએ. પોતાના નાનકડા ખજાનામાંથી પણ તેઓ મહાન ગુરુઓ પર ધનવર્ષા કરવાનું ચૂકતા નહિ.

'તમે જેટલી શાંતિ ભોગવી રહ્યા છો એટલી તો નથી, ગુરુજી.' લક્ષ્મણે વ્યંગપૂર્વક કહ્યું, 'મને એમ લાગે છે કે માત્ર મારે અને મારા ભાઈએ જ પોતાનો પરિચય ગુપ્ત રાખવાનો છે.'

વિશ્વામિત્રે લક્ષ્મણની અવગણના કરી.

'અમે બંને શાંતિમાં જ રહીએ છીએ, ગુરુજી.' રામે કહ્યું. 'હવે કદાચ એ સમય આવી ગયો છે કે જ્યારે મિથિલામાં અમારે જે કાર્ય સંપન્ન કરવાનું છે તે વિષે તમે અમને માર્ગદર્શન આપો. અમને અયોધ્યા પાછા ફરવાની ખૂબ જ આતુરતા છે.'

'સત્ય વચન.' વિશ્વામિત્રે કહ્યું, 'હું તમને સીધી જ મુદ્દાની વાત કરું છું. મિથિલાના રાજાએ પોતાની જ્યેષ્ઠ પુત્રી સીતાના સ્વયંવરનું આયોજન કર્યું છે.'

સ્વયંવર એ પ્રાચીન ભારતની એક પરંપરા હતી. પુત્રીના પિતા પોતાની પુત્રીને લાયક પાત્રોને એક જગ્યાએ ભેગા કરે અને એ પાત્રોમાંથી કોઈ એક પાત્રને પસંદ કરવા કે એકથી વધારે પાત્રોને સ્પર્ધામાં ઉતારવા માટે એ કન્યાને સ્વાતંત્ર્ય મળતું. જો એ કન્યા સ્પર્ધા યોજો, તો વિજેતા તેનો હાથ પણ જીતી લેતો.

મિથિલા સપ્ત સિંધુના શક્તિશાળી નગરોની સૂચિમાં સામેલ નગર નહોતું. એટલે સપ્ત સિંધુના મહારાજાધિરાજ મિથિલાના રાજપરિવાર સાથે લગ્ન સંધિ રચે તેવી શક્યતા શૂન્યવત્ હતી. રામ પણ આ વાતથી અવાક બની ગયા હતા. જોકે લક્ષ્મણનો પારો હવે સાતમા આકાશે પહોંચી ગયો હતો.

'શું આ સ્વયંવરની સલામતીની રક્ષા માટે અમને અહીં લાવવામાં આવ્યા છે ?' લક્ષ્મણે પૂછ્યું, 'પેલા અણઘડ અસુરો સાથે અમને લડાઈમાં ઉતારવાથી પણ આ ઘટના વધારે વિચિત્ર લાગે છે.'

વિશ્વામિત્ર લક્ષ્મણની દિશામાં ફર્યા અને તેની તરફ તાકી રહ્યા પરંતુ તેઓ કંઈક બોલે એ પહેલા જ રામ બોલી ઊઠ્યા.

'ગુરુજી,' રામે વિનમ્રતાથી કહ્યું. તેમની અખૂટ ધીરજ પણ હવે ખૂટવા આવી હતી. 'મને નથી લાગતું કે પિતાજી પણ મિથિલા સાથે કોઈ પણ પ્રકારની લગ્ન સંધિ ઇચ્છતા હોય. મેં પોતે પણ એવી પ્રતિજ્ઞા લીધી છે કે હું રાજકારણ માટે લગ્ન નહિ કરું—'

વિશ્વામિત્રે રામને અટકાવ્યા. 'સ્વયંવરમાં ભાગ લેવાની ના પાડવા માટેનો સમય હવે વીતી ચૂક્યો છે, રાજકુમાર.'

આ વાક્યનો અર્થ રામ તરત જ સમજી ગયા. બહુ પ્રયત્નપૂર્વક તેમણે પોતાના અવાજમાં વિનમ્રતા જાળવી રાખી, 'મારા પિતાજી કે મારી સાથે ચર્ચા કર્યા વિના તમે સ્વયંવરમાં શા માટે મને ભાગ લેવડાવવા ઇચ્છો છો ?'

'તારા પિતાએ મને તમારા ગુરુ તરીકે સ્થાપ્યો છે. તમને તો પરંપરાની જાણ છે જ, રાજકુમાર, કે કોઈ પણ બાળકના લગ્નનો નિર્ણય પિતા, માતા અથવા ગુરુ લઈ શકે છે. શું આ નિયમ તારે તોડવો છે ?'

આશ્ચર્યચકિત રામ પોતાની જગ્યાએ અવાક બનીને ઊભા રહી ગયા. તેમની આંખોમાં ક્રોધ હતો.

'ઉપરાંત, તમારું નામ એક વાર સ્વયંવરના ઉમેદવાર તરીકે લખાઈ ગયા પછી જો તમે તેમાં ભાગ ન લો, તો તમે *ઉષ્ણ સ્મૃતિ* અને *હારિત સ્મૃતિ*ના નિયમોનો પણ ભંગ કરશો. શું વાસ્તવમાં તમારે એમ જ કરવું છે ?'

રામ એક પણ શબ્દ બોલ્યા નહિ. તેમનું શરીર ક્રોધથી કાંપી રહ્યું હતું. વિશ્વામિત્રે બહુ ચતુરાઈથી તેમને ફસાવ્યા હતા.

'મને ક્ષમા કરશો.' અચાનક જ રામે કહ્યું અને તેઓ પગથિયાં ચડીને ઉપર ગયા, છતમાં રહેલું દ્વાર ઊંચુ કર્યું અને કક્ષની બહાર નીકળ્યા. લક્ષ્મણ પણ પોતાના ભાઈને અનુસર્યા અને તેણે મોટા અવાજ સાથે દ્વાર બંધ કર્યું.

વિશ્વામિત્ર સંતોષપૂર્વક હસ્યા. 'એ તો માની જ જશે. તેની પાસે કોઈ વિકલ્પ નથી. નિયમ સુસ્પષ્ટ છે.'

અરિષ્ટનેમીએ ઉદાસીથી પેલા દ્વાર તરફ જોયું, પછી પોતાના ગુરુ તરફ જોયું અને તેમણે શાંત રહેવાનું જ પસંદ કર્યું.

અધ્યાય ૨૧

પગથિયાં ઊતરીને રામ નીચે ગયા. સામે જ દેખાતા ઉપવનમાં તેઓ પ્રવેશ્યા અને જે પહેલી બેઠક જોવા મળી તેની પર બેસી ગયા. અત્યારે તેમના મનમાં ઘમસાણ ચાલી રહ્યું હતું. આમ જો કોઈ તેમની પાસેથી પસાર થાય, તો એમ જ લાગે કે તેમની આંખો ધરતી પર મંડાયેલી છે અને તેમના શ્વાસ નિયમિત ચાલી રહ્યા છે અને તેઓ ઊંડા વિચારમાં ઊતરી ગયા છે. પરંતુ લક્ષ્મણ પોતાના ભાઈ અને તેના ક્રોધને સારી રીતે જાણતો હતો. રામને જેટલો વધારે ક્રોધ આવે, તેટલા જ વધારે શાંત તે દેખાતા. લક્ષ્મણને રામની તીવ્ર પીડા અનુભવાતી હતી, કારણ કે આવા પ્રસંગોએ તેઓ સૂનમૂન બની જતા અને લક્ષ્મણ સાથે પણ વાત કરતા નહિ.

‘આમાંથી કશાની ચિંતા કરવા જેવી નથી, મોટાભાઈ !’ લક્ષ્મણે ક્રોધને વાચા આપી. ‘કહી દો પેલા આડંબરી ગુરુને કે તેઓ અહીંથી જતા રહે અને આપણે પણ અહીંથી જતા રહીએ.’

રામે કોઈ પ્રતિક્રિયા આપી નહિ. પોતાના ભાઈના ક્રોધનો એક પણ શબ્દ જાણે તેમણે સાંભળ્યો ન હોય, તેમ તેમનું રૂંવાડું ય ફરક્યું નહિ.

‘મોટાભાઈ,’ લક્ષ્મણે વાત ચાલુ રાખી, ‘એવું તો છે નહિ કે હું અને તમે સપ્ત સિંધુનાં રાજવી કુટુંબોમાં વિશેષ લોકપ્રિય છીએ. મોટાભાઈ, ભરત બધું સંભાળી લેશે. તમને લોકો પસંદ ન કરતા હોય ત્યારે જે થોડાક લાભ થતા હોય છે, તેમાંનો એક લાભ એ છે કે લોકો તમારા વિષે શું વિચારશે, એ અંગે તમારે ચિંતા નથી કરવાની હોતી.’

‘લોકો મારા વિષે શું વિચારે છે, તેની મને જરા પણ ચિંતા નથી,’ રામે કહ્યું. તેમનો અવાજ આશ્ચર્ય થાય એટલી હદે શાંત હતો. ‘પરંતુ આ વાત તો નિયમની છે.’

'એ કંઈ તમે બનાવેલો નિયમ નથી. આપણો નિયમ નથી. એને ભૂલી જાવ !'

રામે ક્યાંક દૂર નજર સ્થિર કરી.

'મોટાભાઈ ?' બોલીને લક્ષ્મણે રામના ખભા પર હાથ મૂક્યો.

વિરોધમાં રામનું શરીર તંગ થયું.

'મોટાભાઈ, તમે જે પણ નિર્ણય લેશો, હું તમારી સાથે જ છું.'

તેમનું તંગ શરીર હળવું થયું. રામે તેમના ગમગીન ભાઈ તરફ જોયું. તેમણે સ્મિત કર્યું. 'ચાલ, નગરમાં થોડુંક ચાલી આવીએ. મારે મારું મન પણ શાંત કરવું પડશે.'

મધમાખી ગૃહ પછી આવેલું મિથિલા નગર પ્રમાણમાં ઘણું જ સુઆયોજિત હતું. તેની શેરીઓ આયોજનપૂર્વક વિકસાવવામાં આવી હતી અને તેની બંને બાજુ ભવ્ય ઇમારતો હતો. જોકે અયોધ્યાનાં ભવ્ય સ્થાપત્યો સાથે તેની સરખામણી થઈ શકે તેમ નહોતી. બંને ભાઈઓએ સામાન્ય લોકો જેવાં ખરબચડાં અને રંગવિહીન વસ્ત્રો પહેર્યાં હતાં માટે તેમની તરફ કોઈનું ધ્યાન ખેંચાયું નહિ.

આમતેમ નિરર્થક ફરતાં-ફરતાં તેઓ એક મોટા ચાર રસ્તાની મધ્યે આવેલા વિશાળ ખુલ્લા મેદાનમાં બાંધવામાં આવેલા મુખ્ય બજારમાં પહોંચી ગયા. ત્યાં ચારેબાજુ પાક્કા બાંધકામની પથ્થરોથી બાંધવામાં આવેલી મોંઘી દુકાનો હતી અને મધ્યમાં નાની-નાની હાટડીઓ હતી જ્યાં ઓછા ખર્ચવાળા વિકલ્પો ઉપલબ્ધ હતા. હાટડીઓને રંગીન કાપડ અને વાંસની મદદથી બાંધવામાં આવી હતી અને ક્રમબદ્ધ પણ કરવામાં આવી હતી. તેમને જાળીદાર માળખામાં ગોઠવવામાં આવી હતી અને વચ્ચે ચૂનાથી રેખાઓ પણ આંકવામાં આવી હતી કે જેથી લોકોને ચાલવા માટે પૂરતી જગ્યા મળી રહે.

'મોટાભાઈ,' એક કેરી હાથમાં લેતાં લક્ષ્મણે કહ્યું. તેને જાણ હતી કે તેના ભાઈને ફળો પ્રિય હતાં. 'આ પ્રારંભિક પાકનું ફળ લાગે છે. શ્રેષ્ઠ તો નહિ હોય, પણ કેરી તો છે જ !'

રામે હળવું સ્મિત કર્યું. લક્ષ્મણે તરત જ બે કેરીઓ ખરીદી, એક રામના હાથમાં આપી અને બીજીનો રસ તે ઉત્સાહથી માણવા માંડ્યો. એ જોઈને રામને હસવું આવી ગયું.

લક્ષ્મણે રામ તરફ જોયું. 'જો તમારું મોઢું બગડે નહિ, તો કેરી ખાવાની શું મજા આવે ?'

રામ પણ પોતાના ભાઈ સાથે જોડાઈ ગયા અને સબડકા ભરીને કેરીનો રસ માણવા લાગ્યા. લક્ષ્મણે પોતાની કેરી પહેલાં પૂરી કરી અને તે ગોટલો રસ્તા પર જ નાખવા જતો હતો કે રામે તેને અટકાવ્યો. 'લક્ષ્મણ...'

લક્ષ્મણે એવો દેખાવ કર્યો કે જાણે કશું જ થયું નથી અને એકદમ શાંતિથી તે ઊભો થયો, એક હાટડીની બાજુમાં ખોદવામાં આવેલા કચરો એકઠો કરવાના ખાડા સુધી ગયો અને ગોટલો તેમાં નાખી આવ્યો. રામે પણ એમ જ કર્યું. તેઓ પોતાના મધમાખી ગૃહ તરફ જવા માટે પાછા વળ્યા, ત્યારે તેમને એ જ ગલીના બીજા છેડે કંઈક ખળભળાટ થઈ રહ્યો હોય તેમ લાગ્યું. એ દિશામાં જવા માટે તેમણે પોતાની ગતિ વધારી.

તેમને મોટો, યુદ્ધાતુર અવાજ સંભળાયો, 'રાજકુમારી સીતા ! એ છોકરાને છોડી દો.'

ઉત્તરમાં દૃઢ સ્ત્રૈણ અવાજ સંભળાયો, 'હું એ નહિ કરું !'

રામે સાશ્ચર્ય લક્ષ્મણ સામે જોયું.

'ચાલો જોઈએ કે શું થઈ રહ્યું છે,' લક્ષ્મણે કહ્યું.

ક્ષણમાત્રમાં જ ભેગા થઈ ગયેલા ટોળામાં ધક્કામુક્કી કરતાં કરતાં તેઓ આગળ વધ્યા. જેવા તેઓ ટોળાની પ્રથમ પંક્તિમાં પહોંચ્યા કે તેમને ખુલ્લી જગ્યા જોવા મળી, જે કદાચ એ ચાર રસ્તાનું મધ્યકેન્દ્ર લાગતું હતું. તેઓ ખૂણાની એક હાટડી પાછળ ઊભા રહ્યા અને તેમની દૃષ્ટિ એક નાનકડા છોકરાની પીઠ પર પડી, જેની ઉંમર કદાચ સાત કે આઠ વર્ષ હશે. તેના હાથમાં એક ફળ હતું અને તે એક સ્ત્રી પાછળ ઘૂંટણ વાળીને બેઠો હતો. એ સ્ત્રીનું મોઢું પણ બીજી દિશામાં જ હતું. એ સ્ત્રી મોટા અને ક્રુદ્ધ ટોળાનો એકલા હાથે સામનો કરી રહી હોય, તેમ લાગતું હતું.

'શું એ રાજકુમારી સીતા છે ?' લક્ષ્મણે પૂછ્યું. તેણે પહોળી આંખે રામ તરફ જોયું. રામની મુખમુદ્રા જોઈને લક્ષ્મણના શ્વાસ રોકાઈ ગયા. સમય જાણે થંભી ગયો હતો અને લક્ષ્મણ આ અભૂતપૂર્વ વૈશ્વિક પળનો સાક્ષી બની રહ્યો હતો.

રામ એકદમ સ્થિર નજરે ત્યાં જોઈ રહ્યા હતા, તેમનું મુખ શાંત હતું. રામના શ્યામલ ગાલ પર ફૂટી નીકળેલા લજ્જાના શેરડા તે જોઈ શકતો હતો. રામના ધબકારા જાણે કે વધી ગયા હતા. સીતાની પીઠ તેમની તરફ હતી પરંતુ રામ જોઈ શકતા હતા કે તે મિથિલાની સામાન્ય સ્ત્રી કરતાં ઘણી ઊંચી હતી,

લગભગ રામ જેટલી જ ઊંચી. તેના પાતળા અને માંસલ દેહને કારણે તે દેવી માતાની સેનાના એક યોદ્ધા સમાન લાગતી હતી. સીતાની ત્વચા ઘઉંવર્ણી હતી, તેણે દૂધિયા રંગની ધોતી પહેરી હતી અને કમરની ઉપર સફેદ કપડું વીંટાળ્યું હતું. તેનું અંગવસ્ત્ર તેના જમણા ખભા પર થઈને તેની ધોતીમાં ભરાવેલું હતું અને તેનો બીજો છેડો તેના ડાબા હાથ પર વીંટાળેલો હતો. તેની પાતળી કમર પર એક કટારીનું મ્યાન બાંધેલું હતું તે પણ રામે નોંધ્યું. મ્યાન જોકે તે સમયે ખાલી હતું. રામને એમ જણાવવામાં આવ્યું હતું કે સીતાની ઉંમર તેમના કરતાં થોડીક વધારે હતી — સીતાની ઉંમર તે સમયે પચીસ વર્ષની હતી.

રામમાં એક વિચિત્ર પ્રકારનો અજંપો વ્યાપી ગયો હતો. તેમને સીતાનું મુખ નિહાળવાની તીવ્ર ઇચ્છા થઈ આવી.

'રાજકુમારી સીતા !' સંભવતઃ એ ટોળાના આગેવાન જેવા લાગતા માણસે પોકાર કર્યો. તેમનાં ઝીણવટથી સજાવેલાં વસ્ત્રો જોઈને રામને ખ્યાલ આવી ગયો કે આ ટોળું સધ્ધર લોકોનું બનેલું હતું. 'મધમાખી ગૃહમાંથી આવતા આવા ગામના ઉતારનું રક્ષણ કરવાનું હવે બહુ થયું ! એ છોકરો અમને સોંપી દો !'

'તેને નિયમ મુજબ શિક્ષા થશે !' સીતાએ કહ્યું, 'તમે કરશો એ શિક્ષા નહિ !'

રામે હળવું સ્મિત કર્યું.

'તે ચોર છે ! અમને તો એટલી જ જાણ છે. અમને બધાને એ પણ જાણ છે કે તમારા નિયમો હંમેશાં કોની તરફેણ કરતા હોય છે. એ છોકરો અમને સોંપી દો !' ટોળાથી અળગો થઈને એ માણસ થોડોક આગળ વધ્યો. વાતાવરણ એકદમ તંગ હતું; હવે શું થશે તેની કોઈને કલ્પના નહોતી. પરિસ્થિતિ ગમે તે ક્ષણે કાબૂ બહાર જઈ શકે તેમ હતી. નિયંત્રણ બહારના ટોળામાં તો ડરપોક માણસ પણ સિંહ જેવો હિંમતવાન બની જતો હોય છે.

સીતાએ ધીમે રહીને પોતાના મ્યાન પર હાથ લગાવ્યો, તેની કટારી ત્યાં જ હોવી જોઈતી હતી. તેનો હાથ તંગ થયો. રામ તીવ્ર રસથી આ બધું જોઈ રહ્યા હતા: સીતાને સમજાયું કે તેની પાસે કોઈ શસ્ત્ર નથી.

સીતાએ સ્થિર અવાજે કહ્યું, 'નિયમમાં કોઈ માટે ભેદભાવ હોતો નથી. એ છોકરાને પણ શિક્ષા થશે જ. પરંતુ જો તેમાં તમારામાંથી કોઈ વચ્ચે પડ્યું, તો તમને પણ શિક્ષા થશે.'

રામ દિગ્મૂઢ બની ગયા હતા. તે નિયમોને અનુસરનારી સ્ત્રી છે !

લક્ષ્મણે સ્મિત કર્યું. તેણે કદી પણ એમ નહોતું વિચાર્યું કે પોતાના

મોટાભાઈ જેટલું નિયમનું વળગણ અન્ય કોઈને પણ હોઈ શકે.

'બહુ થયું હવે !' પેલા માણસે ફરી વાર પોકાર કર્યો. તેણે ટોળા તરફ જોઈને પોતાનો હાથ હલાવતા ચીસ પાડી. 'તે એકલી જ છે ! આપણે તો કેટલા બધા છીએ ! આવો, તૂટી પડો !'

'પરંતુ તે રાજકુમારી છે !' પાછળથી કોઈકે સમજાવટનો નબળો પ્રયત્ન કર્યો.

'ના, તે નથી !' પેલા પુરુષે બૂમ પાડી. 'તે રાજા જનકની સાચી પુત્રી નથી. તે દત્તક લેવાયેલી પુત્રી છે !'

અચાનક જ સીતાએ પેલા છોકરાને પોતાના માર્ગમાંથી દૂર કર્યો, એક ડગલું પાછળની દિશામાં ભર્યું અને બાજુની હાટડી જેના વડે ઊભી રહી હતી તેવા એક વાંસને લાત મારીને છૂટો કર્યો. વાંસ ધરતી પર પડ્યો. તેણે એ ટુકડાને પોતાના પગ વડે હવામાં ઉછાળ્યો અને ત્વરાથી જમણા હાથમાં પકડી લીધો. એ વાંસને તેણે કુશળતાથી પોતાના હાથમાં પકડ્યો અને એટલી ત્વરાથી તેને વીંઝવા માંડ્યો કે તેમાંથી સુસવાટા જેવો અવાજ આવવા માંડ્યો હતો. ટોળાનો આગેવાન થોડેક દૂર એકદમ સ્થિર ઊભો હતો.

'મોટાભાઈ,' લક્ષ્મણે ધીમેથી કહ્યું, 'આપણે વચ્ચે પડવું જોઈએ.'

'પરિસ્થિતિ તેના નિયંત્રણમાં છે.'

સીતાએ વાંસ વીંઝવાનો બંધ કરીને પોતાના હાથમાં તેને પકડી રાખ્યો. તેનો એક છેડો પોતાની બગલમાં દબાવીને તે આક્રમણ કરવા માટે તૈયાર જ હતી. 'શાંતિથી તમારા ઘરમાં જતા રહો અને કોઈને હાનિ નહિ પહોંચે. છોકરાને નિયમ અનુસાર શિક્ષા થશે; જરા પણ વધારે નહિ, જરા પણ ઓછી નહિ.'

ટોળાના આગેવાને એક કટારી ખેંચી કાઢી અને તે આગળ ધસી આવ્યો. તેણે જુસ્સાથી જેવી કટારી વીંઝી કે સીતા એક ડગલું પાછળ ખસી ગઈ. એ જ ક્ષણે તેણે પોતાના બીજા પગનો ઘૂંટણ ધરતી પર ટેકવીને પોતાની જાતને સ્થિર કરી અને પોતાના હાથમાં રહેલા વાંસને તે બંને હાથે વીંઝવા માંડી. એ શસ્ત્ર એ માણસના ગોઠણ પાછળ વાગ્યું. એ માણસનો ગોઠણ વળે તે પહેલા તો સીતાએ પોતાના શરીરનું વજન બીજા પગ પર લઈને પેલા માણસના વળેલા પગનો જ ઉચ્ચાલન તરીકે ઉપયોગ કરીને વાંસને ઉપરની દિશામાં વીંઝ્યો. તે માણસના પગ હવામાં ઊછળ્યા અને તે જોરથી પીઠભેર પછડાયો. સીતા ત્વરાથી ઊભી થઈ, અને બંને હાથે વાંસને પોતાના માથા ઉપર પકડીને પેલા પુરુષની છાતીમાં ભારે પ્રહાર કર્યો, પ્રાણઘાતક પ્રહાર. આ ભયાનક પ્રહારથી ભંગાયેલી પાંસળીઓનો

અવાજ રામને સંભળાયો.

સીતાએ વાંસ વીંઝીને આગળની દિશામાં ધર્યો અને ફરી વાર તેનો બીજો છેડો પોતાની બગલમાં દબાવ્યો. તેનો ડાબો હાથ ફેલાયેલો હતો અને સમતોલન જાળવવા માટે તેણે પગ પહોળા રાખ્યા હતા કે જેથી તે ગમે તે દિશામાં ત્વરાથી પ્રહાર કરી શકે. 'છે બીજું કોઈ ?'

ટોળું એક ડગલું પાછળ હઠ્યું. પોતાના આગેવાનને ક્ષણાર્ધમાં જ ઘાતકી રીતે પટકાતો જોઈને તેમનામાં થોડીક બુદ્ધિ આવી હતી. સીતાએ ફરી વાર કહ્યું, 'કોઈને પણ વિનામૂલ્યે છાતીની પાંસળીઓ તોડાવાની સેવા જોઈએ છે ?'

ટોળું પાછળ હટવા લાગ્યું અને છેલ્લે રહેલા લોકો અમુક લોકો તો ભાગી પણ છૂટ્યા હતા.

રામની જમણી બાજુ ઊભા રહેલા એક પુરુષને સીતાએ બોલાવ્યો અને ધરતી પર અધોમુખ પડેલા પુરુષ તરફ આંગળી ચીંધીને તે બોલી, 'કૌસ્તવ ! થોડાક લોકોને પકડો અને વિજયને આયુરાલય લઈ જાવ. હું પછીથી તેના સ્વાસ્થ્ય વિષે જાણકારી મેળવી લઈશ.'

કૌસ્તવ અને તેના મિત્રો દોડી ગયા. સીતા પાછળ ફરી અને છેવટે રામને પહેલી વાર તેનું મુખ જોવા મળ્યું.

જો સમગ્ર બ્રહ્માંડે ભેગા મળીને પોતાની સમગ્ર પ્રતિભા કામે લગાડીને સ્ત્રીનું એક પરિપૂર્ણ મુખ બનાવ્યું હોત, જેમાં નમણી સુંદરતા અને દૃઢ નિર્ધાર એક સાથે દેખાતાં હોય, તો એ મુખ આવું જ હોત. તેનું ગોળાકાર મુખ તેના સમગ્ર શરીરની ત્વચાથી થોડુંક વધારે ગૌર હતું, ગાલનાં અસ્થિ ઊપસેલા હતાં અને નાક નાનકડું તેમજ તીણું હતું. તેના હોઠ ભરાવદાર પણ નહોતા અને પાતળા પણ નહિ; તેની એકબીજાથી દૂર ગોઠવાયેલી *દીપ્તિમાન* આંખો નાની પણ નહોતી અને મોટી પણ નહિ; તેની સપાટ પાંપણોની ઉપર પાતળી ભ્રમરો સુંદર કમાનાકારે ગોઠવાયેલી હતી. તેની આંખોમાં અગ્નિનું નિર્મળ તેજ હતું અને હમણાં જ બનેલી ઘટનાઓને કારણે એ તેજમાં વધારો થયેલો હતો. રામને આ મુખ પરિપૂર્ણ અને ભવ્ય લાગ્યું જેને જન્મ સમયનું એક નાનકડું લાખું વાસ્તવિક બનાવતું હતું. તેનું મુખ હિમાલયમાં વસતા પર્વતના લોકો જેવું હતું. પોતાની કિશોરાવસ્થામાં રામે કાઠમંડુની ખીણની ટૂંકી મુલાકાત લીધી હતી જેને કારણે એ લોકો બહુ સારી રીતે તેમની સ્મૃતિમાં સચવાયેલા હતા. તેના સીધા અને કાળાભમ્મર કેશનો ચોટલો ગૂંથીને તેમને એક અંબોડામાં બાંધવામાં આવ્યા હતા. તેના શરીર પર યુદ્ધમાં થયેલા ઘાવનો ગર્વસભર શણગાર પણ જોવા મળતો હતો.

'મોટાભાઈ !' લક્ષ્મણનો અવાજ જાણે અંતરિક્ષમાંથી આવતો હોય તેવું રામને સંભળાયું. આમ તો તેમને આસપાસના વાતાવરણના કોઈ અવાજ સંભળાઈ જ રહ્યા નહોતા.

જાણે આરસમાંથી કંડારેલું પૂતળું હોય, તેમ રામ અવાક બનીને ઊભા રહ્યા. લક્ષ્મણ પોતાના મોટાભાઈને બહુ જ સારી રીતે જાણતો હતો; રામનું મુખ જેટલું વધારે શાંત હોય, તેટલો જ વધારે લાગણીઓનો ખળભળાટ તેમની ભીતરમાં ચાલી રહ્યો હોય, તે લક્ષ્મણ જાણતો હતો.

લક્ષ્મણે રામના ખભાનો સ્પર્શ કર્યો, 'મોટાભાઈ !'

હજુ પણ રામ કોઈ પ્રતિભાવ આપી શક્યા નહિ. તેઓ જાણે કે સંમોહિત થઈ ચૂક્યા હતા. લક્ષ્મણે હવે ધ્યાનપૂર્વક સીતાને જોઈ.

તેણે વાંસની લાકડી ફેંકી દીધી અને પેલા બાળ-ચોરને પકડ્યો, 'ચાલ.'

'દેવી,' એ છોકરાએ વિનંતી કરી, 'મને ક્ષમા કરો. આ છેલ્લી વાર હશે. હું સાચે જ ક્ષમા માંગું છું.'

સીતાએ છોકરાને હાથથી પકડ્યો અને તે રામ-લક્ષ્મણની દિશામાં ત્વરાથી ચાલવા લાગી. લક્ષ્મણે રામની કોણી પકડી અને રસ્તાની કોરે જવાનો પ્રયત્ન કર્યો. પરંતુ રામ તો જાણે દૈવી શક્તિને વશ હોય, તેમ સ્થિર જ હતા. તેમનું મુખ ભાવવિહીન હતું, શરીર સ્થિર, આંખો પલકારવાનું ભૂલી ગઈ હતી અને શ્વાસ નિયમિત ચાલી રહ્યા હતા. માત્ર તેમનું અંગવસ્ત્ર પવન સાથે ફરફરી રહ્યું હતું અને તેમના સ્થિર શરીર પરની આ એકમાત્ર હલનચલન વિરોધાભાસ સર્જતી હતી.

રામનું શરીર જાણે કે તેમના નિયંત્રણ બહાર જ હોય, તેમ સ્વતઃ તેમનું મસ્તક વંદન કરવા નમી ગયું.

લક્ષ્મણનું મોઢું પહોળું થઈ ગયું અને તેનો શ્વાસ જાણે કે રોકાઈ ગયો. તેણે એવું ક્યારેય નહોતું વિચાર્યું કે તેને આ દિવસ જોવા મળશે. પોતાના ભાઈ જેવા માણસને કઈ સ્ત્રી આટલી પ્રભાવિત કરી શકે ? જેનું હૃદય માત્ર આજ્ઞાંકિતતાને વરેલું હોય અને મગજ પર સંપૂર્ણ નિયંત્રણ હોય, તેના હૃદયમાં પ્રેમની લાગણી પ્રવેશી જ કઈ રીતે શકે ? જે વ્યક્તિનું જીવનધ્યેય જ એવું હોય કે પ્રત્યેક માણસનું મસ્તક ગર્વથી હેતુસર ઊંચું કરવું, તેનું મસ્તક બીજાની સામે કઈ રીતે નમવાનું ?

એક પ્રાચીન કવિતાની પંક્તિ તેના મગજમાં રમવા માંડી; તે પંક્તિ લક્ષ્મણના રોમાંચિત હૃદયને અલૌકિક લાગતી હતી, પરંતુ આ પહેલાં તેને કદી

પણ એમ નહોતું લાગ્યું કે એ પંક્તિનો અર્થ તેના ગંભીર ભાઈને સમજાશે.

તેનામાં એવું કંઈક છે, મોતીની માળાના દોરા જેવું, જે સઘળું એકબીજા સાથે જોડી રાખે છે.

લક્ષ્મણ જોઈ શકતો હતો કે રામને એ દોરો મળી ગયો હતો કે જે તેમના તત્ત્વતઃ ભિન્ન જીવન મોતીઓને એક માળામાં બાંધી રાખે.

અદ્ભુત સ્વનિયંત્રણને કારણે રામે પોતાના હૃદયને કદી પણ છૂટો દોર આપ્યો નહોતો પરંતુ અત્યારે એ હૃદયમાં પણ એમ લાગણી થઈ રહી હતી કે તેનો સાથી મળી ગયો છે : સીતા !

સીતા રસ્તા વચ્ચે જ ઊભી રહી ગઈ. પોતાનો માર્ગ રોકીને ઊભા રહેલા આ બે અજાણ્યા લોકોથી તેને આશ્ચર્ય થયું હતું. તેમાંથી એક માણસ કદાવર રાક્ષસ જેવો લાગતો હતો પરંતુ પસંદ આવે તેવો રાક્ષસ. જ્યારે બીજો માણસ એટલો ભવ્ય લાગતો હતો કે તેનાં ખરબચડાં વસ્ત્રો છતાં તે કોઈ બીજો જ માણસ છે, તેમ જણાઈ આવતું હતું. કોઈ વિચિત્ર કારણસર, તે પોતાને વંદન કરી રહ્યો હતો, તે પણ સીતાએ નોંધ્યું.

'મારા રસ્તામાંથી હટો !' સીતાએ કહ્યું અને તે રામની બાજુમાંથી જ પસાર થઈ.

રામ બાજુમાં ખસ્યા પરંતુ તે પહેલાં તો પેલા બાળ-અપરાધીને ઘસડતી સીતા ત્યાંથી પસાર થઈ ચૂકી હતી.

લક્ષ્મણે ત્વરાથી એક ડગલું આગળ ભરીને રામની પીઠનો સ્પર્શ કર્યો. 'મોટાભાઈ !'

સીતાને જતી જોઈ રહેવા માટે રામ પાછળ ફર્યા નહોતા. તેઓ એકદમ અવાક બનીને ઊભા હતા. એમ લાગતું હતું કે તેમનું શિસ્તબદ્ધ મગજ જે પણ કંઈ બની ગયું, તેમના હૃદયે જે ભાવવિશ્વ અનુભવ્યું, તેનું વિશ્લેષણ કરી રહ્યું હતું. તેમને અનહદ આશ્ચર્ય થતું હતું, પોતાની જાત પર જ જાણે તેમને વિશ્વાસ નહોતો પડતો.

'હં, મોટાભાઈ !' બહોળા સ્મિત સાથે લક્ષ્મણે કહ્યું.

'હં...'

'મોટાભાઈ, એ જતાં રહ્યાં. મને લાગે છે કે હવે તમે તમારું મસ્તક ઊંચું કરી શકો છો.'

છેવટે રામે લક્ષ્મણ સામું જોયું, ત્યારે તેમના મુખ પર પણ સ્મિત રમતું હતું.

'મોટાભાઈ !' લક્ષ્મણ ખડખડાટ હસ્યો અને એક ડગલું આગળ ભરીને તે રામને ભેટી પડ્યો. રામે પણ લક્ષ્મણની પીઠ થપથપાવી. પરંતુ તેમના મગજમાં તો અસંખ્ય વિચારો ચાલી રહ્યા હતા.

લક્ષ્મણે એક ડગલું પાછળ હઠીને કહ્યું, 'ભાભી બહુ સુંદર છે !'

રામે ક્રોધ દર્શાવ્યો. લક્ષ્મણ જે ઉત્સાહપૂર્વક રાજકુમારીને ભાભી કહી રહ્યો હતો, તેને તેઓ સમર્થન આપવા માંગતા નહોતા.

'મને લાગે છે કે હવે તો આપણે અવશ્ય સ્વયંવરમાં જઈશું, નહિ ?' લક્ષ્મણે આંખ મારીને કહ્યું.

'અત્યારે તો આપણા મધમાખી ગૃહમાં પાછા ફરીએ,' રામે કહ્યું. તેઓ ફરી વાર એકદમ શાંત બની ગયા હતા.

'ઠીક છે !' હજુ પણ હસી રહેલા લક્ષ્મણે કહ્યું, 'આપણે આ બાબતને પરિપક્વ દૃષ્ટિથી જ જોવી જોઈએ ! એકદમ પરિપક્વતાથી ! શાંતિથી ! સંયમથી ! માનસિક નિયંત્રણથી ! હું કોઈ શબ્દ ભૂલી ગયો, મોટાભાઈ ?'

રામે પોતાના મુખ પર કોઈ ભાવ ન આવવા દેવાનો ભરપૂર પ્રયત્ન કર્યો પરંતુ તેમ કરવામાં તેમને રોજ કરતાં અત્યારે વધારે સમસ્યા થઈ રહી હતી. છેવટે તેમણે મનમાં ઊછળી રહેલા આનંદની શરણાગતિ સ્વીકારી અને સ્મિતથી તેમનું મુખ ઝળહળી ઊઠ્યું.

બંને ભાઈએ મધમાખી ગૃહની દિશામાં ચાલવા લાગ્યા.

'આપણે અરિષ્ટનેમીજીને એ અવશ્ય જણાવવું જોઈએ કે તમે તમારી ઇચ્છાથી જ સ્વયંવરમાં ભાગ લેવાના છો !' લક્ષ્મણે કહ્યું.

રામ લક્ષ્મણથી થોડાંક ડગલાં પાછળ પડી ગયા અને તેમણે પોતાની જાતને ફરી એક વાર મોકળા મને સ્મિત કરવા દીધું. તેમને શું થયું હતું, તેમના હૃદયની શું પરિસ્થિતિ હતી, તે કદાચ તેમના મગજને હવે સમજાઈ ગયું હતું !

— |ત્રિ| 🐟 ☀ —

'આ સમાચાર તો બહુ જ સરસ છે.' અરિષ્ટનેમીએ કહ્યું, 'મને આનંદ છે કે તમે નિયમપાલન કરવાનું પસંદ કર્યું છે.'

રામે પોતાની સ્વસ્થતા જાળવી રાખી. લક્ષ્મણના મુખ પર સ્મિત રમી રહ્યું હતું.

'હા, એ તો છે જ, અરિષ્ટનેમીજી,' લક્ષ્મણે કહ્યું, 'અમે નિયમનું ઉલ્લંઘન

કઈ રીતે કરી શકીએ ? ખાસ કરીને એવો નિયમ કે જે બે સ્મૃતિઓમાં લખાયેલો હોય !'

અરિષ્ટનેમીને લક્ષ્મણના વર્તનમાં આવેલું આ પરિવર્તન સમજાયું નહિ. તેમણે ખભા ઊંચા કરીને રામને કહ્યું, 'હું ગુરુજીને અત્યારે જ જણાવી દઉં છું કે તમે સ્વયંવરમાં ભાગ લેવા ઇચ્છુક છો.'

'મોટાભાઈ !' લક્ષ્મણ તેમના કક્ષમાં દોડતો આવ્યો.

રામે સીતાને જોઈ તે ઘટનાને માત્ર પાંચ જ દિવસ વીત્યા હતા. સ્વયંવરને હવે માત્ર બે દિવસની જ વાર હતી.

'શું થયું ?' ભોજપત્રનું બનેલું પુસ્તક નીચે મૂકીને રામે પૂછ્યું.

'મારી સાથે ચાલો, મોટાભાઈ,' લક્ષ્મણે આગ્રહ કર્યો અને રામનો હાથ પકડીને તે રામને ખેંચી ગયો.

'શું થયું છે, લક્ષ્મણ ?' રામે ફરી એક વાર પૂછ્યું.

તેઓ મધમાખી ગૃહની ઉપર હતા અને એક ગલી તરફ ચાલી રહ્યા હતા. તેઓ નગરથી વિરુદ્ધ દિશામાં જઈ રહ્યા હતા. મધુમાખી ગૃહના આ ભાગમાં આવેલા કક્ષની એક દીવાલ કિલ્લાની અંદરની દીવાલ સાથે ભળી જતી હતી. ત્યાંથી કિલ્લાની બે દીવાલો વચ્ચે પડતાં ખેતર અને બહારની દીવાલ બહુ સારી રીતે જોઈ શકાતી હતી. ત્યાં બહુ મોટું ટોળું ભેગું થયું હતું. તેઓ આંગળી ચીંધીને એકબીજાને કશુંક બતાવી રહ્યાં હતાં અને જુસ્સાપૂર્વક વાતો કરી રહ્યાં હતાં.

'લક્ષ્મણ... તું મને ક્યાં લઈ જઈ રહ્યો છે ?'

લક્ષ્મણે કોઈ ઉત્તર આપ્યો નહિ.

'બાજુમાં ખસો.' ટોળામાંથી માર્ગ કરતો લક્ષ્મણ કર્કશતાથી બોલી રહ્યો હતો અને રામને પણ પોતાની સાથે ઘસડી રહ્યો હતો. કદાવર લક્ષ્મણને જોઈને લોકો બાજુમાં ખસી જતા હતા એટલે બંને ભાઈઓ ત્વરાથી કિલ્લાની દીવાલ સુધી પહોંચી ગયા.

જેવા તેઓ કિલ્લાની દીવાલે પહોંચ્યા કે રામનું ધ્યાન જે દેખાઈ રહ્યું હતું

તેની પર કેન્દ્રિત થઈ ગયું. બીજી દીવાલ અને ખાઈની પેલે પાર, જંગલ સાફ કરીને બનાવવામાં આવેલી જગ્યા પર, એક નાનકડું સૈન્ય શિસ્ત અને ચોકસાઈથી ગોઠવાઈ રહ્યું હતું. ચોક્કસ અંતરે એક પછી એક એમ કુલ દસ સૈનિકો કોઈ રાજ્યનો ધ્વજ ફરકાવીને ઊભા હતા. શિસ્તબદ્ધ કતારમાં જંગલમાંથી સૈનિકો બહાર આવી રહ્યા હતા અને થોડીક જ ક્ષણોમાં તે બધા જ ગોઠવાઈ ગયા હતા. દરેક ધ્વજ પાછળ એક હજાર સૈનિક હશે તેમ લાગતું હતું. રસપ્રદ વાત એ હતી કે તેમની આ ગોઠવણની બરાબર મધ્યમાં તેમણે વિશાળ જગ્યા ખાલી રાખી હતી.

રામે નોંધ્યું કે સૈનિકોએ પહેરેલી ધોતી અને ધ્વજનો રંગ એક સમાન જ હતો. તેમણે પણ અંદાજો માંડ્યો કે લગભગ દસ હજાર સૈનિકો હોવા જોઈએ. એ કંઈ બહુ મોટો આંકડો તો ન કહેવાય પરંતુ મિથિલા જેવા, નાનકડું લશ્કર ધરાવતા રાજ્યને એટલું લશ્કર પણ અવશ્ય હાનિકર્તા હતું.

'આ સૈન્ય કયા રાજ્યનું છે ?' રામે પૂછ્યું.

'આ કંઈ લશ્કર નથી,' લક્ષ્મણની બાજુમાં ઊભેલા એક અજાણ્યા આદમીએ કહ્યું. 'આ તો અંગરક્ષકોનું દળ છે.'

રામ બીજો પ્રશ્ન પૂછવા જ જતા હતા કે પેલા સૈનિકોની મધ્યમાં રહેલી ખાલી જગ્યા પર અમુક સૈનિકો આવીને એકસાથે શંખનાદ કરવા લાગ્યા. બધાનું ધ્યાન તે તરફ ખેંચાયું. એક ક્ષણ પછી તો આ શંખનાદનો અવાજ ડૂબી જાય તેવો કોઈ બીજો અવાજ આવ્યો, એવો અવાજ કે જે આ પહેલાં રામે કદી પણ સાંભળ્યો નહોતો. એમ લાગતું હતું કે એક વિશાળકાય રાક્ષસ હવામાં વિશાળ તલવાર વીંઝી રહ્યો છે ને તેના સુસવાટા સંભળાઈ રહ્યા છે.

લક્ષ્મણે ઉપરની બાજુ અવાજની દિશામાં જોયું. 'આ શું છે ?'

આખું ટોળું વિસ્ફારિત નયનોથી એ દૃશ્ય જોઈ રહ્યું. એ પેલું ઊડતું વાહન જ હોવું જોઈએ કે જે લંકા પાસે હતું, પુષ્પક વિમાન. તે એક શંક્વાકાર વાહન હતું જેનું નિર્માણ કોઈ અજાણી ધાતુમાંથી કરવામાં આવ્યું હતું. તેની બરાબર ઉપર વિશાળ કદની પાંખો જોડવામાં આવી હતી અને તે પાંખો વર્તુળાકારે જમણેથી ડાબે ફરી રહી હતી. તેની નીચેની બાજુ પણ આવી જ પરંતુ નાના કદની ઘણી બધી પાંખો જોડવામાં આવી હતી. આખા વાહનમાં ઘણાં બધાં મોટાં છિદ્રો હતાં જે દરેકની ઉપર જાડો કાચ લગાવેલો હતો.

દોડી રહેલા હાથીઓનાં પગલાંનો અવાજ પણ ડૂબી જાય તેટલો અવાજ તે વાહનમાંથી આવી રહ્યો હતો. થોડો સમય તે વિમાન વૃક્ષો પર ઊડ્યું ત્યારે તો જાણે અવાજ વધુ તીવ્ર બન્યો હોય, તેમ લાગ્યું. તે જ સમયે, કાચને ઢાંકી

દેવા માટે તેની પર ધાતુના રક્ષણાત્મક દ્વાર ઊતરી આવ્યા જેથી વિમાનની અંદરનું દૃશ્ય કોઈને દેખાય નહિ. સમગ્ર ટોળાએ પોતાના કાન ઢાંકી દીધા અને આવા આશ્ચર્યજનક દૃશ્યને તેઓ મોઢું પહોળું કરીને જોઈ રહ્યા. લક્ષ્મણની પરિસ્થિતિ પણ એમ જ હતી. પરંતુ રામની મનઃસ્થિતિ અલગ હતી. રામ એ વિમાન તરફ ભયાનક ક્રોધથી જોઈ રહ્યા હતા. તેમને જાણ હતી કે એ વિમાન કોનું હતું. રામ જન્મ્યા તે પહેલાંથી જ તેમના સુખી બાળપણની તમામ શક્યતાઓનો નાશ કરનાર માણસ હતો તે વિમાનમાં. ટોળાની મધ્યે પણ જાણે તે એકલા હોય, તેમ રામ ઊભા હતા.

વિમાન નીચે ઊતરવા લાગ્યું એટલે તેની પાંખોનો અવાજ ઘટવા લાગ્યો. લંકાના સૈનિકોએ પોતાની ગોઠવણની મધ્યમાં જે વિશાળ ખાલી જગ્યા રાખી હતી તેમાં એ વિમાન એકદમ ચોકસાઈથી ઊતર્યું. મધમાખી ગૃહના મિથિલાવાસીઓ આપોઆપ જ તાલીઓ પાડવા માંડ્યા. જોકે લંકાના સૈનિકો માટે તો તેમનું અસ્તિત્વ પણ નહોતું. તેઓ પોતાની જગ્યા પર એકદમ સીધા, સાવધાનની મુદ્રામાં ઊભા હતા. તેમની અજબ શિસ્ત આટલે દૂરથી પણ વર્તાઈ આવતી હતી.

થોડીક ક્ષણો પછી, શંક્વાકાર વિમાનનો એક ભાગ ખૂલ્યો અને તેમાંથી સજ્જડ બંધ કરેલું દ્વાર દેખાયું. દ્વાર બાજુમાં સરક્યું અને તેમાંથી આખું દ્વાર ઢંકાઈ જાય તેવી વિશાળકાય, રાક્ષસી કાયા ધરાવતી દેહાકૃતિ પ્રગટ થઈ. તેણે વિમાનની બહાર ડગલુ માંડીને સૌ પ્રથમ આસપાસનું નિરીક્ષણ કર્યું. લંકાનો એક સૈનિક અધિકારી તેની તરફ દોડી ગયો અને તેને વંદન કર્યાં. તેમણે ત્વરાથી થોડીક વાતો કરી અને પછી એ રાક્ષસી કાયા ધરાવનારો માણસ મિથિલાના કિલ્લાની દીવાલે ઊભા રહેલા ઉત્સુક દર્શકોને ધ્યાનથી જોઈ રહ્યો. અચાનક જ પાછા ફરીને તે વિમાનમાં ગયો. થોડીક વાર પછી, તે ફરી વાર બહાર આવ્યો અને આ વખતે તેની પાછળ એક બીજો માણસ પણ બહાર આવ્યો હતો.

બીજો માણસ પહેલા કરતાં ઘણો નીચો દેખાતો હતો તેમ છતાં તે સરેરાશ મિથિલાવાસી કરતાં તો ઊંચો જ હતો, સંભવતઃ રામ જેટલો જ ઊંચો. પરંતુ રામના પાતળા અને સ્નાયુબદ્ધ શરીરથી વિપરીત, આ લંકાવાસી ખૂબ જ ભરાવદાર હતો. તેની શ્યામવર્ણી ત્વચા, ઘાટી મૂછો, ગાઢી દાઢી અને શીતળાના ચાઠાવાળું મોઢું જોઈને કોઈ પણ ભયભીત થઈ જાય તેમ હતું. તેણે જાંબુડિયા રંગની ધોતી અને અંગવસ્ત્ર પહેર્યું હતું. એ રંગ સપ્ત સિંધુનો સૌથી મોંઘો રંગ હતો. તેણે ધારણ કરેલા વિશાળ શિરસ્ત્રાણની બંને બાજુ છ વેઢા જેટલા ભયાવહ શિંગડાં બનાવેલાં હતાં. ચાલતાં ચાલતાં તે થોડોક નમ્યો.

'રાવણ ?' લક્ષ્મણે ધીમા સાદે કહ્યું.

રામે કોઈ પ્રતિક્રિયા આપી નહિ.

લક્ષ્મણે રામ તરફ જોયું, 'મોટાભાઈ !'

રામ હજુ પણ શાંત જ હતા અને દૂર દેખાઈ રહેલા લંકાના રાજાને તે ધ્યાનથી નિહાળી રહ્યા હતા.

'મોટાભાઈ,' લક્ષ્મણે કહ્યું, 'આપણે જવું જોઈએ.'

રામે લક્ષ્મણ સામે જોયું. તેમની આંખોમાંથી અગ્નિ વરસી રહ્યો હતો. ફરી વાર તેમણે મિથિલાના કિલ્લાની મુખ્ય દીવાલની બીજી બાજુ રહેલા લંકાવાસીઓને જોવા, પેલા ખાસ લંકાવાસીને જોવા એ દિશામાં દૃષ્ટિ કરી.

અધ્યાય ૨૨

'**કૃપા** કરીને જશો નહિ.' અરિષ્ટનેમીએ વિનંતી કરી, 'ગુરુજી પણ તમારા જેટલા જ સંતપ્ત છે. અમને જાણ નથી કે રાવણ કેવી રીતે કે શા કારણથી અહીં આવી પહોંચ્યો છે, પરંતુ ગુરુજી એમ માને છે કે તમે બંને આ કિલ્લાની દીવાલો વચ્ચે વધારે સલામત રહેશો.'

રામ અને લક્ષ્મણ મધમાખી ગૃહના તેમને આપવામાં આવેલા કક્ષમાં બેઠા હતા. અરિષ્ટનેમી વિશ્વામિત્ર તરફથી અયોધ્યાના રાજકુમારો માટે વિનંતી સાથે પાછા ફર્યા હતા: *કૃપા કરીને જશો નહિ.* રાવણે મિથિલાના કિલ્લાની દીવાલોની બહાર છાવણી નાખી હતી. તે નગરમાં નહોતો પ્રવેશ્યો પરંતુ તેના કેટલાક ગુપ્ત દૂતો અવશ્ય નગરમાં પ્રવેશી ચૂક્યા હતા. તેઓ સીધા જ રાજમહેલ ભણી ગયા હતા કે જેથી તેઓ રાજા જનક અને તેમના નાના ભાઈ કુશધ્વજ સાથે વાત કરી શકે. કુશધ્વજ તો સ્વયંવરમાં ઉપસ્થિતિ આપવા હમણાં જ નગરમાં આવ્યો હતો.

'ગુરુ વિશ્વામિત્ર શું માને છે તેની ચિંતા મારે શા માટે કરવી જોઈએ ?' લક્ષ્મણે આક્રમતાથી પૂછ્યું, 'મને માત્ર મારા મોટાભાઈની જ ચિંતા છે. કોઈને જાણ નથી કે લંકાનો આ રાક્ષસ અહીં શું ઉત્પાત મચાવશે. અમારે જવું જ જોઈએ ! તત્ક્ષણ !'

'કૃપા કરીને શાંત મગજ સાથે આ ઘટનાક્રમ પર વિચાર કરો. તમે સાવ એકલા જંગલમાં કઈ રીતે સલામત રહી શકશો ? તમે આ નગરના કિલ્લાની દીવાલો વચ્ચે જ વધારે સલામત છો. તમારા રક્ષણ માટે મલયપુત્રો પણ અહીં છે.'

'અમે માત્ર અહીં બેસી રહીને કંઈક બનવાનું છે તેની પ્રતીક્ષા ન કરી શકીએ. હું મારા ભાઈ સાથે જઈ રહ્યો છું. તમે મલયપુત્રો જેમ ઇચ્છો તેમ કરી શકો છો !'

'રાજકુમાર રામ,' અરિષ્ટનેમી હવે રામની દિશામાં ફર્યા, 'કૃપા કરીને મારો વિશ્વાસ કરો. હું જે સલાહ આપું છું તે જ શ્રેષ્ઠ ઉપાય છે. સ્વયંવરમાંથી નીકળી ન જશો. નગર છોડીને ન જશો.'

રામનો બાહ્ય દેખાવ તો હંમેશની જેમ સામાન્ય જ હતો અને તેમ છતાં અરિષ્ટનેમીને તેમનામાં કંઈક અલગ જ ઊર્જાસંચાર થયાનો અનુભવ થતો હતો. રામની વિશેષતા સમાન આંતરિક નિર્મળતા ત્યારે હાજર નહોતી.

જો રામ સંપૂર્ણ પ્રમાણિકતાથી કહે તો તેમણે વાતનો અવશ્ય સ્વીકાર કરવો પડે કે ઘણા વ્યક્તિઓએ તેમના જીવનમાં તેમને હાનિ પહોંચાડી છે. રામે તેમને ઘૃણા ન કરતા હોય તોપણ તેમને અત્યંત ધિક્કારતા તો અવશ્ય હોવા જોઈએ. રાવણે તો પોતાનું કામ જ કર્યું હતું, તે જે યુદ્ધ લડ્યો હતો તેને તેણે જીત્યું હતું. જોકે રામમાં રહેલું પેલું બાળક આ તર્ક સમજવા માંગતું નહોતું. એક એકલા પડી ગયેલા અને દુઃખી બાળકે પોતાની તમામ નિરાશાઓ અને પોતાને થયેલા તમામ અન્યાયનો ક્રોધ કદી ન જોયેલા, અદૃશ્ય એવા એ રાક્ષસ પર કેન્દ્રિત કર્યાં હતાં. તેના કારણે તેમના પિતામાં એટલા બધા નકારાત્મક પરિવર્તનો આવ્યાં હતાં, એટલી કડવાશ વ્યાપી ગઈ હતી કે તેમણે પોતાના જ્યેષ્ઠ પુત્રને સતત નકાર્યો અને અવગણ્યો હતો. એક બાળક તરીકે રામે એમ સ્વીકારી જ લીધું હતું કે તેમના જીવનનાં તમામ દુઃખોની શરૂઆત રાવણથી જ થઈ હતી. જો કરચપના એ યુદ્ધમાં એ વિધિનિર્મિત દિવસે રાવણ યુદ્ધ ન જીત્યો હોત, તો રામને આટલું બધું સહન કરવું પડ્યું હોત નહિ.

રામની બાળપણની સ્મૃતિઓમાંથી રાવણ માટેનો ક્રોધ ઊભરાઈ રહ્યો હતો, તે ભયાનક અને તર્કથી પર હતો.

———— |̣̇| 🐟 ☀ ————

અરિષ્ટનેમી વિશ્વામિત્રના મહેમાન કક્ષ તરફ જવા નીકળી પડ્યા હતા. રામ અને લક્ષ્મણ પોતાના કક્ષમાં વિચારોમાં ગૂંથાયેલા હતા.

'મોટાભાઈ, મારો વિશ્વાસ કરો. અહીંથી છટકી જવામાં જ સાર છે.' લક્ષ્મણે કહ્યું, 'બહાર લંકાના દસ હજાર સૈનિકો આવીને ઊભા છે; આપણે માત્ર બે જ છીએ. હું તમને કહી દઉં કે જો વાત બહુ આગળ વધશે તો આ મિથિલાવાસીઓ અને મલયપુત્રો પણ રાવણના પક્ષે જ જઈ બેસશે.'

કક્ષના એકમાત્ર વાતાયનમાંથી દેખાઈ રહેલા ઉપવનને રામ જોઈ રહ્યા હતા.

'મોટાભાઈ,' લક્ષ્મણે આગ્રહપૂર્વક કહ્યું, 'આપણે તાત્કાલિક ભાગી નીકળવાની જરૂર છે. મને એમ કહેવામાં આવ્યું છે કે નગરની બીજી બાજુ પણ એક દ્વાર છે. મલયપુત્રો સિવાય કોઈને જાણ નથી કે આપણે કોણ છીએ. આપણે શાંતિથી છટકી જઈએ અને અયોધ્યાની સેના સાથે પાછા ફરીએ. પછી આપણે લંકાવાસીઓને બરાબર પાઠ ભણાવીશું પરંતુ અત્યારે તો આપણે ભાગી નીકળવાની જ જરૂર છે.'

રામ લક્ષ્મણ તરફ ફર્યા અને અજબ શાંતિથી બોલ્યા, 'આપણે ઇક્ષ્વાકુના વંશજો છીએ, રઘુના વંશજો છીએ. આપણે ક્યારેય ભાગીશું નહિ.'

'મોટાભાઈ !'

દ્વાર પર પડેલા ટકોરાને કારણે તે અટક્યો. તેણે ત્વરાથી રામ તરફ નજર કરી અને પોતાની તલવાર ખેંચી કાઢી. રામ ઘૂરક્યા, 'લક્ષ્મણ, જો કોઈ આપણી હત્યા કરવા માંગતું હોત, તો તે દ્વાર પર ટકોરા ન મારત. તે સીધેસીધું અંદર ધસી આવત. અહીંયાં છુપાવા માટે કોઈ સ્થાન નથી.'

લક્ષ્મણ હજી દ્વારની દિશામાં જ તાકી રહ્યો હતો. તલવાર મ્યાન કરવી કે નહિ એ નિર્ણય તે લઈ શકતો નહતો.

'દ્વાર ખોલ, લક્ષ્મણ.' રામે કહ્યું.

છત પર આવેલા દ્વાર સુધી લક્ષ્મણ ધીરે-ધીરે ગયો. એક હાથે તેણે ખુલ્લી તલવાર પકડી જ રાખી હતી કે જેથી જરૂર પડે તો તાત્કાલિક આક્રમણ થઈ શકે. દ્વાર પર ફરી એક વાર ટકોરો પડ્યો અને આ સમયે ટકોરો મારનારની અધીરાઈ વર્તાઈ આવતી હતી. લક્ષ્મણે દ્વાર ખોલીને જોયું તો તેને નગરના સુરક્ષા દળ અને રાજકીય શિષ્ટાચાર વિભાગનાં વડાં તરીકેનો કાર્યભાર સંભાળતી સમિચિ જોવા મળી. તે ટૂંકા કેશવાળી, ઊંચી, શ્યામવર્ણી અને સ્નાયુબદ્ધ સ્ત્રી હતી. તેના શરીર પર યુદ્ધોમાં પડેલા ઘાવ શોભામાં અભિવૃદ્ધિ કરી રહ્યાં હતાં. તેણે એક જ પ્રકારના લીલા કપડામાંથી બનાવવામાં આવેલી ધોતી અને ઉપરનું વસ્ત્ર ધારણ કરેલું હતું. ઉપરના વસ્ત્ર હેઠળ ચર્મકંચુકી અને હાથ પર ચર્મપટ્ટા પણ પહેરેલા હતાં. તેની કમરે મ્યાન કરેલી લાંબી તલવાર પણ લટકતી હતી.

લક્ષ્મણે તલવાર પરની પકડ વધારે મક્કમ કરી. 'નમસ્તે, સમિચિજી. આપની મુલાકાતનું સમ્માન શા કારણે અમને પ્રાપ્ત થયું છે ?' તેણે ઉદ્ધતાઈથી પૂછ્યું.

સમિચિએ મારકણું સ્મિત કર્યું, 'તારી તલવાર મ્યાન કરી દે, યુવાન.'

'મારે શું કરવું જોઈએ કે ન કરવું જોઈએ તે મને નક્કી કરવા દો. તમારું અહીં પધારવાનું પ્રયોજન શું છે ?'

'વડાં પ્રધાન તમારા મોટાભાઈને મળવા માંગે છે.'

લક્ષ્મણને આશ્ચર્યનો આંચકો લાગ્યો. તે રામ તરફ ફર્યો અને રામે તે સર્વેને અંદર આવવા દેવાનો ઇશારો કર્યો. લક્ષ્મણે તરત જ પોતાની તલવાર મ્યાન કરી દીધી અને દીવાલ સરસો થઈને તે ઊભો રહી ગયો કે જેથી સમિચિ અને તેની સાથે આવેલા સૈનિકો પ્રવેશી શકે. સમિચિ અંદર આવી અને પગથિયાં ઊતરી, તેની પાછળ જ સીતા પણ પ્રવેશી. સીતા એ દ્વારમાંથી નીચે ઊતરી રહી હતી ત્યારે તેણે પોતાની પાછળ ઇશારો કર્યો. 'અહીં જ રહેજે, ઊર્મિલા.'

લક્ષ્મણે ઊર્મિલાને જોવા ઉપરની દિશામાં જોયું અને મિથિલાનાં વડાં પ્રધાનને આવકારવા રામ ઊભા થઈ ગયા. બંને સ્ત્રીઓ ત્વરાથી નીચે ઊતરી પરંતુ લક્ષ્મણ હજુ ત્યાં જ ઊભો હતો, અને તેની દૃષ્ટિ દ્વાર તરફ જકડાઈ ગઈ હતી. પોતાની બહેન સીતા કરતાં ઊર્મિલા નીચી હતી, પ્રમાણમાં ઘણી જ નીચી. તે ગૌરવર્ણી પણ હતી, એટલી બધી ગૌરવર્ણી કે તેની ત્વચા જાણે દૂધ જેવા રંગની જ લાગતી હતી. તે મોટાભાગે મહેલની અંદર, સૂર્યપ્રકાશથી દૂર જ રહેતી હશે તેમ લાગતું હતું. તેના ગોળ, બાળક જેવા મુખ પર મોટી, પ્રભાવી આંખો હતી જેમાંથી મધુર, બાળસહજ નિર્દોષતા ઝલકતી હતી. પોતાની યોદ્ધા બહેનથી વિપરીત, ઊર્મિલા ખૂબ જ નમણી અને પોતાની સુંદરતાથી સભાન સ્ત્રી લાગતી હતી. આ બધું હોવા છતાં તેનામાં બાળક જેવી સહજતા પણ દેખાતી હતી. તેના કેશને બહુ ચોકસાઈથી એક અંબોડામાં બાંધવામાં આવ્યા હતા. આંખોમાં આંજેલા કાજલથી આંખોની સુંદરતા વધતી હતી. તેનાં વસ્ત્રો સુંદર છતાં સાદાં હતાં: ઊજળા ગુલાબી રંગનું અંગરખું અને સામાન્ય કરતાં થોડી લાંબી, ઘાટા લાલ રંગની ધોતી જે તેના ઘૂંટણથી પણ નીચે સુધી પહોંચતી હતી. સુંદર રીતે ગડી કરેલું અંગવસ્ત્ર તેના ખભા પર ગોઠવાયેલું હતું. ઝાંઝર અને પગના અંગૂઠામાં પહેરેલી માછલીને કારણે તેના સુંદર પગ પ્રત્યે ધ્યાન ખેંચાતું હતું જ્યારે વીંટી અને બંગડીઓ તેના હાથને શોભાવતાં હતાં. લક્ષ્મણ અભિભૂત થઈ ચૂક્યો હતો. ઊર્મિલાએ એ વાત નોંધી, તેણે લક્ષ્મણ તરફ મિલનસાર સ્મિત કર્યું અને થોડુંક શરમાઈને મૂંઝવણથી તે બીજી દિશામાં જોવા લાગી.

લક્ષ્મણ ઊર્મિલાને તાકી રહ્યો છે એ સીતાએ જોયું. રામ જે ચૂકી ગયા હતા તે તેણે નોંધ્યું હતું.

'દ્વાર બંધ કરી દે, લક્ષ્મણ.' રામે કહ્યું.

ખચકાટ સહ લક્ષ્મણે તે આદેશનું પાલન કર્યું.

રામ સીતાની દિશામાં ફર્યા. 'હું આપની શું મદદ કરી શકું છું, રાજકુમારી ?'

સીતાએ સ્મિત કર્યું, 'એક ક્ષણ માટે મને ક્ષમા કરશો, રાજકુમાર.' પછી સીતાએ સમિચી સામે જોયું અને કહ્યું, 'મારે રાજકુમાર સાથે એકાંતમાં વાત કરવી છે.'

'અવશ્ય,' કહીને સમિચિ ત્વરાથી પગથિયાં ચડીને કક્ષની બહાર નીકળી ગઈ.

પોતાની સાચી ઓળખની જાણ સીતાને છે એ વાતથી રામને આશ્ચર્ય થયું. તેમણે લક્ષ્મણ તરફ ઇશારો કર્યો એટલે તે પણ શીઘ્રતાથી બહાર જવા માટે ફર્યો. ક્ષણાર્ધમાં તો રામ અને સીતા કક્ષમાં એકલાં હતાં.

સીતાએ સ્મિત કરીને કક્ષમાં પડેલા એક આસન તરફ ઇશારો કર્યો. 'કૃપા કરીને આસન ગ્રહણ કરો, રાજકુમાર રામ.'

'હું આમ જ ઠીક છું.'

શું સ્વયં ગુરુ વિશ્વામિત્રે જ મારી ઓળખ છતી કરી હશે ? આ સંબંધ માટે તેઓ શા માટે આટલા બધા આતુર છે ?

'મારો આગ્રહ છે,' કહીને સીતા પોતે પણ નીચે બેસી ગઈ.

રામ પણ સીતાની સામે એક આસન પર બેઠા. થોડો સમય અજીબ શાંતિ છવાઈ ગઈ પછી સીતા બોલી, 'હું એમ માનું છું કે અહીં આવવા માટે આપને છેતરવામાં આવ્યા હતા.'

રામ શાંત રહ્યા પરંતુ તેમની આંખોએ ઉત્તર આપી દીધો.

'તો પછી તમે જતા કેમ નથી રહ્યા ?' સીતાએ પૂછ્યું.

'કારણ કે તેમ કરવું નિયમનું ઉલ્લંઘન કરવું બની રહેશે.'

સીતાએ સ્મિત કર્યું, 'તો શું આપ નિયમપાલન કરવા માટે જ પરમ દિવસના સ્વયંવરમાં સામેલ થશો ?'

અસત્ય બોલવું નહોતું એટલે રામે શાંત રહેવાનું જ પસંદ કર્યું.

'તમે તો અયોધ્યા છો, સમગ્ર સપ્ત સિંધુના મહારાજાધિરાજ. હું તો માત્ર મિથિલા છું, એક નાનકડું રાજ્ય છે જેની પાસે બહુ ઓછી શક્તિ છે. આ સંબંધથી વળી કયો હેતુ સિદ્ધ થઈ શકે તેમ છે ?'

'લગ્નનો હેતુ બહુ ઊંચો હોય છે; તે રાજદ્વારી સંધિથી ઘણો મહત્ત્વનો હેતુ છે.'

સીતાએ ગૂઢ સ્મિત કર્યું. રામને એમ લાગ્યું કે જાણે તેમની પરીક્ષા લેવાઈ રહી છે. જોકે, તેમને પોતાને પણ વિચિત્ર વાત એ લાગી કે આટલી ગંભીર પરિસ્થિતિમાં પણ તેમની દૃષ્ટિ સીતાના સરસ રીતે ગૂંથેલા ચોટલામાંથી બહાર નીકળી આવેલી વાળની એક લટ તરફ ખેંચાઈ ગઈ હતી. વાતાયનમાંથી આવી રહેલી હવાની લહેરખી એ લટને રમાડી રહી હતી. પછી તેમનું ધ્યાન સીતાની સુંદર વળાંકવાળી ગરદન તરફ ખેંચાઈ ગયું. તેમણે એ પણ નોંધ્યું કે તેમના હૃદયના ધબકારા વધી ગયા છે. રામે પોતાની જાતને જ એક ખિન્ન સ્મિત આપ્યું, પછી પોતાની જાતને જ તેમણે ઠપકો આપ્યો અને મનની શાંતિ પુનઃપ્રાપ્ત કરવાનો પ્રયત્ન કર્યો. *મને થઈ શું રહ્યું છે ? હું સ્વનિયંત્રણ કેમ નથી રાખી શકતો ?*

'રાજકુમાર રામ !'

'શું કહ્યું ?' પૂછીને રામે સીતાની વાત પર ધ્યાન કેન્દ્રિત કરવાનો પ્રયત્ન કર્યો.

'મેં એમ પૂછ્યું કે જો લગ્ન એ રાજકીય સંધિ નથી તો શું છે ?'

'સૌ પ્રથમ તો, તે એક આવશ્યકતા નથી. લગ્ન કરવાં કોઈ માટે ફરજિયાત ન હોવાં જોઈએ. અયોગ્ય માણસ સાથે પરણી જવાથી મોટી દુર્ઘટના અંગત જીવનમાં બની શકે નહિ. તમારે તો જ પરણવું જોઈએ કે જો તમને કોઈ એવું પાત્ર મળે કે જેને તમે ખરેખર પ્રશંસતા હોવ તથા જે તમારા જીવનનો ધ્યેય સમજવામાં અને સિદ્ધ કરવામાં મદદરૂપ બને. અને તમે પણ તે પાત્રના જીવનમાં એ જ ભાગ ભજવી શકો. જો તમને એ પાત્ર મળે, તો તમારે પરણવું જોઈએ.'

સીતાની ભ્રમરો ઊંચી થઈ, 'શું તમે એકપત્નીત્વના પક્ષે છો ? બહુપત્નીત્વના પક્ષે નથી ? મોટાભાગના લોકો તો તેનાથી વિપરીત માન્યતા ધરાવે છે.'

'જો *બધા* જ લોકો પણ એમ માનતા હોય કે બહુપત્નીત્વ યોગ્ય છે, તોપણ એ યોગ્ય નથી જ બનવાનું.'

'પરંતુ મોટાભાગના પુરુષો એકથી વધારે પત્ની જ રાખતા હોય છે; વિશેષતઃ રાજપરિવાર અને ઉમરાવો.'

'હું નહિ રાખું. બીજી પત્ની સ્વીકારીને તમે તમારી પત્નીનું અપમાન કરો છો.'

સીતાએ પોતાનું મસ્તક પાછળ ઝુકાવીને, હડપચી ઊંચી કરીને આ વિષય પર વિચાર કરવા માંડ્યો; જાણે કે તે રામને નાણી રહી હોય. તેની આંખોમાં રહેલી મક્કમતા રામની પ્રશંસામાં થોડીક કૂણી પડી. કક્ષમાં વિચારમય શાંતિ છવાઈ ગઈ. તેણે ધ્યાનપૂર્વક રામના મુખ તરફ જોયું અને અચાનક કંઈક યાદ આવ્યું હોય, તેમ તે બોલી.

'પેલા દિવસે બજારમાં તમે જ હતાને ?' તેણે પૂછ્યું.

'હા.'

'તો મને મદદ કરવા માટે તમે વચ્ચે કેમ ન પડ્યા ?'

'સમગ્ર પરિસ્થિતિ તમારા નિયંત્રણમાં જ હતી !'

સીતાએ જરાક અમથું સ્મિત કર્યું.

હવે પ્રશ્નો પૂછવાનો વારો રામનો હતો, 'રાવણ અહીં શું કરી રહ્યો છે ?'

'મને તેની જાણ નથી, પરંતુ તેના કારણે મારો સ્વયંવર મારા માટે વધારે અંગત પ્રસંગ બની રહ્યો છે.'

રામને આઘાત લાગ્યો, પરંતુ તેમના મુખ પરના હાવભાવ બદલાયા નહિ. 'શું તે સ્વયંવરમાં ભાગ લેવા માટે આવ્યો છે ?'

'મને તો એમ જ જણાવવામાં આવ્યું છે.'

'અને...'

'અને, હું અહીં આવી છું.'

તેની વાત સાંભળવા માટે રામ શાંત જ રહ્યા.

'તમે તીર અને ધનુષ્ય કેવું ચલાવી શકો છો ?' સીતાએ પૂછ્યું.

રામે એક નાનકડું સ્મિત કર્યું.

સીતાએ ફરી વાર તેની ભ્રમરો ઊંચી કરી, 'એટલા શ્રેષ્ઠ છો ?'

સીતા પોતાના આસન પરથી ઊભી થઈ અને રામે પણ એમ જ કર્યું. મિથિલાનાં વડાં પ્રધાને રામને વંદન કર્યાં, 'ભગવાન રુદ્રના આશીર્વાદ તમારા ઉપર વરસતા જ રહે, રાજકુમાર.'

રામે પણ સીતાને વંદન કર્યાં, 'એ તમારી પર પણ આશીર્વાદ વરસાવતા રહે, રાજકુમારી.'

સીતાના કાંડા પર બંધાયેલા રુદ્રાક્ષના મણકાની માળા પર રામની દૃષ્ટિ પડી. રામની જેમ તે પણ રુદ્ર ભગવાનની ભક્ત હતી, તે રામે જાણ્યું. ત્યાંથી રામની આંખો અનાયાસે જ સીતાની કળાકાર જેવી લાંબી આંગળી પર સરી ગઈ. આવી આંગળીઓ તો ચિકિત્સકની હોઈ શકે. જોકે સીતાના ડાબા હાથ પર પડેલા

યુદ્ધના ઘાવ તો એમ જ સૂચવતા હતા કે સીતા ચિકિત્સકના નહિ પરંતુ સૈનિકનાં શસ્ત્રો વાપરતી હશે.

'રાજકુમાર રામ,' સીતાએ કહ્યું, 'મેં પૂછ્યું કે–'

'હું ક્ષમા માંગુ છું. શું તમે પુનઃ એ પ્રશ્ન પૂછશો ?' રામે કહ્યું. તેઓ વર્તમાનમાં પાછા ફર્યા અને સીતાની વાત પર તેમણે ધ્યાન કેન્દ્રિત કર્યું.

'શું આવતી કાલે હું તમને અને તમારા ભાઈને અંગત રીતે રાજઉપવનમાં મળી શકું ?'

'હા, અવશ્ય.'

'સરસ.' સીતાએ કહ્યું અને બહાર જવા માટે તે ફરી. પછી, જાણે કંઈક યાદ આવ્યું હોય, તેમ તે અચાનક જ અટકી ગઈ. પોતાની કમરે બંધાયેલા એક વાટવામાંથી તેણે એક લાલ દોરો બહાર કાઢ્યો. 'જો તમે આ ધારણ કરશો, તો સારું. તે સદ્‍નસીબ માટે હોય છે. તે પ્રતિનિધિત્વ છે...'

પરંતુ રામનું ધ્યાન તો બીજા વિચારમાં રોકાયેલું હતું; તેમનું મગજ ફરી એક વાર ભટકી રહ્યું હતું અને સીતાના શબ્દો ત્યાં નહોતા પહોંચી રહ્યા. તેમને એક પંક્તિ યાદ આવી હતી જે તેમણે ઘણા સમય પહેલાં કોઈ લગ્નની વિધિમાં સાંભળી હતી.

માંગલ્યતન્તુનાનેના ભવ જીવનાહેતુ મે। પ્રાચીન સંસ્કૃતની તે પંક્તિ હતી જેનો અર્થ હતો : *આ તમને આપી રહેલ પવિત્ર દોરીથી બંધાઈને, તમે મારા જીવનનો ધ્યેય બનો.*

'રાજકુમાર રામ !' સીતાએ અવાજ થોડો ઊંચો કરીને કહ્યું.

રામના મનમાં ગુંજી રહેલી લગ્નવિધિની પંક્તિઓ અચાનક જ બંધ થઈ અને રામે સીધા થઈને સીતા તરફ જોયું. 'હું ક્ષમા માંગુ છું. શું કહ્યું ?'

સીતાએ વિનમ્રતાથી સ્મિત કર્યું, 'હું એમ કહી રહી હતી...' અને તે અચાનક જ અટકી ગઈ, 'કશો વાંધો નહિ. હું આ દોરો અહીં જ મૂકીને જાઉં છું. જો તમને યોગ્ય લાગે તો તેને ધારણ કરશો.'

બાજુમાં એક મેજ પર એ દોરો મૂકીને સીતા પગથિયાં ચડવા લાગી. દ્વાર સુધી પહોંચીને છેલ્લી વાર રામને જોવા તે પાછી ફરી. રામ પેલા દોરાને પોતાના જમણા હાથની હથેળીમાં લઈને ઊભા હતા અને એ દોરા તરફ પૂજ્યભાવે જોઈ રહ્યા હતા, જાણે કે તે જગતની સૌથી પવિત્ર વસ્તુ હોય !

———— |𑀰| ✦ ☼ ————

મુખ્ય બજારથી આગળ વધીને ઉચ્ચ વર્ગનાં રહેઠાણો જ્યાંથી શરૂ થતાં ત્યાંથી મિથિલા નગરીનો દેખાવ વધારે આકર્ષક બની જતો હતો. બીજે દિવસે સાંજે રામ અને લક્ષ્મણે ત્યાં ચાલવા જવાનું નક્કી કર્યું હતું.

'સુંદર છે, નહિ, મોટાભાઈ ?' લક્ષ્મણે કહ્યું અને તે પ્રશંસાપૂર્વક આસપાસ જોઈ રહ્યો.

ગઈકાલથી મિથિલા પ્રત્યેના લક્ષ્મણના અભિગમમાં આવેલું પરિવર્તન રામ નોંધી રહ્યા હતા. તેઓ જે રસ્તા પર ચાલી રહ્યા હતા તે પ્રમાણમાં પહોળો હતો પરંતુ ગ્રામ્ય રસ્તાની જેમ વાંકોચૂંકો અને ઉબડખાબડ હતો. રસ્તાના બે ભાગ કરવા માટે મધ્યમાં પથ્થર અને ચૂનાથી અવરોધ બનાવવામાં આવ્યો હતો અને તેની આસપાસ ત્રણથી ચાર ગજ ઊંચાં વૃક્ષો અને ફૂલો ઉગાડવામાં આવ્યાં હતાં. રસ્તાની બંને બાજુ વૃક્ષો, બગીચા અને ધનવાનોની હારબંધ હવેલીઓ આવેલી હતી. દરેક હવેલીના કોટ પર દેવી-દેવતાઓ અને કુટુંબમાં થઈ ગયેલી મોટી વ્યક્તિઓની મૂર્તિઓ સ્થપાયેલી હતી. એ મૂર્તિઓની આગળ અગરબત્તીઓ અને તાજા ફૂલો મુકાયેલાં હતાં જે નાગરિકોની આધ્યાત્મિકતાનું સૂચન કરતાં હતાં. મિથિલા જાણે કે શ્રદ્ધાળુઓનો ગઢ હતો.

'આપણે આવી પહોંચ્યા,' લક્ષ્મણે આંગળી ચીંધીને કહ્યું.

જમણી બાજુ આવેલી એક સાંકડી, વાંકીચૂંકી શેરીમાં લક્ષ્મણને અનુસરતા રામ ગયા. બંને બાજુની દીવાલો ઊંચી હતી એટલે તેની પાછળ શું થઈ રહ્યું છે, તે જોવું મુશ્કેલ હતું.

'શું આપણે આ દીવાલો કૂદી જવી જોઈએ ?' પૂછીને લક્ષ્મણે તોફાની હાસ્ય કર્યું.

રામે તેની તરફ આંખો કાઢીને ચાલવાનું ચાલુ જ રાખ્યું. થોડાક ગજ દૂર લોખંડમાંથી બનાવેલું અલંકૃત દ્વાર દેખાતું હતું. બે દ્વારપાળ તેની આગળ ઊભા હતાં.

'અમે વડાં પ્રધાનને મળવા આવ્યા છીએ,' લક્ષ્મણે કહ્યું અને તેને સમિચિ દ્વારા જે વીંટી આપવામાં આવી હતી તે વીંટી તેણે એક દ્વારપાળના હાથમાં મૂકી.

દ્વારપાળે એ વીંટી ચકાસી, તેને સંતોષ થયો હોય તેમ લાગ્યું. પછી તેણે બીજા દ્વારપાળને દ્વાર ખોલવામાં સહાય કરવા માટે ઇશારો કર્યો.

રામ અને લક્ષ્મણ ત્વરાથી દેદીપ્યમાન ઉપવનમાં ચાલવા લાગ્યા. અયોધ્યાના રાજઉપવનથી વિપરીત, આ ઉપવનમાં બહુ ઓછું વૈવિધ્ય હતું. તેમાં માત્ર સ્થાનિક વૃક્ષો, છોડ અને ફૂલો હતાં. આ એક એવું ઉપવન હતું જેની સુંદરતા

ધન નહિ પરંતુ કુશળ માળીના નિભાવને આભારી હતી. ઉપવનનું માળખું ભૌમિતિક હતું અને વૃક્ષો સારી રીતે સચવાયેલાં હતાં. તમામ આકાર અને રંગનાં વૃક્ષો અને ફૂલોને કારણે લીલા ઘાસની જાજમ દીપી ઊઠતી હતી. સુનિયંત્રિત સુમેળ થકી પ્રકૃતિ *દીપ્તિમાન* થઈ ઊઠી હતી.

'રાજકુમાર રામ,' એક વૃક્ષ પાછળના પડછાયામાંથી અચાનક પ્રગટ થયેલી સમિચિ તેમની તરફ આવી. તેણે નમીને સાદર વંદન કર્યાં.

'નમસ્તે.' રામે કહ્યું અને તેમણે પણ વંદન કર્યાં.

લક્ષ્મણે પણ સમિચિના વંદનનો પ્રતિભાવ આપીને પેલી વીંટી સમિચિના હાથમાં પાછી મૂકી, 'દ્વારપાળને તમારું ચિહ્ન ઓળખાઈ ગયું.'

'તેમને ઓળખાવું જ જોઈએ.' સુરક્ષાદળના વડાં અધિકારી તરીકે તે બોલી અને પછી રામ તરફ ફરીને તેણે કહ્યું, 'રાજકુમારી સીતા અને ઊર્મિલા આપની રાહ જોઈ રહ્યાં છે. મને અનુસરો, રાજકુમારો.'

રામ અને સમિચિને અનુસરી રહેલા લક્ષ્મણના મુખ પર આનંદ ઝળકી રહ્યો હતો.

રામ અને લક્ષ્મણને ઉપવનના પાછળના ભાગે આવેલી ખુલ્લી જગ્યામાં લઈ જવામાં આવ્યા. તેમના પગ હેઠળ લીલુંછમ ઘાસ હતું અને તેમની ઉપર સંધ્યા સમયનું આકાશ.

'નમસ્તે, રાજકુમારી,' રામે સીતાને કહ્યું.

'નમસ્તે, રાજકુમાર.' સીતાએ ઉત્તર આપ્યો અને તે પોતાની બહેન ઊર્મિલા તરફ ફરી. 'શું હું મારી નાની બહેન ઊર્મિલાનો પરિચય કરાવી શકું ?' રામ અને લક્ષ્મણ તરફ જોઈને સીતાએ વાત ચાલુ રાખી, 'ઊર્મિલા, અયોધ્યાના રાજકુમાર રામ અને રાજકુમાર લક્ષ્મણ.'

'તેમને મળવાની તક મને ગઈકાલે જ પ્રાપ્ત થઈ હતી,' અત્યંત બહોળા સ્મિત સાથે લક્ષ્મણે કહ્યું.

ઊર્મિલાએ લક્ષ્મણ તરફ વિનમ્ર સ્મિત કર્યું અને વંદન કર્યાં. પછી તે રામ તરફ ફરી અને તેમનું અભિવાદન કર્યું.

'મારે રાજકુમાર રામ સાથે એકાંતમાં વાત કરવી છે, ફરી વાર.' સીતાએ કહ્યું.

'અવશ્ય.' સમિચિએ ત્વરાથી ઉત્તર આપ્યો, 'શું એ પહેલા હું એક ક્ષણ એકાંતમાં આપની સાથે વાત કરી શકું ?'

સમિચિ સીતાને બાજુમાં લઈ ગઈ અને તેના કાનમાં કંઈક કહ્યું. પછી જતાં પહેલા તેણે રામ તરફ ત્વરાથી જોઈ લીધું અને ઊર્મિલાને પણ હાથ પકડીને પોતાની સાથે લેતી ગઈ. લક્ષ્મણ ઊર્મિલાને અનુસર્યો.

રામને લાગ્યું કે ગઈકાલે તેમની ચકાસણી જ્યાંથી અધૂરી રહી હતી ત્યાંથી જ તે અત્યારે શરૂ થશે. 'આપ મને શા માટે મળવા માંગતાં હતાં, રાજકુમારી ?'

સીતાએ આસપાસ દૃષ્ટિ ફેરવીને ખાતરી કરી લીધી કે સમિચિ અને ઊર્મિલા ત્યાંથી દૂર જતાં રહ્યાં છે. તે વાત શરૂ કરવા જ જતી હતી કે તેની દૃષ્ટિ રામના કાંડા પર બંધાયેલા લાલ દોરા પર પડી. તેણે સ્મિત કર્યું, 'કૃપા કરીને એક ક્ષણ રાહ જુઓ.'

તે એક વૃક્ષ પાછળ ગઈ, ઝૂકી અને કપડાથી બંધાયેલું એક બહુ લાબું પોટલું તેણે ઉપાડ્યું. રામને કુતૂહલ થયું. સીતાએ કપડું હટાવીને તેમાંથી બહુ જ બારીક કોતરકામ કરેલું અને અસામાન્યપણે લાબું ધનુષ કાઢ્યું. તે બહુ વિશિષ્ટ શસ્ત્ર હતું, તે ધનુષના બંને છેડા પણ પાછળની દિશામાં વળેલા હતા અને તેનાથી બહુ દૂર રહેલું નિશાન પણ સાધી શકાતું હતું. ધનુષને જ્યાંથી પકડવાનું હોય, તે જગ્યાની ઉપર તેમજ નીચેની તરફ કરવામાં આવેલું બારીક કોતરકામ રામે ધ્યાનપૂર્વક નિહાળ્યું. ત્યાં અગ્નિદેવને દર્શાવતું કોતરકામ હતું. ઋગ્વેદની સર્વપ્રથમ ઋચા પણ પૂજ્ય અગ્નિદેવને જ સમર્પિત છે. જે રીતે તેની જ્વાળાઓ કોતરવામાં આવી હતી તે જોઈને રામને એ આકાર સુપરિચિત લાગ્યો.

સીતાએ પોટલામાંથી એક લાકડાનો સમતલ ટુકડો બહાર કાઢ્યો અને તેને વિધિસર ધરતી પર મૂક્યો. તેણે રામ તરફ જોયું, 'આ ધનુષ ધરતીને સ્પર્શવું જોઈએ નહિ.'

રામ વિચારવા લાગ્યા કે આ ધનુષ કેમ આટલું મહત્ત્વનું હશે. સીતાએ ધનુષના નીચેના પડખાને એ લાકડાના ટુકડા પર ટેકવ્યો અને પોતાના પગ વડે પકડીને તેને સ્થિર કર્યું. જમણા હાથનો ઉપયોગ કરીને તેણે તે ધનુષનો બીજો છેડો બળપૂર્વક નીચે નમાવ્યો. તેના ખભા અને હાથના સ્નાયુઓના તણાવ પરથી રામને અંદાજ આવ્યો કે એ ધનુષ બહુ જ મજબૂત હોવું જોઈએ. પોતાના ડાબા હાથ સાથે, સીતાએ પણછ ઉપરની દિશામાં ખેંચી અને ત્વરાથી તેને ધનુષના બીજા છેડા પર ચડાવી દીધી. પછી તેણે જમણા હાથમાંથી નીચે વાળેલો ઉપરનો છેડો મુક્ત કર્યો અને ઊંડો શ્વાસ લઈને તે સ્વસ્થ બની. પણછની ખેંચથી એ મહાકાય

ધનુષ તંગ બન્યું. તેણે ડાબા હાથથી ધનુષ પકડ્યું અને જમણા હાથની આંગળીઓથી પણછ ખેંચીને છોડી દીધી અને ધનુષનો ટંકાર ચોમેર ગુંજી રહ્યો.

ટંકારથી જ રામ સમજી ગયા કે આ ધનુષ વિશેષ છે. તેમણે સાંભળેલા તમામ ટંકાર કરતાં પણ આ ટંકાર મોટો હતો. 'અદ્ભુત. આ સરસ ધનુષ છે.'

'એ શ્રેષ્ઠ છે.'

'શું એ તમારું છે ?'

'આવું ધનુષ મારું ન હોઈ શકે. હું તો માત્ર તેની રખેવાળ છું, ટૂંક સમય પૂરતી જ. હું જ્યારે મૃત્યુ પામીશ ત્યારે બીજા કોઈને એ કર્તવ્યભાર સોંપી દેવામાં આવશે.'

આંખો ઝીણી કરીને રામે ધનુષની પકડની ઉપર તેમજ નીચે કોતરેલા અગ્નિદેવની જ્વાળાઓ ચકાસી જોઈ. 'આ જ્વાળાઓ તો—'

સીતાએ તેમને અધવચ્ચે જ અટકાવ્યા. 'આ ધનુષ એક સમયે તેમનું હતું જેમની પૂજા આપણે બંને કરીએ છીએ. આ તેમનું ધનુષ છે.'

રામ આશ્ચર્ય અને અહોભાવપૂર્વક એ ધનુષને જોઈ રહ્યા, તેમની શંકા સાચી પડી હતી.

સીતાએ સ્મિત કર્યું. 'હા, આ પિનાક જ છે.'

પૂર્વ મહાદેવ ભગવાન રુદ્રનું ધનુષ એટલે દંતકથારૂપ ધનુષ પિનાક જેને જગતનું સૌથી શક્તિશાળી ધનુષ માનવામાં આવતું હતું. દંતકથામાં કહેવાતું હતું કે તે ઘણાં બધાં તત્ત્વોના સંયોજનથી બનાવવામાં આવ્યું હતું અને તેમાં એવા તત્ત્વોનું વિશેષ પદ્ધતિ અનુસાર સંયોજન કરવામાં આવ્યું હતું કે તેને ઘસારો લાગતો નહોતો. એમ પણ માનવામાં આવતું હતું કે આ ધનુષને સાચવવું કંઈ સરળ વાત નહોતી. ધનુષની પકડ, તેનાં બંને પડખાં અને પાછળની દિશામાં વળતા તેના છેડા પર વિશેષ પ્રકારનું ઊંજણ તેલ નિયમિત લગાવતા રહેવું પડતું. સીતાએ પોતાનું કામ નિષ્ઠાપૂર્વક કર્યું હોય તેમ લાગતું હતું, કારણ કે ધનુષ નવા જેવું જ લાગતું હતું.

'મિથિલા પાસે પિનાક કઈ રીતે આવ્યું ?' આ સુંદર શસ્ત્ર પરથી દૃષ્ટિ હટાવી ન શકતા રામે પૂછ્યું.

'એ બહુ લાંબી વાત છે.' સીતાએ કહ્યું, 'પરંતુ હું એમ ઇચ્છું છું કે તમે તેની સાથે અભ્યાસ કરી લો. આ ધનુષનો જ ઉપયોગ આવતી કાલની સ્વયંવરની સ્પર્ધામાં થવાનો છે.'

રામથી સ્વતઃ જ પાછળની દિશામાં એક ડગલું ભરાઈ ગયું. સ્વયંવર ઘણી

બધી રીતે થઈ શકતો અને તેમાંથી બે રીતો આ મુજબ હતી : કન્યા જાતે જ કોઈ પુરુષને પસંદ કરી લે અથવા તે કોઈ સ્પર્ધાની ઘોષણા કરે અને એ સ્પર્ધાના વિજેતાને પરણે. પરંતુ સીતાની વાત બહુ જ બિનપારંપરિક હતી: સ્વયંવરમાં ભાગ લેનાર કોઈ પુરુષને અગાઉથી જ સ્પર્ધાની જાણ કરવી અને તેમાં વિજયી બનવા મદદરૂપ થવું, વાસ્તવમાં, નિયમ વિરુદ્ધની વાત હતી.

રામે પોતાનું મસ્તક ધુણાવ્યું. 'પિનાકનો સ્પર્શ કરવાનું અહોભાગ્ય પ્રાપ્ત થવું પણ સમ્માનજનક ઘટના છે. ભગવાન રુદ્રએ સ્વયં જેને આશીર્વાદ આપેલા છે, તે ધનુષને વાપરવાનો મોકો મળવો તો તેથી પણ વિશેષ અહોભાગ્યની ઘટના કહેવાય. પરંતુ એ કામ હું આવતી કાલે કરીશ. આજે નહિ.'

સીતાને મનમાં ક્રોધ આવ્યો, 'મને એમ લાગ્યું હતું કે તમે મારો હાથ જીતવા માંગો છો.'

'હા, હું અવશ્ય જીતવા માંગુ છું. પરંતુ હું તે સાચી રીતે જીતીશ. હું નિયમપાલન કરીને જીતીશ.'

સીતાએ સ્મિત કર્યું. જોકે તેના મનમાં કોઈ અજ્ઞાત ભય હોય, તેમ તેણે પોતાનું મસ્તક પણ હલાવ્યું અને તેને અત્યંત આનંદ પણ થયો.

'શું એ વાત સાથે તમે અસહમત છો ?' રામે પૂછ્યું. તેમના મુખ પર થોડીક નિરાશા દેખાઈ રહી હતી.

'ના, હું અસહમત નથી. હું બહુ જ પ્રભાવિત થઈ છું. તમે વિશેષ માનવ છો, રાજકુમાર રામ.'

રામના ગાલ પર સંકોચના શેરડા ફૂટી આવ્યા. સ્વનિયંત્રણના પ્રયત્નો છતાં તેમના હૃદયના ધબકારા વધી ગયા હતાં.

'આવતી કાલે સવારે તમને તીર છોડતા જોવા માટે હું ઉત્કંઠિત છું.' સીતાએ કહ્યું.

અધ્યાય ૨૩

રાજસભાગૃહના બદલે સ્વયંવરને ધર્મભવનમાં યોજવામાં આવ્યો હતો. તેનું એકમાત્ર કારણ એ હતું કે મિથિલાનું રાજસભાગૃહ એ મિથિલાનો સૌથી વિશાળ ખંડ નહોતો. રાજમહેલની મુખ્ય ઇમારતમાં જ આવેલા ધર્મભવનને રાજાએ મિથિલાના વિશ્વવિદ્યાલયને દાનમાં આપી દીધું હતું. આ ભવનમાં ધર્મના વિવિધ મુદ્દાઓ પર નિયમિત સંવાદો અને ચર્ચા થતાં રહેતાં હતાં: ધર્મ એટલે શું, કર્મ અને ધર્મની પ્રતિક્રિયાઓ, દૈવી તત્ત્વ, માનવ જીવનનો હેતુ, વગેરે. રાજા જનક આધ્યાત્મિક રાજા હતા અને રાજ્યની આધ્યાત્મિક તેમજ બૌદ્ધિક બાબતો પર તેમનું ધ્યાન કેન્દ્રિત થયેલું હતું. ધર્મભવન ગોળાકાર હતું. તેનું નિર્માણ પથ્થર અને ચૂના વડે કરવામાં આવ્યું હતું અને તેની પર વિશાળ ઘુમ્મટ હતો, જે ભારતમાં બહુ જ વિરલ માનવામાં આવતો. ઘુમ્મટની નજાકતભરી ભવ્યતા નારીપ્રધાન જીવનશૈલીનું પ્રતીક માનવામાં આવતી હતી જ્યારે શંકુ આકારનું શિખર પુરુષપ્રધાન જીવનશૈલીનું પ્રતીક માનવામાં આવતું હતું. ધર્મભવનમાં રાજા જનકના પ્રશાસન પ્રત્યેના અભિગમનો પણ સમાવેશ કરવામાં આવ્યો હતો: જ્ઞાન પ્રત્યેનો બૌદ્ધિક પ્રેમ અને દરેક દૃષ્ટિકોણને આદરયુક્ત સમતા. માટે જ એ ભવન ગોળાકાર હતું. ત્યાં કોઈ પ્રમુખ નહોતું, તમામ ઋષિઓને એક સમાન આસન મળતું અને તમામ મુદ્દાઓ પર ત્યાં જાહેરમાં નિર્ભયતાથી ચર્ચા કરવામાં આવતી હતી, વાણી-સ્વાતંત્ર્ય એ પ્રશાસનનું સૌથી મહત્ત્વનું પાસું હતું.

જોકે, આજનું દૃશ્ય અલગ હતું. ક્યાંય કોઈ હસ્તપ્રતો હાજર નહોતી. કોઈ વિષય પર બોલવા માટે કે કોઈ મુદ્દા પર ચર્ચા કરવા માટે શિસ્તબદ્ધ રીતે આગળ વધી રહેલા ઋષિઓ નહોતા. ધર્મભવનને સ્વયંવર માટે સજાવવામાં આવ્યું હતું.

પ્રવેશદ્વાર પાસે દર્શકો માટે ત્રણ સ્તરની અસ્થાયી બેઠક-વ્યવસ્થા કરવામાં

આવી હતી. તેની બરાબર સામે, એક કાષ્ઠ મંચ પર રાજસિંહાસન ગોઠવવામાં આવ્યું હતું. એ રાજસિંહાસન પાછળ મિથિલાની સ્થાપના કરનારા રાજા મિથિલનું પૂતળું ઊભું કરવામાં આવ્યું હતું. એ રાજસિંહાસનની ડાબે અને જમણે બીજા બે થોડાંક જ ઓછાં ભવ્ય હોય તેવા સિંહાસન મૂકવામાં આવ્યાં હતાં. એ ભવ્ય ભવનની મધ્યમાં વર્તુળાકારે આરામદાયક આસનો ગોઠવવામાં આવ્યાં હતાં. તેમાં સ્વયંવરમાં ઉમેદવાર બનેલા રાજા અને રાજકુમારો બેસવાના હતા.

જ્યારે અરિષ્ટનેમી રામ અને લક્ષ્મણને અંદર દોરી ગયા ત્યારે દર્શકોની બેઠકો તો સંપૂર્ણ ભરાઈ ચૂકી હતી. મોટા ભાગના ઉમેદવારોએ પણ પોતાનું આસન ગ્રહણ કરી લીધું હતું. બહુ ઓછા લોકો સાધુવેશે આવેલા અયોધ્યાના રાજકુમારોને ઓળખી શક્યા. એક સૈનિકે તો તેમને ઇશારો કર્યો કે તેમણે દર્શકોની બેઠક-વ્યવસ્થાના સૌથી નીચલા સ્તરે બેસવા જવું જોઈએ જ્યાં મિથિલાના વેપારીઓ અને ઉમરાવો બેઠા હતા. અરિષ્ટનેમીએ તેમને જણાવ્યું કે તેઓ સ્વયંવરના ઉમેદવારને સાથે લઈને આવ્યા છે. સૈનિકને આશ્ચર્ય થયું પરંતુ તે મહાન વિશ્વામિત્રના સેનાપતિ અરિષ્ટનેમીને ઓળખી ગયો અને બાજુમાં ખસી જઈને તેમને પ્રવેશવા માટે માર્ગ મોકળો કરી આપ્યો. જનક રાજા પોતાની પુત્રીના સ્વયંવર માટે માત્ર ક્ષત્રિયો નહિ પરંતુ બ્રાહ્મણ ઋષિઓને પણ આમંત્રે તેમાં તેને કશું જ અજુગતું લાગ્યું નહિ.

ધર્મભવનની દીવાલો ભૂતકાળમાં થઈ ગયેલા મહાન ઋષિઓ અને ઋષિકાઓનાં ચિત્રોથી સજાવેલી હતીઃ મહર્ષિ સત્યકામ, મહર્ષિ યાજ્ઞવલ્ક્ય, મહર્ષિકા ગાર્ગી અને મહર્ષિકા મૈત્રીયી ઉપરાંત ઘણા ઋષિઓ અને ઋષિકાઓનાં ચિત્રો ત્યાં હતાં. રામ વિચારવા લાગ્યાઃ *આ મહાન પૂર્વજોના વંશજો તરીકે આપણે કેટલા અયોગ્ય છીએ. મહર્ષિકા ગાર્ગી અને મૈત્રીયી તો ઋષિકાઓ હતી અને આજે એવા મૂર્ખાઓ પણ છે કે જે એમ માનતા હોય છે કે સ્ત્રીઓને ધર્મગ્રંથોનો અભ્યાસ ન કરવા દેવો જોઈએ કે તેમને નવા ગ્રંથો પણ લખવા ન દેવા જોઈએ. મહર્ષિ સત્યકામ તો એક અપરિણીત શૂદ્ર માતાનું સંતાન હતા. તેમનું ઊંડું જ્ઞાન અને બુદ્ધિ જ આપણા મહાન ઉપનિષદોમાં ઝિલાયેલા છે; અને આજે એવા ધર્માંધો પણ મળી આવે છે જેમનો દાવો હોય છે કે શૂદ્રો ઋષિ બની શકે નહિ.*

રામે પ્રાચીન સમયના આ ઋષિઓને વંદન કર્યાં. *કોઈ વ્યક્તિ કર્મથી બ્રાહ્મણ બને છે, જન્મથી નહિ.*

'મોટાભાઈ,' રામની પીઠ પર હાથ મૂકીને લક્ષ્મણ બોલ્યો.

તેમના માટે નક્કી કરવામાં આવેલા આસન તરફ જવા રામ અરિષ્ટનેમીને અનુસર્યા.

રામે આસન ગ્રહણ કર્યું અને અરિષ્ટનેમી તેમજ લક્ષ્મણ તેમની પાછળ ઊભા રહ્યા. બધાની દૃષ્ટિ તેમની તરફ ખેંચાઈ. ઉમેદવારો એમ વિચારવા લાગ્યા કે આ ભિક્ષુકો કોણ છે કે જે રાજકુમારી સીતાનો હાથ વરવા માટે તેમની બધાની સાથે સ્પર્ધા કરવા માંગે છે. જોકે અમુક ઉમેદવારો અયોધ્યાના રાજકુમારોને ઓળખી પણ ગયા. સ્પર્ધકોના વિભાગમાં કાવતરાખોરી ભરેલો ગણગણાટ વ્યાપી રહ્યો.

'અયોધ્યા..'

'અયોધ્યાને વળી શા માટે મિથિલા સાથે સંબંધ બાંધવો હશે ?'

રામને જોકે તેમની પર મંડાઈ રહેલી લોકોની દૃષ્ટિ કે ગણગણાટની પરવા નહોતી. તેમની દૃષ્ટિ તો માત્ર ભવનની મધ્યમાં જ રોકાયેલી હતી કે જ્યાં એક મેજ પર બહુ સજાવટ સાથે ધનુષ મૂકવામાં આવ્યું હતું. મેજની બાજુમાં જ, ધરતી પર તાંબાનું એક વિશાળ પાત્ર રાખેલું હતું.

રામની દૃષ્ટિ પહેલાં તો પિનાક પર જ મંડાયેલી રહી. તેની પણછ ચડાવેલી નહોતી. ધનુષની બાજુમાં ઘણાં બધાં તીર પણ મૂકવામાં આવ્યાં હતાં.

સ્પર્ધકોએ સૌ પ્રથમ તો ધનુષની પણછ ચડાવવાની હતી અને તે કામ જ બહુ પડકારરૂપ હતું. જોકે સાચા પડકારની શરૂઆત તો તે પછી થવાની હતી. સ્પર્ધકે ત્યાર પછી તાંબાના પાત્ર પાસે જવાનું હતું. તેમાં પાણી ભરેલું હતું અને તેની ધાર પરથી સતત પાણીના ટીપાં તેમાં પડતાં રહે તેવી વ્યવસ્થા કરવામાં આવી હતી. પાત્રની સાથે એક નલિકા પણ જોડાયેલી હતી કે જેની વાટે વધારાનું પાણી બહાર વહી જતું હતું. આ વ્યવસ્થાને કારણે પાણી ભરેલા એ તાંબાના પાત્રમાં સતત તરંગો ઊઠતા રહેતા હતા અને તે કેન્દ્રમાંથી શરૂ થઈને ધાર સુધી વિસ્તરતા રહેતા હતા. વધારે પીડાકારક વાત તો એ હતી કે પાણીનાં ટીપાં અનિયમિત સમયે ટપકતાં હતાં જેથી પાણીમાં પેદા થતાં તરંગો વિષે કોઈ પૂર્વધારણા બાંધી શકાતી નહિ.

ધર્મભવનના સો ગજ ઊંચા ઘુમ્મટની ધરી પરથી એક ચક્ર લટકાવવામાં આવ્યું હતું અને તેની પર એક માછલી બાંધવામાં આવી હતી. પ્રભુનો આભાર કે એ ચક્ર નિયમિત ગતિથી ફરી રહ્યું હતું. સ્પર્ધકોએ નીચે રહેલા અનિયમિત તરંગોવાળા પાણીમાં મત્સ્યનું પ્રતિબિંબ જોવાનું હતું અને પિનાક ધનુષ વડે ઉપર ચક્ર પર બાંધેલી માછલીની આંખ વીંધવાની હતી. એમ કરવામાં સૌ પ્રથમ સફળ

થનાર ઉમેદવાર આ સ્વયંવરનો વિજેતા બનવાનો હતો.

'તમારા માટે તો આ એકદમ સરળ છે, મોટાભાઈ,' લક્ષ્મણે મશ્કરી કરી. 'શું ઉપરનું ચક્ર પણ અનિયમિત ગતિએ ફરતું થાય એવું સૂચન હું તેમને આપી શકું ? કે પછી તીરની પૂંછ જરા ફેરવી નાખવાનું કહું ? તમને શું લાગે છે ?'

રામે લક્ષ્મણ તરફ જોયું, પોતાની આંખો ઝીણી કરીને તેઓ લક્ષ્મણને તાકી રહ્યા.

લક્ષ્મણે સ્મિત કર્યું, 'ક્ષમા, મોટાભાઈ, ક્ષમા.'

રાજાના આગમનની છડી પોકારાઈ એટલે તેણે એક ડગલું પાછું ભર્યું.

'મિથિલ કુળના વંશજ, જ્ઞાનીઓમાં પણ જ્ઞાની, પ્રેમાળ ઋષિ, રાજા જનક પધારી રહ્યા છે !'

મિથિલાના રાજા અને સ્વયંવરના યજમાન જનકના માનમાં સભાગૃહમાં બધા જ ઊભા થઈ ગયા. તેઓ ખંડના બીજા છેડાથી ચાલતા આવ્યા. રસપ્રદ વાત તો એ હતી કે પરંપરાથી અલગ પડીને સૌથી આગળ મહર્ષિ વિશ્વામિત્ર હતા અને જનક તેમને અનુસરી રહ્યા હતા. જનકની પાછળ તેમનો નાનો ભાઈ અને સંકશ્યનો રાજા કુશધ્વજ હતો. તેનાથી પણ વધારે રસપ્રદ વાત એ બની કે જનકે વિશ્વામિત્રને મિથિલાના રાજ સિંહાસન પર આરૂઢ થવાની વિનંતી કરી. તેઓ પોતે રાજસિંહાસનની જમણી બાજુએ મૂકેલા થોડાક નાનકડા સિંહાસન પર બેઠા અને કુશધ્વજે મહર્ષિની ડાબી બાજુના સિંહાસન પર આસન ધારણ કર્યું. સમગ્ર ભવનના અધિકારીઓમાં ગણગણાટ થવા માંડ્યો, કારણ કે શિષ્ટાચારનો અનઅપેક્ષિત ભંગ થયો હતો.

આવી બિનપારંપરિક બેઠક-વ્યવસ્થા અંગે સમગ્ર ભવનમાં ગણગણાટ થઈ રહ્યો હતો ત્યારે રામને બીજી વાતનું કુતૂહલ થઈ રહ્યું હતું. તેઓ પોતાની પાછળ બેઠલા લક્ષ્મણ તરફ ફર્યા. તેમના ભાઈએ જ તેમના શબ્દોને વાચા આપી, 'રાવણ ક્યાં છે ?'

છડી પોકારનારે પુનઃ પ્રવેશદ્વાર આગળ દાંડિયો પીટીને બધાને શાંત થઈ જવા માટે વિનંતી કરી.

વિશ્વામિત્રે ગળું ખંખેરીને ઘેઘૂર અવાજે બોલ્યા. ધર્મભવનની સુંદર રચનાને કારણે તેમનો અવાજ એ ભવનમાં હાજર તમામને સ્પષ્ટતાથી સંભળાતો હતો. 'ભારતના સૌથી આધ્યાત્મિક અને બૌદ્ધિક રાજા જનક દ્વારા યોજવામાં આવેલી આ ભવ્ય સભામાં આપ સૌનું સ્વાગત છે.'

રાજા જનકે સૌહાર્દપૂર્ણ સ્મિત કર્યું.

વિશ્વામિત્રે વાત ચાલુ રાખી. 'મિથિલાની રાજકુમારી સીતાએ આ સ્વયંવરને ગુપ્ત સ્વયંવર તરીકે યોજવાનો નિર્ણય કર્યો છે. માટે આ ભવનમાં તે આવશે નહિ. સીતાના કહેવા મુજબ, મહાન રાજા અને રાજકુમારોમાં સ્પર્ધા યોજાશે–'

એકસાથે અસંખ્ય શંખનો કાન ફાટી જાય તેવો નાદ થયો જેના અવાજથી મહર્ષિના વક્તવ્યમાં ખલેલ પહોંચી. આશ્ચર્યજનક વાત હતી કારણ કે સામાન્યતઃ શંખનો અવાજ મધુર અને આનંદદાયક હોય છે. બધાની દૃષ્ટિ આ અવાજની દિશામાં ફરીઃ બધા ધર્મભવનના પ્રવેશદ્વાર તરફ જોવા લાગ્યા. પંદર ઊંચા અને સ્નાયુબદ્ધ યોદ્ધાઓ કાળા ધ્વજ સાથે ભવનમાં પ્રવેશ્યા. એ ધ્વજ પર અગ્નિજ્વાળામાંથી બહાર કૂદી રહેલા ને ગર્જના કરી રહેલા સિંહનું ચિહ્ન હતું. યોદ્ધાઓ અદ્ભુત શિસ્ત સાથે કૂદી રહ્યા હતા. તેમની પાછળ બે જોરાવર માણસો ચાલી રહ્યા હતા. એક વ્યક્તિ ખૂબ જ કદાવર હતો, લક્ષ્મણથી પણ ઊંચો. તે માંસલ પણ સ્નાયુબદ્ધ હતો અને તેનું જાડું પેટ બહાર લબડી રહ્યું હતું જે તેના દરેક ડગલા સાથે ધ્રૂજતું હતું. તેના સમગ્ર શરીર પર વાળ ઊગેલા હતા અને તે માણસ કરતાં મોટા રીંછ જેવો વધારે લાગતો હતો. જોકે હાજર રહેલા બધા જ લોકો માટે સૌથી ભયાવહ વસ્તુ તો તેના કાન અને ખભાનો વધારે પડતો વિકાસ હતો. તે એક નાગવંશી હતો. પુષ્પક વિમાનમાંથી પ્રથમ બહાર આવનાર વ્યક્તિ તરીકે રામે તેને ઓળખ્યો.

તેની સાથે રાવણ સગર્વ ચાલી રહ્યો હતો, તેનું મસ્તક ઉન્નત હતું. તેના ખભા સામાન્ય રીતે ઝૂકેલા હતા, કદાચ તેની વધતી ઉંમરની એ નિશાની હતી.

એ બંને પુરુષોની પાછળ બીજા પંદર યોદ્ધા અથવા તો એમ કહી શકાય કે તેમના અંગરક્ષકો ચાલી રહ્યા હતા.

રાવણની ટુકડી ભવનની મધ્ય સુધી ગઈ અને ભગવાન રુદ્રના ધનુષ પાસે આવીને અટકી. સૌથી આગળ રહેલા અંગરક્ષકે ઊંચા અવાજે ઘોષણા કરી. 'રાજાઓના મહારાજા, સમ્રાટોના મહાસમ્રાટ, ત્રણે જગતના શાસક, પ્રભુના પ્રિય, મહારાજ રાવણ પધારી ચૂક્યા છે!'

પિનાકની સૌથી સમીપ બેઠેલા એક નાનકડા રાજ્યના રાજા તરફ રાવણે દૃષ્ટિ કરી. તેણે હળવેથી ઘૂરકાટ કર્યો અને જમણી બાજુ પોતાનું માથું હલાવ્યું અને ઇશારાથી જ એ શું ઇચ્છે છે તે વાત તેણે સમજાવી દીધી. પેલો રાજા તરત જ ઊભો થઈને અન્ય એક ઉમેદવારની પાછળ જઈને બેસી ગયો. રાવણ એ આસન સુધી ગયો પરંતુ તેની પર બેઠો નહિ. તેણે જમણો પગ ઊંચો કરીને એ આસન પર મૂક્યો અને પોતાના હાથને એ પગના ગોઠણ પર ટેકવ્યા. તેના

અંગરક્ષકો અને પેલો નાગવંશી તેની પાછળ કતારમાં ઊભા રહી ગયા. પછી રાવણે બેદરકારીથી દૃષ્ટિ વિશ્વામિત્ર તરફ દૃષ્ટિ નાખી અને કહ્યું, 'ચાલુ રાખો, મહાન મલયપુત્ર.'

મલયપુત્રોના વડા વિશ્વામિત્ર ક્રુદ્ધ થયા. આટલી અપમાનજનક રીતે કોઈએ તેમની સાથે વાત નહોતી કરી. 'રાવણ...' તે ઘૂરક્યા.

રાવણે વિશ્વામિત્ર તરફ ઘમંડથી એવી રીતે જોયું કે જાણે તેને વિશ્વામિત્રની કોઈ જ પરવા નથી.

વિશ્વામિત્રે પોતાના ક્રોધ પર કાબૂ રાખ્યો, કારણ કે તેમને એક મહત્ત્વનું કાર્ય સંપન્ન કરવાનું હતું. રાવણ સાથે તે પછીથી પતાવટ કરી લેશે. 'રાજકુમારી સીતાએ સ્પર્ધા માટે રાજાઓ અને રાજકુમારોનો ક્રમ નક્કી કરી રાખ્યો છે.'

વિશ્વામિત્ર હજુ બોલી જ રહ્યા હતા કે રાવણ પિનાક તરફ ચાલવા લાગ્યો. રાવણ ધનુષને હાથમાં લેવા જ જતો હતો કે વિશ્વામિત્રે પોતાનું વાક્ય પૂરું કર્યું. 'સ્પર્ધામાં સૌ પ્રથમ તમારે નથી આવવાનું, રાવણ. સૌ પ્રથમ અયોધ્યાના રાજકુમાર રામ આવશે.'

ધનુષથી થોડાક આંગળ પહેલાં જ રાવણનો હાથ અટકી ગયો. પહેલાં તેણે વિશ્વામિત્ર તરફ જોયું અને પછી વિશ્વામિત્ર કોની વાત કરી રહ્યા છે તે જોવા દૃષ્ટિ ફેરવી. સાધુ જેવા સફેદ સ્વચ્છ વસ્ત્રો ધારણ કરેલો એક યુવાન તેણે જોયો. તેની પાછળ એક બીજો યુવાન ઊભો હતો જે કદાવર હતો અને તે યુવાનની બાજુમાં અરિષ્ટનેમી ઊભો હતો. રાવણ પહેલાં અરિષ્ટનેમીને જોઈ રહ્યો અને પછી રામને. જો દૃષ્ટિ વડે લોકોને મારી શકાતા હોત, તો આજે રાવણે ઘણાને કાપી નાખ્યા હોત. પછી તેણે વિશ્વામિત્ર, જનક અને કુશધ્વજ તરફ જોયું. ત્યારે તેની આંગળીઓ તેના ગળામાં પહેરેલી ભયાવહ માળાના માનવ-આંગળીઓના હાડકાથી બનેલા લટકણિયા પર જ વીંટળાયેલી હતી. તે ઊંચા અને પડઘાતા અવાજે ઘૂરક્યો, 'મારું અપમાન કરવામાં આવ્યું છે !'

રામે નોંધ્યું કે રાવણની પાછળ ઊભેલા નાગવંશીએ એકદમ સૂક્ષ્મ રીતે પોતાનું માથું હલાવ્યું, જાણે તેને આ સભામાં હાજર રહેવાનો પસ્તાવો થતો હોય.

'જો મારી પહેલાં આવા નવાસવા છોકરાઓની જ સ્પર્ધા કરાવવી હતી તો મને અહીં શા માટે આમંત્રિત કરવામાં આવ્યો હતો ? !' ક્રોધથી રાવણ ધ્રૂજી રહ્યો હતો.

જનકે ચિડાઈને કુશધ્વજ તરફ જોયું. પછી રાવણ તરફ ફરીને તેઓ નબળા અવાજે બોલ્યા, 'આ સ્વયંવરના નિયમો છે, લંકાના મહાન રાજા !'

છેવટે વીજળીના ગડગડાટ જેવો અવાજ સંભળાયો. તે અવાજ પેલા નાગવંશીનો હતો. 'બહુ થઈ મૂર્ખામીભરી વાતો !' તે રાવણ તરફ ફર્યો. 'મોટાભાઈ, ચાલો.'

રાવણ અચાનક જ ઝૂક્યો અને તેણે પિનાક ઉઠાવ્યું. કોઈ કશો જ પ્રતિભાવ આપી શકે તે પહેલાં તેણે ધનુષની પણછ ચડાવી અને તીર ચડાવીને પણછ ખેંચી. રાવણે એ તીર વિશ્વામિત્ર તરફ તાક્યું ત્યારે ભવનમાં બેઠેલા બધા જ લોકો સ્તબ્ધ થઈ ગયા. લક્ષ્મણે પણ એ માણસની શક્તિ અને કૌશલ્યોને માનવા પડ્યાં.

વિશ્વામિત્ર ઊભા થયા એટલે બધાના મોઢામાંથી એક સાથે હાયકારો નીકળી ગયો. તેમણે પોતાનું અંગવસ્ત્ર બાજુમાં ફેંક્યું અને પોતાની છાતી પર મુક્કો મારીને ગર્જ્યા, 'તીર ચલાવ, રાવણ !'

આ ઋષિના યોદ્ધા જેવા વર્તનથી રામને આશ્ચર્ય થયું. જ્ઞાની માણસમાં આટલી હિંમત હોવી એ વિરલ ઘટના હતી. જોકે વિશ્વામિત્ર તો એક સમયે યોદ્ધા જ હતા.

એ સંતનો અવાજ સમગ્ર ભવનમાં ગુંજી રહ્યો. 'ચલાવ ! તારામાં હિંમત હોય તો ચલાવ તીર !'

રાવણે તીર ચલાવ્યું. વિશ્વામિત્ર પાછળ રહેલી રાજા મિથિની મૂર્તિને તે જઈ વાગ્યું અને તે પ્રાચીન રાજાની મૂર્તિનું નાક તૂટી ગયું. રામે રાવણની દિશામાં જોયું. તેમના ચરિત્રથી વિપરીત, તેમના હાથની મુઠ્ઠીઓ આપોઆપ વળાઈ ગઈ હતી. એક પણ મિથિલાવાસીએ આ નગરના સ્થાપકના અપમાનને પડકાર્યું નહોતું.

રાવણે એક હાથ માત્ર હલાવીને રાજા જનકને નકારી કાઢ્યા અને અને તે રાજા કુશધ્વજને તાકી રહ્યો. તેણે ધનુષ મેજ પર પછાડ્યું અને દ્વારની દિશામાં ચાલવા લાગ્યો, તેના અંગરક્ષકો તેને અનુસર્યા. આ બધા ખળભળાટ વચ્ચે વિશાળ નાગવંશી મેજ પર ચડી ગયો, પિનાકની પણછ ઉતારી અને ધનુષને બંને હાથે પકડીને પૂજ્યભાવે તેને પોતાના કપાળે અડાડ્યું, જાણે કે તે આ ધનુષથી ક્ષમા પ્રાર્થી રહ્યો હોય. પછી નીચે ઊતરીને તે ત્વરાથી રાવણની પાછળ પાછળ ધર્મભવનમાંથી બહાર નીકળી ગયો. એ જ્યાં સુધી ભવનમાંથી બહાર ન નીકળ્યો ત્યાં સુધી રામની દૃષ્ટિ તેની ઉપર જ હતી.

જ્યારે છેલ્લે લંકાવાસી બહાર નીકળ્યો પછી ધર્મભવનમાં બેઠેલા સૌની દૃષ્ટિ એક સાથે વિશ્વામિત્ર, જનક અને કુશધ્વજ તરફ ફરી.

હવે એ ત્રણેય શું કરશે ?

જાણે કશું જ ન બન્યું હોય, તેમ વિશ્વામિત્ર બોલ્યા, ‘સ્પર્ધા શરૂ થવા દો.’

સમગ્ર ભવનમાં લોકો એકદમ શાંત હતા, જાણે કે એકસાથે તેમને બધાને પથ્થરનાં પૂતળાં બનાવી દેવામાં ન આવ્યા હોય ! વિશ્વામિત્ર પુનઃ વધારે ઊંચા અવાજે બોલ્યા, ‘સ્પર્ધા શરૂ થવા દો. રાજકુમાર રામ, આગળ વધો.’

પોતાના આસન પરથી ઊભા થઈને રામ પિનાક સુધી ગયા. પૂજ્યભાવે તેમણે મસ્તક નમાવીને વંદન કર્યું અને પ્રાચીન શ્લોકનું ઉચ્ચારણ કર્યુંઃ ‘ओम रुद्राय नमः।’ બ્રહ્માંડ ભગવાન રુદ્રને વંદન કરે છે. હું ભગવાન રુદ્રને વંદન કરું છું.

તેમણે પોતાના જમણા કાંડા પર બંધાયેલ લાલ દોરાને પોતાની બંને આંખે સ્પર્શ કરાવ્યો. ધનુષનો સ્પર્શ કરતાં જ જાણે તેમના શરીરમાં ઊર્જાસંચાર થઈ ગયો હોય તેવું તેમને લાગ્યું. શું આ ભગવાન રુદ્ર પ્રત્યેનો તેમનો ભક્તિભાવ હતો કે ધનુષમાં સંચિત થયેલી શક્તિને રુદ્ર ભગવાને અયોધ્યાના રાજકુમારમાં ઉતારી હતી ? જેમને માત્ર તથ્યો જ જોઈતાં હશે, તેઓ આ ઘટનાનું વિશ્લેષણ કરશે. બાકીના બધા આ ક્ષણને હંમેશાં માટે માણશે. ધનુષને ફરી સ્પર્શ કરી રામ આ ક્ષણને માણી રહ્યા હતા. પછી મસ્તક ઝુકાવીને તેમણે ધનુષને ટેકવ્યું અને તેના આશીર્વાદ માંગ્યા.

સહજ પ્રયત્નથી તેમણે ધનુષ ઉપાડ્યું ત્યારે તેમનામાં જરા પણ ઉશ્કેરાટ નહોતો. કુશધ્વજની પાછળ એક આચ્છાદિત ઝરૂખામાં બેઠેલી સીતા ધ્યાનપૂર્વક, શ્વાસ રોકીને આ દૃશ્ય જોઈ રહી હતી.

ધરતી પર મુકાયેલા લાકડાના ટુકડા પર રામે ધનુષનો નીચેનો ભાગ ટેકવ્યો. પિનાકના ઉપરના પડખાને થોડુંક નીચે ખેંચતી વખતે તેમના ખભા અને હાથના સ્નાયુઓનો તણાવ દેખાઈ આવતો હતો. એ જ સમયે બીજા હાથે તેઓ પણછને પણ ઉપરની તરફ ખેંચી રહ્યા હતા. તેમના શરીરને કષ્ટ પડી રહ્યું હતું પરંતુ તેમના મુખ પર શાંતિ છવાયેલી હતી. થોડું વધારે બળ લગાવીને તેમણે ઉપરના પડખાને વધારે નીચું નમાવ્યું અને ધનુષની પણછ ચડાવી. જ્યારે તેમણે ઉપરના પડખાને મુક્ત કર્યું ત્યારે જ તેમના સ્નાયુઓ પરથી તણાવ દૂર થતો દેખાયો. તેમણે ધનુષને ડાબા હાથે પકડી રાખ્યું. જમણા હાથે તેઓ પણછ ખેંચીને કાન સુધી લાવ્યા અને જેવી તેને છોડી કે તેનો ટંકાર ચોમેર ગુંજી રહ્યો.

તેમણે એક તીર ઉઠાવ્યું અને એકદમ શાંતિથી તેઓ તાંબાના વિશાળ પાત્ર પાસે ગયા. ધરતી પર તેમણે એક ઘૂંટણ ટેકવ્યો, ધનુષને પોતાના મસ્તકની ઉપર ઉઠાવ્યું અને પાણીમાં દૃષ્ટિ સ્થિર કરી. ઉપર ચક્રમાં બંધાયેલી અને ચક્ર સાથે સતત ફરી રહેલી માછલીને તેમણે પાણીમાંથી જોવાનો પ્રયત્ન કર્યો. પાણીમાં અનિયમિત

સમયના અંતરાલે ઊઠી રહેલા તરંગો જાણે તેમને ચીડવી રહ્યા હતા ! બધા વિચારો ખંખેરી નાખીને રામે માછલી પર દૃષ્ટિ પર સ્થિર કરી. તીરને તેમણે ધનુષની ખાંચમાં ગોઠવ્યું, પણછ પર લગાવ્યું અને પણછને ધીમે-ધીમે જમણા હાથે ખેંચી. તેમની પીઠ ટટ્ટાર હતી, સ્નાયુઓ તંગ. તેમનો શ્વાસ સ્થિર અને નિયમિત ગતિએ ચાલી રહ્યો હતો. તેમની મનોચેતના જાગૃત થઈ ચૂકી હતી અને વૈશ્વિક મનોચેતના સાથે જોડાઈ ચૂકી હતી. પોતાની જાતને એ વૈશ્વિક બળને શરણે મૂકીને તેમણે જેટલું ખેંચાય તેટલું તીર ખેંચ્યું અને પછી તેને મુક્ત કર્યું. તીરે ઉપરની દિશામાં પ્રયાણ શરૂ કર્યું અને સાથે જ ધર્મભવનમાં બેઠેલા લોકોની દૃષ્ટિએ પણ. એ તીર લાકડામાં ખૂંપ્યું હોય તેવો સ્પષ્ટ અવાજ ધર્મભવનમાં ગુંજી રહ્યો. માછલીની જમણી આંખમાં પ્રવેશીને એ તીર લાકડામાં ખૂંપી ગયું હતું. ફરી રહેલા ચક્રની સાથે સાથે એ તીર પણ તાલબદ્ધ રીતે ફરી રહ્યું હતું. જાણે વિશ્વચેતના સાથેનો સંપર્ક તૂટ્યો હોય, તેમ રામની દૃષ્ટિ ફરી વાર પાણીના તરંગો પર સ્થિર થઈ અને તેઓ જાણે ધર્મભવનમાં પાછા ફર્યા તેમ જાગૃત થયા. તેમણે સ્મિત કર્યું. નિશાન સાધી શક્યાની સફળતાનું એ સ્મિત નહોતું. વાસ્તવમાં એ તીર ચલાવતી વખતે તેઓ સ્વને પામ્યા હતા, પોતે સંપૂર્ણ બન્યા હોય, તેવી લાગણી તેમનામાં ઊભરાઈ રહી હતી. એ ક્ષણ પછી તેઓ કદી પણ એકલા પડ્યા નહોતા.

પોતાની આરાધ્ય સ્ત્રીની તેમણે મનોમન જ સ્તુતિ કરી. ઘણી સદીઓ પહેલાં ભગવાન રુદ્રએ પોતાની આરાધ્ય સ્ત્રી દેવી મોહિની માટે એ સ્તુતિ ઉચ્ચારી હતી:

હું જીવંત બની ગયો છું. તેં મને જીવંત કર્યો છે.

અધ્યાય ૨૪

જે દિવસે રામ સ્વયંવરમાં વિજેતા બન્યા તે દિવસે બપોરે એકદમ સાદગીપૂર્ણ વિધિ દ્વારા લગ્ન સંપન્ન કરવામાં આવ્યાં હતાં. રામને સીતાના એ સૂચનથી આશ્ચર્ય થયું હતું કે એ શુભસમયે જ લક્ષ્મણ અને ઊર્મિલાનાં લગ્ન પણ યોજવામાં આવે. તેનાથી પણ વધારે આશ્ચર્ય રામને એ વાતનું થયું કે લક્ષ્મણે અત્યંત ઉત્સાહપૂર્વક સહમતિ આપી હતી. પછી એમ નિર્ણય લેવામાં આવ્યો હતો કે બંને યુગલોની લગ્નવિધિ મિથિલામાં જ કરવામાં આવશે કે જેથી સીતા અને ઊર્મિલા, રામ અને લક્ષ્મણ સાથે અયોધ્યા જવાનો પ્રવાસ કરી શકે, પરંતુ અમુક ભવ્ય વિધિઓ અયોધ્યામાં પણ કરવામાં આવશે, એવી વિધિઓ કે જે રઘુકુળના વંશજોને શોભે તેવી હોય.

છેવટે સીતા અને રામને એકાંત મળ્યું હતું. ભોજનકક્ષમાં તેઓ ધરતી પર પાથરેલા આસન પર બેઠાં હતાં અને બાજઠ પર તેમના માટે ભોજન પીરસવામાં આવ્યું હતું. ઢળતી સંધ્યાનો સમય હતો, ત્રીજા પ્રહરનો છઠ્ઠો કલાક ચાલી રહ્યો હતો. થોડાક કલાકો પહેલા તેમના સંબંધોને ધાર્મિક વિધિથી સ્થાપિત કરવામાં આવ્યા હતા તેમ છતાં તેઓ એકબીજાના વ્યક્તિત્વથી પરિચિત નહોતાં એટલે બંને વચ્ચે હજુ સંવાદિતા સ્થપાઈ નહોતી.

'અરે !' પોતાના ભોજનની થાળી સામે જોઈ રહેલા રામે કહ્યું.

'હા, રામ...' સીતાએ પૂછ્યું, 'કંઈ સમસ્યા છે ?'

'ના, પણ ભોજનમાં...'

'શું ભોજન તમારા સ્વાદ મુજબ નથી ?'

'ના, ના, ભોજન સરસ છે. બહુ સરસ છે, પણ...'

'પણ ?'

'તેમાં થોડુંક મીઠું ઉમેરવા જેવું લાગે છે.'

સીતાએ તરત જ પોતાના ભોજનની થાળી બાજુમાં ખસેડી, ઊભી થઈ અને તાલી વગાડી. એક દાસી અંદર ધસી આવી.

'કૃપા કરીને રાજકુમાર માટે મીઠું લાવો.' દાસી પાછળ ફરી ત્યારે સીતાએ પોતાના આદેશમાં ભાર મૂક્યો, 'ત્વરાથી !'

દાસી દોડી ગઈ.

મીઠાની પ્રતીક્ષા કરી રહેલા રામે કાપડના ટુકડા વડે પોતાના હાથ સ્વચ્છ કર્યાં. 'તમને મુશ્કેલીમાં મૂકવા માટે ક્ષમા માંગું છું.'

નીચે બેસતાં સીતાએ કહ્યું, 'હું તમારી પત્ની છું, રામ. તમારું ધ્યાન રાખવું એ મારું કર્તવ્ય છે.'

રામે સ્મિત કર્યું. 'શું હું તમને કંઈક પૂછી શકું ?'

'અવશ્ય.'

'તમારા બાળપણ વિષે મને કંઈક જણાવો.'

'મતલબ કે મને દત્તક લેવામાં આવી તે પહેલાંના સમય વિષે ? તમને એ તો જાણ છે જ કે મને દત્તક લેવામાં આવી હતી, છે ને ?'

'હા. જોકે તમને તેનાથી જરા પણ મુશ્કેલી પડતી હોય, તો તમારે તેના વિષે બોલવું આવશ્યક નથી.'

સીતાએ સ્મિત કર્યું, 'ના, મને તે વિષે વાત કરવામાં જરા પણ મુશ્કેલી પડતી નથી પરંતુ મને એ સમયની કોઈ સ્મૃતિ જ નથી. મારાં પાલક માતા-પિતાને હું મળી તે સમયે તો હું બહુ જ નાની હતી.'

રામે મસ્તક હલાવ્યું.

સીતાએ એ પ્રશ્નનો પણ ઉત્તર આપ્યો કે જે રામના મનમાં હોઈ શકે, તેવી તેની ધારણા હતી. 'એટલે જો તમે એમ પૂછવા ઇચ્છુક હોવ કે મારાં સાચાં માતા-પિતા કોણ છે, તો મને તેની જાણ નથી. હું તો એમ જ માનું છું કે હું આ ધરતી માતાની પુત્રી છું.'

'જન્મ તદ્દન બિનમહત્ત્વની વાત છે. જન્મ એટલે કર્મભૂમિમાં તમારા પ્રવેશની ઘટના. સૌથી મહત્ત્વની વાત છે કર્મ. અને તમારાં કર્મો તો દૈવી છે.'

સીતાએ સ્મિત કર્યું. રામ કંઈક કહેવા જતા હતા કે દાસી મીઠું લઈને દોડી આવી. રામે તેમાંથી એક ચપટી મીઠું લઈને પોતાના ભોજનમાં ઉમેર્યું અને ભોજન લેવાનું શરૂ કર્યું. દાસી ભોજનકક્ષમાંથી બહાર નીકળી ગઈ.

'તમે કંઈક કહેવા જતા હતા,' સીતાએ કહ્યું.

'હા.' રામે કહ્યું, 'મને એમ લાગે છે કે...'

ફરી વાર રામની વાતમાં ખલેલ પહોંચી. આ સમયે દ્વારપાળે ઊંચા અવાજે છડી પોકારી, 'મલયપુત્રોના વડા, સપ્તઋષિના ઉત્તરાધિકારી, વિષ્ણુમાર્ગના રક્ષક, મહર્ષિ વિશ્વામિત્ર પધારી રહ્યા છે.'

સીતાએ આંખો પહોળી કરીને રામ તરફ જોયું. રામે ખભા ઊંચા કરીને જણાવ્યું કે તેમને આ મુલાકાત વિષે કોઈ જ જાણકારી નથી.

રામ અને સીતા ઊભાં થયાં એ જ સમયે વિશ્વામિત્ર ભોજનકક્ષમાં પ્રવેશ્યા અને અરિષ્ટનેમી પણ તેમની પાછળ પાછળ પ્રવેશ્યા. પોતાના અને રામ માટે હાથ ધોવાનું પાણી લાવવાનો ઇશારો સીતાએ એક દાસીને કર્યો.

'એક સમસ્યા આવી પડી છે,' કોઈ પણ જાતના શિષ્ટાચારમાં સમય બગાડ્યા વિના વિશ્વામિત્રે કહ્યું.

'શું સમસ્યા છે, ગુરુજી ?' રામે પૂછ્યું.

'રાવણ આક્રમણ કરવા માટે સેના ગોઠવી રહ્યો છે.'

રામને ક્રોધ આવ્યો, 'પરંતુ તેની પાસે સેના નથી. દસ હજાર અંગરક્ષકો સાથે એ શું કરી શકશે ? એટલી સંખ્યામાં તો એ મિથિલા જેવા નગરને પણ ઘેરી શકે નહિ. પોતાના માણસોના અપમૃત્યુ સિવાય રાવણ આ યુદ્ધથી કશું જ સિદ્ધ કરી શકશે નહિ.'

'રાવણ તાર્કિક નથી.' વિશ્વામિત્રે કહ્યું, 'તેનો અહમ્ ઘવાયો છે. તેના અંગરક્ષકો મરાશે પરંતુ સામા પક્ષે મિથિલામાં પણ તે વિનાશ વેરશે.'

રામે સીતા તરફ જોયું. તેણે ચીડપૂર્વક મસ્તક હલાવ્યું અને વિશ્વામિત્રને કહ્યું, 'હે ભગવાન રુદ્ર, એ રાક્ષસને સ્વયંવરમાં આમંત્રિત જ શા માટે કરવામાં આવ્યો હતો ? મને જાણ છે કે મારા પિતાએ તો તેને આમંત્રણ આપ્યું જ નહોતું.'

વિશ્વામિત્રે ઊંડો શ્વાસ લીધો અને તેમની આંખોમાં નરમાશ આવી, 'હવે સમસ્યા આવી ચૂકી છે, સીતા. પ્રશ્ન એ છે કે હવે આપણે શું કરીશું ?'

'તમારું આયોજન શું છે, ગુરુજી ?'

'મારી પાસે એવી કેટલીક મહત્ત્વની વસ્તુઓ છે કે જેને ગંગા વાટે મારા આશ્રમમાં લાવવામાં આવી છે. અગત્સ્યકૂટમમાં અમુક વૈજ્ઞાનિક પ્રયોગો કરવા માટે મારે તેની આવશ્યકતા હતી. એટલે જ તો મારે આશ્રમની મુલાકાત લેવી પડી હતી.'

અગત્સ્યકૂટમ મલયપુત્રોની રાજધાની હતી જે નર્મદા નદીની બીજી બાજુ દક્ષિણ ભારતમાં ઘણે ઊંડે આવેલી હતી. વાસ્તવમાં, તે લંકાની બહુ નજીક હતી.

'વૈજ્ઞાનિક પ્રયોગો ?' રામે પૂછ્યું.

'હા, દૈવી અસ્ત્રના પ્રયોગો.'

સીતાએ ઊંડો શ્વાસ લીધો કારણ કે તે દૈવી અસ્ત્રોની શક્તિ અને ભયાનકતા વિષે જાણતી હતી. 'ગુરુજી, શું તમે એમ સૂચવી રહ્યા છો કે આપણે દૈવી શસ્ત્રોનો ઉપયોગ કરીએ ?'

વિશ્વામિત્રે હકારમાં મસ્તક હલાવ્યું ત્યારે રામ બોલી ઊઠ્યા, 'પરંતુ તેનાથી તો મિથિલાનો પણ નાશ થઈ જશે.'

'ના, એમ નહિ થાય. આ પારંપરિક દૈવી અસ્ત્ર નથી. મારી પાસે અસુરાસ્ત્ર છે.'

'શું તે જૈવિક અસ્ત્ર નથી ?' રામે પૂછ્યું. તેમને હવે અત્યંત ચિંતા થઈ રહી હતી.

'હા. અસુરાસ્ત્રના ઝેરી વાયુ અને ધડાકાને કારણે લંકાના સૈનિકોના શરીરને લકવો લાગી જશે અને કેટલાય દિવસો સુધી તેમની શક્તિ ક્ષીણ બની જશે. એ પરિસ્થિતિમાં આપણે તેમને બહુ સરળતાથી પકડીને કારાગૃહમાં પૂરી શકીશું અને એમ આ સમસ્યાનો અંત આવશે.'

'માત્ર લકવો જ થશે, ગુરુજી ?' રામે પૂછ્યું. 'મને જ્ઞાન છે ત્યાં સુધી, મોટી માત્રામાં વાપરવામાં આવેલા અસુરાસ્ત્રથી તો લોકો મરી પણ શકે છે.'

વિશ્વામિત્ર જાણતા હતા કે આ વાત તેમને એક જ વ્યક્તિ શીખવી શકે તેમ હતી. દૈવી અસ્ત્રોના બીજા કોઈ તજ્જ્ઞને તો આ યુવાન મળ્યો જ નહોતો. તેઓ તરત જ ચિડાઈ ગયા. 'શું તારી પાસે આનાથી વધારે સારો કોઈ ઉપાય છે ?'

રામ શાંત થઈ ગયા.

'પરંતુ ભગવાન રુદ્રએ બનાવેલા નિયમોનું શું ?' સીતાએ પૂછ્યું.

ભગવાન રુદ્ર પૂર્વ મહાદેવ હતા અને મહાદેવને અનિષ્ટના વિનાશક માનવામાં આવતા હતા. તેમણે ઘણી સદીઓ પહેલાં દૈવી અસ્ત્રોના અનધિકૃત ઉપયોગને પ્રતિબંધિત જાહેર કર્યો હતો. ભયાનક ભગવાન રુદ્રના આ નિયમનું બધા જ પાલન કરતા હતા. તેમણે એમ પણ આદેશ આપ્યો હતો કે જે લોકો આ નિયમનો ભંગ કરશે તેમને ચૌદ વર્ષના દેશનિકાલની શિક્ષા થશે. બીજી વાર

એ નિયમનો ભંગ કરનારને મૃત્યુદંડ આપવામાં આવશે તેવો પણ તેમનો આદેશ હતો.

'મને નથી લાગતું કે એ નિયમ અસુરાસ્ત્રને લાગુ પડતો હોય,' વિશ્વામિત્રે કહ્યું. 'તે કંઈ મહાવિનાશનું અસ્ત્ર નથી, તેનાથી માત્ર સામૂહિક અસક્ષમતા જ ઉત્પન્ન થાય છે.'

સીતાએ પોતાની આંખો ઝીણી કરી. સ્પષ્ટ હતું કે આ વાત તેના ગળે ઊતરી નહોતી. 'હું અસહમત છું. દૈવી અસ્ત્ર એટલે દૈવી અસ્ત્ર. ભગવાન રુદ્રના વાયુપુત્રોની આજ્ઞા વિના આપણે તેને વાપરી શકીએ નહિ. હું ભગવાન રુદ્રની ચુસ્ત અનુયાયી છું. હું આ નિયમનો ભંગ નહિ કરું.'

'તો શું તારે શરણાગતિ સ્વીકારવી છે ?'

'બિલકુલ નહિ ! અમે લડીશું !'

વિશ્વામિત્રે ઉપહાસજનક હાસ્ય કર્યું. 'લડશો, એમ ? કૃપા કરીને સમજાવો કે રાવણના ધાડા સાથે કોણ લડશે ? મિથિલાના અતિનાજુક બુદ્ધિજીવીઓ ? આયોજન શું છે ? લંકાવાસીઓ મૃત્યુ ન પામે ત્યાં સુધી ચર્ચાસભાઓ ?'

'અમારું સુરક્ષા દળ છે,' સીતાએ શાંતિથી કહ્યું.

'રાવણની સેના સામે લડવા માટે તેઓ પાસે પૂરતી તાલીમ કે શસ્ત્રો નથી.'

'રાવણની સેના સામે નહિ પરંતુ તેના અંગરક્ષકોની ટુકડી સામે લડવાનું છે. મારું સુરક્ષાદળ તેમના માટે પૂરતું છે.'

'ના એ પૂરતું નથી. અને એ તું જાણે છે.'

'આપણે દૈવી અસ્ત્રનો પ્રયોગ નહિ કરીએ, ગુરુજી,' સીતાએ દૃઢતાથી કહ્યું અને તેના મુખ પર મક્કમતા તરી આવી.

રામ બોલ્યા, 'સમિચિનું સુરક્ષા દળ એકલું નથી. હું અને લક્ષ્મણ અહીં છીએ અને મલયપુત્રો પણ અહીં જ છે. આપણે કિલ્લાની અંદર છીએ, કિલ્લાને બે દીવાલો છે અને નગર ફરતે તળાવ પણ છે. આપણે મિથિલાને સાચવી શકીશું. આપણે લડી શકીશું.'

વિશ્વામિત્રે રામ તરફ કટુહાસ્ય કર્યું. 'મૂર્ખામીભરી વાત છે ! આપણી સંખ્યા બહુ જ ઓછી છે. બે દીવાલો ?' તેમણે ધિક્કારપૂર્વક ઘુરકાટ કર્યો. 'એ ચતુરાઈભરી વ્યવસ્થા લાગે છે. પરંતુ રાવણ જેવા યોદ્ધાને તેનો ઉપાય શોધીને નવી રણનીતિ ઘડી કાઢતાં કેટલો સમય લાગશે ?'

'આપણે દૈવી અસ્ત્રનો પ્રયોગ નહિ કરીએ, ગુરુજી.' સીતાએ અવાજ ઊંચો કરીને કહ્યું, 'હવે, જો આપ મને આજ્ઞા આપો, તો મારે યુદ્ધની તૈયારીઓ કરવાની છે.

———— |ક્ષ| 🐟 ☀ ————

મોડી રાત થઈ ચૂકી હતી; ચોથા પ્રહરનો ચોથો કલાક ચાલી રહ્યો હતો. મધમાખી ગૃહની ઉપર, કિલ્લાની અંદરની દીવાલની સમીપે, રામ અને સીતા સાથે લક્ષ્મણ અને સમિચિ જોડાયાં હતાં. સાવચેતી સ્વરૂપે મધમાખી ગૃહના તમામ કક્ષો ખાલી કરાવવામાં આવ્યા હતા. ખાઈ પર જે કામચલાઉ પુલ બાંધવામાં આવ્યો હતો, તેનો નાશ કરી દેવામાં આવ્યો હતો.

મિથિલાના સુરક્ષા દળમાં ચાર હજાર સ્ત્રીઓ અને પુરુષો હતા જે એક લાખની વસતીવાળા રાજ્યમાં નિયમો અને વ્યવસ્થા જાળવવા માટે પૂરતાં હતાં. બે દીવાલોનો લાભ ન ગણીએ, તો શું આટલી સંખ્યા વડે રાવણના લંકાવાસી અંગરક્ષકોનું આક્રમણ ખાળી શકાય ખરું? પ્રતિ પાંચ લંકાવાસી સામે મિથિલાના સુરક્ષાદળના માત્ર બે લોકો જ હતાં.

રામ અને સીતાએ બહારની દીવાલનું કોઈ પણ પ્રકારનું રક્ષણ કરવાનું આયોજન માંડી વાળ્યું હતું. તેઓ ઇચ્છતાં હતાં કે રાવણ અને તેના સૈનિકો એ દીવાલ ઓળંગીને અંદરની દીવાલ પર આક્રમણ કરે કે જેથી તેઓ બે દીવાલો વચ્ચે ફસાઈ જાય અને મિથિલાવાસીઓના તીર તેમને ત્યાં જ ઢાળી દે. સામેના પક્ષેથી પણ તીરોનો વરસાદ વરસાવવામાં આવશે તેનો તેમને ખ્યાલ આવ્યો એટલે તેમણે સુરક્ષા દળના કર્મીઓને પોતાની લાકડાની ઢાલ સાથે રાખવાનો આદેશ આપ્યો હતો. સામાન્યતઃ તેનો ઉપયોગ મિથિલામાં ટોળાના નિયંત્રણ માટે જ કરવામાં આવતો હતો. લક્ષ્મણે તેમને રણનીતિની કેટલીક પ્રાથમિક ચાલ શીખવીને તીરોના વરસાદથી કઈ રીતે બચવું તે શીખવ્યું હતું.

'મલયપુત્રો ક્યાં છે?' લક્ષ્મણે રામને પૂછ્યું.

રામને બહુ આશ્ચર્ય થયું હતું કે હજુ સુધી મલયપુત્રો યુદ્ધ માટે આવ્યા નહોતા. રામે ધીમેથી કહ્યું, 'મને લાગે છે કે માત્ર આપણે જ લડવાનું છે.'

લક્ષ્મણે પોતાનું મસ્તક હલાવ્યું અને તે થૂંક્યો, 'ડરપોક.'

'જુઓ !' સમિચિએ કહ્યું.

સમિચિએ આંગળી ચીંધી હતી તે દિશામાં સીતા અને લક્ષ્મણે જોયું. રામનું

ધ્યાન બીજી બાજુ રોકાયેલું હતું: સમિચિના અવાજમાં ગભરાટ હતો. સીતાથી વિપરીત, તે ડરેલી લાગતી હતી. કદાચ સીતા માનતી હતી તેટલી સમિચિ હિંમતવાન નહોતી. રામે પોતાનું ધ્યાન શત્રુ પર કેન્દ્રિત કર્યું મિથિલાની બાહ્ય દીવાલ ફરતે આવેલી ખાઈની બીજી બાજુ કતારબંધ મશાલો સળગાવાઈ હતી. આખી સાંજ રાવણના અંગરક્ષકોએ ભયાનક મહેનત કરી હતી. ખાઈ પાર કરવા માટે તેમણે જંગલમાંથી વૃક્ષો કાપીને તરાપા બનાવ્યા હતા.

તેઓ જોઈ રહ્યાં હતાં તે સમયે જ લંકાવાસીઓએ ખાઈમાં પોતાના તરાપા ઉતારવા માંડ્યા હતાં. મિથિલા પર આક્રમણ શરૂ થઈ રહ્યું હતું.

'હવે સમય આવી ગયો છે,' સીતાએ કહ્યું.

'હા.' રામે કહ્યું, 'અડધો કલાકમાં તેઓ કિલ્લાની બાહ્ય દીવાલ સુધી પહોંચી જશે.'

રાવણ અને તેના માણસોની ઓળખ બની ચૂકેલો શંખનાદ આખી રાત ગૂંજતો રહ્યો. મશાલોના હલી રહેલા અજવાળામાં તેઓ જોતાં રહ્યાં કે લંકાવાસીઓએ મિથિલાના કિલ્લાની બાહ્ય દીવાલ પર ઊંચી સીડીઓ લગાવવામાં આવી રહી હતી.

'તેઓ આવી પહોંચ્યા છે.' રામે કહ્યું, મિથિલાના સુરક્ષા દળમાં ત્વરાથી આ સંદેશો પહોંચાડવામાં આવ્યો હતો. રાવણના ધનુર્ધારીઓ તરફથી હવે તીરોનો વરસાદ વરસાવવામાં આવશે એવી રામે અપેક્ષા રાખી હતી. જ્યાં સુધી લંકાના અંગરક્ષકો બાહ્ય દીવાલની પેલી બાજુ હશે, ત્યાં સુધી તેઓ તીર ચલાવશે. બધા લંકાવાસીઓ દીવાલ પર ચડી રહેશે કે તરત જ તીર છોડવાનું બંધ કરી દેવામાં આવશે. ભૂલથી પણ પોતાના સૈનિકોને તીર ન વાગી જાય તે માટે ધનુર્ધારીઓ તીર ચલાવવાનું બંધ કરી દેશે, એમ રામ માનતા હતા.

અચાનક જ પવનનો જોરદાર ઝપાટો આવ્યો હોય, તેવા અવાજ સાથે તીરોનો વરસાદ થવા માંડ્યો.

'ઢાલ !' સીતાએ પોકાર કર્યો.

મિથિલાવાસીઓએ ત્વરાથી પોતપોતાની ઢાલ ઊંચી કરી અને પોતાની પર જે તીર વરસવાના હતા તેનાથી રક્ષણ કર્યું. પરંતુ રામ મૂંઝવણમાં હતા. એ અવાજ તેમને અયોગ્ય લાગતો હતો. એકાદ હજાર તીર એક સાથે ઊડે તો જે

અવાજ આવે તેનાથી આ અવાજ કંઈક વધારે જ ભારે હતો. કંઈક વધારે મોટું હોય, તેવો અવાજ આવી રહ્યો હતો. એ સાચા હતા.

એ ભારે પ્રક્ષેપાસ્ત્રો હતાં જેણે મિથિલાના સુરક્ષા દળની પ્રથમ પંક્તિને ભેદી નાખી હતી. કેટલાય લોકોની ઢાલ ચિરાઈ ગઈ અને ઘણાબધા મિથિલાવાસીઓ પ્રથમ હુમલામાં જ મૃત્યુ પામ્યા. ચારે બાજુ પીડાની ચીસો અને પ્રક્ષેપાસ્ત્રોના થડકારાના અવાજો સંભળાઈ રહ્યા હતા.

'આ શું છે?' પોતાની ઢાલ પાછળથી લક્ષ્મણે બૂમ પાડી.

એક પ્રક્ષેપાસ્ત્રના પ્રહારથી માખણમાં ચાલતી છરીની જેમ રામની ઢાલ પણ ચિરાઈ ગઈ હતી. તેઓ પોતે માંડ-માંડ એ પ્રહારથી બચ્યા હતા. નીચે પડેલા પ્રક્ષેપાસ્ત્રને રામે ધ્યાનથી જોયું.

ભાલાઓ !

તેમની લાકડાની ઢાલથી તીર સામે રક્ષણ મળે તેમ હતું, વિશાળ ભાલાઓ સામે નહિ.

હે ભગવાન રુદ્ર, આટલે દૂર સુધી તેઓ ભાલા કઈ રીતે ફેંકી રહ્યા છે ? અશક્ય છે !

પ્રથમ આક્રમણ પૂરું થઈ ગયું હતું અને બીજા આક્રમણ પહેલાં તેમની પાસે ગણતરીની જ ક્ષણો છે એમ રામને વિચાર આવ્યો હતો. તેમણે પોતાની આસપાસ જોયું.

'ભગવાન રુદ્ર, કૃપા કરજે !'

ભયંકર નુકસાન થયું હતું. મિથિલાના સુરક્ષાદળના ચોથા ભાગના માણસો મૃત્યુ પામ્યા હતા અથવા તો ગંભીર રીતે ઘવાયેલા હતા. ભાલા તેમની ઢાલ અને શરીરની આરપાર નીકળી ગયા હતા.

રામે સીતા તરફ જોતાં આદેશ કર્યો, 'ગમે તે ક્ષણે બીજું આક્રમણ થશે ! ઘરોમાં ઊતરી જાવ !'

'ઘરોમાં ઊતરી જાવ !' સીતાએ પણ બૂમ પાડી.

'ઘરોમાં ઊતરી જાવ !' સુરક્ષા દળના અધિકારીઓએ પણ બૂમો પાડી અને બધા લોકો મધમાખી ગૃહના દ્વાર તરફ દોડ્યાં, દ્વાર ઊંચક્યાં અને તેમાં કૂદી પડ્યાં. કદી પણ ન જોવા મળી હોય તેવી કઢંગી રીતે મિથિલાના સુરક્ષાદળે પીછેહઠ કરી હતી પરંતુ આ રણનીતિની અસર થઈ હતી. થોડીક જ ક્ષણોમાં મિથિલાના તમામ સૈનિકો સલામત આડશમાં પહોંચી ગયા હતા. જેવાં દ્વાર બંધ થયાં કે મધમાખી ગૃહની છત પર ભાલા અથડાવાના અવાજ સંભળાયા હતા.

પાછળ રહી ગયેલા અમુક સૈનિકો મૃત્યુ પામ્યા હતા પછી બીજા બધા સલામત હતા, એ ક્ષણ પૂરતા તો ખરા જ.

રામ તરફ જોઈ રહેલો લક્ષ્મણ અવાક હતો. પરંતુ તેની આંખોમાં સ્પષ્ટ વંચાતુ હતું — *આ તો સર્વનાશ છે !*

'હવે શું ?' રામે સીતાને પૂછ્યું, 'રાવણના સૈનિકો અત્યારે બહારની દીવાલ તો ચડી જ રહ્યા હશે. ટૂંક સમયમાં તેઓ આ દીવાલ પાસે પણ આવી પહોંચશે. તેમને રોકનારુ કોઈ જ નથી.'

સીતા ઊંડા શ્વાસ લઈ રહી હતી. ખૂણામાં ફસાયેલી વાઘણની જેમ તેની આંખો ઝીણી થઈ ગઈ હતી અને તેના અણુએ અણુમાં ક્રોધ વ્યાપી રહ્યો હતો. સમિચિ પોતાની રાજકુમારી પાછળ ઊભી હતી અને નિ:સહાયતાથી પોતાના કપાળ પર હાથ ફેરવી રહી હતી.

'સીતા !' રામે કહ્યું.

અચાનક સીતાની આંખો વિસ્ફારિત થઈ ગઈ. 'વાતાયનો !'

'શું ?' પોતાનાં વડાં પ્રધાનની વાતથી આશ્ચર્ય પામેલી સમિચિએ પૂછ્યું.

સીતાએ ત્વરાથી પોતાના સુરક્ષાદળના અધિકારીઓને ભેગા કર્યા. બચી ગયેલા સૈનિકો લઈને મધમાખી ગૃહના કિલ્લાની દીવાલને અડીના આવેલા કક્ષોમાં અથવા તો બે કક્ષો વચ્ચે પડતા એકદમ સાંકડા ગાળામાં પડતાં વાતાયનો પર લગાવવામાં આવેલા લાકડાના ટુકડા તોડી કાઢવાનો તેણે આદેશ આપ્યો. તેઓ અત્યારે તેવા જ એક કક્ષમાં હતાં. તે કક્ષના વાતાયનમાંથી કિલ્લાની બે દીવાલો વચ્ચેના મેદાનમાં જોઈ શકાતું હતું. આક્રમણ કરી રહેલા લંકાવાસીઓ પર હવે તીરો ચલાવી શકાશે.

'અદ્ભુત !' લક્ષ્મણે ચીસ પાડી અને લાકડું લગાવેલા એક વાતાયન પાસે તે પહોંચી ગયો. હાથ પાછળ લઈ જઈને તેણે એ લાકડા પર એક શક્તિશાળી મુક્કો માર્યો અને લાકડું તૂટી પડતા ત્યાંનું વાતાયન ખૂલી ગયું.

મધમાખી ગૃહના આ વિભાગના તમામ કક્ષો એકબીજા સાથે પરસાળ થકી જોડાયેલાં હતાં એટલે આ સંદેશો ત્વરાથી બધાને મળી ગયો. થોડીક જ ક્ષણોમાં, મિથિલાવાસીઓએ બંધ વાતાયનોનાં લાકડાં તોડીને તેને ખુલ્લાં કરી નાખ્યાં. તેમણે ત્યાંથી કિલ્લાની બે દીવાલો વચ્ચે ફસાયેલા લંકાવાસીઓ તરફ તીર ચલાવ્યાં. લંકાવાસીઓએ કોઈ પણ પ્રકારના પ્રતીકારની અપેક્ષા રાખી નહોતી એટલે તેઓ ઊંઘતા ઝડપાયા હતા અને તેમની સુરક્ષા-પંક્તિઓને આ તીરોએ ભેદી નાખી હતી. તેમના પક્ષે ભારે નુકસાન થયું હતું. એક ક્ષણ પણ અટક્યા વિના મિથિલાના

સૈનિકોએ તીરો ચલાવ્યાં હતાં અને શક્ય હોય તેટલા લંકાના સૈનિકોને તેમણે માર્યા હતા. એટલે તેમનું આક્રમણ નાટ્યાત્મક રીતે ધીમું પડ્યું હતું.

અચાનક શંખનાદ થવા લાગ્યો પરંતુ આ સમયે શંખનાદની ધૂન અલગ હતી. તરત જ લંકાના સૈનિકો ઊલટા ફરીને દોડવા માંડ્યા અને જેટલી જ ત્વરાથી તેઓ આવ્યા હતા તેટલી ત્વરાથી જ તેઓ પીછેહઠ કરવા માંડ્યા.

મિથિલાના મધમાખી કક્ષોમાંથી આનંદની ચિચિયારીઓ સંભળાવા લાગી હતી. પ્રથમ આક્રમણને તેમણે ખાળી બતાવ્યું હતું.

પરોઢ થઈ રહ્યું હતું ત્યારે રામ, સીતા અને લક્ષ્મણ મધમાખી ગૃહની લાંબી છત પર ઊભાં હતાં. લંકાના ભાલાઓએ વેરેલા વિનાશને સૂર્યદેવનાં કોમળ કિરણો ધીમેધીમે હૃદયદ્રાવક રીતે ઉજાગર કરી રહ્યાં હતાં. એ હૃદયદ્રાવક દૃશ્ય હતું.

પોતાની ચોમેર વિખરાયેલા પડેલા મિથિલાના સૈનિકોના કપાયેલા મૃતદેહોને સીતા જોઈ રહી હતીઃ શરીર પર માત્ર નસના આધારે લટકી રહેલા મસ્તક, કપાયેલાં અંગો, રક્ત વહી જવાથી મૃત્યુ પામેલા સૈનિકો. 'મારા ઓછામાં ઓછા એક હજાર સૈનિકો ?'

'આપણે પણ તેમને ભયાનક નુકસાન પહોંચાડ્યું છે, *ભાભી.*' લક્ષ્મણે તેની ભાભીને કહ્યું. 'કિલ્લાની બે દીવાલોની વચ્ચે ઓછામાં ઓછા એક હજાર લંકાવાસીઓ મૃત પડ્યા છે.'

સીતાએ લક્ષ્મણ તરફ જોયું. સામાન્યતઃ એકદમ તેજ દેખાતી સીતાની આંખોમાં અત્યારે આંસુ વહી રહ્યાં હતાં. 'હા, પણ હવે તેમની પાસે નવ હજારનું સંખ્યાબળ છે જ્યારે આપણું સંખ્યાબળ માત્ર ત્રણ હજાર જ રહ્યું.'

ખાઈની બીજી તરફ સ્થપાયેલી લંકાની છાવણીને રામ ધ્યાનથી જોઈ રહ્યા હતા. ઘવાયેલાઓની શુશ્રૂષા માટે તંબુ ઊભા કરવામાં આવ્યા હતા. ઘણા લંકાવાસીઓ જોકે ભારે મહેનત કરવામાં લાગી ગયા હતાંઃ વૃક્ષો કાપીને તેઓ ગાણિતિક ચોકસાઈથી જંગલની ધરતી ચોખ્ખી કરી રહ્યાં હતાં. સ્પષ્ટતઃ દેખાતું હતું કે તેઓ પીછેહઠ કરવા માંગતા નથી.

'હવે પછીના આક્રમણમાં તેઓ વધારે સુસજ્જ હશે.' રામે કહ્યું, 'જો તેઓ અંદરની દીવાલ ઉપર ચડવામાં સફળ રહ્યા તો આપણે પરાજિત થઈ જઈશું.'

સીતાએ રામના ખભા પર હાથ મૂક્યો અને ધરતી તરફ દૃષ્ટિ કરીને ઊંડો

નિસાસો નાખ્યો. સીતાના સામીપ્યથી ક્ષણાર્ધ પૂરતા તો રામ વિચલિત થઈ ગયા. પોતાના ખભા પર રહેલા સીતાના હાથને તે જોઈ રહ્યા અને પછી તેમણે પોતાની આંખો બંધ કરી લીધી. તેમણે ધ્યાન કેન્દ્રિત કરવાનું હતું, પોતાની લાગણીઓને નિયંત્રણમાં રાખવાની કલા ફરી વાર શીખવાની હતી.

સીતાએ પાછળ ફરીને નગર તરફ જોયું. મધમાખી ગૃહ પછી આવેલા ઉપવનની પાછળ આવેલા ભગવાન રુદ્રના વિશાળ મંદિરના શિખર પર તેની દૃષ્ટિ પડી. તેની આંખોમાં દૃઢ નિર્ધાર તરી આવ્યો અને એ દૃઢ નિર્ધાર તેની નસેનસમાં વહેવા લાગ્યો. 'હજી કશું જ સમાપ્ત નથી થયું. નાગરિકોને મારી સાથે જોડાવાની હું હાકલ કરીશ. જો મારા લોકો નાનકડી છરી લઈને પણ મારી સાથે અહીં ઊભા રહેશે, તો આપણે એક લંકાવાસીની સામે નવ જણા હોઈશું.'

સીતાનો આત્મવિશ્વાસ રામને આશ્વસ્ત કરી શક્યો નહિ.

જાણે નિર્ણય લઈ લીધો હોય, તેમ સીતાએ પોતાનું મસ્તક હલાવ્યું અને સૈનિકોને પોતાની પાછળ આવવાનો ઇશારો કરીને તે બહાર ધસી ગઈ.

અધ્યાય ૨૫

'આપ ક્યાં હતા, ગુરુજી ?' રામે વિનમ્ર અવાજે પૂછ્યું. તેમના પથ્થર જેવા ભાવવિહીન મુખ અને અક્કડ શરીરને પરથી તેમના ક્રોધનું અનુમાન થઈ શકે તેમ નહોતું.

પહેલા પ્રહરના પાંચમા કલાકે છેવટે વિશ્વામિત્ર આવી પહોંચ્યા હતા. વહેલી સવારના પ્રકાશમાં લંકાવાસીઓની છાવણીમાં થઈ રહેલી એકાધિક પ્રવૃત્તિઓ સ્પષ્ટ રીતે દેખાતી હતી. સીતા હજુ પણ નાગરિકોને સમજાવીને જનસેના બનાવવાનો પ્રયત્ન કરી રહી હતી. અરિષ્ટનેમી થોડેક દૂર ઊભા હતા અને કોઈ ચર્ચા તેમના કાને ન પડે તેટલું અંતર તેમણે પસંદ કર્યું હતું.

'ડરપોક મલયપુત્રો ક્યાં હતાં, વાસ્તવમાં ?' લક્ષ્મણ ઘૂરક્યો. તેને અત્યારે વિનમ્ર બનવાની કોઈ જ આવશ્યકતા લાગતી નહોતી.

રામ સાથે વાત કરતાં પહેલાં વિશ્વામિત્રે લક્ષ્મણ તરફ તિરસ્કારથી જોયું, 'કોઈકે તો અહીં વયસ્ક બનીને જે કરવાની આવશ્યકતા છે, તે કરવું જ પડશે.'

રામ પણ ક્રોધિત હતા.

'મારી સાથે આવો,' વિશ્વામિત્રે કહ્યું.

રામે છેવટે જાણ્યું કે લંકાવાસીઓના આક્રમણથી ઘણે દૂર, મધમાખી ગૃહના બહુ દૂરના છુપાયેલા હિસ્સામાં વાયુપુત્રો શું કરી રહ્યા હતા: અસુરાસ્ત્ર.

આમ તો પ્રમાણમાં એ ઘણું જ સરળ હથિયાર હતું પરંતુ તેને જોડવામાં ઘણો સમય લાગ્યો હતો. વિશ્વામિત્ર અને મલયપુત્રોએ એકદમ ઝાંખા પ્રકાશમાં

આખી રાત કામ કર્યું હતું. પ્રક્ષેપાસ્ત્ર અને તેને પ્રક્ષેપણ કરવાની સંરચના છેવટે તૈયાર થઈ ચૂક્યાં હતાં. પ્રક્ષેપણ કરવાની સંરચના લાકડાની બનેલી હતી અને લક્ષ્મણથી થોડીક ઊંચી હતી. પ્રક્ષેપાસ્ત્રનું બાહ્ય કવચ સીસાનું બનેલું હતું. તેના વિવિધ ટુકડાઓ અને અંદરના ઘટકોને ગંગા આશ્રમમાં રાખવામાં આવ્યાં હતાં અને વિશ્વામિત્ર તેમજ અન્ય વાયુપુત્રો તેને મિથિલા લાવ્યા હતા. પ્રક્ષેપાસ્ત્રોના અંદરના ઘટકોને પણ અત્યારે તો તેમાં મૂકીને આક્રમણ માટે તૈયાર કરી દેવામાં આવ્યાં હતાં.

પ્રક્ષેપાસ્ત્ર તો તૈયાર જ હતું પરંતુ તેનો ઉપયોગ કરવા અંગે રામ હજુ અનિશ્ચિત હતા.

તેમણે કિલ્લાની બાહ્ય દીવાલની પેલી તરફ જોયું.

લંકાવાસીઓ અથાગ પરિશ્રમ કરી રહ્યા હતા અને વૃક્ષો કાપીને જંગલ હઠાવી રહ્યા હતા. તેઓ ત્યાં કંઈક નિર્માણ કરી રહ્યા હતા.

'જંગલ પાસે પેલા લોકો શું કરી રહ્યા છે ?' લક્ષ્મણે પૂછ્યું.

'ધ્યાનપૂર્વક જો,' વિશ્વામિત્રે કહ્યું.

કેટલાક લંકાવાસીઓ કપાયેલાં વૃક્ષોના લાકડામાંથી બનાવેલાં પાટિયાં લઈને કંઈક કરી રહ્યા હતા. પહેલી દૃષ્ટિએ તો લક્ષ્મણને લાગ્યું કે તેઓ હોડી બનાવી રહ્યા છે, પરંતુ ધ્યાનપૂર્વક જોતાં તેને કંઈક અલગ જ જોવા મળ્યું. એ પાટિયાંઓ જોડીને તે અત્યંત વિશાળ કદની લંબચોરસ અને મજબૂત ઢાલ બનાવી રહ્યા હતા, જેને આજુબાજુ તેમજ નીચેની દિશામાં પકડવા માટે હાથા પણ લગાવવામાં આવ્યા હતા. આ ઢાલ એટલી વિશાળ હતી કે જો એક સાથે વીસ માણસોને અડોઅડ ઊભા રાખી દેવામાં આવે, તો પણ તેમનું રક્ષણ થઈ શકે.

'કાચબા ઢાલ,' રામે કહ્યું.

'હા.' વિશ્વામિત્રે કહ્યું, 'એ લોકો આવી પૂરતી ઢાલ બનાવી દેશે એટલે ફરી વાર આક્રમણ કરશે. તેઓ કિલ્લાની બહારની દીવાલ તો તોડી જ કાઢશે કારણ કે આપણે ત્યાં તેમનો કોઈ જ પ્રતીકાર નથી કરી રહ્યા, પછી શું કરવા તેની પર ચડવું પડે ? પછી કાચબા ઢાલ દ્વારા રક્ષણ મેળવીને તેઓ કિલ્લાની અંદરની દીવાલ તરફ આગળ વધશે. એક પછી એક આક્રમણ થવા માંડશે એટલે તેઓ ક્યારેક તો જરૂર સફળ થશે જ. પછી આ નગરનું શું થશે તે તો બધા જાણે જ છે. ઉંદરોને પણ નહિ છોડવામાં આવે.'

રામ શાંતિપૂર્વક ઊભા રહ્યા. તેઓ જાણતા હતા કે વિશ્વામિત્ર સત્ય કહી રહ્યા છે. તેઓ જોઈ શકતા હતા કે પંદરથી વીસ જેટલી વિશાળ ઢાલ તો બની

પણ ગઈ હતી. લંકાવાસીઓ અથાગ મહેનત કરી રહ્યા હતા. આક્રમણ તો નિશ્ચિત જ હતું, કદાચ આજે રાત્રે જ થાય. ત્યાં સુધીમાં મિથિલા તૈયાર નહિ હોય.

'તારે એક વાત સમજી લેવાની આવશ્યકતા છે કે આ પરિસ્થિતિનો એકમાત્ર ઉપાય છે અસુરાસ્ત્ર.' વિશ્વામિત્રે કહ્યું, 'તેઓ તૈયાર નથી અને નગરથી ઘણા દૂર છે, ત્યારે જ તેનો પ્રયોગ કરવો જોઈએ. એક વાર તેઓ આક્રમણ શરૂ કરશે અને બાહ્ય દીવાલને ભેદી નાખશે, પછી આપણે અસુરાસ્ત્રનો પ્રયોગ કરીશું તો મિથિલાને પણ તેનાથી ભય રહેશે કારણ કે અસુરાસ્ત્ર નગરની બહુ જ નજીકમાં ફાટશે.'

રામ લંકાવાસીઓ તરફ જોઈ રહ્યા.

આ એકમાત્ર ઉપાય છે !

'તો તમે પોતે કેમ પ્રક્ષેપણ નથી કરતા, ગુરુજી ?' લક્ષ્મણે વક્રોક્તિ કરી.

'હું એક મલયપુત્ર છું, મલયપુત્રોનો આગેવાન છું.' વિશ્વામિત્રે કહ્યું, 'જેમ પાછલા એક હજાર વર્ષમાં વિષ્ણુઓ અને મહાદેવોએ ભેગા મળીને કામ કર્યું છે તેમ વાયુપુત્રો અને મલયપુત્રોએ પણ ભેગા મળીને જ કામ કરતા હોય છે. હું વાયુપુત્રોના નિયમનો ભંગ ન કરી શકું.'

'પરંતુ જો મારો ભાઈ એ નિયમભંગ કરવાનું પસંદ કરે, તો એ યોગ્ય છે ?'

'તમે મરવાનું પણ પસંદ કરી શકો છો. તમારા માટે એ વિકલ્પ પણ ખુલ્લો જ છે.' વિશ્વામિત્રે સરળતાથી કહી નાખ્યું. પછી તેઓ રામની દિશામાં ફર્યા અને તેમને જ ઉદ્દેશીને કહ્યું, 'તો, હવે શું કરીશ, રામ ?'

રામે પાછળ ફરીને મિથિલાના રાજમહેલની દિશામાં જોયું. કદાચ ત્યાં જ સીતા ખચકાટ અનુભવી રહેલા મિથિલાવાસીઓને યુદ્ધ માટે તૈયાર કરવાનો પ્રયત્ન કરી રહી હશે.

વિશ્વામિત્ર અયોધ્યાના રાજકુમારની નજીક ગયા. 'રામ, કદાચ રાવણ આ નગરની પ્રત્યેક વ્યક્તિ પર અત્યાચાર કરીને દરેકને મારી નાખશે. એક લાખ મિથિલાવાસીઓના જીવન અહીં દાવ પર લાગેલા છે. તારી પત્નીનું જીવન દાવ પર લાગેલું છે. શું એક પતિ તરીકે તું તારી પત્નીનું રક્ષણ નહિ કરે ? શું અન્યોની ભલાઈ માટે આ પાપ તું તારા માથે લેવા તૈયાર છે ? આ અંગે તારો ધર્મ તને શું કહે છે ?

'હું સીતા માટે કંઈ પણ કરીશ.'

'આપણે પહેલા તો તેમને ચેતવીશું.' રામે કહ્યું, 'તેમને એક વાર પીછેહઠની તક આપો. મને એમ કહેવામાં આવ્યું છે કે દૈવી અસ્ત્ર અંગેનો નિયમ તો અસુરો પણ પાળતા હોય છે.'

'ઠીક છે.'

'અને જો તેઓ આપણી ચેતવણીને ગણકારે નહિ,' રુદ્રાક્ષના મણકા ફરતે મુઠ્ઠી વાળીને તેમાંથી જાણે શક્તિ મેળવતા હોય, તેમ રામે કહ્યું, 'તો પછી હું અસુરાસ્ત્રનો પ્રયોગ કરીશ.'

જાણે રામે આપેલી સહમતિ તેમણે જીતેલું ઇનામ હોય તેમ વિશ્વામિત્રે સંતોષપૂર્વકનું સ્મિત કર્યું.

કદાવર રીંછ જેવો નાગવંશી તેના માણસો વચ્ચે ફરી રહ્યો હતો અને બની રહેલી કાચબા ઢાલોને ચકાસી રહ્યો હતો. પોતાના પગ પાસે પડેલા લાકડાના પાટિયામાં ખૂંપેલા તીરનો અવાજ તેણે એક ક્ષણ પહેલાં સાંભળ્યો હતો. તેણે આશ્ચર્યથી તીર જે દિશામાંથી આવ્યું હતું તે દિશામાં જોયું.

મિથિલામાં એવું તો કોણ છે કે જે આટલે દૂર સુધી આટલું અચૂક નિશાન સાધી શકે ?

તે કિલ્લાની દીવાલો તરફ જોઈ રહ્યો. કિલ્લાની દીવાલ પાસે ઊભેલા ત્રણ પુરુષોને જોઈ શકતો હતો, તેમાંથી બે ઊંચા હતા અને અને ત્રીજો તેમનાથી થોડોક નીચો હતો. એ ત્રીજા માણસના હાથમાં ધનુષ હતું અને તેની દૃષ્ટિ સીધી જ પોતાની તરફ મંડાયેલી હોય, તેમ નાગવંશીને લાગ્યું.

નાગવંશીએ ત્વરાથી એક ડગલું આગળ ભરીને કાચબા ઢાલના લાકડામાં ખૂંપેલું તીર તપાસ્યું. તેની પૂચ્છ પાસે ચર્મપત્રનો એક ટુકડો લગાવેલો હતો. તેણે ઝટકો મારીને એ ચર્મપત્રને તીરથી અલગ કર્યું.

'શું તને વાસ્તવમાં એમ લાગે છે કે તેઓ આવું પગલું ભરશે, કુંભકર્ણ ?' રાવણે પૂછ્યું અને ધિક્કારપૂર્વક તેણે એ ચર્મપત્રનો ટુકડો નીચે ફેંકી દીધો.

'મોટાભાઈ.' નાગવંશીએ કહ્યું. બહુ પ્રયત્ન છતાં મોટી સ્વરપેટીને કારણે

તેનો અવાજ ગુંજી રહ્યો હતો. 'જો તેઓ અસુરાસ્ત્રનો પ્રયોગ કરે, તો–'

'તેમની પાસે અસુરાસ્ત્ર નથી.' રાવણ વચ્ચે જ બોલી ઊઠ્યો, 'તેઓ દુષ્પ્રચાર કરી રહ્યા છે.'

'પરંતુ મોટાભાઈ, મલયપુત્રો પાસે તો–'

'વિશ્વામિત્ર પણ દુષ્પ્રચાર કરી રહ્યો છે, કુંભકર્ણ !'

કુંભકર્ણ શાંત થઈ ગયો.

'તેઓ એક આંગળ પણ પાછળ હઠ્યા નથી.' વિશ્વામિત્રે કહ્યું. તેમના અવાજમાં તાકીદ હતી. 'આપણે અસ્ત્રનો પ્રયોગ કરવો જ પડશે.'

બીજા પ્રહરના ત્રીજા કલાકના અંત સુધીમાં સૂર્ય એટલો ઊગી ગયો હતો કે હવે બધું જ સ્પષ્ટતાથી દેખાતું હતું. ત્રણ કલાક પહેલા રામે લંકાવાસીઓ તરફ ચેતવણીવાળું તીર ચલાવ્યું હતું. સ્પષ્ટતઃ તેની કોઈ જ અસર થઈ નહોતી.

લંકાના સૈનિકોની છાવણીની બરાબર સામે જ પડતી મધમાખી ગૃહની છત પર મલયપુત્રો પ્રક્ષેપાસ્ત્રને લઈ આવ્યા હતા.

'આપણે તેમને ચેતવણીનો એક કલાક આપી દીધો,' વિશ્વામિત્રે કહ્યું. 'આપણે તો ત્રણ કલાક રાહ જોઈ. હવે તો તેમને એમ પણ લાગવા માંડ્યું હતું કે આપણે કદાચ દુષ્પ્રચાર કરી રહ્યા હોઈશું.'

લક્ષ્મણે વિશ્વામિત્ર તરફ જોયું. 'શું તમને નથી લાગતું કે આપણે પહેલાં સીતાભાભી સાથે વાત કરી લેવી જોઈએ ? તેમણે એકદમ સ્પષ્ટ રીતે કહ્યું હતું કે–'

વિશ્વામિત્રે લક્ષ્મણને અધવચ્ચે અટકાવીને કહ્યું, 'જો–'

વિશ્વામિત્રે ચીંધેલી દિશામાં જોવા માટે રામ અને લક્ષ્મણ તરત જ ફર્યા.

'શું તેઓ હોડીઓમાં બેસી રહ્યા છે ?' રામે પૂછ્યું.

'તેઓ કદાચ હોડીઓ તપાસી રહ્યા હશે,' લક્ષ્મણે વધારે પડતો આશાવાદ જતાવ્યો. 'જો એમ હોય, તો હજુ પણ આપણી પાસે થોડોક સમય છે.'

'શું તને એમ લાગે છે કે આપણે એટલી રાહ જોવી જોઈએ, રામ ?' વિશ્વામિત્રે પૂછ્યું.

રામ એકદમ સ્થિર હતા.

'આપણે હવે અસુરાસ્ત્રનો પ્રયોગ કરવો જોઈએ !' વિશ્વામિત્રે દબાણ કરતાં કહ્યું.

રામે ખભે ભરાવેલું ધનુષ ઉપાડ્યું, તેમના કાનની નજીક તેને લઈ ગયા અને ભાથામાંથી એક તીર ખેંચી કાઢ્યું.

'સરસ. શાબાશ !' વિશ્વામિત્રે કહ્યું.

લક્ષ્મણ મહર્ષિને જોઈ રહ્યો. તેણે રામના ખભાનો સ્પર્શ કરીને કહ્યું, 'મોટાભાઈ !'

રામ પાછળ ફરીને ચાલવા લાગ્યા. બધા તેમને અનુસર્યા. મોટાભાગનાં દૈવી અસ્ત્રોને દૂરથી એક સળગતું તીર તાકીને જ દાગવામાં આવતાં. એટલે પ્રક્ષેપણના પ્રારંભમાં થતા ધડાકાથી તેની આસપાસ રહેલા લોકો બચી જતા. બહુ કુશળ ધનુર્ધારી જ દૂરથી એક નાનકડા ફળ જેટલું નાનકડું નિશાન તાકી શકે.

જ્યારે બધાં અસુરાસ્ત્રથી પાંચસો ગજ જેટલા દૂર પહોંચી ગયા ત્યારે વિશ્વામિત્રે રામને રોક્યા. 'આટલું અંતર પૂરતું છે, અયોધ્યાના રાજકુમાર.'

અરિષ્ટનેમીએ તેમને એક તીર આપ્યું. રામે તેની ટોચને સૂંઘી જોઈ. તેની પર જ્વલનશીલ લેપ લગાડવામાં આવ્યો હતો. તેમણે તીરની પૂચ્છ ચકાસી અને તેમને ખૂબ જ આશ્ચર્ય થયું. અરિષ્ટનેમીએ રામનું પોતાનું જ એક તીર વાપર્યું હતું. તીરને ગોળ ગોળ ફેરવવાનું રામનું રહસ્ય અરિષ્ટનેમી જાણી ગયા છે કે કેમ તે વિષે રામે વધારે વિચાર કર્યો નહિ. અત્યારે તેનો સમય નહોતો. તેમણે અરિષ્ટનેમી તરફ મસ્તક હલાવ્યું અને પ્રક્ષેપાસ્ત્રની દિશામાં ફર્યા.

'મોટાભાઈ !' લક્ષ્મણ બબડ્યો. હરહંમેશાં નિયમ પાલન કરતાં પોતાના મોટાભાઈને આ ઘટનાને કારણે કેટલો તણાવ થતો હશે એ વિચારીને તે પોતે અત્યંત ચિંતિત હતો.

'પાછળ હઠી જા, લક્ષ્મણ.' કહીને રામે એક ડગલું આગળની દિશામાં ભર્યું. લક્ષ્મણ, વિશ્વામિત્ર અને અરિષ્ટનેમી પાછળ ગયા. રામે પોતાના શ્વાસોશ્વાસને એકદમ ધીમા કરી નાખ્યા; પરિણામે તેમના હૃદયના ધબકારા પણ ઘટી ગયા. આસપાસના બધા અવાજ તેમને સંભળાવા બંધ થઈ ગયા અને તેમણે પ્રક્ષેપાસ્ત્ર પર જ ધ્યાન કેન્દ્રિત કર્યું. તેમણે પોતાની આંખો દબાવીને ઝીણી કરી. તેમના હૃદયના ધબકારા સાથે તાલ મિલાવવા માટે સમય પણ જાણે કે ધીમી ગતિએ વહેવા માંડ્યો. તેમની આસપાસનાં તમામ દૃશ્યો જાણે ધીમી ગતિએ વહેવા માંડ્યાં હતાં. અસુરાસ્ત્ર ઉપરથી એક કાગડો ઊડીને ગયો અને પાંખો વીંઝીને તે

વધારે ઊંચે ઊડવાનો પ્રયત્ન કરવા લાગ્યો. રામ એ કાગડાની પાંખોને ધ્યાનપૂર્વક જોઈ રહ્યા. એ પક્ષીને ઊંચાઈ પ્રાપ્ત કરવા માટે બહુ ઓછો પ્રયત્ન કરવો પડી રહ્યો હતો કારણ કે તેની પાંખોની નીચે પવન હતો.

આ નવી માહિતી વિષે રામ વિચારવા લાગ્યાઃ પવન ડાબી દિશામાં ઊંચા મિનારા તરફ વહી રહ્યો હતો. તેમણે તીરની ટોચે પોતાનો અંગૂઠો ફેરવ્યો અને તેની પર આગ લગાવી. તેમણે તીરની પુચ્છથી તીરને પકડ્યું. તીરને તેમણે પણછ સાથે ટકરાવ્યું અને તીરના આગળના ભાગને પોતાના ડાબા હાથના અંગૂઠા અને પહેલી આંગળી વચ્ચે ગોઠવ્યું અને મક્કમ હાથ વડે ધનુષને પકડી રાખ્યું. પછી તીરની ટોચને થોડીક ઊંચી કરી. તીરના અર્ધગોળાકાર પ્રવાસની તેમણે ગણતરી માંડી. અરિષ્ટનેમી જાણતા હતા કે આ પદ્ધતિ બિનપારંપરિક છે. તેમણે રાખવી જોઈએ તે કરતાં પણ તીરની ટોચ થોડીક નીચી રાખી હતી. જોકે તેઓ એ પણ જાણતા હતા કે રામ ધનુર્વિદ્યામાં અત્યંત કુશળ હતા તેમજ તીરની રચના પણ બહુ અદ્‌ભુત હતી. તેઓ એક પણ શબ્દ બોલ્યા નહિ.

એ જ ક્ષણે રામે પણછ પાછળની દિશામાં ખેંચી પરંતુ તેને સ્થિરતાથી પકડી રાખી. તેમનો આગળનો હાથ ધરતી સાથે બહુ ઓછો કોણ બનાવતો હતો, તેમની કોણી તીરની સીધમાં હતી અને તીરનું બધું વજન તેમની પીઠના સ્નાયુ પર આવી ગયું હતું. તેમનો આગળનો હાથ એકદમ સ્થિર હતો અને પણછ તેમના હોઠને સ્પર્શી રહી હતી. પણછ મહત્તમ ખેંચાયેલી હતી અને તીરની સળગેલી ટોચ તેમના ડાબા હાથને સ્પર્શી રહી હતી. પવન હવે પડી ગયો હોય તેમ લાગતું હતું. રામે તીર છોડ્યું અને એ જ સમયે તીરની પૂચ્છને તેમણે જરાક અમથી ફેરવી પણ ખરી કે જેથી આગળ વધતું તીર ગોળ પણ ફરતું રહે. તેના કારણે તીરને પવનનો બહુ ઓછો અવરોધ નડતો. ધનુર્વિદ્યાના આ ઉત્કૃષ્ટ પ્રદર્શનને અરિષ્ઠનેમી નિહાળી રહ્યા, તે દૃશ્ય કાવ્યાત્મક હતું. એ જ કારણસર વધારે અંતર હોવા છતાં રામ નીચા કોણથી તીર ચલાવી શકતા. તીર પરવલય કોણ રચીને ગતિથી આગળ વધી રહ્યું હતું અને ગોળ ફરી રહ્યું હતું.

ધનુર્ધારીએ ટોચ પર આગ લાગેલી હોય તેવું તીર છોડ્યું, એ કુંભકર્ણએ જોયું. તેન અંતઃસ્ફુરણા થઈ આવી, તે પાછો ફરીને દોડ્યો અને તેણે પોકાર કર્યો, 'મોટાભાઈ !'

તે પોતાના ભાઈની દિશામાં દોડી ગયો. રાવણ પુષ્પક વિમાનમાં ભારેખમ દ્વાર પાસે જ ઊભો હતો.

—— ⚶ ⚶ ☼ ——

અસુરાસ્ત્ર પર દોરવામાં આવેલા લાલ રંગના ચોરસ પર જઈને તીર ટકરાયું અને તેટલો ભાગ થોડોક પાછળ ખસ્યો. એ લાલ ચોરસની પાછળ રહેલા જ્વલનશીલ પદાર્થે તીરની જ્વાળાઓની અસર ઝીલી લીધી અને અસુરાસ્ત્રના દહનકક્ષમાં આગ લાગવા માંડી. એક જ ક્ષણમાં તો અસુરાસ્ત્રના પ્રક્ષેપણ સમયે થતો પ્રચંડ ધડાકો સંભળાયો. થોડીક ક્ષણો પછી, અસુરાસ્ત્રના તળિયેથી મોટી જ્વાળાઓ નીકળવા માંડી, અસુરાસ્ત્ર ઊંચકાયું અને ગતિ પકડવા માંડ્યું.

કુંભકર્ણ પોતાના ભાઈ પર કૂદ્યો અને રાવણ ઊછળીને પુષ્પક વિમાનમાં જઈ પડ્યો.

અસુરાસ્ત્ર કમાનાકારે ઊડ્યું અને ક્ષણમાત્રમાં તો મિથિલાના કિલ્લાની દીવાલ બીજી બાજુ પહોંચી ગયું. મિથિલાના મધમાખી ગૃહની છત પર રહેલી કોઈ પણ વ્યક્તિ આ ભવ્ય દૃશ્ય પરથી નજર હઠાવી શકતી નહોતી. ખાઈ પર અસુરાસ્ત્ર ઊડી રહ્યું હતું ત્યારે એક નાનકડો ધડાકો થયો, જે આટલે દૂર તો એકદમ નાનો સંભળાતો હતો, જાણે કોઈ બાળકે ફટાકડો ફોડ્યો હોય તેવો.

લક્ષ્મણના મુખ પર છવાયેલું આશ્ચર્ય નિરાશામાં ફેરવાઈ ગયું. તેણે પૂછ્યું, ‘બસ આટલું જ ! શું આજ છે પ્રખ્યાત અસુરાસ્ત્ર ?’

વિશ્વામિત્રે એકદમ ટૂંકમાં જવાબ આપ્યો, ‘બંને કાન ઢાંકી દે.’

એ સમયગાળામાં, કુંભકર્ણ પુષ્પક વિમાનના તળિયેથી બેઠો થયો. રાવણ હજુ અંદર હાથ પગ લાંબા કરીને જ પડ્યો હતો. તે દ્વાર તરફ દોડ્યો અને પોતાના શરીરના સમગ્ર વજન સાથે તેની ધાતુની કળ દબાવી. પુષ્પક વિમાનના દ્વારને બંધ થતાં તે જોઈ રહ્યો. તેના સ્નાયુઓ તંગ હતા, જાણે કે એ પોતે જ દ્વારને બંધ કરી રહ્યો હોય !

અસુરાસ્ત્ર લંકાવાસીઓની ઉપર ક્ષણાર્ધ પૂરતું ઝળુંબી રહ્યું અને પછી એટલા મોટા ધડાકા સાથે ફાટ્યું કે મિથિલાની દીવાલો પણ ધ્રૂજી ગઈ. ઘણા લંકાવાસીઓને એમ લાગ્યું કે તેમના કાનના પડદા ફાટી ગયા છે અને તેઓ મોઢા વાટે શ્વાસ લેવા લાગ્યા. જોકે આ તો માત્ર વિનાશની પૂર્વભૂમિકા જ હતી.

ધડાકા પછી ભયાવહ શાંતિ છવાઈ ગઈ. જ્યાં પ્રક્ષેપાસ્ત્રમાં ધડાકો થયો

હતો ત્યાંથી તેજસ્વી લીલા રંગનો પ્રકાશ છૂટ્યો હોય તેવું મિથિલાની છત પર ઊભા રહેલા દર્શકોને લાગ્યું. વીજળીની જેમ તે નીચે રહેલા લંકાવાસીઓ પર તૂટી પડ્યો. તે બધા ત્યાં જ સ્થિર થઈ ગયા હતા, જાણે કે બધાને અસ્થાયી લકવો થઈ ગયો હતો. ધડાકાભેર ફાટેલા પ્રક્ષેપાસ્ત્રના ટુકડા એ બધા પર નિર્દયતાથી ઝીંકાયા.

પુષ્પક વિમાનનું દ્વાર બંધ થયું એ સમયે કુંભકર્ણએ લીલો પ્રકાશ જોયો હતો. દ્વાર પર જાતે જ તાળુ વસાઈ ગયું અને વિમાન ચારે બાજુથી બંધ થઈ ગયું એટલે તેમાં બેઠેલા તમામ લોકો અસુરાસ્ત્રના પ્રભાવથી બચી ગયા. કુંભકર્ણ બેહોશ થઈને ત્યાં ઢળી પડ્યો. રાવણ પોતાના નાના ભાઈ તરફ દોડી ગયો અને જોરથી પોકાર કરવા લાગ્યો.

'હે ભગવાન રુદ્ર.' લક્ષ્મણ ધીમેથી બોલ્યો. તેના હૃદયમાં ભય વ્યાપી ગયો હતો. તેણે પોતાના ભાઈ તરફ જોયું. રામ પણ આ દૃશ્યોથી આશ્ચર્યચકિત અને આઘાતમાં હતા.

'હજી પૂરું નથી થયું,' વિશ્વામિત્રે ચેતવણી આપી.

અચાનક જ ભયાનક સુસવાટા જેવો અવાજ સંભળાવા માંડ્યો, જાણે કે રાક્ષસી કદના સર્પના ફૂંફાડા ન હોય! એ જ સમયે અસુરાસ્ત્રમાંથી નીકળીને ચોમેર ફેલાયેલા લીલા ટુકડામાંથી લીલા રંગનો ઝેરી વાયુ ફેલાવા માંડ્યો હતો. એક મોટી ચાદરની જેમ એ વાયુ જડ બની ગયેલા તમામ લંકાવાસીઓને વીંટળાઈ વળ્યો.

'એ શું છે ?' રામે પૂછ્યું.

'એ વાયુ જ,' વિશ્વામિત્રે કહ્યું, 'અસુરાસ્ત્ર છે.'

એ ઘટ્ટ વાયુ મૃત્યુની જેમ તમામ લંકાવાસીઓને વીંટળાઈ વળ્યો. એ વાયુથી એ બધા એવી મૂર્છિત અવસ્થામાં મુકાઈ જવાના હતા કે જે ઘણા સપ્તાહ તો નહિ પરંતુ અમુક દિવસો સુધી ચાલવાની હતી. તેમાંના કેટલાંક તો સંભવતઃ મૃત્યુ પણ પામવાના હતા. જોકે કોઈ રડી નહોતું રહ્યું કે દયાની ભીખ નહોતું માંગી રહ્યું. કોઈએ ભાગી છૂટવાનો પ્રયત્ન પણ કર્યો નહિ. તે બધા માત્ર ધરતી પર પડ્યાં રહ્યાં હતાં, સ્થિર અને આસુરી અસુરાસ્ત્ર તેમને હંમેશાં માટે ઊંઘાડી દે તેની પ્રતીક્ષા કરી રહ્યા હતા. એ શાંત વાતાવરણમાં માત્ર વાયુના સુસવાટા જ સંભળાઈ રહ્યા હતા.

રામે ગળે બાંધેલી માળાના રુદ્રાક્ષનો સ્પર્શ કર્યો. તેમનું હૃદય પંગુ બની ગયું હતું.

એક કલાકના ચોથા ભાગ જેટલો વેદનાકારી સમય વીત્યા પછી વિશ્વામિત્રે રામને કહ્યું, 'થઈ ગયું.'

મધમાખી ગૃહની છત પર જવાનાં પગથિયાં સીતા ત્વરાથી ચડી રહી હતી. તે એક સાથે ત્રણ ત્રણ પગથિયાં કૂદી રહી હતી. બજારમાં તે મિથિલાવાસીઓ સાથે જોશપૂર્વક સંવાદ કરી રહી હતી ત્યારે તેને આ ધડાકો સંભળાયો અને આકાશમાં પ્રકાશ પણ દેખાયો. તેને તરત જ ખ્યાલ આવી ગયો કે અસુરાસ્ત્રનો પ્રયોગ થઈ ગયો છે. તેને જાણ હતી કે તેણે છત પર ધસી જવું જોઈએ.

સૌ પ્રથમ તેને અરિષ્ટનેમી અને મલયપુત્રો મળ્યા, જે ટોળું વળીને ઊભા હતાં, વિશ્વામિત્ર, રામ અને લક્ષ્મણથી થોડાંક દૂર. સમિચિ પણ ગંભીર ચહેરે સીતા પાછળ જ ધસી આવી હતી.

'કોણે પ્રક્ષેપણ કર્યું ?' સીતાએ પૂછ્યું.

અરિષ્ટનેમી બાજુમાં ખસ્યા અને સીતાની દૃષ્ટિ રામ પર પડી. આ સમગ્ર ટોળામાં એકમાત્ર રામના હાથમાં જ ધનુષ હતું.

જોરથી પોકાર કરતી સીતા પોતાના પતિ તરફ ધસી ગઈ. તેને જાણ હતી કે રામ મનથી છિન્નભિન્ન થઈ ચૂક્યા હશે. સ્પષ્ટ નૈતિકતા અને નિયમો પાળવાનો આગ્રહ ધરાવનારા રામને જે પાપ કરવું પડ્યું તેના કારણે તેમના હૃદયમાં તીવ્ર પીડા થઈ રહી હશે, તેમ સીતા સમજી હતી. પરંતુ પોતાની પત્ની અને પત્નીના નગરના લોકોના બચાવ માટે આ પાપ તેમણે પોતાના માથે ચડાવી લીધું હશે.

તેને ધસી આવતી જોઈને વિશ્વામિત્રે સ્મિત કર્યું. 'સીતા, હવે બધું સમાપ્ત થઈ ગયું છે ! રાવણની સેનાનો વિનાશ થઈ ચૂક્યો છે. મિથિલા હવે સલામત છે.'

સીતા વિશ્વામિત્રને જોઈ રહી, તે એટલી ક્રુદ્ધ હતી કે કશું જ બોલી પણ શકતી નહોતી. તે સીધી જ પોતાના પતિ તરફ ધસી ગઈ અને તેમને વળગી પડી. આઘાત પામેલા રામના હાથમાંથી ધનુષ નીચે પડી ગયું. આ પહેલાં સીતાએ તેમને ક્યારેય આલિંગન આપ્યું નહોતું. એ જાણતા હતા કે સીતા તેમને આશ્વસ્ત કરવાનો પ્રયત્ન કરી રહી હતી. તેમના હાથ હજુ સીધા જ હતા પરંતુ તેમના હૃદયના ધબકારા વધી રહ્યા હોય એવો તેમને અનુભવ થયો. લાગણીઓના

અતિરેકે જાણે તેમના શરીરની ઊર્જા ચૂસી લીધી હતી. તેમની આંખમાંથી આંસુનું એક ટીપું નીકળ્યું અને તેમના ગાલ પર વહેવા લાગ્યું.

સીતાએ પોતાની જાતને સંભાળી, રામને વળગીને જ તેમની ભાવવિહીન આંખોમાં ઊંડે સુધી જોઈ રહી. તેના મુખ પર ચિંતાની રેખાઓ અંકાયેલી હતી. 'હું તમારી સાથે જ છું, રામ.'

રામ શાંત રહ્યા. બહુ સમયથી ભુલાયેલી એક વાત તેમને આ સમયે યાદ આવી ગઈ: સમ્રાટ પૃથુની આર્ય વિભાવના. પૃથ્વીનું નામ પૃથુ પરથી રાખવામાં આવ્યું હતું. પૃથુએ આદર્શ સજ્જન એટલે કે આર્યપુત્ર અને આદર્શ સન્નારી એટલે કે આર્યપુત્રી કેવી હોય અને તે બંને વચ્ચેનો આદર્શ સંબંધ કેવો હોય તેના વિષે વાત કરી હતી. તેઓ બંને સમાન ગુણધારી નહિ પરંતુ એકબીજાના પૂરક હોય અને એકબીજાને પૂર્ણ બનાવતા હોય, તેમ તેમણે કહ્યું હતું. એવા બે આત્મા કે જે એકબીજાનો આધાર રાખતા હોય, એકબીજાને જીવનનો હેતુ અર્પતા હોય અને એ અપૂર્ણ ભેગા થઈને એક સંપૂર્ણ બનાવતા હોય.

રામને એ આર્યપુત્ર હોવા જેવું લાગ્યું કે જેને પોતાની સન્નારીનો સાથ અને સહકાર મળી રહ્યો છે.

સીતાએ રામને હજુ ચુસ્ત આલિંગનમાં જકડી રાખ્યા હતા, 'હું તમારી સાથે જ છું, રામ. આપણે સાથે મળીને આ બધું સંભાળી લઈશું.'

રામે પોતાની આંખો બંધ કરી. તેમણે પણ પોતાની પત્નીને આલિંગન આપ્યું અને પોતાનું મસ્તક સીતાના ખભે ટેકવ્યું. *સ્વર્ગ.*

સીતાએ પોતાના પતિના ખભા પરથી વિશ્વામિત્ર તરફ દૃષ્ટિપાત કર્યો. સીતાનો એ દેખાવ ભયાવહ હતો, પ્રકૃતિ માતાના ક્રોધ સમાન.

વિશ્વામિત્ર પણ સીતા સામે જોઈ રહ્યા, જરા પણ પશ્ચાત્તાપની લાગણી વિના.

એક મોટા અવાજે તે બધાને વિચલિત કર્યા. તેમણે મિથિલાની દીવાલોની પેલી તરફ જોયું. રાવણના પુષ્પક વિમાનમાં પ્રાણસંચાર થઈ રહ્યો હતો. તેની વિશાળ પાંખો વર્તુળાકારે ફરી રહી હતી. થોડીક ક્ષણોમાં એ પાંખોએ ગતિ પકડી અને વિમાન ધરતીથી ઉપર ઊઠ્યું અને થોડીક ક્ષણો ત્યાં જ ઝળૂંબી રહ્યું. પછી મોટા અવાજ સાથે બળપૂર્વક તે આકાશની દિશામાં ઊડ્યું અને ત્વરાથી મિથિલા અને અસુરાસ્ત્રના વિનાશથી દૂર ઊડવા લાગ્યું.

અધ્યાય ૨૯

બાજુમાં અશ્વસવારી કરી રહેલા પોતાના પતિ તરફ સીતાએ દૃષ્ટિ કરી. લક્ષ્મણ અને ઊર્મિલા તેમની પાછળ સવારી કરી રહ્યાં હતાં. લક્ષ્મણ તેની પત્ની સાથે સતત વાતો કરી રહ્યો હતો અને ઊર્મિલા તેની તરફ ગંભીરતાથી જોઈ રહી હતી. ઊર્મિલાનો અંગૂઠો તેની તર્જની પર પહેરાયેલી મોટા કદના હીરાની વીંટી સાથે રમી રહ્યો હતો. એ વીંટી તેને તેના પતિ તરફથી ભેટ મળી હતી. તેમની પાછળ મિથિલાના સો સૈનિકો આવી રહ્યા હતા. બીજા સો સૈનિકો રામ અને સીતાની આગળ હતા. આખી ટુકડી સંકશ્ય તરફ જઈ રહી હતી, અને ત્યાંથી તે બધાં વહાણમાં બેસીને અયોધ્યા જવાનાં હતાં.

અસુરાસ્ત્રએ લંકાની છાવણીમાં વિનાશ સર્જ્યો તેનાં બે સપ્તાહ પછી રામ, સીતા, લક્ષ્મણ અને ઊર્મિલા અયોધ્યા જવા નીકળ્યાં હતાં. રાવણના અંગરક્ષકોને યુદ્ધકેદી તરીકે કારાગૃહમાં રાખવા માટે રાજા જનક અને રાજા કુશધ્વજે મંજૂરી આપી હતી. વિશ્વામિત્ર અને મલયપુત્રો તેમની રાજધાની અગસ્ત્યકૂટમ જવા નીકળી ગયા હતા અને લંકાના યુદ્ધકેદીઓને તેમની સાથે લેતા ગયા હતા. મહર્ષિ એમ ઇચ્છતા હતા કે તેઓ રાવણ સાથે વાટાઘાટો કરે અને લંકાના યુદ્ધકેદીઓના બદલામાં મિથિલાની સુરક્ષા માંગી લે. પોતાની પ્રિય મિત્ર સમિચિને મૂકીને જવું સીતા માટે બહુ અઘરા નિર્ણય સમાન હતું પરંતુ આવા સંકટ સમયમાં આગેવાન બદલાય, તે વાત મિથિલાના સુરક્ષા દળ માટે પણ યોગ્ય નહોતું.

'રામ !'

રામે ફરીને પોતાની પત્ની સામે સસ્મિત જોયું અને પોતાના અશ્વને સીતાની પાસે લઈ ગયા. 'હા !'

'તમે વાસ્તવમાં એમ કરવા માંગો છો ?'

રામે મસ્તક હલાવીને હા પાડી. તેમના મનમાં આ વિષયમાં કોઈ જ શંકા નહોતી.

'પરંતુ એક આખી પેઢીમાં રાવણને પરાસ્ત કરનારા તમે પ્રથમ છો. અને, તે વાસ્તવમાં દૈવી અસ્ત્ર નહોતું. જો તમે—'

રામે કહ્યું, 'એ તકનીકી મુદ્દો છે અને તું એ જાણે જ છે.'

સીતાએ ઊંડો શ્વાસ લીધો અને વાત ચાલુ રાખી. 'કેટલીક વાર, કોઈ આગેવાને પરિપૂર્ણ સમાજની રચના કરવા માટે સમયની માંગ મુજબ જે આવશ્યક હોય, તે કરવું જ પડે છે. ટૂંકા સમયગાળામાં તે ભલે યોગ્ય ન પણ લાગે. જોકે લાંબા સમયગાળે, એક આગેવાને પોતાના સમાજના ઉદ્ધાર માટે જે કરવું પડે તે કરવું જ રહ્યું. એ કરવું તેનું કર્તવ્ય બની રહે છે. એક સાચો આગેવાન તો પોતાના લોકોની ભલાઈ માટે પોતાના માથે પાપનું કલંક લેતાં પણ અચકાતો નથી.'

રામે સીતા તરફ જોયું. તેઓ નિરાશ લાગતાં હતાં. 'મેં તો એ કરી નાખ્યું, નહિ ? પ્રશ્ન એ છે કે મને તેની શિક્ષા થવી જોઈએ કે નહિ ? શું મારે તેનું પ્રાયશ્ચિત્ત કરવું જોઈએ ? જો હું એમ આશા રાખતો હોઉં કે મારી જનતા નિયમોનું પાલન કરે, તો મારે પણ નિયમપાલન કરવું જ પડે. માત્ર નેતૃત્વ પૂરી પાડે તેને જ આગેવાન ન કહેવાય, તે આદર્શ પણ હોવો જોઈએ. તેણે પોતાના પ્રચાર મુજબ આચરણ પણ રાખવું જ પડે, સીતા.'

સીતાએ સ્મિત કર્યું. 'ભગવાન રુદ્રએ પણ કહ્યું છે : "આગેવાન એટલે માત્ર એ વ્યક્તિ નહિ કે જે લોકોને તેમની ઇચ્છા મુજબનું જીવન આપે. લોકોએ કલ્પ્યું હોય, તેનાથી પણ વધારે સારા બનવાનું તેમને શીખવે, તેને આગેવાન કહેવાય".'

રામે પણ સામે સ્મિત કર્યું. 'અને મને વિશ્વાસ છે કે દેવી મોહિનીએ તેનો જે ઉત્તર આપ્યો હતો, એ પણ તું મને કહી સંભળાવીશ.'

સીતા હસી, 'હા. દેવી મોહિનીએ કહ્યું હતું કે લોકોની પણ મર્યાદાઓ હોય છે. તેમની જે ક્ષમતા હોય, તેનાથી વધારે અપેક્ષા આગેવાને રાખવી જોઈએ નહિ. જો તમે લોકો પાસેથી તેમની ક્ષમતાથી વધારે માંગશો, તો તેઓ તૂટી જશે.'

રામે મસ્તક હલાવીને હા પાડી. તેઓ વાસ્તવમાં તો એ દેવી મોહિનીના આ વિચાર સાથે સહમત નહોતા કે જેને ઘણા લોકો વિષ્ણુ જેટલો જ આદર આપતા હતા અને ઘણા તેમને વિષ્ણુ કહેવા-માનવા તૈયાર નહોતા. રામ એવી આશા રાખતા કે લોકો તેમની મર્યાદાઓમાંથી બહાર આવીને પોતાની ક્ષિતિજો વિસ્તારે કારણ કે આદર્શ સમાજનું નિર્માણ તો જ શક્ય બને તેમ હતું. જોકે તેમણે પોતાની અસહમતિને વાચા આપી નહિ.

'તમે વાસ્તવમાં એમ કરવા માંગો છો ? સપ્ત સિંધુની સરહદની બહાર ચૌદ વર્ષ ?' સીતાએ રામ તરફ ગંભીર દૃષ્ટિથી જોયું. તે ચર્ચાના મૂળ મુદ્દા પર પાછી ફરી હતી.

રામે ફરી વાર હકાર ભણ્યો. તેમણે તો આ નિર્ણય લઈ જ લીધો હતો. તેઓ અયોધ્યા જઈને જાતે જ નક્કી કરેલ દેશ-નિકાલની શિક્ષા ભોગવવાની આજ્ઞા પોતાના પિતાજી પાસેથી લેશે. 'મેં રુદ્ર ભગવાને બનાવેલા નિયમનો ભંગ કર્યો છે. તેમણે જ આ શિક્ષા નક્કી કરેલી છે. વાયુપુત્રો મને શિક્ષા કરવા માટે આદેશ કરે છે કે નહિ, તે મહત્ત્વનું નથી. મારા પોતાના લોકો મને સહકાર આપે છે કે નહિ તે પણ મહત્ત્વનું નથી. મારે મારી શિક્ષા ભોગવવી જ રહી.'

સીતાએ તેમની તરફ ઢળીને કહ્યું, 'મારે નહિ, આપણે.'

રામે અસહમતિ દર્શાવી.

સીતાએ હાથ લંબાવીને પોતાની હથેળી રામના હાથ પર રાખી, 'તમારું ભાગ્ય એ મારું ભાગ્ય છે અને મારું ભાગ્ય એ તમારું ભાગ્ય છે. સાચા લગ્નનો અર્થ જ એ છે.' તેણે રામની આંગળીઓમાં પોતાની આંગળીઓ પરોવી. 'રામ, હું તમારી પત્ની છું. આપણે હંમેશાં સાથે રહીશું; સારા અને નરસા સમયમાં; ગમે તેવી પરિસ્થિતિમાં.'

રામે સીતાનો હાથ દબાવ્યો અને તેમની પીઠ ટટ્ટાર થઈ. તેમના અશ્વએ હણહણાટી કરી અને ગતિ વધારી. રામે હળવેથી લગામ ખેંચી અને સીતાના અશ્વની ગતિ સાથે તાલ સાધ્યો.

'મને નથી લાગતું કે આ ઉપાય કામ આવે,' રામે કહ્યું.

નવપરિણીત દંપતીઓ રામ-સીતા અને લક્ષ્મણ-ઊર્મિલા રાજવી વહાણમાં બેસીને સરયૂ નદી વાટે અયોધ્યા જઈ રહ્યાં હતાં. એકાદ સપ્તાહમાં તેઓ સંભવતઃ અયોધ્યા પહોંચી જવાનાં હતાં.

વહાણના તૂતક પર બેસીને રામ અને સીતા ચર્ચા કરી રહ્યાં હતાં કે આદર્શ સમાજ એટલે શું તેમજ આદર્શ સામ્રાજ્યનું શાસન કેવું હોવું જોઈએ. રામના મત અનુસાર, આદર્શ સમાજ એટલે એવો સમાજ કે જેમાં દરેક વ્યક્તિ નિયમની દૃષ્ટિએ એક સમાન હોય.

સમાનતાના અર્થ વિષે સીતા લાંબો સમય ઊંડો વિચાર કરતી રહી. તેને

એમ લાગ્યું કે નિયમોની દૃષ્ટિએ બધાને એક સમાન માની લેવાથી સમાજની સમસ્યાઓનો અંત નહિ આવે. તે એમ માનતી હતી કે સાચી સમાનતા તો માત્ર આત્માના સ્તરે જ સંભવી શકે છે. પરંતુ આ ભૌતિક જગતમાં, વાસ્તવમાં બધા એકસમાન નથી. કોઈ પણ બે સર્જન એકસમાન હોતાં નથી. માનવજાતમાં, કેટલાક લોકો પાસે જ્ઞાન વધારે હોય છે, તો કેટલાક પાસે યુદ્ધકૌશલ, કેટલાક લોકો સારી રીતે વેપાર કરી જાણે છે તો કેટલાક લોકો સેવા અને મહેનત કરવામાં કુશળ હોય છે. સીતાના મત અનુસાર, સમસ્યા એ હતી કે વર્તમાન સમાજમાં કોઈ વ્યક્તિનો જીવનપથ તેનાં કર્મોથી નહિ પરંતુ તેના જન્મથી નક્કી થતો હતો. તે એમ માનતી હતી કે સમાજ તો જ પરિપૂર્ણ બને કે જો દરેક વ્યક્તિને પોતાની પસંદનું કામ કરવા મળે, તેઓ જે વર્ણમાં જન્મ્યા હોય, તે વર્ણના થોપી દેવામાં આવેલા નિયમો નહિ પરંતુ પોતાના કર્મ અનુસાર તેનો જીવનપથ નક્કી થાય.

અને આવા નિયમો ક્યાંથી થોપી દેવામાં આવે છે ? મોટાભાગે તો એ માતાપિતામાંથી જ આવે છે, જેઓ પોતાનાં મૂલ્યો અને જીવનરીતિને પોતાનાં બાળકો પર થોપી દેવાનો પ્રયત્ન કરે છે. બ્રાહ્મણ માતાપિતા પોતાના બાળકોને જ્ઞાનપ્રાપ્તિની દિશામાં ખેંચી જશે. કદાચ એ બાળકને વાણિજ્યમાં રસ હોય તેમ પણ બને. આવી ભૂલોને કારણે સમાજમાં અસુખ અને અંધાધૂંધીની લાગણીઓ પ્રવર્તતી હોય છે. ઉપરાંત, જે સમાજમાં લોકોને એવાં કામ કરવા પડતાં હોય, જે તેમને પોતાને જ પસંદ ન હોય, ત્યારે તે સમાજને ભાગે પણ ઘણું સહન કરવાનું આવતું હોય છે. આ બધાનો સૌથી વધુ ભોગ બને છે શૂદ્રો. તેમાંના ઘણા લોકો કુશળ બ્રાહ્મણ, ક્ષત્રિય અથવા તો વૈશ્ય બની શક્યા હોત, પરંતુ જન્મ આધારિત જડ વર્ણ-વ્યવસ્થાને કારણે તેમણે શૂદ્ર બનીને જ રહેવું પડ્યું. પહેલાંના સમયમાં વર્ણ-વ્યવસ્થા આવી જડ નહોતી. તેનું શ્રેષ્ઠ ઉદાહરણ ઘણી સદીઓ પહેલાં મળી આવે છે: મહર્ષિ શક્તિ કે જેમને સદીઓથી વેદ વ્યાસ તરીકે ઓળખવામાં આવે છે. તેમણે જ બધા વેદનું સંકલન, સંપાદન અને વિભાગીકરણ કર્યું હતું. જન્મે તેઓ શૂદ્ર હતા, પરંતુ તેઓ કર્મથી માત્ર બ્રાહ્મણ જ નહિ પરંતુ ઋષિ પણ બન્યા. ઋષિ એટલે હિન્દુ ધર્મનું સર્વોચ્ચ પદ, જેની ઉપર માત્ર ભગવાન જ હોય, તેમ માનવામાં આવે છે. જોકે આજની જન્મ આધારિત વર્ણ-વ્યવસ્થામાં શૂદ્રોમાંથી કોઈ મહર્ષિ શક્તિ બહાર આવે, તે અશક્ય છે.

'તમને કદાચ આ સમસ્યાનું સમાધાન મેળવવું અશક્ય લાગે; તમને એ કદાચ ક્રૂર પણ લાગે. તમે એમ માનો છો કે નિયમ આગળ બધા એક સમાન હોવા જોઈએ અને બધાને એકસરખું જ સમ્માન મળવું જોઈએ. પરંતુ માત્ર એટલું

પૂરતું નથી. આપણે જન્મ આધારિત વર્ણ-વ્યવસ્થાનો નાશ કરવા માટે ક્રૂર પણ બનવું પડે.' સીતાએ કહ્યું. 'તેના કારણે આપણો ધર્મ અને આપનો દેશ નબળો પડ્યો છે. ભારતની ભલાઈ માટે તેનો નાશ થવો જ જોઈએ. જો આજની વર્ણ-વ્યવસ્થાનો આપણે નાશ નહિ કરીએ, તો વિદેશી લોકો આપણી પર આમ જ આક્રમણ કરતા રહેશે. આપણા વિભાજનોનો ઉપયોગ કરીને તેઓ આપણી પર વિજય મેળવતા રહેશે.'

રામને સીતાએ સૂચવેલો ઉપાય ખરેખર ક્રૂર લાગ્યો અને તેનું અમલીકરણ પણ બહુ જ અઘરું હતું. સીતાએ એમ સૂચવ્યું હતું કે રાજ્યમાં જન્મ લેતા પ્રત્યેક બાળકને રાજ્યએ અનિવાર્યપણે દત્તક લઈ લેવું. જન્મ આપનારાં માતા-પિતાએ પોતાના બાળકોને રાજ્યના શરણે ધરી દેવાં. રાજ્ય આ બાળકોને ઉછેરે, શિક્ષણ આપે અને તેમનામાં જન્મથી જે કૌશલ્યો રહેલાં છે, તે કૌશલ્યોને વધારે ધારદાર બનાવી આપે. પંદર વર્ષની ઉંમરે તેમનું શારીરિક, માનસિક અને મનોવૈજ્ઞાનિક પરીક્ષણ થાય. તે પરિણામોના આધારે તે બાળકનો યોગ્ય વર્ણ નક્કી કરવામાં આવે. ત્યાર પછી વધારાની તાલીમ દ્વારા તેમની જન્મજાત પ્રતિભાને નિખારવામાં આવે અને ત્યાર બાદ પરીક્ષણો પશ્ચાત્ તેમને જે વર્ણ આપવામાં આવ્યો હોય, તે વર્ણનાં માતાપિતા તેમને દત્તક લઈ શકે. બાળકોને કદી પણ તેમના જન્મ આપનારાં માતા-પિતાની માહિતી મળે નહિ, તેઓ માત્ર પાલક માતા-પિતાનો જ પરિચય ધરાવતાં હોય 'હું એ વાત સાથે સહમત છું કે આ પદ્ધતિ બધાને એકદમ ન્યાયી અવશ્ય બની રહેશે.' રામે કહ્યું, 'પરંતુ હું એમ નથી માની શકતો કે માતા-પિતા પોતાનાં બાળકોને ઇચ્છાપૂર્વક કાયમ માટે રાજ્યના શરણે ધરી દે અથવા તેમને કદી ન મળવાનો કે તેમના વિષે કશું પણ ન જાણવાનો નિર્ણય લે. એ શું પ્રાકૃતિક પણ લાગે છે ?'

'જ્યારથી માનવજાતે વસ્ત્રો ધારણ કરવાં શરૂ કર્યાં, આહાર રાંધવો શરૂ કર્યો અને અંતઃસ્ફુરિત ઇચ્છાઓ દબાવીને સાંસ્કૃતિક રૂઢિઓને માનવા લાગ્યો ત્યારથી તે "પ્રાકૃતિક માર્ગ"થી ઘણો જ દૂર પહોંચી ગયો છે. સંસ્કૃતિનું પરિણામ આવું જ હોય છે. સંસ્કૃત લોકોમાં, સાચા અને ખોટાનો નિર્ણય સાંસ્કૃતિક રૂઢિઓ અને નિયમો મુજબ લેવાય છે. એવો સમય હતો જ્યારે બહુપત્નીત્વ તિરસ્કરણીય માનવામાં આવતું હતું અને એવો સમય પણ હતો કે જ્યારે યુદ્ધના કારણે પુરુષોની ખોટ હતી ત્યારે તેને એક ઉપાય તરીકે સ્વીકારવામાં પણ આવ્યું હતું. અને હવે, આપણે સૌ જાણીએ જ છીએ કે એકપત્નીત્વની પ્રથાનો અમલ પણ સફળ બની શકે તેમ છે !'

રામ હસ્યા. 'હું કોઈ પ્રથા શરૂ કરવાનો પ્રયત્ન નથી કરી રહ્યો. હું બીજી કોઈ પણ સ્ત્રીને એટલે નથી પરણવા માંગતો કે જો હું એમ કરું તો એ તારું અપમાન કહેવાય.'

પવનમાં કોરા પડી ગયેલા લાંબા, સીધા વાળને પાછળ કરી રહેલી સીતાએ સ્મિત આપ્યું. 'પરંતુ બહુપત્નીત્વ માત્ર તમારા મત અનુસાર જ અન્યાયી છે; બીજા લોકો તેની સાથે અસહમત થઈ શકે છે. યાદ રહે કે ન્યાયની "સાચા" કે "ખોટા"ની વિભાવના તો માનવે પોતે જ બનાવી છે. આપણે પોતે જ નક્કી કરવાનું છે કે શું ન્યાયી છે ને શું અન્યાયી છે અને સમાજના ભલાને અનુલક્ષીને આપણે એ નક્કી કરવાનું છે.'

'હમ્મ્, પરંતુ તેનું અમલીકરણ બહુ જ મુશ્કેલ બનશે, સીતા.'

'ભારતના લોકોને નિયમપાલન કરતા શીખવવાથી વધારે મુશ્કેલ તો નહિ જ બને !' સીતા હસી કારણ કે તે જાણતી હતી કે એ રામનું અંગત વળગણ હતું.

રામે પણ ખિલખિલાટ હાસ્ય કર્યું. *'એકદમ સાચું !'*

સીતાએ રામની સમીપ જઈને તેમનો હાથ પકડ્યો. રામે આગળ ઝૂકીને સીતાને ચુંબન કર્યું, એક ધીમું, હળવું ચુંબન કે જેનાથી તેમના અંતરમન પુલકિત થઈ ઊઠ્યાં. રામે પોતાની પત્નીને પકડી રાખી અને તેઓ સરયૂના વહી રહેલા પાણી તેમ જ દૂર દેખાતો હરિયાળો નદીકાંઠો જોઈ રહ્યાં.

'આપણે પેલી સોમરસવાળી વાત તો પૂરી કરી જ નહિ ? એ વિષે તમે શું વિચારતા હતા ?' સીતાએ પૂછ્યું.

'મને એમ લાગે છે કે સોમરસ બધાને આપવો જોઈએ અથવા તો કોઈને નહિ. રાજપરિવાર અને ચુનંદા કુલીનોને જ, અન્યોની સરખામણીમાં, વધારે લાબું અને વધારે તંદુરસ્ત જીવન જીવવા મળે, તે ન્યાયી નથી.'

'પરંતુ બધા માટે તમે પૂરતી માત્રામાં સોમરસ કઈ રીતે બનાવી શકો ?'

'ગુરુ વશિષ્ઠે એક એવી તકનીક વિકસાવી છે કે જેના વડે તે શક્ય બની શકે તેમ છે. જો હું અયોધ્યાનું શાસન સંભાળીશ–'

'*જ્યારે*.' સીતાએ અધવચ્ચે જ કહ્યું.

'શું ?'

'*જ્યારે* હું અયોધ્યાનું શાસન સંભાળીશ,' સીતાએ કહ્યું, 'તમારે "જો" વાપરવું આવશ્યક નથી. ચૌદ વર્ષ પછી, તો ચૌદ વર્ષ પછી, પરંતુ અયોધ્યાનું શાસન તો તમે જ સંભાળશો.'

રામે સ્મિત કર્યું, 'ઠીક છે, જ્યારે હું અયોધ્યાનું શાસન સંભાળીશ, ત્યારે ગુરુ વશિષ્ઠે વિકસાવેલી તકનીકનો પ્રયોગ કરવા હું ધારું છું. આપણે બધાને સોમરસ પીવડાવીશું.'

'જો તમારે નવા જ પ્રકારની જીવનરીતિનું નિર્માણ કરવું હોય, તો તમારે તેનું નામ પણ આપવું જ રહ્યું. જૂનાં કર્મો શું કરવા સંગૃહિત કરવાં ?'

'મને એમ લાગે છે કે તેં એ નામ પણ વિચારી જ રાખ્યું છે.'

'શુદ્ધ જીવનની ભૂમિ.'

'શું આ નામ છે ?'

'ના. આ તો એ નામનો અર્થ છે.'

'તો મારા નવા સામ્રાજ્યનું નામ શું હશે ?'

સીતાએ સ્મિત કર્યું. 'તે નામ હશે મેલુહા.'

'તું મૂર્ખ છે ?' દશરથે બૂમ પાડી.

કૌશલ્યાના મહેલમાં બનાવવામાં આવેલા પોતાના નવા અંગત કાર્યાલયમાં સમ્રાટ બેઠા હતા. વાયુપુત્રોની અનુમતિ વિના દૈવી અસ્ત્રનો પ્રયોગ કરવાના પાપનું પશ્ચાત્તાપ કરવા માટે રામ જાતે જ ચૌદ વર્ષ માટે સપ્ત સિંધુની બહાર દેશનિકાલ ભોગવશે એ નિર્ણય વિષે રામે દશરથને જણાવ્યું હતું. દશરથને એ નિર્ણય જરા પણ ગમ્યો નહોતો.

ચિંતિત કૌશલ્યા પોતાના પતિ તરફ દોડી ગયાં અને દશરથ બેસી રહે તેવો પ્રયત્ન તેમણે કર્યો. પાછલા થોડાક સમયમાં તેમનું સ્વાસ્થ્ય વધારે કથળ્યું હતું. 'કૃપા કરીને શાંત થાવ, મહારાજ.'

કૈકેયીનો દશરથ પર હજુ પણ કેટલો પ્રભાવ છે તે વિષે કૌશલ્યા અચોક્કસ હતાં એટલે પોતાના પતિ સાથે તે કાળજીપૂર્વક જ વર્તતાં. તેઓ ક્યાં સુધી દશરથનાં પ્રિય રાણી બની રહેશે તે વિષે પણ તેઓ અચોક્કસ હતાં. તેમના માટે તો દશરથ હજુ પણ 'મહારાજ' જ હતા. પરંતુ પોતાની સાથે આવો બાળક જેવો વહેવાર થતો જોઈને તો દશરથ વધારે ક્રુદ્ધ થયા હતા.

'પ્રભુ પરશુ રામના નામે, કૌશલ્યા, મારી આમ બાળક જેવી આળપંપાળ કરવાનું બંધ કર અને તારા પુત્રને થોડીક બુદ્ધિ આપ.' દશરથે ઊંચા અવાજે કહ્યું, 'જો એ ચૌદ વર્ષ માટે જતો રહેશે તો શું થશે એની તને જાણ છે ? શું તને

એમ લાગે છે કે તે પાછો ફરે તેની ઉમરાવો ધીરજપૂર્વક પ્રતીક્ષા કરશે ?'

'રામ,' કૌશલ્યાએ કહ્યું, 'તારા પિતાજી સાચું કહે છે. તને શિક્ષા થાય તેવી માંગણી કોઈએ કરી નથી. વાયુપુત્રોએ પણ એવી કોઈ જ માંગણી નથી કરી.'

'તેઓ કરશે,' રામે સ્થિર અવાજે કહ્યું. 'તેમાં થોડાક સમયની જ વાર છે.'

'પણ તેમની વાત સાંભળવા કે માનવા આપણે બંધાયેલાં નથી. આપણે તેમના નિયમો નથી પાળતા !'

'જો બીજા બધા લોકો નિયમપાલન કરે તેવી આશા હું રાખતો હોઉં, તો મારે પણ એ જ નિયમો પાળવા રહ્યા.'

'શું તારામાં આત્મઘાતી વૃત્તિ જાગી ઊઠી છે, રામ ?' દશરથે પૂછ્યું. ક્રોધથી તેમનું મુખ રાતું થઈ ગયું હતું અને હાથ ધ્રૂજી રહ્યા હતા.

'હું માત્ર નિયમપાલન કરી રહ્યો છું, પિતાજી.'

'મારું સ્વાસ્થ્ય કેવું છે એ તને નથી દેખાતું ? હું તો બહુ ઓછા સમયમાં જતો રહીશ. જો તું અહીંયાં નહિ હોય, તો ભરત રાજા બની જશે. અને જો તું ચૌદ વર્ષ માટે સપ્ત સિંધુની બહાર જઈશ, તો જ્યારે તું પાછો ફરીશ ત્યારે તો ભરતે પોતાના શાસનના પાયા બહુ જ ઊંડા નાખી દીધા હશે. તે સમયે તો તને શાસન કરવા માટે એક ગામ પણ નહિ મળે.'

'પિતાજી, સૌ પ્રથમ વાત તો એ કે જ્યારે હું અહીં ન હોઉં અને તમે ભરતને યુવરાજ ઘોષિત કરો, તો રાજા બનવું તેનો અધિકાર છે. અને મને લાગે છે કે ભરત સારો શાસક બની શકશે. અયોધ્યાને સહન નહિ કરવું પડે. પરંતુ જો હું દેશનિકાલ ભોગવી રહ્યો હોઈશ ત્યારે પણ તમે મને જ યુવરાજ બનાવી રાખવાનો આગ્રહ રાખશો, તો મને વિશ્વાસ છે કે જ્યારે હું પાછો ફરીશ ત્યારે ભરત રાજસિંહાસન મને પાછું સોંપી દેશે. મને તેની પર સંપૂર્ણ વિશ્વાસ છે.'

દશરથે કર્કશ હાસ્ય કર્યું, 'શું તને વાસ્તવમાં એમ લાગે છે કે તું જઈશ પછી ભરત અયોધ્યા પર રાજ કરશે ? ના ! ખરું રાજ તો તેની માતા કરશે. અને તું દેશનિકાલ ભોગવી રહ્યો હોઈશ એ સમયે કૈકેયી તારી હત્યા પણ કરાવી દેશે.'

'હું મારી હત્યા નહિ થવા દઉં, પિતાજી. પરંતુ જો એમ થઈ જાય, તો એ જ મારું નસીબ હશે.'

દશરથે પોતાના મસ્તક પર મુઠ્ઠી મારી અને તેમણે જે ઘુરકાટ કર્યો તેમાં તેમની નિરાશા વ્યક્ત થઈ આવતી હતી.

'પિતાજી, મેં નિર્ણય લઈ લીધો છે.' રામે મક્કમતાથી કહ્યું, 'પરંતુ જો

આપની અનુમતિ વિના હું અહીંથી જઈશ, તો એ આપનું અપમાન ગણાશે અને અયોધ્યાનું અપમાન ગણાશે. યુવરાજ રાજાનો આદેશ કઈ રીતે ઉથાપી શકે ? તેથી જ, કૃપા કરીને, મારો દેશનિકાલ કરો, એમ હું આપને કહી રહ્યો છું.'

દશરથ કૌશલ્યા તરફ ફર્યા અને નિરાશાથી તેમણે હાથ ઊંચા કર્યા.

'આ તો થવાનું જ છે, પિતાજી, તમને ગમે કે ના ગમે.' રામે કહ્યું, 'જો તમે મને દેશનિકાલની શિક્ષા કરશો તો અયોધ્યાનું માન જળવાઈ રહેશે. માટે કૃપા કરીને તેમ જ કરો.'

જાણે કે બધું જ હારી ગયા હોય તેમ દશરથના ખભા ઝૂકી ગયા, 'છેવટે મારી બીજી વાત તો માની લે.'

મુખ પર ક્ષમાપ્રાર્થનાના ભાવ સાથે રામ દૃઢ નિર્ધાર કરીને ઊભા રહ્યા. 'ના.'

'પરંતુ રામ, જો તું કોઈ શક્તિશાળી સામ્રાજ્યની રાજકુમારીને પરણીશ, તો જ્યારે તું તારો વારસો લેવા પાછો ફરીશ ત્યારે તારી પાસે એક શક્તિશાળી સાથી તો હશે. કૈકેય તો તારા પક્ષે નહિ જ હોય. અશ્વપતિ કૈકેયીના પિતા છે. પરંતુ જો તું અન્ય કોઈ શક્તિશાળી રાજ્યની રાજકુમારીને પરણે, તો—'

'તમારી વાતમાં અધવચ્ચે બોલવા બદલ ક્ષમા પ્રાર્થું છું, પિતાજી. પરંતુ મેં હંમેશાં એમ જ કહ્યું છે કે હું માત્ર એક જ સ્ત્રીને પરણીશ. અને મેં એમ જ કર્યું છે. બીજી સ્ત્રીને પરણીને હું સીતાનું અપમાન નહિ કરું.'

દશરથે નિ:સહાયતાથી તેની સામે જોયું.

રામને લાગ્યું કે તેણે વધારે સ્પષ્ટતા કરવી આવશ્યક છે. 'અને જો મારી પત્ની મૃત્યુ પામે, તો મારું પછીનું સમગ્ર જીવન હું તેના શોકમાં જ વિતાવી દઈશ. પરંતુ હું ફરી ક્યારેય બીજાં લગ્ન નહિ કરું.'

હવે કૌશલ્યા ક્રોધિત થઈ ઊઠ્યાં, 'તું કહેવા શું માંગે છે, રામ ? શું તું એમ કહેવા માંગે છે કે તારા પોતાના પિતા જ તારી પત્નીની હત્યા કરાવશે ?'

'મેં એમ નથી કહ્યું, મા,' રામે શાંતિથી કહ્યું.

'રામ, કૃપા કરીને સમજ,' દશરથે વિનંતી કરી. પોતાના ક્રોધને નિયંત્રણમાં રાખવા તેઓ ભરપૂર પ્રયત્ન કરી રહ્યા હતા. 'તે મિથિલા જેવા નાનકડા રાજ્યની રાજકુમારી છે. તારે જે સંઘર્ષ કરવાનો છે, તેમાં તે જરા પણ મદદરૂપ નહિ બની શકે.'

રામ ટટ્ટાર થયા પરંતુ તેમનો અવાજ વિનમ્ર જ હતો. 'તે મારી પત્ની છે, પિતાજી. તેના વિષે સમ્માન સાથે વાત કરો.'

'તે બહુ કુલીન કન્યા છે, રામ.' દશરથે કહ્યું, 'પાછલા કેટલાક દિવસથી હું તેનું નિરીક્ષણ કરી રહ્યો છું. તે એક ગુણવાન પત્ની છે. તને તે સુખી કરશે. અને તું તેની સાથે પરિણીત રહી શકે છે. પરંતુ જો તું બીજી કોઈ રાજકુમારીને પરણે, તો–'

'મને ક્ષમા કરો, પિતાજી. પણ મારો ઉત્તર હજુ પણ નકારમાં જ છે.'

'હે ભગવાન !' દશરથે ચીસ પાડી, 'મારી કોઈ રક્તવાહિની ફાટી પડે તે પહેલા તું અહીંથી નીકળી જા !'

'હા, પિતાજી,' રામે કહ્યું અને જવા માટે તે પાછળ ફર્યા.

'અને મારા આદેશ વિના તું આ નગર છોડીને ક્યાંય જવાનો નથી !' જઈ રહેલા રામની પીઠ તરફ દશરથે બૂમ પાડીને કહ્યું.

રામે પાછળ ફરીને તેમના પિતા સામે જોયું ત્યારે તેમના મુખ પરના ભાવ વાંચી શકાય તેમ નહોતા. પ્રયત્નપૂર્વક મસ્તક ઝુકાવીને તેમણે વંદન કર્યાં અને કહ્યું, 'આપણી મહાન ભૂમિના તમામ ભગવાન આપની પર કૃપા વરસાવતા રહે, પિતાજી.' અને પછી એટલી જ શાંતિથી તેઓ ફર્યા અને કાર્યાલયની બહાર નીકળી ગયા.

દશરથ કૌશલ્યાને તાકી રહ્યા, તેમની આંખોમાંથી ક્રોધ વરસી રહ્યો હતો. મુખ પર ક્ષમાપ્રાર્થનાના ભાવ સાથે કૌશલ્યા ઘૂંટણભેર ધરતી પર બેઠાં હતાં, જાણે કે રામે દર્શાવેલા દૃઢ નિર્ધારને કારણે તેઓ દશરથ તરફના પોતાના કર્તવ્યમાં નિષ્ફળ રહ્યાં હોય.

અધ્યાય ૨૭

મહેલમાં પોતાના વિભાગમાં પાછા ફર્યા બાદ રામને જણાવવામાં આવ્યું કે તેમના પત્ની રાજઉપવનમાં ફરવા ગયાં છે. તેમણે વિચાર્યું કે તેઓ પણ સીતા પાસે ઉપવનમાં પહોંચી જાય અને ત્યાં જઈને જોયું તો સીતા ભરત સાથે વાતો કરી રહી હતી. બીજા બધાંની જેમ, ભરતે પણ જ્યારે એમ સાંભળ્યું કે તેના ભાઈ એક નાનકડા રાજ્યની દત્તક રાજકુમારીને પરણીને આવ્યા છે ત્યારે તેને પણ આઘાત લાગ્યો હતો. જોકે, થોડાક જ સમયગાળામાં, ભરત સીતાનું, તેની બુદ્ધિ અને ચારિત્ર્યનું સમ્માન કરવા માંડ્યો હતો. બંનેએ એકબીજા સાથે વાતો કરવામાં ઘણો સમય ગાળ્યો હતો અને બંનેએ એકબીજામાં જોયેલા ગુણોની પ્રશસ્તિ કરી હતી.

'એટલે જ મને એમ લાગે છે કે જીવનમાં સૌથી મહત્ત્વની વસ્તુ છે સ્વાતંત્ર્ય, ભાભી,' ભરતે કહ્યું.

'નિયમથી પણ વધારે મહત્ત્વની ?' સીતાએ પૂછ્યું.

'હા. હું એમ માનું છું કે નિયમો શક્ય તેટલા ઓછા હોવા જોઈએ, માત્ર એટલા જ કે જેના માળખામાં રહીને માનવજાતની સૃજનાત્મકતા શ્રેષ્ઠ રીતે અભિવ્યક્ત થઈ શકે. સ્વાતંત્ર્ય એ જ જીવન જીવવાનો પ્રાકૃતિક માર્ગ છે.'

સીતાએ મૃદુતાથી સ્મિત કર્યું. 'અને તમારા મોટાભાઈ તમારા દૃષ્ટિકોણ અંગે શું કહે છે ?'

રામ તેમની પાછળ આવી પહોંચ્યા હતા. તેમણે તેમની પત્નીને કહ્યું, 'તેનો મોટોભાઈ એમ માને છે કે ભરતનો પ્રભાવ ભયાનક છે !'

ભરત હસતો હસતો ઊભો થયો અને રામને ભેટી પડ્યો. 'મોટાભાઈ !'

'તેં તારા સ્વાતંત્ર્યના વિચારોથી તારી ભાભીનું પૂરતું મનોરંજન કર્યું હશે તેમ માનીને શું મારે તારો આભાર માનવો જોઈએ ? !'

ભરતે સ્મિત કરતાં તેના ખભા ઊંચા કર્યા. 'હું અયોધ્યાના નાગરિકોને સાવ કંટાળાજનક વ્યક્તિઓ તો નહિ જ બનાવી દઉં !'

રામ હસ્યા અને ટીખળ કરતાં બોલ્યા, 'તો બહુ સરસ !'

તરત જ ભરતના હાવભાવ બદલાઈ ગયા અને તે ગંભીર બની ગયો. 'પિતાજી તમને નહિ જવા દે, મોટાભાઈ. તમે પણ એ જાણો છો. તમે ક્યાંય જઈ નથી રહ્યા.'

'પિતાજી પાસે અન્ય કોઈ વિકલ્પ નથી. અને તારી પાસે પણ નથી. તું જ અયોધ્યાનું શાસન સંભાળીશ. અને તું બહુ સારી રીતે સંભાળીશ.'

'હું આવી રીતે તો રાજસિંહાસન પર બેસીશ જ નહિ.' ભરતે પોતાનું માથું ધુણાવતા કહ્યું. 'ના, કદી પણ નહિ.'

રામ જાણતા હતા કે ગમે તે કહેવાથી ભરતની પીડા તો જરા પણ ઓછી થશે નહિ.

'મોટાભાઈ, શા માટે તમે એવો આગ્રહ કરી રહ્યા છો ?' ભરતે પૂછ્યું.

'એ જ નિયમ છે, ભરત.' રામે કહ્યું, 'મેં દૈવી અસ્ત્રનો પ્રયોગ કર્યો છે.'

'નિયમ મહત્ત્વનો નથી, મોટાભાઈ ! શું તમને ખરેખર એમ લાગે છે કે તમે જશો એ અયોધ્યાના હિતમાં છે ? આપણે બે ભેગા થઈને શું સિદ્ધ કરી શકીશું તે કલ્પી જુઓ. તમે નિયમપાલનના આગ્રહી અને હું સ્વાતંત્ર્ય અને સૃજનાત્મકતાનો હિમાયતી. શું તમને એમ લાગે છે કે તમે કે હું એકલા હોઈશું તો અસરકારક બની શકીશું ?'

રામે પોતાનું મસ્તક હલાવ્યું. 'હું તો ચૌદ વર્ષ પછી પાછો આવી જઈશ, ભરત. તે પણ એટલું તો સ્વીકાર્યું જ છે કે સમાજમાં નિયમોનું સ્થાન બહુ જ મહત્ત્વનું છે. જો હું પોતે જ નિયમપાલન ન કરું, તો બીજા લોકોને તેમ કરવા કેવી રીતે સમજાવી શકું ? નિયમ પ્રત્યેક વ્યક્તિ માટે એક સમાન જ હોવો જોઈએ. આ વાત એટલી સરળ છે.' પછી રામે સીધું ભરતની આંખોમાં આંખો પરોવીને કહ્યું. 'જો નિયમને કારણે કોઈ અધમ અપરાધી છૂટી જતો હોય, તોપણ નિયમભંગ તો ન જ થવો જોઈએ.'

ભરત પણ રામની સામે જોઈ રહ્યો, તેના મુખ પરના ભાવ પારખી શકાય તેવા નહોતા.

સીતાને સમજાઈ ગયું કે બંને ભાઈઓ કોઈ અલગ જ વિષયના સંદર્ભે વાત

કરી રહ્યા છે અને તેમની વચ્ચે નક્કી ઘર્ષણ ઊભું થશે એટલે તે ઉપવનની બેઠક પરથી ઊભી થઈ અને તેણે રામને કહ્યું, 'તમારે સેનાપતિ મૃગસ્યને મળવાનું છે.'

———— |૪| ✦ ☀ ————

'હું અસભ્ય બનવા નથી માંગતો પરંતુ શું આપનાં પત્ની અહીં હોવાં જોઈએ ?' અયોધ્યાના સેનાપતિ મૃગસ્યએ પૂછ્યું.

રામ અને સીતા સેનાપતિને પોતાના અંગત કાર્યાલયમાં મળ્યાં હતાં.

'અમારી વચ્ચે કશું જ ગોપનીય નથી.' રામે કહ્યું, 'જે પણ ચર્ચા થાય, તે આમ પણ હું તેને જણાવતો હોઉં છું. તો પછી એ તમારા મુખેથી જ એ વાત સાંભળે તે વધારે યોગ્ય છે.'

મૃગસ્યએ સીતા તરફ ગૂઢ દૃષ્ટિ કરી અને રામને સંબોધન કરતા પહેલાં તેમણે ઊંડો શ્વાસ લીધો. 'તમે તો અત્યારે જ સમ્રાટ બની શકો તેમ છો.'

અયોધ્યાના રાજાને સ્વતઃ જ સપ્ત સિંધુના સમ્રાટ પણ માની લેવામાં આવતા. કોશલ રાજ્ય પર રાજ કરતાં સૂર્યવંશીઓને રઘુના સમયથી આ વિશેષાધિકાર પ્રાપ્ત થયો હતો. મૃગસ્ય રામને અયોધ્યાના રાજસિંહાસન પર આરૂઢ થવાનો માર્ગ સરળ બનાવવા માંગતા હતા.

સીતા આશ્ચર્યચકિત હતી, પરંતુ તેણે પોતાના મુખ ભાવવિહીન જ રહેવા દીધું. રામે ક્રોધ કર્યો.

રામના મનમાં ચાલી રહેલી ગેરસમજને મૃગસ્ય સમજી ગયા. રાજકુમાર રામના આદેશ અનુસાર મૃગસ્યના એક અધિકારીને ધરતી પચાવી પાડવાના, મૃગસ્ય અનુસાર, નાનકડા ગુના માટે શિક્ષા કરવામાં આવી હતી. તો પછી મૃગસ્ય અત્યારે રામને મદદ કરવા કેમ તૈયાર થયા હતા, તે વિષે રામ જરૂર કંઈક અલગ જ વિચારી રહ્યા હશે તેમ મૃગસ્યએ ધારી લીધું.

'તમે મારી સાથે જે કર્યું એ હું ભૂલી જવા તૈયાર છું,' મૃગસ્યએ કહ્યું, 'જો હું અત્યારે તમારા માટે જે કરવા તૈયાર છું, એ તમે યાદ રાખવા માટે તૈયાર હોવ, તો.'

રામ શાંત રહ્યા.

'જુઓ, રાજકુમાર રામ.' મૃગસ્યએ વાત ચાલુ રાખી, 'સુરક્ષા દળમાં આણેલાં પરિવર્તનો માટે લોકો તમને ખૂબ જ પ્રેમ કરે છે. પછી પેલો ધેનુકાનો કિસ્સો બન્યો જેમાં તમે થોડો સમય અપ્રિય પણ બન્યા, પરંતુ તમે મિથિલામાં

રાવણને હરાવ્યો તેના હર્ષમાં એ વાત ભુલાઈ ગઈ છે. તમને કદાચ જાણ નહિ હોય, પરંતુ વાસ્તવમાં, તમે માત્ર કોશલ નહિ, સમગ્ર ભારતવર્ષના સામાન્યજનોમાં લોકપ્રિય બન્યા છો. સપ્ત સિંધુમાં લોકો રાવણથી વધારે કોઈને ધિક્કારતા નથી અને તમે તેને જ પરાસ્ત કર્યો છે. હું અયોધ્યાના ઉમરાવોને તમારા પક્ષે ખેંચી લાવીશ. સપ્ત સિંધુનાં મોટાભાગનાં રાજ્યો પણ તેમની સાથે જ બેસશે. આપણે માત્ર કૈકેય અને તેના પ્રભાવવાળાં રાજ્યોની જ ચિંતા કરવાની રહેશે. પરંતુ તે રાજ્યોમાં પણ રાજા અનુના વંશજોમાં તો મતભેદો છે જ અને આપણે તેનો ઉપયોગ કરી શકીશું. ટૂંકમાં, હું તમને એમ જ કહી રહ્યો છું કે તમે ઇચ્છો તો અત્યારે જ રાજ સિંહાસન પર આરૂઢ થઈ શકો છો.'

'અને નિયમોનું શું ?' રામે પૂછ્યું.

જાણે કોઈ અજાણી ભાષામાં વાત કરી રહ્યું હોય, તેમ મૃગસ્ય ગૂંચવાઈ ગયા, 'નિયમ ?'

'મેં અસુરાસ્ત્રનો પ્રયોગ કર્યો છે અને મારે તેની શિક્ષા ભોગવવાની છે.'

મૃગસ્ય હસ્યા, 'સપ્ત સિંધુના ભાવિ સમ્રાટને શિક્ષા કરવાની હિંમત કોણ કરશે ?'

'કદાચ એવી હિંમત સપ્ત સિંધુના વર્તમાન સમ્રાટ કરશે.'

'સમ્રાટ દશરથ તો એમ જ ઇચ્છે છે કે તમે રાજસિંહાસન પર આરૂઢ થાવ. તેઓ તમને કોઈ હાસ્યાસ્પદ દેશનિકાલની શિક્ષા નહિ ફરમાવે.'

રામના હાવભાવ જરા પણ બદલાયા નહિ પરંતુ સીતાને ખ્યાલ આવ્યો કે તેના પતિ મનોમન ધૂંધવાઈ રહ્યા હતા. રામે પોતાની આંખો થોડીક ક્ષણો માટે બંધ કરી.

'રાજકુમાર ?' મૃગસ્યએ પૂછ્યું.

રામે પોતાના મુખ પર પોતાનો હાથ ફેરવ્યો. તેમની આંગળીઓ તેમની હડપચી પર આવીને અટકી અને તેમણે આંખો ખોલી. તેઓ મૃગસ્યને તાકી રહ્યા અને ધીરેથી બોલ્યા, 'મારા પિતાજી સમ્માનીય વ્યક્તિ છે. તેઓ ઇક્ષ્વાકુના વંશજ છે. તેઓ સમ્માનીય કામ જ કરશે; હું પણ એમ જ કરીશ.'

'રાજકુમાર, મને લાગે છે કે તમે સમજી નથી રહ્યા કે—'

રામે મૃગસ્યને અધવચ્ચે જ અટકાવ્યા. 'મને નથી લાગતું કે તમે સમજ્યા હોવ, સેનાપતિ મૃગસ્ય. હું ઇક્ષ્વાકુનો વંશજ છું. હું રઘુનો વંશજ છું. અમારા કુળના નામ પર કલંક લગાડવાને બદલે અમે મરવાનું વધારે પસંદ કરીશું.'

'એ માત્ર શબ્દો છે ?'

'ના. તે આચારસંહિતા છે; એવી આચારસંહિતા જેના અનુસાર અમે જીવીએ છીએ.'

મૃગસ્ય આગળની તરફ નમ્યા અને જાણે કે દુનિયાદારીથી અજાણ એવા બાળકને સમજાવી રહ્યા હોય, તેવી રીતે બોલ્યા, 'મારી વાત સાંભળો, રાજકુમાર રામ. તમારા કરતાં આ જગત મેં વધારે જોયું છે. સમ્માનની વાતો માત્ર પુસ્તકોમાં શોભનીય હોય છે. વાસ્તવિક જગતમાં...'

'મને લાગે છે કે આપણી વાત પૂરી થઈ ગઈ છે, સેનાપતિ...' રામે કહ્યું અને તેમને વિનમ્રતાથી વંદન કર્યાં.

'શું ?' કૈકેયીએ પૂછ્યું. 'તમને વિશ્વાસ છે ?'

દશરથ કે તેમના અંગત માણસોમાંથી કોઈ હાજર નથી એ બાબતની તપાસ કરીને મંથરા કૈકેયીના ભવનમાં દોડી ગઈ હતી. કૈકેયીના માણસો હાજર હોય તો કોઈ મુશ્કેલી પડવાની નહોતી કારણ કે એ બધાં તો તેના મહિયર કૈકેયથી જ આવ્યા હતા અને તે બધાં તો કૈકેયીને અત્યંત નિષ્ઠાવાન હતાં. આ બધાં છતાં રાણીની બાજુમાં બેસીને તેણે ખૂબ જ સાવચેતી દાખવતાં રાણીની બધી જ દાસીઓને ત્યાંથી બહાર જવાનો આદેશ આપ્યો. બહાર જતા સમયે ભવનના દ્વાર વાસી દેવાનો આદેશ પણ તેમને આપવામાં આવ્યો હતો.

'જો મને પૂરતો વિશ્વાસ ન હોત, તો હું અહીં આવી જ ન હોત.' કહીને મંથરાએ પોતાના આસનમાં જ થોડુંક હલનચલન કર્યું. મંથરાના ભવ્ય નિવાસમાં જે સુંદર રીતે બનાવેલું આરામદાયક રાચરચીલું હોત તેની સરખામણીએ રાજભવનનું રાચરચીલું તો હાસ્યાસ્પદ લાગે તેવું હતું. 'ધનથી બધાનાં મુખ ખૂલી જાય છે; દરેક વ્યક્તિનું મૂલ્ય હોય છે. આવતી કાલે સમ્રાટ રાજસભાગૃહમાં એવું જાહેર કરવાના છે કે તેમની જગ્યાએ રામ સમ્રાટ બનશે અને ત્યાર બાદ તે પોતે વનવાસ માટે જશે. પોતાની બધી જ રાણીઓ સાથે વનવાસ, એમ હું તો કહીશ. હવેથી કદાચ તમારે પણ જંગલમાં બનેલી કોઈ ઝૂંપડીમાં રહેવું પડશે.'

કૈકેયીએ દાંત ભીંસીને મંથરા સામે ડોળા કાઢ્યા.

'દાંત ભીસવાથી તમારા જ દાંત ખરાબ થશે.' મંથરાએ કહ્યું, 'જો તમારે કંઈક વધારે વ્યવહારિક પગલું ભરવું હોય, તો એમ કરવાનો સમય આજે છે. અત્યારે સમય પણ યોગ્ય છે. આવી તક ફરી ક્યારેય મળશે નહિ.'

મંથરાના અવાજમાં રહેલી ધાર કૈકેયીને ગમી નહિ; જ્યારથી મંથરાએ પોતાની પુત્રીના અપમૃત્યુનો બદલો લેવા માટે ધન આપ્યું હતું ત્યારથી તેના રીતભાતમાં પરિવર્તન આવ્યું હતું. જોકે કૈકેયીને એ ધનવાન વેપારીની આવશ્યકતા હતી તેથી તેણે પોતાની જાતને રોકી રાખી. 'તમે શું સૂચવો છો ?'

'કરચપના યુદ્ધમાં તમે દશરથને બચાવ્યા ત્યાર પછી દશરથે તમને એક વચન આપ્યું હતું એવું તમે મને કહ્યું હતું.'

કૈકેયીએ પોતાના આસનમાં આરામપૂર્વક બેઠી, એ વચનની વાત તો તે વીસરી જ ગઈ. તેને ક્યારેય એ વચનની જરૂર પડશે એવો વિચાર પણ નહોતો આવ્યો. રાવણ સાથેના એ વિનાશક યુદ્ધમાં તેણે પોતાની એક આંગળી ગુમાવી હતી અને જાતે ઘાયલ થઈને દશરથનો જીવ બચાવ્યો હતો. ભાનમાં આવીને ઉપકૃત થયેલા દશરથે કૈકેયીને એવું વચન આપ્યું હતું કે કૈકેયી પોતાના જીવનમાં ગમે ત્યારે ગમે તે બે વસ્તુઓ માંગી શકે છે અને દશરથ તેમનું વચન અવશ્ય નિભાવશે. 'બે વસ્તુઓ ! હું ગમે તે માંગી શકું તેમ છું !'

'અને તેમણે તેમનું વચન નિભાવવું જ પડશે. *રઘુકુલ રીત સદા ચલી આઈ, પ્રાન જાયે અરુ બચન ન જાઈ !*'

અયોધ્યાના શાસક સૂર્યવંશી રઘુ કુળનો મુદ્રાલેખ અથવા તો એમ કહી શકાય કે સમ્રાટ રઘુના દિવસોથી માનવામાં આવતો રઘુ કુળનો મુદ્રાલેખ મંથરાએ કહી સંભળાવ્યો. તેનો મતલબ એમ થતો હતો કે રઘુના કુળમાં એવી પરંપરા છે કે તેઓ પ્રાણના ભોગે પણ પોતે આપેલું વચન અવશ્ય નિભાવે છે.

'તેઓ ના નહિ પાડી શકે...' કૈકેયીએ ધીમેથી કહ્યું, તેની આંખોમાં ચમક આવી ગઈ હતી.

મંથરાએ પણ તેની વાતમાં સહમતિ આપી.

'રામને તો ચૌદ વર્ષનો વનવાસ મળવો જ જોઈએ.' કૈકેયીએ કહ્યું, 'હું તેમને એમ કહીશ કે ભગવાન રુદ્રના નિયમનું પાલન કરવા માટે તેઓ રામને વનવાસ આપી રહ્યા છે એમ તેમણે જાહેર કરવું.'

'બહુ ચતુરાઈભરી વાત કરી. એ વાત લોકો પણ સ્વીકારી લેશે. આમ તો રામ અત્યારે લોકપ્રિય છે પરંતુ ભગવાન રુદ્રના નિયમોનો ભંગ કરવાનું કોઈ ઇચ્છશે નહિ.'

'અને તેમણે ભરતને યુવરાજ જાહેર કરવો પડશે.'

'સરસ ! બે વરદાન અને બધી જ સમસ્યાઓનો ઉકેલ ?'

'હા.'

ભવ્ય નહેરના પુલ પર સવારી કરી રહેલી સીતાએ આસપાસ જોઈને ચકાસણી કરી લીધી કે કોઈ તેને અનુસરી રહ્યું નથી. તેણે પોતાનું મુખ અને શરીરનો ઉપરનો ભાગ લાંબા અંગવસ્ત્ર વડે ઢાંકી રાખ્યો હતો, જાણે કે સાંજની ઠંડી હવાથી તે પોતાની જાતને રક્ષી રહી હોય.

માર્ગ ખૂબ દૂર સુધી જતો હતો, પૂર્વા દિશામાં આવેલી એ ભૂમિ સુધી કે જે સીધી જ કોશલના આધિપત્ય હેઠળ હતી. થોડાંક ગજ આગળ જઈને તેણે પુનઃ પાછળ જોઈને ચકાસણી કરી જોઈ અને પછી અશ્વને ડાબી બાજુ વાળીને મુખ્ય રસ્તાની નીચે ઉતાર્યો. તેણે જંગલમાં પહોંચીને ડચકારો કર્યો અને પોતાના અશ્વને દોડાવ્યો. એક કલાકનું અંતર તેણે અડધા જ સમયમાં કાપવાનું હતું.

'પરંતુ તમારા પતિ શું કહેશે ?' નાગવંશીએ પૂછ્યું.

જંગલમાં વૃક્ષો કાપીને ખુલ્લી કરવામાં આવેલી નાનકડી જગ્યામાં સીતા ઊભી હતી, તેનો હાથ તેની કટારીની મૂઠ ઉપર સ્થિર હતો, વન્ય પ્રાણીઓથી સાવચેતી સ્વરૂપે.

તે અત્યારે જે માણસને મળી રહી હતી તેનાથી તેને કોઈ રક્ષણની આવશ્યકતા નહોતી. તે એક મલયપુત્ર હતો અને સીતાને તેમની પર મોટાભાઈ જેટલો જ વિશ્વાસ હતો. નાગવંશીનું મોઢું મોટું અને હાડકાંવાળું હતું અને તે પક્ષીની ચાંચની જેમ બહાર આવતું હતું. તેના માથા પર વાળ નહોતા પરંતુ તેના મોઢા પર રૂંવાટી જેવા વાળ હતા. તેનું મોઢું ગીધ જેવું લાગતું હતું.

'જટાયુજી,' સીતાએ આદરપૂર્વક કહ્યું, 'મારા પતિ માત્ર અસામાન્ય નથી. તે એક એવા વિરલ વ્યક્તિ છે જે હજારો વર્ષોમાં એક જ વાર જન્મે છે. જોકે દુઃખની વાત એ છે કે તેમને પોતાને પોતાની આ મહાનતાની જાણ નથી. એ તો માત્ર એટલું જ વિચારે છે કે પોતાના દેશનિકાલની માંગણી કરીને તે સાચું કામ કરી રહ્યા છે. પરંતુ એમ કરવાથી તેઓ પોતાના જીવનને પણ જોખમમાં મૂકી રહ્યા છે. અમે નર્મદા ઓળંગીશું કે અમારી પર વારંવાર પ્રહાર થતા રહેશે. તે લોકો રામને સમાપ્ત કરવા માટે તમામ પ્રકારના પ્રયત્નો કરશે.'

'તેં મારા હાથ પર રાખડી બાંધી છે, મારી બહેન.' જટાયુએ કહ્યું, 'હું

જ્યાં સુધી જીવતો છું ત્યાં સુધી તને અથવા તો તું જેને પ્રેમ કરે છે, એમને કશું જ નહિ થાય.'

સીતાએ સ્મિત કર્યું.

'પરંતુ તારે તારા પતિને મારા વિષે અને તેં મને જે કામ સોંપ્યું છે એ વિષે જણાવવું જોઈએ. મને જાણ નથી કે મલયપુત્રોને તે પસંદ કરે છે કે નહિ. અને જો મલયપુત્રો તેમને પસંદ ન હોય, તો તેના પણ તેમની પાસે પૂરતાં કારણો છે જ. મિથિલામાં જે થયું એ કારણે તેમના મનમાં કંઈક પૂર્વધારણાઓ બંધાઈ હોય તેમ પણ બને.'

'મારા પતિને કેમ સંભાળવા તેની ચિંતા મને કરવા દો.'

'તને પૂરતો વિશ્વાસ છે ?'

'અત્યાર સુધીમાં હું તેમને બરાબર ઓળખી ગઈ છું. અત્યારે તેઓ એ વાત નહિ સ્વીકારે કે જંગલમાં આપણને કોઈ રક્ષણની જરૂર છે, કદાચ પાછળથી સ્વીકારશે. અત્યારે તો હું માત્ર એટલું જ ઇચ્છું છું કે તમારા સૈનિકો અમારી પર સંતાઈને સતત દૃષ્ટિ રાખતા રહે અને કોઈ પણ પ્રકારના પ્રહારને રોકે.'

જટાયુને લાગ્યું કે તેને કોઈ અવાજ સંભળાયો એટલે તેણે તરત જ પોતાની કટારી ખેંચી કાઢી અને વૃક્ષોની પાછળ તેણે દૃષ્ટિ ફેરવી. થોડીક ક્ષણો પછી તે સ્વસ્થ થયો અને પોતાનું ધ્યાન પુનઃ સીતા પર કેન્દ્રિત કર્યું.

'કશું જ નથી થયું,' સીતાએ કહ્યું.

'તારા પતિ પોતાને શિક્ષા થાય તેનો આટલો બધો આગ્રહ શા માટે રાખે છે ?' જટાયુએ પૂછ્યું. 'તેના વિરોધમાં પણ દલીલ થઈ શકે તેમ છે. આ અસુરાસ્ત્ર એ ખરેખર ભારે સંહારનું શસ્ત્ર નથી. જો તે ઇચ્છે તો આ દલીલના આધારે શિક્ષા મોકૂફ રખાવી શકે છે.'

'મારા પતિ પોતાને શિક્ષા થાય તેવો આગ્રહ રાખે છે કારણ કે નિયમ તો એમ જ કહે છે.'

'તેઓ આટલા બધા...' જટાયુએ પોતાનું વાક્ય પૂરું ન કર્યું. પરંતુ તે શું કહેવા માગે છે, તે સ્પષ્ટ હતું.

'લોકો મારા પતિને નિષ્કપટ અને અંધ બનીને નિયમોનું પાલન કરનાર તરીકે જુવે છે. પરંતુ એવો પણ એક સમય આવશે જ્યારે સમગ્ર જગત તેમને મહાનતમ આગેવાનોમાંના એક તરીકે જોશે. ત્યાં સુધી તેમનું રક્ષણ કરવું અને તેમને જીવંત રાખવા એ મારું કર્તવ્ય છે.'

જટાયુએ સ્મિત કર્યું.

હવે પછીની વિનંતી કરવામાં સીતાને સંકોચ થતો હતો કારણ કે એ વિનંતી સ્વાર્થી લાગી શકે તેવી હતી. પરંતુ તેણે બધી બાજુનો વિચાર કરી લેવાનો હતો. 'અને...'

'સોમરસની વ્યવસ્થા થઈ જશે. જો ચૌદ વર્ષના વનવાસ પછી તારે અને તારા પતિએ પાછા ફરીને તમારા ધ્યેય મુજબ કાર્યો કરવાનાં હોય, તો તમે બંને શારીરિક રીતે સ્વસ્થ અને મજબૂત હોવ, એ આવશ્યક છે અને હું એ વાત સાથે સહમત છું.'

'પરંતુ સોમરસ બહાર લાવવામાં તમને મુશ્કેલી નહિ પડે ? અને...'

જટાયુ હસ્યો. 'એ કેમ કરવું તેની ચિંતા મને કરવા દે.'

સીતાએ જે વાત કરવી હતી તે બધી વાત કરી લીધી હતી. તેને વિશ્વાસ હતો કે જટાયુ બધી સમસ્યાઓને પહોંચી વળશે.

'આવજે. પ્રભુ પરશુ રામની કૃપા રહે, મારા ભાઈ.'

'પ્રભુ પરશુ રામની કૃપા રહે, મારી બહેન.'

સીતા પોતાના અશ્વ પર સવાર થઈ અને ચાલી ગઈ પછી પણ જટાયુ થોડોક સમય રોકાયો. એક વાર સીતા જતી રહી છે તે વાતની ખાતરી થઈ પછી સીતા જ્યાં ઊભી હતી ત્યાં જઈને, નીચા નમીને જટાયુએ સીતાની ચરણરજ લીધી અને પૂજ્યભાવે પોતાના કપાળે લગાડી.

'છોટી મા કોપ ભવનમાં છે !' રામે આશ્ચર્યથી ઉદ્‌ગાર કર્યો. તેઓ પોતાની સાવકી મા કૈકેયીની વાત કરી રહ્યા હતા.

'હા,' વશિષ્ઠે કહ્યું.

રામને થોડા સમય પહેલાં જ માહિતગાર કરવામાં આવ્યા હતા કે આવતી કાલે તેમના રાજ્યાભિષેકની ઉદ્‌ઘોષણા કરવામાં આવશે. પછી શું પગલું ભરવું તે વિષે તેમણે નિર્ધાર કરી રાખ્યો હતો. તેમણે રાજસિંહાસનનો ત્યાગ કરીને પોતાની જગ્યાએ ભરતને રાજા બનાવવાનો નિર્ધાર કર્યો હતો. ત્યાર બાદ તેઓ વનવાસ ભોગવવા જતા રહેશે એમ પણ તેમણે નક્કી કરી રાખ્યું હતું, પરંતુ પોતાના આયોજન વિષે રામના મનમાં શંકાઓ હતી કારણ કે તેનો અર્થ તો એમ થતો હતો કે જાહેરમાં જ પોતાના પિતાની ઇચ્છાનું અપમાન કરવું.

માટે, જ્યારે વશિષ્ઠે આવીને રામને તેમની સાવકી માતાના પગલા વિષે

જણાવ્યું, ત્યારે તેમનો પ્રથમ પ્રતિભાવ નકારાત્મક નહોતો.

કૈકેયી કોપ ભવનમાં ગઈ હતી. ઘણી સદીઓ પહેલાં, જ્યારથી રાજપરિવારમાં બહુપત્નીત્વની પ્રથા સ્વીકારવામાં આવી હતી ત્યારથી, રાજમહેલમાં કોપ ભવન બનાવવાની પરંપરા હતી. એકથી વધારે પત્નીઓ હોવાને કારણે રાજા બધી રાણીઓ સાથે પૂરતો સમય ન વિતાવી શકે તે સ્વાભાવિક વાત હતી. જો કોઈ રાણી પોતાના પતિ પર રોષે ભરાઈ હોય કે તેમની વચ્ચે કોઈ સમસ્યા હોય, તો તે રાણી કોપ ભવનમાં ભરાઈ જતી. રાજાને તેનાથી એમ જાણ થઈ જતી હતી કે રાણીની કોઈ સમસ્યાનું નિરાકરણ લાવવું આવશ્યક છે. પોતાની પત્નીને રાત્રે કોપ ભવનમાં રહેવા દેવાનું પણ રાજા માટે અપશુકનિયાળ માનવામાં આવતું હતું.

એટલે રોષે ભરાયેલી પોતાની પત્નીની મુલાકાત લેવા સિવાય દશરથ પાસે કોઈ વિકલ્પ નહોતો.

'ભલે તેમનો પ્રભાવ ઘટ્યો હોય, પરંતુ જો કોઈ મારા પિતાજીને તેમનો નિર્ણય બદલવાનો દબાવ કરી શકે, તો એ છે છોટી મા,' રામે કહ્યું.

'એમ લાગે છે કે છેવટે તારી ઇચ્છા પૂરી થશે ખરી.'

'હા. અને જો આદેશ આપવામાં આવશે, તો હું અને સીતા તત્ક્ષણ જ નીકળી જઈશું.'

વશિષ્ઠે પૂછ્યું, 'શું લક્ષ્મણ તારી સાથે નથી આવવાનો ?'

'તેને તો આવવું છે, પરંતુ એ આવશ્યક હોય, તેમ મને નથી લાગતું. તેને અહીંયાં, પોતાની પત્ની ઊર્મિલા સાથે રહેવું જરૂરી છે. તે બહુ જ કોમળ સ્ત્રી છે. તેની પર જંગલનું કઠોર જીવન થોપવું ન જોઈએ.'

વશિષ્ઠે સહમતિ દર્શાવી. પછી તેમણે થોડાક નમીને ગંભીરતાથી કહ્યું, 'હું આવતા ચૌદ વર્ષ તારા માટે આવશ્યક પૂર્વભૂમિકાનું નિર્માણ કરીશ.'

રામે પોતાના ગુરુ તરફ સ્મિત કર્યું.

'તારી નિયતિ યાદ રાખજે. કોઈ ગમે તે કહે, પરંતુ હવે પછીનો વિષ્ણુ તું છે. આપણા રાષ્ટ્રનું ભાવિ તારે નવેસરથી લખવાનું છે. હું એ જ ધ્યેય પ્રતિ આગળ વધતો રહીશ અને તું જ્યારે પાછો આવીશ ત્યારે અમે બધા તેના માટે તૈયાર હોઈએ તેવી પરિસ્થિતિનું નિર્માણ કરીશ. પરંતુ તું જીવંત રહે તેનું તારે ધ્યાન રાખવાનું છે.'

'હું અવશ્ય મારો શ્રેષ્ઠ પ્રયત્ન કરીશ.'

અધ્યાય ૨૮

સેવકોની મદદથી દશરથ પાલખીમાંથી ઊતર્યા અને ડગમગતી ચાલે કોપ ભવનમાં પ્રવેશ્યા. તેમની ઉંમર રાતોરાત દસ વર્ષ વધી ગઈ હોય તેમ લાગતું હતું. પાછલા કેટલાક દિવસોના ભારે તણાવની અસર તેમના પર દેખાતી હતી. તેઓ પોતાના કાયમી આસન પર બેઠા અને હાથના ઇશારાથી સેવકોને બહાર જવાનો આદેશ આપ્યો.

તેમણે આંખો ઊંચી કરીને પોતાની પત્નીનું નિરીક્ષણ કર્યું; પોતે કોપ ભવનમાં પ્રવેશ્યા તેની નોંધ સુધ્ધા કૈકેયીએ લીધી નહોતી. તે દીવાન પર બેઠી હતી, તેના કેશ ખુલ્લા અને અસ્તવ્યસ્ત હતા. તેના શરીર પર એક નાનકડું ઘરેણું પણ નહોતું અને તેનું અંગવસ્ત્ર પણ ધરતી પર પડ્યું હતું. તેણે સફેદ ધોતી અને ઉપરનું વસ્ત્ર પહેર્યું હતું. તેણે એવી શાંતિ ધારણ કરી હતી જેની પછવાડે તેનો ક્રોધ દબાયેલો હતો. દશરથ તેને સારી રીતે જાણતા હતા. તેમને એ પણ જાણ હતી કે શું થવાનું છે અને જે થવાનું છે એ તેઓ રોકી શકવાના નથી.

'બોલ,' દશરથે કહ્યું.

કૈકેયીએ તેમની સામે શોકાર્ત દૃષ્ટિ કરી, 'તમે કદાચ હવે મને પ્રેમ નહિ કરતા હોવ, દશરથ, પરંતુ હું હજુ પણ તમને ખૂબ જ પ્રેમ કરું છું.'

'ઓહ, હું જાણું છું કે તું મને પ્રેમ કરે છે પરંતુ તું તારી જાતને વધારે પ્રેમ કરે છે.'

કૈકેયી થોડીક થોડીક અક્કડ થઈ, 'અને તમે શું એમ નથી કરતા ? શું તમે મને નિ:સ્વાર્થતાના પાઠ ભણાવવા માંગો છો ? સાચે જ ?'

દશરથે ખિન્નતાપૂર્વક સ્મિત કર્યું, 'વાત તો સાચી છે.'

ઘવાયેલી સ્ત્રીની લાગણીથી કૈકેયી ખળભળી રહી હતી.

'તું મારી પત્નીઓમાંથી સૌથી ચતુર સ્ત્રી હતી. જેમ મને કોઈ યોદ્ધા સાથે લડવું ગમતું તેમ જ મને તારી સાથેની શાબ્દિક તડાફડી પણ ગમતી હતી. મને તારાં એ તીક્ષ્ણ કટુવચનો યાદ આવે છે કે જેનાથી યુદ્ધ પણ થઈ શકતું.'

'હું તો તમારી સાથે તલવારથી પણ લડી શકું તેમ છું.'

દશરથ હસ્યા, 'હું જાણું છું.'

કૈકેયી દીવાનના ટેકે બેઠી, તેણે પોતાના શ્વાસને ધીમા પાડ્યા અને પોતાની જાતને નિયંત્રણમાં લેવાનો પ્રયત્ન કર્યો. જોકે હજુ અપમાનિત થયાની લાગણી દેખાઈ આવતી હતી. 'મેં મારું જીવન તમને સમર્પિત કરી નાખ્યું. મેં તો તમારા માટે મારા પ્રાણ પણ જોખમમાં મૂકી દીધાં. તમારું જીવન બચાવવા માટે મેં મારા શરીરનું એક અંગ પણ કપાવી નાખ્યું. તમારા પ્રિય રામથી વિપરીત, મેં કદી જાહેરમાં તમારું અપમાન નથી કર્યું.

'રામે કદી પણ—'

કૈકેયીએ દશરથને અધવચ્ચે જ અટકાવ્યા, 'તેણે કર્યું છે, આ સમયે જ ! તમે જાણો જ છો કે આવતી કાલે તે તમારા આદેશને અનુસરવાનો નથી. તે તમારું અપમાન કરશે. અને ભરત કદી પણ—'

હવે દશરથનો વારો હતો, કૈકેયીને અધવચ્ચે અટકાવવાનો, 'હું ભરત અને રામ વચ્ચે પસંદગી નથી કરી રહ્યો. તને જાણ છે જ કે તેમને એકબીજા સાથે કોઈ જ સમસ્યા નથી.'

કૈકેયી આગળ નમીને ફૂંકાર કર્યો, 'આ રામ અને ભરતની વાત જ નથી. આ રામ અને મારી વચ્ચેની વાત છે. તમારે રામ અને મારી વચ્ચે પસંદગી કરવાની છે. એણે કદી પણ તમારા માટે શું કર્યું છે ? તેણે એક વાર તમારું જીવન બચાવ્યું. બસ એટલું જ. પાછલાં કેટલાંય વર્ષોથી હું દરરોજ તમારું જીવન બચાવતી આવી છું ! શું મારાં બલિદાનોની કોઈ જ ગણના નથી ?'

કૈકેયીના લાગણીશીલ દબાણ સામે ઝૂકી જવા દશરથ તૈયાર નહોતા.

કૈકેયી ધિક્કારપૂર્વક હસી, 'હા, જ્યારે તમારી પાસે કોઈ વળતી દલીલ નથી હોતી ત્યારે તમે માત્ર શાંત જ રહો છો.'

'મારી પાસે તારી દલીલોનો ઉત્તર છે પરંતુ એ તને પસંદ નહિ પડે.'

કૈકેયીએ કર્કશ હાસ્ય કર્યું, 'સમગ્ર જીવનમાં એવી વસ્તુઓ સહન કરી છે, જે મને જરા પણ પસંદ નથી. મેં મારા પિતાના અપમાન સહન કર્યાં છે. મેં તમારું સ્વાર્થીપણું સહન કર્યું છે. મેં મારા પુત્રનો મારા માટેનો ધિક્કાર પણ સહન કર્યો છે. હું હજુ પણ સહન કરી શકીશ. કહી દો, જે કહેવું હોય તે !'

'રામ મને અમરત્વ આપશે.'

કૈકેયી મૂંઝાઈ ગઈ. તેની મૂંઝવણ તેના મુખ પર દેખાઈ આવતી હતી. રાજગુરુ વશિષ્ઠને દબાણ કરીને પણ તે દશરથ માટે અદ્ભુત સોમરસની વધારે માત્રા મેળવી જ લેતી હતી. સોમરસ પીનારનો જીવનકાળ નાટ્યાત્મક રીતે લંબાતો હતો. અજ્ઞાત કારણોસર, દશરથ પર તેની અદ્ભુત અસર થઈ નહોતી.

દશરથે સમજાવ્યું. 'મારા શરીરના અમરત્વની વાત નથી કરતો. પાછલા કેટલાક દિવસોમાં મારી શારીરિક નશ્વરતાનો મને પૂરો પરિચય થયો છે. હું તો મારા નામના અમરત્વની વાત કરું છું. હું જાણું છું કે મેં મારું જીવન અને મારી શક્તિઓ વેડફી નાખી છે. લોકો મને મારા પૂર્વજો સાથે સરખાવે છે અને તેમને હું ઊણો ઊતરતો લાગું છું. પરંતુ રામ... ઇતિહાસ તેને મહાનતમ માનવોમાંના એક તરીકે હંમેશાં યાદ કરશે. અને તે મારા નામનો મોક્ષ કરશે. આવનારો સમય મને રામના પિતા તરીકે યાદ કરશે. રામની મહાનતામાં મારી નિષ્ફળતાઓ ભૂંસાઈ જશે. તેણે રાવણને તો પરાસ્ત કરી જ નાખ્યો છે !'

કૈકેયી ખડખડાટ હસવા માંડી. 'એ તો માત્ર નસીબજોગે એમ બન્યું હતું, મૂર્ખ. ગુરુ વિશ્વામિત્ર ત્યાં અસુરાસ્ત્ર સહિત હાજર હતા, તે માત્ર સદ્ભાગ્યની વાત હતી !'

'હા, તે સદ્ભાગી રહ્યો. તેનો મતલબ કે ભગવાન પણ તેની જ સાથે છે.'

કૈકેયીએ દશરથ સામે ક્રોધથી જોયું. આ ચર્ચા કોઈ ચોક્કસ દિશામાં આગળ નહોતી વધી રહી. 'આ બધી ચર્ચા નકામી છે. ચલો, મૂળ વાત કરીએ. તમે જાણો છો કે તમે મને ના નહિ પાડી શકો.'

દશરથ પોતાના આસન પર બેસી રહ્યા અને તેમણે ઉદાસ સ્મિત કર્યું, 'મને જ્યારે આપણી વાતમાં આનંદ આવવો શરૂ થયો કે...'

'તમે મારી બે ઇચ્છાઓ પૂરી કરવાનું વચન આપ્યું હતું, તે પૂરું કરો.'

'બંને ઇચ્છાઓ ?' દશરથે આશ્ચર્યચકિત થઈને પૂછ્યું. તેણે એવી આશા રાખી હતી કે કૈકેયી અત્યારે માત્ર બેમાંથી એક જ ઇચ્છા પૂરી કરવાનું કહેશે.

'રામને ચૌદ વર્ષ માટે સપ્ત સિંધુની હદ પાર મોકલી દેવામાં આવે. તમે રાજસભાગૃહમાં એમ કહી શકો છો કે ભગવાન રુદ્રનો નિયમ ભંગ કરવાની શિક્ષા તમે રામને આપી રહ્યા છો. તેના માટે તમારી પ્રશંસા કરવામાં આવશે. વાયુપુત્રો પણ તમારી પ્રશંસા કરશે.'

'હા, મને જાણ છે કે મારી પ્રતિષ્ઠાની તને અત્યંત ચિંતા રહે છે !' દશરથે વ્યંગ કર્યો.

'તમે ના પાડી શકો નહિ !'

દશરથે નિસાસો નાખ્યો. 'અને બીજી કઈ ઇચ્છા છે તારી ?'

'આવતી કાલે તમે ભરતને યુવરાજ જાહેર કરશો.'

દશરથને આઘાત લાગ્યો. આ વાત અનપેક્ષિત હતી. તેનાં પરિણામો એકદમ સ્પષ્ટ દેખાતા હતાં. તેમણે નરમાશથી કહ્યું, 'જો વનવાસમાં રામની હત્યા થશે, તો લોકો તને જીવતી જ સળગાવી દેશે.'

કૈકેયી હત્પ્રભ થઈ ગઈ. તેણે ચીસ પાડી, 'શું તમને વાસ્તવમાં એમ લાગે છે કે હું રાજપરિવારનું રક્ત વહાવીશ ? રઘુકુળનું રક્ત ?'

'હા, તું એમ કરી શકે છે. પરંતુ હું એ પણ જાણું છું કે ભરત એમ નહિ કરે. તેને હું તારા વિષે ચેતવી દઈશ.'

'તમારે જે કરવું હોય તે કરો. માત્ર મને આપેલું તમારું વચન નિભાવો અને મારી બે ઇચ્છાઓ પૂરી કરો.'

દશરથ કૈકેયી તરફ ક્રોધથી જોઈ રહ્યા. તેમણે અચાનક જ દ્વાર તરફ દૃષ્ટિ કરી, 'દ્વારપાળ !'

દશરથ રાજાના સેવક સાથે ચાર દ્વારપાળ અંદર દોડી આવ્યા.

'મારી પાલખી લાવો,' દશરથે તોછડાઈથી કહ્યું.

'જી, મહારાજ,' તેમના સેવકે કહ્યું અને તેઓ બહાર દોડી ગયા.

જેવા તેઓ એકલા પડ્યા કે દશરથે કહ્યું, 'તું કોપ ભવનની બહાર જઈ શકે છે. તારી બંને ઇચ્છાઓ પૂરી થશે. પરંતુ હું તને ચેતવું છું. જો રામને કંઈ પણ થયું, તો હું...'

'હું તમારા પ્રિય રામને કશું જ નહિ કરું !' કૈકેયીએ ચીસ પાડી.

બીજા પ્રહરના બીજા કલાકમાં અવિજયી અયોધ્યાના ભવ્ય ખંડમાં રાજસભા ભરાઈ હતી. દશરથ પોતાના રાજસિંહાસન પર બેઠા હતા. તે થાકેલા અને દુઃખી દેખાતા હતા પરંતુ તેમની ગરિમા જરા પણ ઓછી જણાતી નહોતી. એક પણ રાણી સભાગૃહમાં હાજર નહોતી. સમ્રાટની જમણી બાજુ રાજગુરુ વશિષ્ઠ બેઠા હતા. રાજસભાગૃહમાં આજે માત્ર ઉમરાવો જ હાજર નહોતા પરંતુ સમાય ત્યાં સુધી અયોધ્યાના સામાન્ય માણસોને પણ પ્રવેશ અપાયો હતો.

બહુ ઓછા લોકોને જાણ હતી કે એ સવારે શું થવાનું હતું. તેમને તો એ

જ નહોતું સમજાતું કે રાવણને પરાસ્ત કરવા માટે રામને શા માટે શિક્ષા થવી જોઈએ ? વાસ્તવમાં તો અયોધ્યાને યશ અપાવવા માટે તેમજ પોતાના જન્મ સમયનો ડાઘ ભૂંસી દેવા માટે રામની પ્રશંસા થવી જોઈતી હતી.

'શાંતિ !' છડી પોકારનારે પોકાર કર્યો.

દશરથ હૃદયભગ્ન અવસ્થામાં રાજસિંહાસન પર એવી રીતે બેઠા હતા કે જાણે તેઓ પોતાના પુત્રની દૃષ્ટિમાં માનની લાગણી ઇચ્છી રહ્યા હોય. ભવ્ય ખંડની મધ્યમાં અને સીધા જ દશરથની દૃષ્ટિમાં આવે, તેવી રીતે રામ ઊભા હતા. રાજસિંહાસનના સિંહ જેવા આકારના હાથા પર દૃષ્ટિ પડી અને દશરથે હળવેથી ખોંખારો કર્યો. જાણે છેલ્લી ઘડીએ નિર્ણય બદલી દેવાની પોતાની લાગણીને દબાવી રહ્યા હોય તેમ તેમણે એ સોનાના સિંહ પર હાથની પકડ મજબૂત બનાવી. તેની નિરર્થકતા સમજાતાં તેમણે નિરાશાથી પોતાની આંખો બંધ કરી દીધી.

એને તમે કઈ રીતે બચાવી શકો જેને એ કામ કરવું જ અપમાન સમાન લાગતું હોય ?

દશરથ પોતાના અત્યંત સદ્‌ગુણી પુત્રની આંખોમાં જોઈ રહ્યા. 'ભગવાન રુદ્રના નિયમનો ભંગ કરવામાં આવ્યો છે. તેનાથી રાવણના અંગરક્ષકોનો નાશ થયો, એ તો સારું જ થયું છે. અત્યારે તો એ લંકામાં બેઠો બેઠો પોતાના ઘાવ જ પંપાળી રહ્યો હશે !'

સભાખંડમાં ઉપસ્થિત રહેલા બધાએ હર્ષનાદ કર્યો. બધા જ રાવણને ધિક્કારતા હતા, લગભગ બધા જ.

'મારા પ્રિય પુત્ર રામની પત્ની રાજકુમારી સીતાનું નગર મિથિલા વિનાશમાંથી ઊગરી ગયું.'

ટોળાએ ફરી વાર હર્ષનાદ કર્યો પરંતુ આ સમયે તે પહેલાં જેટલો મોટો હર્ષનાદ નહોતો. બહુ ઓછા લોકો સીતાને જાણતા હતા અને બહુ જ આધ્યાત્મિક પણ શક્તિહીન રાજ્ય સાથે પોતાના યુવરાજે શા માટે સંધિ કરી હશે, તે તેમને સમજાતું નહોતું.

બોલી રહેલા દશરથનો અવાજ ધ્રૂજી રહ્યો હતો, 'પરંતુ નિયમભંગ થયો છે. અને ભગવાન રુદ્રના શબ્દોનું સમ્માન કરવું જ રહ્યું. ભગવાન રુદ્રના લોકો, વાયુપુત્રોએ તો હજુ રામની શિક્ષાની માંગણી કરી નથી. પરંતુ તેના કારણે રઘુવંશીઓ સાચું કામ કરતાં અટકશે નહિ.'

સભાખંડમાં શાંતિ પથરાઈ ગઈ. તેમના રાજા જે કહેવાના હતા તે સાંભળવાનો જાણે કે તેમને ડર લાગતો હોય, તેમ લોકો ગભરાઈને સ્થિર થઈ

ગયા હતા.

'રામે પોતાને થવી જોઈતી શિક્ષા સ્વીકારવી જ રહી. તેણે અયોધ્યા છોડવું પડશે કારણ કે ચૌદ વર્ષ માટે સપ્ત સિંધુમાંથી હું તેનો દેશનિકાલ કરું છું. પ્રાયશ્ચિત્તના તપ વડે પવિત્ર થયા પછી તે પાછો ફરશે. તે ભગવાન રુદ્રનો સાચો અનુયાયી છે અને તેમના શબ્દોનું અવશ્ય માન રાખશે !'

વાતાવરણમાં આર્તનાદ છવાઈ ગયોઃ સામાન્ય લોકો અને ઉમરાવોને એકસરખો ધ્રાસ્કો પડ્યો હતો.

દશરથે પોતાનો હાથ ઊંચો કર્યો અને બધા શાંત થઈ ગયા : 'મારો બીજો પ્રિય પુત્ર ભરત હવે અયોધ્યાનો, કોશલ રાજ્યનો અને સપ્ત સિંધુ સામ્રાજ્યનો યુવરાજ છે.'

મૃત્યુવત્ શાંતિ છવાઈ ગઈ. સમગ્ર સભાખંડમાં ઉદાસી છવાઈ ગઈ.

રામે વંદન કરીને ઊંચા તેમજ સ્પષ્ટ અવાજે કહ્યું, 'પિતાજી, આપના ન્યાય અને ચાતુર્યને આજે તો આકાશમાં રહેલા ભગવાન પણ વંદી રહ્યા હશે !'

અયોધ્યાના સામાન્ય લોકોમાંથી ઘણા તો હવે હૈયાફાટ રુદન કરી રહ્યા હતા.

'પિતાજી, આપનામાં મહાનતમ સૂર્યવંશી ઇક્ષ્વાકુના સુવર્ણઆત્મનો વાસ છે !' રામે બધાને સંભળાય તેમ કહ્યું, 'હું અને સીતા એક દિવસની અંદર જ અયોધ્યા છોડી દઈશું.'

સભાખંડના એક દૂરના ખૂણે, કોઈને દેખાય નહિ તેમ એક સ્તંભની પાછળ, અસામાન્ય લાગે તેવી ગૌર ત્વચા ધરાવતો એક ઊંચો માણસ ઊભો હતો. તેણે સફેદ ધોતી અને અંગવસ્ત્ર પહેર્યું હતું. જોકે ધોતીમાં તેને અસુખ વર્તાતું હોય તેમ જણાઈ આવતું હતું – કદાચ એ તેનો દૈનિક પોશાક નહિ હોય. ઘુવડની ચાંચ જેવું વળેલું નાક, ઘાટી દાઢી અને મોટી મૂછો તેના મુખને બધાથી અલગ પાડતાં હતાં. રામના શબ્દો સાંભળીને તેના કરમાઈ ગયેલા મુખ પર સ્મિત ફરકી ગયું.

ગુરુ વશિષ્ઠની પસંદગી યોગ્ય છે.

'મારે કહેવું જોઈએ કે સમ્રાટે મને આશ્ચર્યમાં મૂકી દીધો છે.' ઘુવડની ચાંચ જેવું નાક અને ગૌર ત્વચા ધરાવનાર વ્યક્તિએ પોતાની ધોતી સરખી કરતાં કહ્યું.

તે રાજગુરુ વશિષ્ઠના અંગત કક્ષમાં તેમની સાથે જ બેઠો હતો.

'તેનો સાચો યશ કોના ફાળે જાય છે એ ન ભૂલીશ.' વશિષ્ઠે કહ્યું.

'મને લાગે છે કે એ તો સ્વયં સ્પષ્ટ છે. મારે કહેવું જોઈએ કે તમારી પસંદગી યોગ્ય છે.'

'તું તારો ભાગ ભજવીશને ?'

ગૌર ત્વચાવાળા માણસે નિસાસો નાખ્યો, 'તમે જાણો છો કે આપણે આમાં વધારે સંકળાઈ શકીએ નહિ, ગુરુજી. આપણે તે નિર્ણય લઈ પણ ન શકીએ.'

'પરંતુ...'

'પરંતુ અમારાથી થઈ શકે એ બધું અમે કરીશું. તે અમારું વચન છે અને તમે જાણો જ છો કે અમે કદી પણ વચનભંગ નથી કરતા.'

વશિષ્ઠે મસ્તક હલાવ્યું, 'આભાર, મિત્ર. હું એટલું જ માંગી રહ્યો છું. ભગવાન રુદ્રનો જય હો.'

'પ્રભુ પરશુ રામનો જય હો.'

હજુ ભરતની છડી પોકારાઈ રહી હતી અને તે રામ અને સીતાના દીવાનખંડમાં ધસી ગયો. તેઓએ તો બરછટ સૂતર અને વૃક્ષોની છાલમાંથી બનાવવામાં આવેલા સાધુઓનાં વસ્ત્રો ધારણ પણ કરી લીધાં હતાં. તે જોઈને ભરત ચિત્કારી ઊઠ્યો.

'અમારે જંગલમાં રહેતા લોકો જેવાં જ વસ્ત્રો ધારણ કરવાં પડે, ભરત,' સીતાએ કહ્યું.

ભરતની આંખોમાં આંસુ આવી ગયાં. રામ તરફ જોઈને તેણે પોતાનું માથું હલાવ્યું, 'મોટાભાઈ, તમારી પ્રશંસા કરવી કે તમને થોડી બુદ્ધિ આપવાનો પ્રયત્ન કરવો, તે હું સમજી નથી શકતો.'

'તારે બંનેમાંથી કશું પણ કરવાની જરૂર નથી.' રામે સસ્મિત કહ્યું, 'માત્ર મને ભેટ અને વિદાય આપ.'

ભરત દોડીને પોતાના ભાઈને વળગી પડ્યો, તેની આંખમાંથી આંસુ વહી રહ્યાં હતાં. રામ પણ ભરતને ભેટી રહ્યા.

ભરતે તેમને છોડ્યા ત્યારે રામે કહ્યું, 'ચિંતા ન કરીશ. ધીરજનાં ફળ મીઠાં હોય છે. હું વધારે બુદ્ધિ લઈને જ પાછો ફરીશ, તેની હું તને ખાતરી આપું છું.'

ભરત હળવેથી હસ્યો, 'મને એમ લાગે છે કે હવે મારે તમારી સાથે વાત

કરવાનું જ બંધ કરવું પડશે. તમે તો કંઈ કહ્યા પહેલાં જ બધું સમજી જાવ છો.'

રામ પણ હસ્યા, 'સુશાસન કરજે, મારા ભાઈ.'

એવા પણ કેટલાક લોકો હતા કે જેઓ એમ માનતા હતા કે ભરતની સ્વાતંત્ર્ય પર ભાર મૂકતી વિચારસરણી અયોધ્યાના તેમજ સપ્ત સિંધુના લોકોને વધારે અનુકૂળ આવે તેમ હતી.

'હું તમારી સમક્ષ અસત્ય નહિ ઉચ્ચારું કે મારે એ નથી જોઈતું.' ભરતે કહ્યું, 'પરંતુ તે મારે આવી રીતે નથી જોઈતું. આવી રીતે તો જરા પણ નથી જોઈતું.'

રામે ભરતના સ્નાયુબદ્ધ ખભા પર હાથ મૂક્યો, 'તું અવશ્ય સુશાસન કરીશ. હું તે જાણુ છું. આપણા પૂર્વજો ગર્વની લાગણી અનુભવે તેવાં કામ કરજે.'

'આપણા પૂર્વજો શું અનુભવશે તેની મને જરા પણ ચિંતા નથી.'

'તો મને ગર્વ થાય તેવાં કામ કરજે,' રામે કહ્યું.

ફરી વાર ભરતની આંખોમાંથી આંસુ વહેવા લાગ્યાં. તે પુનઃ પોતાના ભાઈને ભેટી પડ્યો. બંને ભાઈઓ ઘણા સમય સુધી એકબીજાના આલિંગનમાં રહ્યા. ભરતના આલિંગનમાં રહેલા રામે પોતાની જાતને નિયંત્રિત કરી. તેઓ જાણતા હતા કે ભરતને તેની આવશ્યકતા છે.

'બહુ થયું,' કહીને ભરતે રામને મુક્ત કર્યા અને પોતાનાં આંસુ લૂછીને તેમણે માથું હલાવ્યું. પછી સીતાની દિશામાં ફરીને તેણે કહ્યું, 'મારા ભાઈની સંભાળ રાખજો, ભાભી. તેમને જાણ નથી કે આ જગત કેટલું કપટી છે.'

સીતાએ સ્મિત કર્યું, 'તે જાણે જ છે. તેમ છતાં તેઓ આ જગતને બદલવાનો પ્રયત્ન કરતા રહે છે.'

ભરતે નિસાસો નાખ્યો. પછી કંઈક વિચાર આવ્યો હોય, તેમ ભરત રામની દિશામાં ફર્યો, 'તમારી પાદુકાઓ મને આપો, મોટાભાઈ.'

સાધુઓ પહેરે તેવી સરળ રચનાની પોતાની પાદુકાઓને રામ જોઈ રહ્યા.

'આ નહિ,' ભરતે કહ્યું, 'તમારી રાજવી પાદુકાઓ.'

'શા માટે ?'

'મને એ પાદુકાઓ આપી દો, મોટાભાઈ.'

શય્યાની બાજુમાં જ્યાં તેમણે હમણાં જ પોતાના રાજવી પરિધાન ત્યજ્યાં હતાં ત્યાં રામ ગયા. ત્યાં ધરતી પર સોનેરી રંગની પાદુકાઓ પડી હતી જેની પર રૂપેરી અને ભૂખરા રંગનું ભરતકામ પણ કરવામાં આવ્યું હતું.

'આનું તું શું કરવા માંગે છે ?' રામે પૂછ્યું.

'જ્યારે યોગ્ય સમય આવશે, ત્યારે મારી જગ્યાએ હું તેને રાજસિંહાસન પર મૂકીશ,' ભરતે કહ્યું.

રામ અને સીતા તરત જ તેની વાત સમજી ગયાં. આવા એક માત્ર નાનકડા પગલા સાથે ભરત એમ જાહેર કરવા ઇચ્છતો હતો કે રામ જ અયોધ્યાના રાજા છે અને તેમની અનુપસ્થિતિમાં ભરત માત્ર તેની સંભાળ રાખી રહ્યો છે. એટલે અયોધ્યાના રાજા રામની હત્યા કરવાનો કોઈ પણ પ્રયાસ સપ્ત સિંધુના શક્તિશાળી સમ્રાટના ક્રોધને આમંત્રણ આપવા બરાબર મનાશે. સપ્ત સિંધુના વિવિધ રાજાઓ વચ્ચે એ બાબતે તો કરાર પણ થયા હતા. આ કરાર ઉપરાંત એમ પણ માનવામાં આવતું હતું કે યુદ્ધમેદાન કે દ્વંદ્વ સિવાય રાજાઓ અને યુવરાજોને મારવા અપશુકનિયાળ બની રહે છે. ભરતના આ પગલાને કારણે તેની પોતાની સત્તા અને સંપત્તિ બહુ જ ઓછી થઈ જશે પરંતુ તેનાથી રામને ઘણું રક્ષણ મળી રહેશે.

રામ ફરી વાર ભરતને ભેટી પડ્યા, 'મારા ભાઈ!'

'લક્ષ્મણ!' સીતાએ કહ્યું, 'મને એમ કે મેં તમને કહ્યું હતું કે...'

રામ અને સીતાના દીવાનખંડમાં હવે લક્ષ્મણ પ્રવેશ્યો હતો. તેણે પણ પોતાના ભાઈ અને ભાભી જેવાં જ વસ્ત્રો ધારણ કરેલાં હતાં: વનવાસી સાધુ જેવાં વસ્ત્રો.

આંખોમાં દૃઢ નિર્ધાર સાથે લક્ષ્મણ સીતા તરફ જોઈ રહ્યો. 'હું આવી રહ્યો છું, ભાભી.'

'લક્ષ્મણ!' રામે વિનંતી કરી.

'તમે મારા વિના ટકી નહિ શકો, મોટાભાઈ,' લક્ષ્મણે કહ્યું, 'મારા વિના હું તમને જવા જ નહિ દઉં.'

રામ હસ્યા, 'મારા કુટુંબને મારામાં કેટલી શ્રદ્ધા છે તે વાત મને સ્પર્શી ગઈ. કોઈને એમ લાગતું જ નથી કે હું મારી જાતને જીવતો રાખી શકીશ.'

લક્ષ્મણ પણ હસ્યો પરંતુ એક જ ક્ષણમાં તે ગંભીર થઈ ગયો, 'એ વિષયમાં તમે હસી કે રડી શકો છો, મોટાભાઈ. પરંતુ હું તમારી સાથે આવું જ છું.'

ઉત્તેજિત ઊર્મિલાએ પોતાના અંગત કક્ષમાં પ્રવેશેલા લક્ષ્મણને આવકાર્યો. તેણીએ સાદાં છતાં ભવ્ય વસ્ત્રો ધારણ કરેલાં હતાં. તેની ધોતી અને ઉપરનું વસ્ત્ર સાદા ભૂખરા રંગમાં રંગાયેલાં હતાં પરંતુ તેની કોર પર સોનાની ભવ્ય ગૂંથણી કરેલી હતી. તેણે સોનાના નાનકડાં આભૂષણો પણ ધારણ કરેલાં હતાં, જે તેની સામાન્ય પસંદ કરતાં તો અલગ જ હતાં.

'આવો, પ્રિયે.' બાળક જેવા ઉત્સાહથી ઊર્મિલાએ કહ્યું, 'તમારે આ તો જોવું જ પડશે. મેં એકલા હાથે જ આ બધાનું નિરીક્ષણ કર્યું છે અને હવે મોટાભાગની વસ્તુઓની ગાંસડીઓ બંધાઈ ચૂકી છે.'

'વસ્તુઓની ગાંસડીઓ ?' આશ્ચર્ય પામેલા લક્ષ્મણે પ્રેમાળ સ્મિત સાથે પૂછ્યું.

'હા.' કહીને ઊર્મિલાએ લક્ષ્મણનો હાથ પકડ્યો અને તેને ગાંસડીઓ પાસે લઈ ગઈ. મધ્યમાં સાગના લાકડામાંથી બનાવવામાં આવેલા બે વિશાળ પટારા મુકાયેલા હતા. ઊર્મિલાએ ઝડપથી એ બંને પટારા ખોલ્યા. 'આમાં મારાં વસ્ત્રો છે અને પેલામાં તમારાં વસ્ત્રો છે.'

લક્ષ્મણ મૂંઝાઈ ગયો. ઊર્મિલાના આ નિર્દોષ વર્તનનો કેવો પ્રતિભાવ આપવો તેની તેને સમજણ પડતી નહોતી.

ઊર્મિલા લક્ષ્મણને પોતાના શયનકક્ષમાં લઈ ગઈ જ્યાં એક મોટી પેટી તૈયાર કરીને મૂકવામાં આવી હતી. તેમાં જાતભાતનાં વાસણો ભરેલાં હતાં. ઊર્મિલાએ તેને ખોલીને મસાલાના નાની-નાની પોટલીઓ બતાવી. 'જો, જેટલી મને સમજણ પડે છે, જંગલમાં આપણને માંસ અને ફળો તો સરળતાથી મળી જ રહેશે. પરંતુ મસાલા અને વાસણો ત્યાં નહિ મળે. માટે...'

થોડાક આશ્ચર્ય અને આઘાત સાથે લક્ષ્મણ ઊર્મિલાને જોઈ રહ્યો.

ઊર્મિલા લક્ષ્મણની દિશામાં ફરી અને તેને પ્રેમથી વળગી ગઈ, 'હું તમારા માટે સારામાં સારું ભોજન બનાવીશ. અને સીતાબહેન અને બનેવી રામ માટે પણ બનાવીશ. ચૌદ વર્ષનો અવકાશનો સમય માણીને આપણે બધાં પાછાં આવીશું ત્યારે બધાનું સ્વાસ્થ્ય સુધરી ગયું હશે !'

લક્ષ્મણે પણ પોતાની પત્નીના આલિંગનનો કોમળ પ્રતિભાવ આપ્યો; ઊર્મિલાનું માથું લક્ષ્મણની સ્નાયુબદ્ધ અને ખુલ્લી છાતી પર ટેકવાયેલું હતું. *અવકાશનો સમય ?*

તેણે પોતાની ઉત્તેજિત પત્ની સામે જોયું. એક અદ્ભુત પરિસ્થિતિને સારામાં સારી બનાવવાનો તે પ્રયત્ન કરી રહી હતી. *સમગ્ર જીવન તેણે રાજકુમારી તરીકે*

જ ગાળ્યું છે. તેણે એવી પણ કલ્પના કરી હશે કે અયોધ્યાના રાજમહેલમાં તે મિથિલાથી પણ વધારે વૈભવી જીવન જીવી શકશે તે સારી વ્યક્તિ પણ છે. તેને માત્ર સારી પત્ની બની રહેવું છે. પરંતુ એક પતિ તરીકે શું તેને મારી સાથે વનવાસમાં લઈ જવી જોઈએ, તેની ઇચ્છા હોય તોપણ એ યોગ્ય મનાશે ? જેમ મોટા ભાઈ રામની રક્ષા કરવી તે મારું કર્તવ્ય છે એમ જ તેની રક્ષા કરવી પણ મારું કર્તવ્ય નથી ?

તે જંગલમાં એક દિવસ પણ નહિ રહી શકે. જરા પણ નહિ.

શું કરવું પડશે તેની સ્પષ્ટતા થતાં લક્ષ્મણનું હૃદય ભારે બની ગયું. તે જાણતો હતો કે તેણે એ કામ એટલી સૌમ્યતાથી કરવું પડશે કે જેથી ઊર્મિલાના કોમળ હૃદયને ઠેસ પહોંચે નહિ.

ઊર્મિલાના ખભા ફરતે એક હાથ રાખીને બીજા હાથે લક્ષ્મણે ઊર્મિલાની હડપચી ઊંચી કરી. પોતાની બાળસહજ નિર્દોષ આંખો વાટે ઊર્મિલા લક્ષ્મણને તાકી રહી હતી. લક્ષ્મણે મૃદુતાથી કહ્યું, 'હું બહુ જ ચિંતિત છું, ઊર્મિલા.'

'ચિંતા ન કરશો. આપણે ભેગાં મળીને તમામ સમસ્યાઓનો સામનો કરી લઈશું. વન તો...'

'મને વનની ચિંતા નથી. અહીં રાજમહેલમાં શું થશે તેની મને ચિંતા છે.'

ઊર્મિલાએ પોતાની કરોડ કમાનાકારે વાળી અને મસ્તકને પાછળની દિશામાં નમાવ્યું કે જેથી તે પોતાના ઊંચા પતિને સારી રીતે જોઈ શકે. 'રાજમહેલમાં ?'

'હા ! પિતાજીનું સ્વાસ્થ્ય કંઈ બહુ સારું નથી. હવે છોટી મા કૈકેયી જ બધાંનું નિયંત્રણ કરશે. અને, નિખાલસતાથી કહું, તો ભરતભાઈ તેમને રોકી નહિ શકે. મારી માતાની કાળજી લેવા માટે તો શત્રુઘ્ન પણ ઉપસ્થિત છે, પરંતુ મોટાં મા કૌશલ્યાનું ધ્યાન કોણ રાખશે ? તેમનું શું થશે ?'

ઊર્મિલાએ મસ્તક હલાવ્યું, 'સત્ય !'

'અને જો છોટી મા કૈકેયી મોટાભાઈ રામ સાથે આવું કરી શકે તો તે મોટી માનું શું કરશે એ વિચાર આવે છે ?'

ઊર્મિલાનું મુખ કપટરહિત હતું.

'કોઈકે તો કૌશલ્યા માનું ધ્યાન રાખવું પડશે,' લક્ષ્મણે પુનરુચ્ચારણ કર્યું. કોઈ ચોક્કસ દિશામાં તે વાતને લઈ જવા માંગતો હતો.

'હા, એ સાચું છે, પરંતુ રાજમહેલમાં ઘણા લોકો છે. શું મોટાભાઈ રામે કોઈ વ્યવસ્થા નથી કરી ?' ઊર્મિલાએ પૂછ્યું.

લક્ષ્મણે વ્યથાપૂર્ણ સ્મિત કર્યું. 'મોટાભાઈ રામ કંઈ સૌથી વ્યવહારુ માણસ નથી. તેઓ એમ માને છે કે સમગ્ર જગત તેમના જેટલું જ નીતિમાન છે. તને શું લાગે છે, હું તેમની સાથે કેમ જઈ રહ્યો છું ? મારે તેમનું રક્ષણ કરવું પડશે એટલે.'

લક્ષ્મણ શું કહેવા માંગે છે તે સમજાઈ ગયું એટલે ઊર્મિલાના મુખ પર પણ વ્યથા છવાઈ ગઈ. 'હું તમારા વિના અહીં નહિ રહી શકું, લક્ષ્મણ.'

લક્ષ્મણે પોતાની પત્નીને પોતાની પાસે ખેંચી. 'થોડાક સમયની તો વાત છે, ઊર્મિલા.'

'ચૌદ વર્ષ ? ના, હું તમારા વિના...' બોલતાં બોલતાં ઊર્મિલાની આંખોમાંથી નિ:સહાયતાનાં આંસુ ઊભરાઈ આવ્યાં અને તે લક્ષ્મણને વળગી પડી.

લક્ષ્મણે તેની પરની પોતાની પકડ હળવી કરી અને પુન: હળવેથી તેની હડપચી ઊંચી કરી. તેણે ઊર્મિલાનાં આંસુ લૂછ્યાં. 'તું હવે રઘુવંશી છે. આપણા માટે પ્રેમથી વધારે મહત્ત્વનું છે કર્તવ્ય. સુખના ભોગે પણ આપણે સમ્માન જાળવતાં હોઈએ છીએ. આમાં પસંદગીને કોઈ જ અવકાશ નથી, ઊર્મિલા.'

'આવું ના કરશો, લક્ષ્મણ. કૃપા કરો. હું તમને ખૂબ જ પ્રેમ કરું છું. મને છોડીને જશો નહિ.'

'હું પણ તને ખૂબ જ પ્રેમ કરું છું, ઊર્મિલા. અને તારે જે ન કરવું હોય, તે કરવા માટે હું તારી પર દબાણ ન કરી શકું. હું તો માત્ર તને વિનંતી જ કરી શકું. પરંતુ મારી વિનંતીનો તું મને કોઈ ઉત્તર આપે એ પહેલાં તું કૌશલ્યા માનો વિચાર કરજે, એમ હું તને વિનવું છું. પાછલા કેટલાક દિવસોમાં જ તેમણે તારી પર કેટલો સ્નેહ વરસાવ્યો છે તેનો વિચાર કરજે. શું તેં પોતે જ મને એમ નહોતું કહ્યું કે કૌશલ્યા માને મળીને ઘણા સમયે તારા જીવનમાં માતાની ખોટ પુરાઈ હોય, તેમ તને લાગ્યું હતું ? શું તેમના પ્રત્યે આપણું કોઈ જ કર્તવ્ય નથી ?'

ઊર્મિલાએ હૈયાફાટ રુદન કર્યું અને તે લક્ષ્મણને જોશથી વળગી પડી.

———|ૠ| 🐟 ☀———

ત્રીજા પ્રહરના પાંચમા કલાકમાં રાજમહેલમાં ઠંડો પવન વહી રહ્યો હતો. સીતા લક્ષ્મણ અને ઊર્મિલાના અંગત કક્ષ તરફ જઈ રહી હતી. તેને જોઈને દ્વારપાળ સચેત બની ગયા. તેઓ સીતાના આગમનની છડી પોકારવા જઈ રહ્યા હતા કે લક્ષ્મણ ગંભીર મુખમુદ્રા સાથે કક્ષમાંથી બહાર નીકળ્યો. તેને જોઈને સીતાના ગળે

ડૂમો ભરાઈ આવ્યો.

'હું બધું સંભાળી લઉં છું,' લક્ષ્મણની પાસેથી પસાર થતી સીતાએ ગંભીરતાથી કહ્યું અને તે પોતાની બહેનના કક્ષમાં પ્રવેશી.

લક્ષ્મણે તેને અટકાવી અને તેનો હાથ પકડીને વિનંતીના ભાવ સાથે કહ્યું, 'ના, ભાભી.'

સીતા પોતાના કદાવર દેવરને જોઈ રહી. તે અચાનક જ મૂંઝાયેલો અને એકલો હોય, તેમ લાગવા માંડ્યું હતું.

'લક્ષ્મણ, મારી બહેન મારી વાત સાંભળે છે. મારો વિશ્વાસ કર—'

'ના, ભાભી.' લક્ષ્મણે માથું હલાવીને ના પાડી, 'વનવાસ કંઈ સરળ નથી રહેવાનો. આપણે દરરોજ મૃત્યુનો સામનો કરવો પડશે. તમે તો એ જાણો જ છો. તમે મજબૂત છો અને એવી પરિસ્થિતિમાં ટકી શકશો. પણ એ તો ?' તેની આંખોમાં આંસુ ઊભરાઈ આવ્યાં. 'તેને પણ આવવું હતું, ભાભી, પરંતુ મને નથી લાગતું કે તેણે આવવું જોઈએ. ન આવવા માટે મેં તેને સમજાવી લીધી છે. એ જ બધા માટે યોગ્ય રહેશે.'

'લક્ષ્મણ !'

'એ જ બધા માટે યોગ્ય રહેશે.' જાણે પોતાની જાતને જ સમજાવી રહ્યો હોય તેમ લક્ષ્મણે પુનરુચ્ચારણ કર્યું, 'એ જ બધા માટે યોગ્ય રહેશે.'

અધ્યાય ૨૯

રામ, લક્ષ્મણ અને સીતા અયોધ્યા છોડીને નીકળ્યા પછીના છ માસ બહુ જ ઘટનાપૂર્ણ બની રહ્યા હતા. એવા સમાચાર મળ્યા કે દશરથ સ્વર્ગવાસી થઈ ગયા છે ત્યારે અંતિમ વિધિનું મોટા પુત્રનું કર્તવ્ય ન નિભાવી શકવા બદલ રામે વારંવાર પોતાના નસીબને ભાંડ્યું હતું. પોતાને પિતાનો પ્રેમ આટલો મોડો મળ્યો તે વિચારીને પણ રામનું હૃદય ભાંગી પડતું હતું. અયોધ્યા પાછું ફરવું તો શક્ય નહોતું, પરંતુ પોતાના પિતાના આત્માએ શરૂ કરેલી યાત્રાની સફળતા માટે રામે વનમાં જ યજ્ઞ કર્યો હતો. ભરતે પોતાના શબ્દો પાળી બતાવ્યા હતા. તેણે અયોધ્યાના રાજસિંહાસન પર રામની પાદુકાની સ્થાપના કરી હતી અને પોતાના મોટાભાઈએ પોતાની અનુપસ્થિતિ પૂરતું જાણે તેને રાજ્યનું શાસન સોંપ્યું હોય તેમ તેણે શાસનની ધુરા સંભાળી હતી. એમ પણ કહી શકાય કે સાચા સમ્રાટ તો રામ જ હતા જે અનુપસ્થિત હતા. આવું કદી બન્યું નહોતું પરંતુ ભરતની રાજ્યનીતિ સ્વતંત્ર વિચારસરણીવાળી હતી અને સત્તાના વિકેન્દ્રીકરણ કરનારી શાસનની નીતિને કારણે સપ્ત સિંધુ સામ્રાજ્યમાં આ નિર્ણયે રોચક પરિસ્થિતિ ઊભી કરી હતી.

રામ, લક્ષ્મણ અને સીતાએ દક્ષિણ દિશામાં પ્રયાણ કર્યું હતું. મુખ્યત્વે તેઓ નદીકિનારે જ ચાલતાં અને આવશ્યક હોય ત્યારે જ વસતીવાળા વિસ્તારોમાં જતાં. છેવટે તેઓ સપ્ત સિંધુ પ્રદેશની સરહદ પાસે આવી પહોંચ્યા. એ દક્ષિણ કોશલ રાજ્ય હતું જેની પર રામના નાનાનું રાજ હતું.

રામે ઘૂંટણભેર બેસીને નીચા ઝૂકીને એ ધરતીને પોતાનું કપાળ અડાડ્યું કારણ કે આ એ ધરતી હતી જ્યાં તેની માતાનું પાલન-પોષણ થયું હતું. સીધા થઈને તેમણે પોતાની પત્ની તરફ જોયું અને એવું સ્મિત કર્યું, જાણે કે તે સીતાનું

કોઈ રહસ્ય જાણતા હોય.

'શું ?' સીતાએ પૂછ્યું.

'કેટલાંય સપ્તાહથી અમુક લોકો આપણને ગુપ્ત રીતે અનુસરી રહ્યાં છે.' રામે કહ્યું, 'એ લોકો કોણ છે એ વિષે તું મને ક્યારે કહેવાની છે ?'

સીતાએ નજાકતથી પોતાના ખભા ઊંચા કર્યા અને દૂર દેખાઈ રહેલા વનની દિશામાં ફરી. તે જાણતી હતી કે જટાયુ અને તેના સૈનિકો એ દિશામાં જ હતા અને ગુપ્ત રીતે તેમને અનુસરી રહ્યા હતા. આમ તો તેઓ દૃષ્ટિમાં ન આવે તેટલા દૂર હતા પણ આવશ્યકતા હોય ત્યારે ત્વરાથી તેમનું રક્ષણ કરવા આવી શકે તેટલા પાસે પણ હતા. સ્પષ્ટ હતું કે તેઓ એટલા ગુપ્ત નહોતા રહી શક્યા જેટલા તેઓ રહેવા જોઈતા હતા. વધુમાં સીતાએ પોતાના પતિની ક્ષમતાઓ અને આસપાસના વાતાવરણ પ્રત્યેની જાગરૂકતાને પણ ઓછી આંકી હતી. 'હું તમને અવશ્ય જણાવીશ.' સીતાએ બહોળા સ્મિત સાથે કહ્યું, 'જ્યારે સમય યોગ્ય હશે ત્યારે. અત્યારે તો માત્ર એટલું જ જાણી લો કે તેઓ આપણા રક્ષણ માટે છે.'

રામે સીતા તરફ વેધક દૃષ્ટિ નાખી પરંતુ એ મુદ્દા પર તેમણે વધારે ચર્ચા કરી નહિ.

'ભગવાન મનુએ નર્મદા ઓળંગવાની મનાઈ ફરમાવી છે.' લક્ષ્મણે કહ્યું, 'જો આપણે નર્મદા ઓળંગીએ, તો નિયમ મુજબ સપ્ત સિંધુમાં પાછાં ફરી શકીએ નહિ.'

'એક માર્ગ છે.' સીતાએ કહ્યું, 'જો આપણે મા કૌશલ્યાના પિતાના રાજ્યની દક્ષિણે જઈએ, તો આપણે કદાચ નર્મદા "ઓળંગવી" નહિ પડે. સમગ્ર દક્ષિણ કોશલ રાજ્ય નર્મદા નદીના મૂળની પૂર્વે આવેલું છે. નદી પોતે પશ્ચિમ દિશામાં વહે છે. જો આપણે દક્ષિણ દિશામાં જ આગળ વધવાનું ચાલુ રાખીએ તો નર્મદાને "ઓળંગ્યા" વિના જ આપણે દંડકારણ્યમાં પહોંચી જઈશું. પછી આપણે ભગવાન મનુના કોઈ પણ નિયમનો ભંગ નહિ કરીએ, બરોબર ?'

'એ નિયમના અર્થઘટનની વાત છે, ભાભી, અને એ વાત તમે બહુ જ સારી રીતે જાણો છો. તમને અને મને કદાચ એ યોગ્ય લાગશે પરંતુ મોટાભાઈ રામને એ કદી પણ યોગ્ય નહિ લાગે.'

'હમ્મ્, તો પછી આપણે પૂર્વ દિશામાં મુસાફરી કરીને હોડી દ્વારા સપ્ત સિંધુ ઓળંગવી જોઈએ ?' રામે પૂછ્યું.

'આપણે એમ ન કરી શકીએ.' સીતાએ કહ્યું, 'દરિયાઓ પર તો રાવણનું

જ રાજ્ય છે. તેણે ભારતીય મહાદ્વીપ ફરતેનાં બંદરો પર શાસન સ્થાપી રાખ્યું છે. બધા જ જાણે છે કે પશ્ચિમ કિનારો તો તેના હાથમાં જ છે, પરંતુ વાસ્તવિકતા એ છે કે પૂર્વ કિનારે પણ તેની ચોકીઓ તો સ્થપાયેલી જ છે. એટલે દરિયાઈ માર્ગની તો વિચારણા જ નિરુપયોગી છે. જોકે બંદરોથી દૂર આવેલા પ્રદેશમાં તેનું જરા પણ વજન પડતું નથી. એટલે આપણે નર્મદાની દક્ષિણે, દંડકારણ્યમાં સલામત રહીશું.'

'પણ ભાભી,' લક્ષ્મણે દલીલ કરી, 'ભગવાન મનુના નિયમમાં સ્પષ્ટતઃ લખ્યું છે કે—'

'કયા ભગવાન મનુ ?'

લક્ષ્મણને આઘાત લાગ્યો. *ભગવાન મનુ કોણ છે તેની પણ ભાભીને જાણ નથી ?* 'વૈદિક જીવનરીતિની સ્થાપના કરનાર, ભાભી. બધા જાણે છે કે...'

સીતાએ માયાળુ સ્મિત કર્યું. 'ઘણા બધા મનુ થઈ ગયા, લક્ષ્મણ, માત્ર એક જ મનુ નથી. દરેક યુગને તેના પોતાના મનુ છે. એટલે જ્યારે તમે મનુ ભગવાનના નિયમોની વાત કરો ત્યારે તમે કયા મનુ ભગવાનની વાત કરો છો, એ પણ તમારે જણાવી દેવું જોઈએ.'

'મને એવી જાણ નહોતી કે...' લક્ષ્મણે કહ્યું.

સીતાએ પોતાનું મસ્તક હલાવ્યું અને લક્ષ્મણને પ્રેમપૂર્વક ચીડવવાનું ચાલુ રાખ્યું, 'તમે છોકરાઓ ગુરુકુળમાં કંઈ શીખ્યા છો ખરા ? તમને બહુ ઓછી માહિતી હોય છે.'

'મને તેની જાણ હતી,' રામે વિરોધ નોંધાવ્યો. 'લક્ષ્મણ તો ભણવામાં ધ્યાન જ નહોતો આપતો. મને તેની સાથે જોડી ન દઈશ.'

'શત્રુઘ્નને બધી જ માહિતી રહેતી હતી, મોટાભાઈ,' લક્ષ્મણે કહ્યું, 'આપણે બધા તેનો જ આધાર રાખતા હતા.'

'બીજા બધા કરતાં વધારે આધાર તું જ રાખતો હતો,' રામ પણ હવે ટીખળમાં જોડાયા અને તેમણે પોતાની પીઠ ટટ્ટાર કરી.

લક્ષ્મણ હસ્યો અને પછી રામ સીતાની દિશામાં ફર્યા, 'ઠીક છે, હું તારો મુદ્દો સમજ્યો. પરંતુ આપણા યુગના મનુ ભગવાને જ એમ જાહેર કર્યું હતું કે આપણે નર્મદા ઓળંગી શકીએ નહિ. અને જો આપણે તેમ કરીએ, તો આપણે પાછા ફરી શકીએ નહિ. માટે...'

'એ કંઈ નિયમ નહોતો. એ તો એક સહમતિ સધાઈ હતી.'

'સહમતિ ?' રામ અને લક્ષ્મણે એકસાથે સાશ્ચર્ય પૂછ્યું.

સીતાએ વાત આગળ વધારી. 'મને વિશ્વાસ છે કે તમે એ તો જાણતા જ હશો કે ભગવાન મનુ દક્ષિણ ભારતમાં બહુ દૂર આવેલા સંગમતમિલ રાજ્યના એક રાજકુમાર હતા. જ્યારે તેમની પોતાની ભૂમિ સમુદ્રના વધતા સ્તરની સાથે ડૂબવા માંડી ત્યારે તેઓ પોતાના અને દ્વારકા સામ્રાજ્યના ઘણાબધા લોકોને લઈને ઉત્તરમાં સપ્ત સિંધુ પ્રદેશમાં આવ્યા હતા.'

'હા, તેની તો મને જાણ છે,' રામે કહ્યું.

'પરંતુ સંગમતમિલ અને દ્વારકાના બધા જ લોકો ભગવાન મનુ સાથે નહોતા ગયા. બહુમતી લોકો તો સંગમતમિલ અને દ્વારકામાં જ રહ્યા હતા. સમાજરચના વિષે ભગવાન મનુના વિચારો બહુ જ મૌલિક હતા અને ઘણા બધા લોકો તેમની સાથે સહમત નહોતા. તેમના પણ ઘણા બધા શત્રુઓ હતા. સંગમતમિલ અને દ્વારકાના તેમના અનુયાયીઓ સાથે તેમને એ શરતે જ જવાની મંજૂરી આપવામાં આવી હતી કે તેઓ કદી પણ પાછા નહિ ફરે. તે સમયે દ્વારકાની ઉત્તર સરહદ નર્મદાથી સુધી હતી અને સંગમતમિલ તો છેક દક્ષિણે હતું. એટલે તેમણે એમ નક્કી કર્યું હતું કે તેઓ અલગ માર્ગે જ જશે અને કદી પણ એકબીજાના જીવનમાં પ્રવેશશે નહિ. એ સહમતિ અનુસાર નર્મદા તેમની વચ્ચેની પ્રાકૃતિક સરહદ બની રહેશે. એટલે તે કંઈ નિયમ નહોતો, પરંતુ સહમતિ હતી.'

'પરંતુ જો આપણે તેમના જ વંશજ હોઈએ, તો તેમણે જે સહમતિ સાધી હતી તેને પણ આપણે માન આપવું જ રહ્યું,' રામે કહ્યું.

'યોગ્ય મુદ્દો છે.' સીતાએ કહ્યું, 'પરંતુ મને એમ કહો કે એક સહમતિની લઘુતમ આવશ્યકતા શું છે ?'

'તેમાં કોઈ મુદ્દા પર સહમત થવા માટે બે પક્ષ હોવા જોઈએ.'

'અને, જો બેમાંથી એક પક્ષનું અસ્તિત્વ જ ન હોય, તો શું એ સહમતિ માનવા બીજો પક્ષ બંધાયેલો છે ?'

રામ અને લક્ષ્મણ અવાક થઈ ગયા.

'ભગવાન મનુએ સંગમતમિલ છોડ્યું ત્યાં સુધીમાં એ રાજ્યનો તો ઘણો બધો ભાગ પાણીમાં ડૂબી ગયો હતો. બાકીનો ભાગ પણ થોડા સમય પછી ડૂબી ગયો. દરિયાનું સ્તર બહુ ત્વરાથી વધ્યું હતું. દ્વારકા જોકે વધારે લાંબો સમય ટકી રહ્યું હતું. સમયાંતરે, દરિયાનું સ્તર વધી જતાં ભારત સાથે જોડાયેલું મોટાભાગનું દ્વારકા ડૂબી ગયું હતું અને તેણે એક નાનકડા, એકાકી ટાપુનું સ્વરૂપ ધારણ કર્યું હતું.'

'દ્વારાવટી ?' રામે સાશ્ચર્ય પૂછ્યું.

પશ્ચિમ ભારતના કિનારાથી થોડેક દૂર આવેલ દ્વારાવટી એક લાંબો, સાંકડો ટાપુ હતો જેની ઉત્તરથી દક્ષિણ દિશા સુધીની લંબાઈ લગભગ પાંચસો ગાઉ જેટલી હતી. ત્રણ હજારથી પણ વધારે વર્ષ પહેલા એ ટાપુને પણ દરિયો ગળી ગયો હતો. દ્વારાવટીના વિનાશમાંથી બચી ગયેલા લોકો ભારતવર્ષની મુખ્ય ભૂમિમાં બધી દિશાઓમાં ફેલાઈ ગયા હતા, અને તેઓ મૂળ દ્વારકાવાસીના વંશજો છે, તેવી તેમની વાત પણ કોઈ હવે માનતું નહિ. તેનું મુખ્ય કારણ એ હતું કે યમુના નદીના કાંઠે આવેલા શક્તિશાળી સામ્રાજ્યના યાદવોનો એવો દાવો હતો કે માત્ર તેઓ જ દ્વારકાના સીધા વંશજો હતા. સત્ય તો એ હતું કે ભારતના અલગ અલગ વંશો એકબીજામાં એટલા બધા ભળી ગયા હતા કે લગભગ દરેક વ્યક્તિ સંગમતમિલ અને દ્વારકાના વંશજ હોવાનો દાવો કરી શકે તેમ હતા.

સીતાએ હકારમાં માથું હલાવ્યું. 'દ્વારકાના વિનાશમાંથી બચી ગયેલા સાચા વંશજો તો દ્વારાવટીમાં જ હતા. આજે, તે બધા આપણી વચ્ચે જ છે.'

'અદ્‌ભુત.'

'એટલે સંગમતમિલ અને દ્વારકાના શુદ્ધ વંશજો ગયે તો સદીઓ વીતી ગઈ છે. આપણે તો તેમના મિશ્રિત વંશજો કહેવાઈએ. તો પછી આપણે આપણી જ સાથે સાધેલી સહમતિનો ભંગ કઈ રીતે કરીશું ? હવે બીજો પક્ષ તો રહ્યો જ નથી !'

આ તર્કને નકારી શકાય તેમ નહોતો.

'તો, ભાભી,' લક્ષ્મણે કહ્યું, 'આપણે દક્ષિણ દિશામાં જઈને દંડકારણ્યમાં જ રહીશું ?'

'હા, એમ જ. આપણા માટે એ જ સૌથી સલામત જગ્યા બની રહેશે.'

રામ, લક્ષ્મણ અને સીતા નર્મદા નદીના દક્ષિણ કિનારે ઊભાં હતાં. રામે નીચા નમીને પૂજ્ય ભાવે મુઠ્ઠી ભરીને માટી લીધી. જેમ રુદ્ર ભગવાનના અનુયાયીઓ પવિત્ર રાખથી કપાળ પર ત્રિપુંડ કરતા, તેમ જ રામે પણ એ માટીથી પોતાના કપાળે ત્રિપુંડ તાણ્યું. તેઓ ધીમેથી બોલ્યા, 'અમારા પૂર્વજોની ભૂમિ *"મહાન કર્મોની સાક્ષી ભૂમિ !"* અમને આશીર્વાદ આપો.'

સીતા અને લક્ષ્મણ પણ રામને અનુસર્યાં અને તેમણે પણ પોતાના કપાળ પર એ માટીથી તિલક કર્યું.

સીતાએ રામ તરફ સ્મિત કર્યું. 'ભગવાન બ્રહ્માએ આ ભૂમિ વિષે શું કહ્યું હતું, તે તો તમે જાણો જ છો, બરાબરને ?'

રામે હા પાડી. 'હા; જ્યારે જ્યારે પણ ભારતના અસ્તિત્વનો પ્રશ્ન ઊભો થયો છે, ત્યારે ત્યારે આપણું ભારત નર્મદાની દક્ષિણે આવેલી ભૂમિમાંથી જ ઊભું થયું છે.'

'તમને જાણ છે કે તેમણે એમ શા માટે કહ્યું હતું ?'

રામે મસ્તક હલાવ્યું.

'આપણા પવિત્ર ગ્રંથો એમ કહે છે કે દક્ષિણ એ મૃત્યુની દિશા છે, બરાબર ?'

'હા.'

'આપણી પશ્ચિમે આવેલી અમુક વિદેશી ભૂમિમાં તો મૃત્યુને અપશુકનિયાળ ઘટના માનવામાં આવે છે. તેમના મતે મૃત્યુ એટલે અંત. પરંતુ ખરેખર કશું જ મૃત્યુ પામતું નથી. કોઈ પણ પદાર્થ બ્રહ્માંડની બહાર જઈ શકતો નથી. તે માત્ર સ્વરૂપ જ બદલે છે. એ રીતે, મૃત્યુ એટલે પણ પુનઃ સર્જનની શરૂઆત, જૂનું સ્વરૂપ નાશ પામે છે અને નવું સ્વરૂપ સર્જાય છે. એટલે જો દક્ષિણ મૃત્યુની દિશા હોય, તો પુનઃ સર્જનની દિશા પણ છે.'

આ વિચારમાં રામને ખૂબ જ રસ પડ્યો. 'સપ્ત સિંધુ આપણી કર્મભૂમિ છે અને નર્મદાની દક્ષિણે આવેલી ભૂમિ આપણી પિતૃભૂમિ છે. આ ભૂમિ પુનઃ સર્જનની ભૂમિ છે.'

'અને એક દિવસ આપણે દક્ષિણેથી પાછા ફરીને ભારતનું પુનઃ સર્જન કરીશું.' કહીને સીતાએ માટીમાંથી બનાવેલા બે વાટકા ધર્યા. તેમાં ફીણવાળું સફેદ પીણું હતું. તેણે એક વાટકો લક્ષ્મણને ધર્યો અને બીજો વાટકો રામને.

'આ શું છે, ભાભી ?' લક્ષ્મણે પૂછ્યું.

'એ તમારું પુનઃસર્જન છે.' સીતાએ કહ્યું, 'તે પી જાવ.'

લક્ષ્મણે એક ઘૂંટ ભર્યો અને મોઢું મચકોડ્યું, 'અરેરે !'

'પી જાવ લક્ષ્મણ,' સીતાએ આદેશ આપ્યો.

લક્ષ્મણે નાક દબાવીને એ પીણું ગટગટાવી લીધું. પછી નદી પાસે જઈને તેણે કોગળા કર્યા અને બંને વાટકા પણ ધોયા.

રામે સીતા તરફ જોયું. 'મને જાણ છે કે આ શું છે. તેં એ મેળવ્યું ક્યાંથી ?'

'આપણું રક્ષણ કરી રહેલા લોકો પાસેથી.'

'સીતા !'

'તમે ભારત માટે બહુ જ મહત્ત્વના છો, રામ. તમારે સ્વસ્થ રહેવું આવશ્યક છે. ચૌદ વર્ષ પછી પાછા જઈને આપણે ઘણાં કામ કરવાનાં છે. તમે વૃદ્ધ થઈ જાવ તે યોગ્ય નથી. કૃપા કરીને તે પી લો.'

'સીતા,' રામ હસ્યા, 'સોમરસના એક વાટકાથી કંઈ વિશેષ પ્રાપ્ત નથી થવાનું. આપણે વર્ષો સુધી તેનું નિયમિત સેવન કરીએ, તો તે અસરકારક બને છે. અને તું તો જાણે જ છે કે સોમરસ પ્રાપ્ત કરવો કેટલો કઠિન છે. એ ક્યારેય પૂરતો મળશે નહિ.'

'એ ચિંતા મારી પર છોડી દો.'

'તારા વિના હું સોમરસનું સેવન નહિ કરું. જો તું મારી સાથે ન હોય, તો મારા દીર્ઘાયુનો અર્થ જ શું ?'

સીતાએ સ્મિત કર્યું. 'મેં તો મારો હિસ્સો પી લીધો છે, રામ. મારે એમ કરવું પડ્યું, કારણ કે પહેલી વાર સોમરસ પીનાર તો સામાન્ય રીતે અસ્વસ્થ થઈ જ જાય છે.'

'શું એટલે જ તું ગયા સપ્તાહે અસુખ અનુભવી રહી હતી ?'

'હા. જો આપણે ત્રણેય એક સાથે અસ્વસ્થ થઈએ, તો મોટી સમસ્યા થઈ જાય, બરોબર ? હું જ્યારે અસ્વસ્થ હતી ત્યારે તમે મારું ધ્યાન રાખ્યું. હવે હું તમારું અને લક્ષ્મણનું ધ્યાન રાખીશ.'

'હું એમ વિચારતો હતો કે પહેલી વાર સોમરસના સેવનથી અસ્વસ્થ કેમ થવાતું હશે ?'

સીતાએ ખભા ઊંચા કર્યા. 'મને તેની જાણ નથી. ભગવાન બ્રહ્મા અને સપ્તઋષિઓ માટે પણ એ પ્રશ્ન તો હતો જ. પરંતુ એ અસ્વસ્થતાની ચિંતા ન કરશો; મારી પાસે પૂરતાં ઔષધો છે.'

એક ઘૂંટણ ધરતી પર ટેકવીને સીતા અને રામ બંને જંગલી ભૂંડ તરફ ધ્યાનપૂર્વક જોઈ રહ્યાં હતાં. રામે ધનુષ પર બાણ ચડાવીને તૈયાર જ રાખ્યું હતું.

'સીતા,' રામે ધીરા અવાજે કહ્યું, 'મને પ્રાણી એકદમ સ્પષ્ટ દેખાય છે. હું તેને એક જ પ્રહારમાં પૂરું કરી શકીશ. શું તારે જ શિકાર કરવો છે ?'

'હા.' સીતાએ પણ એટલા જ ધીમા અવાજે કહ્યું, 'ધનુષ અને બાણ તમારી વસ્તુઓ છે. મને તલવાર અને ભાલા વધારે ફાવે છે. મારે તેનો અભ્યાસ

તો ચાલુ રાખવો જોઈએ ને ?'

રામ, સીતા અને લક્ષ્મણના દેશનિકાલને હવે અઢાર માસ થઈ ગયા હતા. થોડાક માસ પહેલા સીતાએ છેવટે રામ સાથે જટાયુનો પરિચય કરાવ્યો હતો. સીતા પરના વિશ્વાસને કારણે રામે એ મલયપુત્ર અને તેના પંદર સૈનિકોનો પોતાની ટુકડીના સભ્ય તરીકે સ્વીકાર કર્યો હતો. બધા ભેગા મળીને કુલ ઓગણીસ જણા થતા હતા અને ત્રણની ટુકડી કરતાં ઓગણીસની ટુકડીમાં તેઓ વધારે સલામત પણ હતા. રામને એ વાત સમજાઈ હતી. ઉપરાંત, પોતાની પરિસ્થિતિમાં સાથીઓ કેટલા મહત્ત્વપૂર્ણ છે, એ પણ તેઓ જાણતા હતા. તેમ છતાં તે મલયપુત્રોથી સાવચેત તો રહેતા જ હતા.

જટાયુએ તેમને શંકા કરવા માટે કોઈ કારણ આપ્યું નહોતું એમ તો રામ સ્વીકારતા હતા પણ જટાયુ અને તેના સાથીદારો ગુરુ વિશ્વામિત્રના અનુયાયીઓ હતા એ વાતની તેઓ અવગણના કરી શકે તેમ નહોતા. રામના ગુરુ વશિષ્ઠની મલયપુત્રોના વડા વિશ્વામિત્ર વિષેની માન્યતાનો પડઘો રામમાં પણ સંભળાતો હતો. નિયમોની પરવા કર્યાં વિના જે સરળતાથી વિશ્વામિત્ર અસુરાસ્ત્રનો પ્રયોગ કરવા તત્પર હતા, તે સરળતા રામને વિચારપ્રેરક લાગતી હતી.

દંડકારણ્યમાં ઊંડે સુધી ગયા પછી તેઓ ધીમે-ધીમે નિયમિત જીવન જીવતા થયા હતા. હજુ સ્થાયી છાવણી માટેની યોગ્ય જગ્યા તો તેમને મળી નહોતી એટલે તેઓ એક જગ્યાએ બે કે ત્રણ સપ્તાહ જેટલો સમય રહેતાં અને પછી આગળ વધી જતાં. સલામતીના ચોક્કસ માપદંડ સ્વીકારવામાં આવ્યા હતા 'પ્રહાર કરવામાં આવે એટલે આ પ્રાણી ભયાનક બની જતાં હોય છે.' રામે ચેતવણી આપી અને તેઓ સચિંત બનીને સીતા સામે જોઈ રહ્યા.

પોતાના પતિની રક્ષણાત્મક ગ્રંથિને સીતા પ્રેમપૂર્વક માણી રહી અને પછી તેણે પોતાની તલવાર ખેંચી કાઢી. 'એટલે જ હું એમ કહું છું કે તમે એક વાર તીર છોડો પછી મારી પાછળ રહેજો.' સીતાએ તેમને ચીડવ્યા.

રામે સ્મિત કર્યું. રામે ફરી વાર પોતાનું ધ્યાન જંગલી ભૂંડ તરફ કેન્દ્રિત કર્યું અને નિશાન લીધું. તેમણે પણછ ખેંચીને તીર છોડ્યું. તીર કમાનાકારે આગળ વધ્યું, ભૂંડના માથા પાસેથી પસાર થયું અને તેની ડાબી બાજુ ધરતીમાં જઈ ખૂંપ્યું. પોતાની શાંતિ ભંગ કરવાની હિંમત કરનારા ઘૂસણખોરો તરફ એ પ્રાણીએ પોતાનું ડોકું શીઘ્રતાથી ફેરવું. તેણે આક્રમક રીતે ઘૂરકાટ કર્યો પરંતુ તે હલ્યું નહિ.

'ફરી એક વાર.' કહીને સીતા ધીરેથી ઊભી થઈ, તેના પગ પહોળા હતા અને ઘૂંટણેથી થોડાક વળેલા પણ ખરા અને તેણે એક હાથમાં તલવાર પણ પકડી

જ રાખી હતી.

રામે ત્વરાથી બીજું તીર ધનુષ પર ગોઠવ્યું અને છોડ્યું. તે પણ ભૂંડના કાન પાસેથી પસાર થઈને પાસેની ધરતીમાં ખૂંપી ગયું.

બીજી વાર ઘૂરકાટ સંભળાયો અને આ સમયે ઘૂરકાટની સાથે સાથે પ્રાણીના પગનો પછડાટ પણ સંભળાયો. જે દિશામાંથી તીર આવી રહ્યું હતું તે દિશામાં દૃષ્ટિ નાખીને એ પ્રાણીએ ભયાવહ રીતે પોતાનું માથું નીચેની દિશામાં નમાવ્યું. તેના લાંબા નાક નીચેથી બહાર આવેલા વળાંકદાર અણિયાણા દાંત બે છરીની જેમ પ્રહાર કરવા માટે ગોઠવાઈ ગયા.

'હવે મારી પાછળ આવી જાવ,' સીતાએ ધીમેથી કહ્યું.

રામે પોતાનું ધનુષ નીચે કર્યું અને ત્વરાથી બે-ત્રણ ડગલાં ભરીને તે સીતાની પાછળ જતાં રહ્યાં અને તેમણે પણ પોતાની તલવાર ખેંચી કાઢી. જો સીતાને સહાયની આવશ્યકતા ઊભી થાય, તો તેઓ એક ક્ષણ પણ ગુમાવવા માંગતા નહોતા.

ચીસ પાડતી સીતા હવે પોતાના છુપાવાનું સ્થળ છોડીને ભૂંડની દૃષ્ટિમાં આવી ગઈ. એ પ્રાણીએ તો તેને ફેંકવામાં આવેલો પડકાર તત્ક્ષણ જ ઝીલી લીધો. ભયાનક ગતિથી તે સીતાની દિશામાં દોડી ગયું. તેનું માથું ઝૂકેલું હતું અને તેના દાંત સીતાની દિશામાં જ તકાયેલા હતા. સીતા મક્કમતાથી પોતાની જગ્યાએ ઊભી હતી અને તેની દિશામાં દોડી રહેલા જંગલી ભૂંડને તાકી રહી હતી, ત્યારે તેના શ્વાસોશ્વાસ એકદમ સ્થિર ગતિથી ચાલી રહ્યા હતા. છેલ્લી ક્ષણે જ્યારે એમ લાગ્યું કે ભૂંડ તેની પર પ્રહાર કરીને તેના દાંત ખૂંપાવવાનો પ્રયત્ન કરી રહ્યું છે, ત્યારે સીતાએ ત્વરાથી થોડાંક ડગલાં ભરીને કૂદકો માર્યો. એ કૂદકો એટલો ઊંચો હતો કે તે હવામાં ભૂંડની ઉપર આવી ગઈ. એ જ ક્ષણે તેણે પોતાની તલવાર નીચેની દિશામાં ઊભી વીંઝી અને ભૂંડની ગરદન પર પ્રહાર કર્યો. હવામાં તોળાઈ રહેલા તેના શરીરના વજનને કારણે તલવાર ભૂંડની ગરદનમાં ઊંડે સુધી ઊતરી ગઈ અને તેની કરોડરજ્જુ કપાઈ ગઈ. હવામાં જ સીતાએ બહુ સરસ રીતે તલવારની મૂઠ આગળની દિશામાં નમાવી અને ધરતી પર પોતાના બે પગ પર સમતોલ ઉતરાણ કર્યું. એ જ સમયે મરી ગયેલું ભૂંડ રામની સામે ઢળી પડ્યું.

રામની આંખો આશ્ચર્યથી વિસ્ફારિત થઈ ગઈ હતી. સીતા ચાલીને ભૂંડ પાસે પાછી આવી ત્યારે તેને શ્વાસ ચડી ગયો હતો. 'તલવારે માત્ર પ્રાણીની કરોડ વાઢવાની હોય છે. પછી પ્રાણી તત્ક્ષણ જરા પણ પીડા વિના મરી જાય છે.'

'બરાબર,' કહીને રામે પોતાની તલવાર મ્યાનમાં પાછી મૂકી.

સીતાએ નીચા નમીને ભૂંડના માથાનો સ્પર્શ કર્યો અને ધીમેથી બોલી, 'હે ઉમદા પ્રાણી, તારી હત્યા માટે મને ક્ષમા કરજે. તારા આત્માને પુનઃ ધ્યેયપ્રાપ્તિ થાય અને તારા શરીરથી મારો આત્મા ટકી રહે તેવી પ્રાર્થના.'

રામે સીતાની તલવારની મૂઠને મજબૂતીથી પકડી અને પ્રાણીના શરીરમાંથી તેને ખેંચી કાઢવાનો પ્રયત્ન કર્યો. તલવાર તેમાં ભરાઈ ગઈ હતી. તેમણે સીતા સામે જોયું. 'બહુ ઊંડી ઊતરી ગઈ લાગે છે !'

સીતાએ સ્મિત કર્યું. 'તમે તેને ખેંચી કાઢો એટલી વારમાં હું તમારાં તીર પાછાં લઈ આવું.'

ભૂંડની ગરદનમાં ખૂંપેલી સીતાની તલવારને હળવેથી ખેંચી કાઢવાનું રામે શરૂ કર્યું. કોઈ ભારે હાડકા સાથે ઘસાઈને તલવારની ધારને હાનિ ન પહોંચે તેનું તેમણે ધ્યાન રાખવાનું હતું. તેને બહાર કાઢીને તેઓ નીચે બેઠા અને કેટલાંક પાંદડા વડે તેને સાફ કરી. તલવારની ધાર તેમણે તપાસી જોઈ, તે હજુ પણ ધારધાર જ હતી, તેને કોઈ હાનિ પહોંચી નહોતી. તેમણે દૂર દૃષ્ટિ કરી તો સીતા હાથમાં રામે છોડેલા બંને તીર લઈને તેમની દિશામાં આવી જ રહી હતી. તેમણે સીતાની તલવાર તરફ આંગળી ચીંધીને અંગૂઠો ઊંચો કરીને એવી સંજ્ઞા કરી કે હજુ તે સારી સ્થિતિમાં જ છે. સીતાએ સ્મિત કર્યું. તે હજુ રામથી થોડેક દૂર હતી.

'દેવી !'

જંગલમાંથી કોઈને પોકાર સંભળાયો. સીતાની દિશામાં દોડી રહેલા એક મલયપુત્ર મક્રાંત પર રામની દૃષ્ટિ પડી. એ માણસ જે દિશામાં આંગળી ચીંધી રહ્યો હતો, તે દિશામાં રામે જોયું. બે જંગલી ભૂંડ સીતાની દિશામાં જ દોડી રહ્યાં હતાં તે જોઈને રામનું હૃદય ધબકારો ચૂકી ગયું. સીતાની તલવાર તો તેમની પાસે હતી. તેની પાસે તો માત્ર પોતાની કટારી જ હતી. રામ ઊભા થઈને સીતાની દિશામાં ધસી ગયા. 'સીતા !'

તેમના અવાજમાં રહેલો ભય પામીને સીતાએ આસપાસ જોયું. ભૂંડ તેની એકદમ પાસે જ પહોંચી ગયાં હતાં. તેણે પોતાની કટારી ખેંચી કાઢી અને પ્રાણીઓનો પ્રતિકાર કરવા માટે તૈયાર થઈ ગઈ. તેમનાથી દૂર ભાગવું તો આત્મઘાત સમાન હોત કારણ કે એ પ્રાણીઓથી વધારે ગતિથી તો સીતા દોડી શકવાની નહોતી એટલે સીતા તેમની સામે જ જોઈ રહી. સીતા સ્થિર ઊભી રહી, ઊંડો શ્વાસ લીધો અને પ્રતીક્ષા કરી રહી.

'દેવી !' મક્રાંતે પોકાર કર્યો અને કૂદીને તે એકદમ સમયસર સીતાની

આગળ આવી પહોંચ્યો. પોતાની તલવાર વીંઝીને તેણે સફળતાથી પ્રથમ પ્રહાર ખાળી બતાવ્યો. પ્રથમ ભૂંડ તો બાજુમાં ખસેડાઈ ગયું પરંતુ બીજું ભૂંડ હજુ સીતાની દિશામાં ધસી રહ્યું હતું. કૂદવાને કારણે મક્રાંત પોતાનું સમતોલન ગુમાવી ચૂક્યો હતો એટલે બીજા ભૂંડનો એક દાંત તેની જાંઘના ઉપરના ભાગમાં ઘૂસી ગયો.

'સીતા !' રામે પણ બૂમ પાડી અને સીતાની તલવાર તેમણે સીતા તરફ ફેંકી. પોતાની તલવાર ખેંચીને તેઓ મક્રાંત તરફ ધસી ગયા.

સીતાએ પોતાની તલવાર ચપળતાપૂર્વક ઝીલી લીધી અને પ્રથમ ભૂંડની દિશામાં ફરી. ત્યાં સુધીમાં એ પ્રાણી પાછું ફરીને પ્રહાર માટે પુનઃ તૈયાર થઈ ગયું હતું. ક્ષણાર્ધ પૂરતો ભૂંડનો દાંત મક્રાંતની જાંઘમાં ભરાઈ રહ્યો અને પછી એ ભૂંડના ભયાનક વેગને કારણે મક્રાંત હવામાં ફંગોળાઈ ગયો. જોકે તેના શરીરના વજનને કારણે ભૂંડ પણ પોતાનું સમતોલન ખોઈ બેઠું હતું. તે જમણી બાજુ પડ્યું અને તેનું પેટ ખુલ્લું પડી ગયું. એ જ ક્ષણે રામે પોતાની તલવાર જોશપૂર્વક તેના પેટમાં ઘૂસાડી દીધી. તલવાર ભૂંડના પેટમાં પ્રવેશીને તેના હૃદયની આરપાર નીકળી ગઈ. તે તત્ક્ષણ મૃત્યુ પામીને ઢળી પડ્યું.

એ સમયમાં, સીતાની પાસે પહોંચી ગયેલા પહેલા ભૂંડે જોશમાં પોતાનું માથું ધુણાવ્યું. સીતાએ ઊંચો કૂદકો માર્યો અને હવામાં પગ લઈને કુશળતાથી ભૂંડનો પ્રહાર ચૂકવી દીધો. હવામાંથી નીચે પડતા સમયે, તેણે પોતાની તલવાર વીંઝી અને ભૂંડનું અડધું મસ્તક ધડથી અલગ કરી નાખ્યું. એકદમ પૂરો પ્રહાર નહોતો થઈ શક્યો પરંતુ તેના કારણે ભૂંડ નિષ્ક્રિય તો બની જ ગયું અને તે પણ ધરતી પર ઢળી પડ્યું. ધરતી પર ઉતરાણ કરીને સીતાએ પોતાની તલવાર ખેંચી કાઢી. પછી સમગ્ર શરીરનું વજન એક ઘૂંટણ પર લઈને તલવાર ઊંચી કરીને તે ભૂંડ પર જોરથી પ્રહાર કર્યો જેથી ભૂંડનું મસ્તક ધડથી સંપૂર્ણપણે અલગ થઈ ગયું અને તે પ્રાણીની પીડા શમી ગઈ.

પાછળ ફરીને તેણે જોયું તો ખુલ્લી તલવાર સાથે રામ તેની દિશામાં જ ધસી રહ્યા હતા.

'હું ઠીક છું !' તેણે રામને આશ્વસ્ત કર્યા.

તેમણે માથું હલાવીને હા પાડી અને મક્રાંતની દિશામાં દોડી ગયા. સીતા પણ ઘાયલ મલયપુત્ર તરફ દોડી ગઈ. રામે ઉતાવળથી મક્રાંતનું અંગવસ્ત્ર લઈને તેના ઘાવની ફરતે બાંધ્યું. જોકે ઘાવમાંથી રક્ત વહેવું બંધ થયું નહિ. તેમણે મક્રાંતને પોતાના ખભે નાખ્યો.

'આપણે ત્વરાથી છાવણી પર પહોંચવું પડશે!' તેમણે કહ્યું.

—— ——

જંગલી ભૂંડનો દાંત મક્રાંતની જાંઘની ધમનીમાં પ્રવેશી ગયો હતો. સદ્નસીબે, ગતિથી જાંઘની ધમનીમાં પ્રવેશેલો ભૂંડનો દાંત ધમનીની આરપાર નીકળીને પેડુના મજબૂત હાડકા સાથે ભટકાયો હતો અને ભૂંડના ચેતાતંત્રમાં ખળભળાટ મચી જતાં તેણે માથું ધુણાવ્યું હતું. એટલે મક્રાંત ફેંકાઈ ગયો હતો. તેનાથી સંભવતઃ તેનું જીવન તો બચી ગયું હતું કારણ જો દાંત વધારે ઊંડો ઊતર્યો હોત, તો તેનું આંતરડું પણ વીંધાઈ ગયું હોત. તેના પરિણામે જે ચેપ ફેલાત, તેની સારવાર જંગલમાં શક્ય બનત નહિ અને તેનું મોત નિશ્ચિત હોત. જોકે મક્રાંતનું ઘણું બધું લોહી વહી ગયું હતું અને હજુ તે ભયમુક્ત તો નહોતો જ થયો.

મક્રાંતે નિઃસ્વાર્થપણે સીતાનો જીવ બચાવવા માટે પોતાનું જીવન જોખમમાં મૂક્યું હતું એ વાત રામના મનમાં વસી ગઈ હતી એટલે તેઓ થાક્યા વિના તેની સેવામાં લાગી ગયા હતા અને સીતા પણ તેમને સાથ આપી રહી હતી. રામ માટે તો એમ કરવું એકદમ સ્વાભાવિક હતું. જોકે સપ્ત સિંધુના રાજપરિવારની કોઈ વ્યક્તિ પારંપરિક દૃષ્ટિએ તેણે ન કરવાનું હોય, તે કામ કરતી હતી તે જોઈને મલયપુત્રોને અત્યંત આશ્ચર્ય થયું હતું.

'એ બહુ જ ઉમદા માનવી છે.' જટાયુએ કહ્યું.

જટાયુ અને બે મલયપુત્ર સૈનિકો છાવણીના મુખ્ય તંબુની બહાર બેઠા હતા અને વાળુ બનાવી રહ્યા હતા.

'મને પણ એ જ આશ્ચર્ય થાય છે કે રાજકુમાર હોવા છતાં તેઓ એ કામ કરી રહ્યા છે જે માત્ર સૈનિકો અને વૈદ્યોએ જ કરવાનું હોય છે.' એક મલયપુત્રએ કહ્યું અને ધીમા તાપે એક પાત્રમાં ચડી રહેલ ખોરાકને તેણે હલાવ્યો.

'મને તો તે હંમેશાં પ્રભાવક જ લાગ્યા છે.' એક લાકડાના ટુકડા પર કોઈ શાક સમારી રહેલા બીજા સૈનિકે કહ્યું. 'સપ્ત સિંધુના રાજપરિવારના સભ્યોમાં હોય છે તેવા અભિમાનનો તેમનામાં અંશમાત્ર પણ નથી.'

'હમ્મ્.' જટાયુએ કહ્યું, 'મેં એમ પણ સાંભળ્યું કે તેમણે બહુ ત્વરાથી પગલાં ભરીને મક્રાંતનું જીવન બચાવ્યું છે. જો તેમણે એ ભૂંડને ત્વરાથી માર્યું ન હોત, તો તેણે ફરી વાર મક્રાંત પર પ્રહાર કર્યો હોત, કદાચ તેને મારી પણ નાખ્યો હોત અને દેવી સીતાને પણ હાનિ પહોંચાડી હોત.'

'તે હંમેશાં મહાન યોદ્ધા તરીકે સુખ્યાત રહ્યા છે. આપણને તેના તો પૂરતાં ઉદાહરણો સાંભળવા મળ્યાં જ છે,' બીજા સૈનિકે કહ્યું, 'પરંતુ તેઓ એક ઉમદા માનવ પણ છે.'

'હા, તેઓ પોતાની પત્નીને પણ સારી રીતે રાખે છે. તેઓ શાંત અને સ્પષ્ટ વિચારધારા પણ ધરાવે છે. તેમનું નેતૃત્વ પણ સારું છે. તે સારા યોદ્ધા પણ છે. પરંતુ સૌથી મહત્ત્વની વાત તો એ છે કે તેમનું હૃદય ખરા સોનાનું છે.' પ્રથમ મલયપુત્રએ ભરપૂર પ્રશંસા કરતા કહ્યું, 'મને લાગે છે કે ગુરુ વશિષ્ઠની પસંદગી સાચી છે.'

જટાયુ એ સૈનિકને તાકી રહ્યા, જાણે કે તેને પોતાનું વિધાન બદલવા માટે ધમકાવી રહ્યા હોય. સૈનિકને જાણ થઈ ગયો કે તે જરા વધારે પડતું જ બોલી ગયો છે. એટલે એ તાત્કાલિક શાંત થઈ ગયો અને પાત્રમાં રંધાઈ રહેલા ખોરાકને હલાવવા લાગ્યો.

જટાયુ સમજતો હતો કે આ મુદ્દે તેના માણસોમાં કોઈ પણ પ્રકારની શંકા હોવી જોઈએ નહિ. તેઓ માત્ર મલયપુત્રના ધ્યેયને જ નિષ્ઠાવાન હતા. 'રાજકુમાર રામ ગમે તેટલા વિશ્વાસપાત્ર લાગે પરંતુ એક વાત હંમેશાં યાદ રાખવી કે આપણે ગુરુ વિશ્વામિત્રના અનુયાયીઓ છીએ. તેમણે આપણને જે કરવાનો આદેશ આપ્યો છે, તે કામ આપણે અવશ્ય કરવાનું છે. તે આપણા વડા છે અને તેમને બધી જ વાતનું જ્ઞાન હોય છે.'

બંને મલયપુત્ર સૈનિકોએ હકારમાં મસ્તક હલાવ્યું.

'જોકે આપણે તેમનો વિશ્વાસ કરી શકીએ.' જટાયુએ કહ્યું, 'અને તે પણ આપણો વિશ્વાસ કરી રહ્યા હોય તેમ લાગી રહ્યું છે. પરંતુ આપણી નિષ્ઠા કોના પ્રત્યે છે, એ ભૂલવાની જરૂર નથી. સમજ્યા ?'

'હા, સરદાર,' બંને સૈનિકો એક સાથે બોલી ઊઠ્યા.

— |汯| 🐟 ☼ —

રામ, સીતા અને લક્ષ્મણને અયોધ્યામાંથી ગયાને છ વર્ષ વીતી ચૂક્યાં હતાં.

ઓગણીસ જણાની એ ટુકડી છેવટે ગોદાવરી નદીના ઉપરવાસમાં, નદીના પશ્ચિમ કાંઠે, પાંચ વડવાળી અને પંચવટીના નામે ઓળખાતી જગ્યાએ સ્થાયી થઈ હતી. નદીને કારણે એ નાનકડી, ગામઠી છતાં આરામદાયક છાવણીને પ્રાકૃતિક રક્ષણ મળી રહેતું હતું. છાવણીની મધ્યમાં ગારાથી બનાવવામાં આવેલી

ઝૂંપડીમાં બે ઓરડા હતા — એક રામ અને સીતા માટે તેમજ બીજો લક્ષ્મણ માટે. તેની આગળ જ કસરત તેમજ સભા માટે ખુલ્લી જગ્યા હતી. વન્ય પ્રાણીઓના આગમનની વહેલી ચેતવણી મળી રહે તે માટે છાવણીથી નિશ્ચિત અંતરે પ્રાથમિક પ્રકારનાં છટકાં ગોઠવવામાં આવ્યાં હતાં.

છાવણી ફરતે બે ગોળાકાર વાડ બનાવવામાં આવી હતી. બહારની દિશામાં આવેલી વાડ પર ઝેરી વેલા ઉગાડવામાં આવ્યા હતા કે જેથી પ્રાણીઓ ત્યાંથી જ અટકી જાય. અંદરની દિશામાં ઉગાડવામાં આવેલી વાડ પર નાગવલ્લીની વેલ ઉગાડવામાં આવી હતી. એ વેલ ઉપર એકસાથે બધી બાજુ દોરીઓ બાંધવામાં આવી હતી અને એ દોરીઓનો બીજો છેડો છાવણીની મધ્યમાં રાખવામાં આવેલા એક લાકડાના પીંજરાના દ્વાર સાથે જોડાયેલો હતો. આ પીંજરામાં પક્ષીઓ રાખવામાં આવતાં, તેમની સારી સારસંભાળ પણ રાખવામાં આવતી અને પ્રતિ માસ જૂનાં પક્ષીઓને છોડી મૂકીને તેમાં નવા પક્ષીઓ પૂરવામાં આવતાં. જો કોઈ નાગવલ્લીવાળી બીજી વાડ પસાર કરવાનો પ્રયત્ન કરે, તો પેલી દોરીઓ ખેંચાતી અને તેના પરિણામે પક્ષીઓના પીંજરાનું દ્વાર ખૂલી જતું. ખુલ્લા દ્વાર વાટે ફડફડાટ કરીને ઊડી રહેલા પક્ષીઓના અવાજથી છાવણીના લોકોને થોડીક ક્ષણો વહેલી ચેતાવણી મળી રહેતી, અને એ સમય બહુ જ કીમતી પુરવાર થતો.

પૂર્વ દિશામાં ઝૂંપડીઓનો એક સમૂહ હતો જેમાં જટાયુ અને તેના સૈનિકો રહેતા. રામ જટાયુમાં વિશ્વાસ મૂકતા હતા પરંતુ લક્ષ્મણના મનમાં તો મલયપુત્રો પ્રત્યે હજુ પણ શંકા હતી. મોટાભાગના ભારતીયોની જેમ, તેના મનમાં પણ નાગવંશીઓ પ્રત્યે જાતભાતની અંધશ્રદ્ધાઓ હતી. જટાયુને લક્ષ્મણ તેની અનુપસ્થિતિમાં 'ગીધ-પુરુષ' કહીને સંબોધતો અને તેનો વિશ્વાસ કરી શકતો નહિ.

નિઃશંક, પાછલા છ વર્ષમાં તેમણે ઘણાં જોખમોનો સામનો કર્યો હતો પરંતુ તે જોખમ કોઈ પણ પ્રકારના માનવીય હસ્તક્ષેપથી આવ્યાં નહોતાં. વનમાં પ્રાસંગિકપણે નડતાં ભયસ્થાનો તો તેમના સાહસની સ્મૃતિ સમાન બની રહેતા હતા પરંતુ સોમરસને અસરથી તે ત્રણેય જે દિવસે અયોધ્યાથી નીકળ્યા ત્યારે જેટલા યુવાન અને સ્ફૂર્તિલા લાગતા હતા તેટલા જ યુવાન અને સ્ફૂર્તિલા અત્યારે પણ લાગતા હતા. સતત સૂર્યપ્રકાશમાં રહેવાને કારણે તેમની ત્વચા શ્યામવર્ણી થઈ ગઈ હતી. રામ તો પહેલેથી જ શ્યામવર્ણા હતા પરંતુ ગૌરવર્ણા સીતા અને લક્ષ્મણની ત્વચા પણ હવે શ્યામવર્ણી બની ગઈ હતી. રામ અને લક્ષ્મણની મૂછો અને દાઢી સારી એવી ઊગી ગઈ હતી અને તેના કારણે તેઓ યોદ્ધા-ઋષિ જેવા લાગતા હતા.

તેમના જીવનમાં હવે નિત્યક્રમ ગોઠવાઈ ગયો હતો. પ્રભાતે રામ અને સીતાને ગોદાવરીના કિનારે જવું, સ્નાનાદિ કાર્યો પતાવવાં અને એકાંતમાં સમય ગાળવો ગમતો હતો. દિવસભરનો એ તેમનો સૌથી પ્રિય સમયગાળો હતો.

એવો જ એક દિવસ હતો. ગોદાવરીના સ્વચ્છ પાણીમાં તેમણે પોતાના વાળ ધોયા હતા અને પછી તેઓ નદીકાંઠે બેઠાં હતાં. વહેલી સવારના ઠંડા પવનમાં પોતાના કેશ સૂકવવાની સાથે-સાથે તાજા મીઠાં બોર ખાતાં ખાતાં તેઓ વાતોમાં ગૂંથાયેલા હતાં. રામે સીતાના કેશની ગૂંચો ઉકેલી અને તેનો ચોટલો પણ ગૂંથી આપ્યો. પછી સીતા રામની પાછળ બેઠી અને તેમના થોડાક ભીના લાગતા કેશમાં આંગળીઓ ફેરવવા લાગી અને ગૂંચ કાઢવા લાગી.

'અરે !' કેશ ખેંચાવાથી રામે વિરોધ નોંધાવ્યો.

'ઓહ.' સીતાએ ઉદ્ગારથી જ ક્ષમા માંગી લીધી.

રામે સ્મિત કર્યું.

'તમે શું વિચારી રહ્યા છો ?' પૂછીને સીતાએ હળવે હળવે રામની બીજી એક ચોટી ખોલી.

'લોકો કહે છે કે વન ભયજનક જગ્યા હોય છે અને નગરોમાં જ સુખ અને સલામતી મળી શકે છે. મને તો તેનાથી એકદમ ઊલટો જ અનુભવ થયો છે. દંડકારણ્ય જેટલો આનંદિત અને સ્વસ્થ હું મારા જીવનમાં ક્યારેય નથી રહ્યો.'

સીતાએ પણ સહમતિ દર્શાવી.

પોતાની પત્નીને જોવા માટે રામે પોતાનું મસ્તક ફેરવ્યું, 'હું જાણું છું કે ''સંસ્કૃત'' લોકોના જગતમાં તારે પણ સહન કરવું પડ્યું છે.'

'હા, એ તો છે.' સીતાએ ખભા ઊંચા કરીને કહ્યું, 'પણ એવું કહેવાય છે કે આત્યંતિક દબાણ પછી જ હીરાનું સર્જન થતું હોય છે.'

રામે કોમળ હાસ્ય કર્યું, 'તું જાણે છે, હું જ્યારે બાળક હતો ત્યારે ગુરુ વશિષ્ઠે મને કહ્યું હતું કે ઘણી વાર તો કરુણાના ગુણને વધારે પડતું જ મહત્ત્વ આપવામાં આવે છે. કોશેટોમાંથી પ્રગટ થતા પતંગિયાની વાત તેમણે મને કરી હતી. તેનું જીવન ''કદરૂપી'' ઇયળ તરીકે શરૂ થાય છે. યોગ્ય સમયે તે પોતાની આસપાસ કોશેટોની રચના કરે છે અને તેમાં પુરાઈ રહે છે. કોશેટોમાં જ કોઈને દેખાય કે સંભળાય નહિ તેવી રીતે તે પતંગિયામાં પરિવર્તિત થાય છે. જ્યારે તે સંપૂર્ણ પતંગિયું બની જાય છે ત્યારે પોતાની આગળની પાંખની નીચે રહેલી ધારદાર દાંતી જેવી રચનાનો ઉપયોગ કરીને કોશેટોમાં નાનકડો ચીરો પાડે છે. તે નાનકડા ચીરામાંથી બહાર આવવા માટે તે ખૂબ જ સંઘર્ષ કરે છે. બહાર

આવવાની આ પ્રક્રિયા બહુ જ મુશ્કેલ, પીડાકારક અને લાંબી હોય છે. આ પ્રક્રિયાની અધવચ્ચે જો આપણામાં કરુણા જાગી ઊઠે અને પતંગિયાનું કામ સરળ બનાવવા માટે આપણે કોશેટોનો એ ચીરો મોટો કરવાનો પ્રયત્ન કરીએ, તો યોગ્ય નથી થતું. પતંગિયા માટે એ સંઘર્ષ આવશ્યક છે, કારણ કે પતંગિયું જ્યારે પોતાના શરીરને દબાવીને એ નાનકડા ચીરામાંથી બહાર નીકળવાનો પ્રયત્ન કરી રહ્યું હોય છે ત્યારે તેના સૂઝેલા શરીરમાં એક વિશેષ પ્રકારનું પ્રવાહી ઉત્પન્ન થાય છે. એ પ્રવાહી તેની પાંખોમાં જઈને પાંખોને મજબૂત બનાવે છે. એક વાર પતંગિયું બહાર આવી જાય અને પેલો રસ સુકાઈ જાય એ પછી તે મજબૂત પાંખોના આધારે જ કોમળ પતંગિયું ઊડી શકે છે. જો ચીરો મોટો કરીને પતંગિયાને બહાર આવવામાં "મદદ" કરવામાં આવે અને તેનો સંઘર્ષ ઘટાડી દેવામાં આવે તો છેવટે તો પતંગિયું શક્તિહીન જ બની જાય છે. સંઘર્ષ વિના તેની પાંખો મજબૂત બને જ નહિ અને તે કદી ઊડી પણ શકે નહિ.'

સીતાએ સ્મિત કરીને હા પાડી. 'મને એક અલગ વાર્તા કહેવામાં આવી હતી. બાળ-પક્ષીઓને તેમનાં માતા-પિતા માળામાંથી ધક્કો મારી દે છે કે જેથી તેમને ઊડવું જ પડે છે. જોકે તે વાર્તાનો સાર પણ એ જ હતો.'

રામે સ્મિત કર્યું, 'પ્રિય પત્ની ! આ સંઘર્ષથી જ હું મજબૂત બન્યો છું.'

સીતાએ લાકડાનો બનેલો કાંસકો ઉપાડ્યો અને તેને રામના કેશમાં ફેરવવા લાગી.

'બાળ-પક્ષીઓની વાર્તા તને કોણે કહી હતી ? તારા ગુરુએ ?' રામે પૂછ્યું.

રામનું મુખ આગળની દિશામાં હતું એટલે ક્ષણાર્ધ માટે સીતાના મુખ પર આવેલા ખચકાટને તેઓ જોઈ શક્યા નહિ. 'મને ઘણા બધા લોકો પાસેથી જ્ઞાનપ્રાપ્તિનો મોકો મળ્યો છે. પરંતુ તેમાંનું કોઈ તમારા ગુરુ વશિષ્ઠ જેટલું મહાન નહોતું.'

રામે સ્મિત કર્યું, 'એ મારા ગુરુ છે તે મારું સૌભાગ્ય છે.'

'હા, એ તમારું સૌભાગ્ય છે. તમને અદ્‌ભુત તાલીમ મળી છે. તમે સરસ વિષ્ણુ બનશો.'

રામ થોડાક મૂંઝાઈ ગયા. પોતાના લોકો માટે કોઈ પણ દાયિત્વ ઉઠાવવા માટે રામ તૈયાર જ હતા, પરંતુ વશિષ્ઠ મુજબ તેઓ જે પદવી પામવાના હતા, તે અંગે વિનમ્રતા દાખવવા સિવાય રામ કશું જ કરી શકે તેમ નહોતા. તેમને પોતાની ક્ષમતાઓ અંગે શંકા હતી અને ઘણી વાર તેઓ એમ વિચારતા કે શું તે પોતે તૈયાર છે કે નહિ. તેમણે પોતાની આ શંકાઓ અંગે પોતાની પત્નીને પણ

વાત કરી હતી.

'તમે અવશ્ય તૈયાર થઈ જશો,' જાણે કે સીતા પોતાના પતિના મનમાં ચાલતા વિચારો વાંચી શકતી હોય તેમ તેણે સસ્મિત કહ્યું.

રામે પાછળ ફરીને સીતાના ગાલનો કોમળ સ્પર્શ કર્યો અને તેની આંખોમાં આંખો પરોવી. પછી મૃદુ સ્મિત સાથે તેમણે પાછું પોતાનું ધ્યાન નદી પર કેન્દ્રિત કર્યું. રામને ગમતું હતું તે રીતે સીતાએ તેમના માથા પર જટા બાંધી અને તેની ફરતે મણકાની માળા પણ બાંધી અને કહ્યું, 'થઈ ગયું !'

અધ્યાય ૩૦

રામ અને સીતા શિકાર કરીને પાછાં ફરી રહ્યાં હતાં અને તેમની સાથે લાંબી લાકડી પર બંધાયેલું હરણનું શરીર હતું. તેમણે પોતાના ખભા પર એ લાકડી ટેકવી રાખવી હતી. લક્ષ્મણ આજે નહોતો આવ્યો કારણ કે આજે રાંધવાનો વારો તેનો હતો. સપ્ત સિંધુની બહાર રહ્યે તેમને હવે તેર વર્ષ થઈ ગયાં હતાં.

'એક જ વર્ષ બાકી રહ્યું છે, રામ,' સીતાએ કહ્યું અને તેઓ પોતાની છાવણીમાં પ્રવેશ્યાં.

'હા.' રામે કહ્યું, તેમણે પેલી લાકડી નીચે મૂકી, 'હવે જ આપણું સાચું યુદ્ધ શરૂ થાય છે.'

પોતાની કમરે બંધાયેલી કટારીને મ્યાનમાંથી બહાર ખેંચી રહેલો લક્ષ્મણ તેમની પાસે આવ્યો. 'તમે બંને તત્ત્વજ્ઞાન અને રણનીતિની ચર્ચા શરૂ કરી શકો છો. મારે તો થોડાંક સ્ત્રૈણ કામ પતાવવાં પડશે !'

સીતાએ મૃદુતાથી લક્ષ્મણના ગાલ પર ટપલી મારી, 'ભારતના શ્રેષ્ઠ રસોઇયાઓમાં કેટલાક પુરુષોની પણ ગણના થાય જ છે. રસોઈમાં એવું તે શું સ્ત્રૈણ તત્ત્વ છે ? બધાને રસોઈ તો આવડવી જ જોઈએ !'

લક્ષ્મણ નાટ્યાત્મક રીતે નીચે નમ્યો અને હસ્યો, 'હાઆઆઆ, ભાભી !'

રામ અને સીતા પણ હસ્યાં.

'સંધ્યા સમયનું આકાશ બહુ સુંદર લાગી રહ્યું છે, નહિ ?' સીતાએ કહ્યું. તે દ્યોષપિતાએ, એટલે કે આકાશના પિતાએ, આકાશમાં રચેલી સંધ્યાના રંગોની

રંગોળીને પ્રશંસી રહી હતી. રામ અને સીતા તેમની ઝૂંપડીની બહાર બનેલા ઓટલા પર સૂતાં હતાં.

ત્રીજા પ્રહરનો પાંચમો કલાક ચાલી રહ્યો હતો. સૂર્ય દેવનો રથ જતાં જતાં આકાશમાં વૈવિધ્યપૂર્ણ રંગોની રંગોળી પૂરતો ગયો હતો. પશ્ચિમ દિશામાંથી ઠંડો પવન આવી રહ્યો હતો જેનાથી અચાનક જ વધી ગયેલી ગરમીમાં આરામ વર્તાતો હતો. વર્ષાઋતુનો સમય વીતી ગયો હતો અને શિયાળાનો પ્રારંભ થવામાં હતો.

'હા,' રામે સ્મિત કર્યું અને સીતાના હાથને પોતાના હાથમાં લઈને તેને તેઓ હોઠ સુધી લઈ ગયા અને તેની આંગળીઓ પર મૃદુતાથી ચુંબન કર્યું.

સીતા રામ બાજુ ફરી અને સ્મિત કર્યું, 'તમારા મનમાં શું ચાલી રહ્યું છે, પતિદેવ ?'

'પતિ જ વિચારી શકે એ વાતો, પત્નીદેવી...'

કોઈએ જોરથી ગળું ખંખેર્યું હોય તેવો અવાજ સંભળાયો. સીતા અને રામે જોયું તો આશ્ચર્યચકિત લક્ષ્મણ તેમની સામે ઊભો હતો. તેઓ ચિડાયા હોવાનું નાટક કરીને લક્ષ્મણની સામે જોઈ રહ્યાં.

'શું ?' લક્ષ્મણે ખભા ઊંચા કર્યાં. 'ઝૂંપડીમાં જવાનો માર્ગ તમે બંને અવરોધી રહ્યાં છો. મારે મારી તલવાર લેવી છે. મારે અતુલ્ય સાથે અભ્યાસ કરવો છે.'

રામે જમણી બાજુ ખસીને લક્ષ્મણને જવા માટે જગ્યા કરી આપી. લક્ષ્મણ અંદર ગયો. 'હમણાં જ જઉં છું.'

જેવો તે ઝૂંપડીની અંદર ગયો કે અટકી ગયો. અચાનક જ ચેતવણી આપતા પીંજરાની અંદર રહેલાં પક્ષીઓનો ફડફડાટ સંભળાવા માંડ્યો હતો. લક્ષ્મણ પાછો ફર્યો ત્યારે રામ અને સીતા પણ ઊભાં થઈ ચૂક્યાં હતાં.

'એ શું હતું ?' લક્ષ્મણે પૂછ્યું.

રામને અંતઃસ્ફુરણા થઈ રહી હતી કે અંદર ઘૂસી આવનાર કોઈ પ્રાણી તો નહોતું જ.

'શસ્ત્રો.' રામે શાંતિથી આદેશ આપ્યો.

સીતા અને લક્ષ્મણે તેમની તલવારોનાં મ્યાન કમરે બાંધ્યાં. પોતાનું ધનુષ હાથમાં લેતા પહેલાં લક્ષ્મણે રામના હાથમાં તેમનું ધનુષ મૂક્યું. બંને ભાઈઓએ ત્વરાથી ધનુષની પણછ ચડાવી. જટાયુ અને તેના માણસો ધસી આવ્યા. તેઓ પણ શસ્ત્રસજ્જ અને તૈયાર હતાં. રામ અને લક્ષ્મણે તીરથી ભરેલાં ભાથાં તેમની પીઠ પર બાંધ્યા. સીતાએ એક લાંબો ભાલો હાથમાં લીધો અને રામે પોતાની

તલવારનું મ્યાન કમરે બાંધ્યું. તે ત્રણેયની કમરે એક કટારી તો હંમેશાં બંધાયેલી રહેતી હતી.

'કોણ હોઈ શકે ?' જટાયુએ પૂછ્યું.

'મને જાણ નથી.' રામે કહ્યું.

'લક્ષ્મણ દીવાલ ?' સીતાએ પૂછ્યું.

મુખ્ય ઝૂંપડીની પૂર્વ દિશામાં લક્ષ્મણે કુશળતાપૂર્વક એક રક્ષણાત્મક દીવાલ રચી હતી. તેની ઊંચાઈ પાંચ ગજ જેટલી હતી. એક નાનકડા ચોરસની ત્રણ બાજુઓની જેમ તે બનાવવામાં આવી હતી અને તેની ચોથી બાજુ ખુલ્લી હતી. તેને જોઈને પ્રથમ નજરે તો એમ જ લાગે કે રસોડું બનાવવામાં આવ્યું હશે. વાસ્તવમાં તેની વચ્ચે કશું જ હતું નહિ અને તેમાં રહેલા યોદ્ધાઓને પૂરતી મોકળાશ મળી રહેતી. જોકે દીવાલો બહુ ઊંચી નહોતી એટલે તેમાં યોદ્ધાઓએ ઘૂંટણભેર બેસવું પડતું પરંતુ તેના કારણે દીવાલની બીજી બાજુ રહેલા શત્રુઓ તેમને જોઈ શકતા નહિ. દક્ષિણ દિશાની દીવાલ તરફ ઊભી માંડણીના લંબચોરસ ચૂલા જેવી રચના હતી. એ દીવાલોના અડધા ભાગ પર છત જેવું પણ બનાવવામાં આવ્યું હતું કે જેથી તે રસોઈ બનાવવાની જગ્યા હોય તેવું જ છદ્માવરણ રચાતું હતું અને શત્રુઓના તીરથી પણ રક્ષણ મળતું હતું. દક્ષિણ, પૂર્વ અને ઉત્તરની દીવાલોમાં પૂરતાં કદનાં છિદ્રો રચવામાં આવ્યાં હતાં. આ છિદ્રો અંદરની બાજુએથી સાંકડાં અને બહારની બાજુએથી પહોળાં હતાં. દેખાવમાં તો તેઓ રસોઈઘરમાં હવાની અવરજવર માટે બનાવવામાં આવતા સંવાતનો જેવા જ લાગતાં હતાં પરંતુ તેના માધ્યમથી અંદર રહેલા લોકો આવી રહેલા શત્રુઓને બહુ સારી રીતે જોઈ શકે તેમ હતાં અને બહારથી અંદર જોઈ શકાય તેવી સંભાવના બહુ જ ઓછી થઈ જતી હતી. એ જ છિદ્રોનો ઉપયોગ તીર ચલાવવા પણ થઈ શકે તેમ હતો.

એ દીવાલ આમ તો ગારામાંથી જ બનાવવામાં આવી હતી એટલે કોઈ મોટી સેનાનો પ્રહાર સહન કરી શકે તેટલી મજબૂત નહોતી. જોકે હત્યારાઓ તરીકે તો નાનકડી ટુકડીને જ મોકલવામાં આવતી અને તેમની સામે એ દીવાલ સારું રક્ષણ આપી શકે તેમ હતી. ક્યારેક એવી જ કોઈ ટુકડી આવી પહોંચશે એવી આશંકા ધરાવતા લક્ષ્મણે એ દીવાલની સંકલ્પના વિચારી હતી અને છાવણીના બધાએ ભેગા મળીને તે બનાવી હતી. મક્રાંતે તેનું નામ આપ્યું હતું 'લક્ષ્મણ દીવાલ'.

'હા.' રામે કહ્યું.

બધા એ દીવાલની દિશામાં ધસી ગયા અને ઘૂંટણભેર બેસી ગયા. તેમના શસ્ત્રો તૈયાર જ હતાં અને તેઓ પ્રતીક્ષા કરી રહ્યાં હતાં.

લક્ષ્મણે નીચા નમીને દક્ષિણ દિશાની દીવાલના એક છિદ્રમાં જોયું. તેણે આંખો ખેંચીને જોયું તો તેને દસ લોકોની એક ટુકડી દેખાઈ જે તેમની છાવણીમાં આવી રહી હતી. તેનું નેતૃત્વ એક પુરુષ અને સ્ત્રી કરી રહ્યાં હતાં.

નેતૃત્વ કરી રહેલો પુરુષ સરેરાશ ઊંચાઈ ધરાવતો અને અસામાન્યપણે ગૌર ત્વચા ધરાવતો હતો. તેનું વાંસ જેવું પાતળું શરીર કોઈ દોડવીર જેવું હતું, એ પુરુષ કોઈ યોદ્ધા જેવો નહોતો લાગતો. તેના નાજુક ખભા અને પાતળી બાજુઓ છતાં તે એવી રીતે ચાલતો હતો જાણે કે તેની બગલમાં ગૂમડું થયું હોય. તેના હાથના સ્નાયુઓ બહુ વિશાળ હોય, તેવો દેખાવ એ કરી રહ્યો હતો. મોટાભાગના ભારતીય પુરુષોની જેમ તેના લાંબા કેશ શ્યામ હતા અને મસ્તકની પાછળ તેની જટા બાંધવામાં આવી હતી. તેની પૂર્ણ વિકસિત દાઢીને સારી રીતે ઓળવામાં આવી હતી અને તેનો રંગ ઘાટો ભૂખરો હતો. તેણે ભૂખરા રંગની ધોતી અને તેનાથી થોડાક આછા રંગનું અંગવસ્ત્ર ધારણ કર્યું હતું. તેનાં આભૂષણો ધનવાનો જેવાં ભારે પરંતુ સાદાં હતાં: મોતીનાં કર્ણફૂલ અને એક પાતળું, તાંબાનું કડું. અત્યારે તે અસ્તવ્યસ્ત લાગતો હતો, જાણે કે તેણે બહુ લાંબો પ્રવાસ કર્યો હોય અને ઘણા સમયથી પોતાનાં વસ્ત્રો પણ ન બદલ્યા હોય.

એ પુરુષની સાથે ચાલી રહેલી સ્ત્રીનો દેખાવ તેની સાથે થોડોક મળતો આવતો હતો પરંતુ તે અત્યંત આકર્ષક હતી અને કદાચ તેની બહેન હોય તેમ લાગતું હતું. તે ઊર્મિલા જેટલી જ ટૂંકી હતી અને તેની ત્વચા હિમ જેવી સફેદ હતી. તેના કારણે તે ફિક્કી અને અસ્વસ્થ લાગવી જોઈતી હતી પરંતુ તે તો કોઈનો પણ ધ્યાનભંગ કરે તેવી સુંદર લાગતી હતી. તેનું તીણું, થોડુંક ઉપરની દિશામાં ઊંચકાતું નાક અને ઉપસેલા ગાલના હાડકાંને કારણે તે પરિહાની હોય તેમ લાગતું હતું. જોકે પરિહાના લોકોથી વિપરીત, તેના કેશ સોનેરી હતા, જે રંગ બહુ જ અસામાન્ય માનવામાં આવતો. તેના કેશ એકદમ સરસ રીતે ઓળાયેલા હતા. તેની આંખો ચુંબકીય હતી. કદાચ એ હિરણ્યલોમન મલેચ્છનું બાળક હશે, જેઓ ગૌર ત્વચા, માંજરી આંખો અને સોનેરી વાળ ધરાવતા એ વિદેશી લોકો હતાં જે અડધું જગત ઓળંગીને ઉત્તર પશ્ચિમ દિશામાં રહેતા હતા. તેઓ હિંસક હતાં અને સમજી ન શકાય તેવી ભાષા બોલતા હતા એટલે ભારતીયો તેમને જંગલી જ કહેતા. પરંતુ આ સ્ત્રી જંગલી નહોતી લાગતી. ઊલટાનું, તે એકદમ લાલિત્યપૂર્ણ, પાતળી અને નાજુક હતી. તેના નમણા શરીરની સરખામણીમાં તેના વક્ષસ્થળ

અત્યંત મોટા કદનાં હતાં. તેણે મોંઘા જાંબુડિયા રંગની ધોતી ધારણ કરેલી હતી જે સરયૂના પાણીની જેમ ચળકતી હતી. એ કદાચ પૂર્વનું વિખ્યાત રેશમ હતું જે માત્ર અતિધનવાનોને જ પોષાય તેવું હતું. ધોતી એટલી નીચે બાંધવામાં આવી હતી કે તેનું સપાટ પેટ અને પાતળી, મરોડદાર કમર દેખાતી હતી. તેની કંચુકી પણ રેશમમાંથી જ બનાવેલી હતી અને તે રૂપેરી વસ્ત્ર એટલું નાનું હતું કે વિશાળ સ્તનયુગ્મ વચ્ચેની નાનકડી ખીણનો મોટો હિસ્સો દૃશ્યમાન થતો હતો. અંગવસ્ત્રને ખભાથી નીચે સુધી બાંધવાને બદલે હાથે કરીને ખભા પર ઢીલું મૂકી દેવામાં આવ્યું હતું. અતિશય ભારે આભૂષણો આ અતિરેકની પરાકાષ્ઠા સમાન હતાં. તેની કમરે બાંધેલી કટારી તેના પરિધાનની એક માત્ર અસંગતી હતી. દૃષ્ટિ તેની પર જ અટકી રહે તેવો તેનો દેખાવ હતો.

રામે ત્વરાથી સીતાની દિશામાં દૃષ્ટિપાત કર્યો, 'કોણ છે એ લોકો ?'

સીતાએ ખભા ઊંચા કર્યાં.

'લંકાવાસીઓ,' જટાયુએ ધીરેથી કહ્યું.

રામ જટાયુ તરફ ફર્યા જે થોડેક જ દૂર ઘૂંટણભેર બેઠો હતો, 'શું તને વિશ્વાસ છે ?'

'હા, પુરુષ રાવણનો નાનો સાવકો ભાઈ વિભીષણ છે, અને પેલી સ્ત્રી રાવણની સાવકી બહેન શૂર્પણખા છે.'

'એ લોકો અહીં શું કરી રહ્યાં છે ?' સીતાએ પૂછ્યું.

દીવાલના એક છિદ્ર વાટે અતુલ્ય આવી રહેલી ટુકડીનું નિરીક્ષણ કરી રહ્યો હતો. તે રામની દિશામાં ફરીને બોલ્યો, 'મને નથી લાગતું કે તેઓ યુદ્ધ કરવા આવ્યા હોય. જુઓ.' તેણે છિદ્રની દિશામાં ઇશારો કર્યો.

બધાં અલગ અલગ છિદ્રો વાટે જોઈ રહ્યાં. વિભીષણની બાજુમાં જ ચાલી રહેલા એક સૈનિકના હાથમાં સફેદ ધ્વજ હતો અને સફેદ રંગને શાંતિનો રંગ માનવામાં આવતો હતો. સ્પષ્ટ હતું કે તેમને વાર્તાલાપ કરવો હતો. રહસ્ય એ હતું કે તેમને કયા વિષયમાં વાર્તાલાપ કરવો હતો.

'રાવણને શા માટે આપણી સાથે વાર્તાલાપ કરવો હશે ?' હંમેશાં સાશંક રહેતા લક્ષ્મણે પૂછ્યું.

'મારાં સૂત્રો મુજબ, વિભીષણ અને શૂર્પણખા હંમેશાં રાવણની દૃષ્ટિથી આ જગતને નથી જોતાં.' જટાયુએ કહ્યું, 'આપણે એમ ન ધારી લેવું જોઈએ કે રાવણે જ તેમને મોકલ્યા હશે.'

અતુલ્ય વચ્ચે જ બોલ્યો. 'તમારી સાથે અસહમતિ માટે ક્ષમા માંગું છું,

જટાયુજી, પરંતુ મને એમ નથી લાગતું કે રાજકુમાર વિભીષણ કે રાજકુમારી શૂર્પણખા સ્વબળથી આવું કંઈક કરી શકે તેમ હોય. આપણે એમ માનવું રહ્યું કે રાજા રાવણે જ તેમને મોકલ્યાં હશે.'

'હવે ધારણાઓ કરવાનું બંધ કરીને પ્રશ્ન પૂછવાનો સમય આવી ચૂક્યો છે.' લક્ષ્મણે કહ્યું, 'મોટાભાઈ !'

રામે પુનઃ છિદ્ર વાટે જોયું અને પછી એ પોતાની ટુકડીની દિશામાં ફર્યા. 'આપણે બધા એકસાથે જ બહાર નીકળીશું. એટલે એ લોકો કોઈ મૂર્ખામીપૂર્ણ પગલું ભરતાં તો અવશ્ય અટકશે.'

'એ ચતુર વિચાર છે,' જટાયુએ કહ્યું.

'ચાલો ત્યારે.' રામે કહ્યું અને તે રક્ષણાત્મક દીવાલ પાછળથી બહાર આવ્યા. તેમણે જમણો હાથ ઊંચો કરી રાખ્યો હતો કે જેથી સામેવાળાને પણ જાણ થાય કે તેઓ લડવા નથી માંગતા. બીજા બધા પણ રામને અનુસર્યા અને રાવણનાં સાવકાં ભાઈ-બહેનને મળવા માટે બહાર નીકળ્યાં.

જેવી રામ, સીતા, લક્ષ્મણ અને અન્ય સૈનિકો પર દૃષ્ટિ પડી કે વિભીષણ અટકી ગયો. તેણે બાજુમાં પોતાની બહેન સામે જોયું, જાણે કે હવે પછી શું કરવું તે વિષે કોઈ મૂંઝવણ હોય, પરંતુ શૂર્પણખા તો માત્ર રામને જ નિહાળી રહી હતી. જરા પણ સંકોચ વિના તે રામને નિહાળી રહી હતી. જ્યારે વિભીષણની દૃષ્ટિ જટાયુ પર પડી ત્યારે તેની આંખોમાં પરિચયનું આશ્ચર્ય તરી આવ્યું.

રામ, લક્ષ્મણ અને સીતા આગળ ચાલી રહ્યાં હતાં અને જટાયુ તેમજ તેના સૈનિકો તેમની પાછળ હતાં. જેવા આ વનવાસીઓ લંકાવાસીની પાસે પહોંચ્યા કે વિભીષણે પીઠ ટટ્ટાર કરી, છાતી ફુલાવી અને મિથ્યાભિમાની જેવા અવાજે કહ્યું, 'અમે શાંતિથી જ આવી રહ્યાં છીએ, અયોધ્યાના રાજા.'

'અમે પણ શાંતિ જ ઇચ્છીએ છીએ,' કહીને રામે પોતાનો જમણો હાથ નીચે નમાવ્યો. તેમની સાથે રહેલા લોકોએ પણ એમ જ કર્યું. 'અયોધ્યાના રાજા' શબ્દો વિષે રામે કોઈ જ ટિપ્પણી કરી નહિ. 'આપ અહીં શા માટે આવ્યા છો, લંકાના રાજકુમાર ?'

પોતે ઓળખાઈ ગયાં છે એમ જાણીને વિભીષણે આત્મસંતોષની લાગણી અનુભવી, 'એમ લાગે છે કે સપ્ત સિંધુના વાસીઓ અજ્ઞાની હોય છે, એવી મોટાભાગના લંકાવાસીઓની માન્યતા ખોટી છે.'

રામે નમ્ર સ્મિત કર્યું. તે સમયગાળામાં શૂર્પણખાએ ઘાટા જાંબુડિયા રંગનો હાથરૂમાલ કાઢ્યો અને પોતાનું નાક તેના વડે ઢાંકી દીધું.

'હું સપ્ત સિંધુના લોકોનો આદર કરું છું અને તેમની જીવનરીતિઓને સમજું છું,' વિભીષણે કહ્યું.

જરા પણ શરમાયા વિના પોતાના પતિને નિહાળી રહેલી શૂર્પણખાને સીતા બાજદૃષ્ટિથી જોઈ રહી હતી. નજીકથી જોતાં સમજાઈ જતું હતું કે શૂર્પણખાની આંખોનો જાદુ તેની આંખોના રંગમાં જ રહેલો હતો : તે એકદમ ખૂલતા વાદળી રંગની આંખો હતી. તેનામાં અવશ્ય હિરણ્યલોમન મલેચ્છનું રક્ત હતું. નહિતર ઇજિપ્તની પૂર્વમાં કોઈની આંખોમાં આવો રંગ જોવા મળતો નહોતો. તેનામાંથી અત્તરની સુગંધ આવી રહી હતી જે પંચવટીની છાવણીમાંથી આવી રહેલી પ્રાણીઓની ગંધને દબાવી દેતી હતી. એ અસર સમગ્ર છાવણીમાં નહોતી ફેલાઈ પરંતુ શૂર્પણખાની આસપાસ રહેલાને તો તેના અત્તરની સુગંધ સિવાય કોઈ જ સુગંધ આવતી નહોતી. જોકે શૂર્પણખાને પોતાને તે અત્તરની સુગંધની કોઈ અસર થતી ન હોય, તેમ તેણે આસપાસના વાતાવરણની ગંધને પોતાના નાકથી દૂર રાખવા તેની આડે પોતાનો રૂમાલ દબાવી રાખ્યો હતો.

'શું તમને અમારા સાદા રહેઠાણની અંદર આવવું ગમશે ?' પોતાની ઝૂંપડી તરફ ઇશારો કરીને રામે પૂછ્યું.

'ના, આપનો આભાર, મહારાજ,' વિભીષણે કહ્યું, 'હું અહીં જ ઠીક છું.'

જટાયુની ઉપસ્થિતિને કારણે તે જાણે ઊંઘતાં પકડાઈ ગયો હોય તેવી લાગણી અનુભવી રહ્યો હતો. તેઓ વાટાઘાટો શરૂ કરી શકે તે પહેલાં ઝૂંપડીની આડશે અન્ય કોઈ આશ્ચર્યો છુપાયેલાં હોય, તો વિભીષણે તેમનો સામનો નહોતો કરવો. છેવટે, તે સપ્ત સિંધુના શત્રુનો ભાઈ હતો. એટલે બહાર ખુલ્લામાં તેને વધારે સલામતી અનુભવાતી હતી.

'ઠીક છે ત્યારે,' રામે કહ્યું, 'સુવર્ણમયી લંકાના રાજકુમારની મુલાકાતનું સૌભાગ્ય અમને શા માટે પ્રાપ્ત થયું છે ?'

શૂર્પણખા ભારે અને મોહક અવાજે બોલી, 'ઓ રૂપાળા પુરુષ, અમે અહીં શરણ લેવા આવ્યાં છીએ.'

'મને બરોબર સમજાયું નહિ,' રામે કહ્યું. પોતે જેને જાણતા પણ નથી તેવી કોઈ સ્ત્રીના મુખેથી પોતાના રૂપની પ્રશંસા સાંભળીને રામ એક ક્ષણ માટે મૂંઝાઈ ગયા હતા, 'મને નથી લાગતું કે અમે રાવણના સંબંધીઓને મદદ...'

'તો અમે બીજા કોની પાસે જઈએ, ઓ મહાપુરુષ ?' વિભીષણે પૂછ્યું. 'સપ્ત સિંધુમાં તો અમારો કદી પણ સ્વીકાર નહિ કરવામાં આવે, કારણ કે અમે રાવણનાં ભાઈ-બહેન છીએ. પરંતુ અમે એ પણ જાણીએ છીએ કે સપ્ત સિંધુમાં

એવા પણ ઘણા લોકો છે જે તમારી વાતને નકારશે નહિ. મેં અને મારી બહેને રાવણના નિર્દયી દમનને બહુ લાંબો સમય વેઠ્યું છે. અમારે હવે તેમાંથી છૂટવું છે.'

રામ શાંત રહ્યા અને ઊંડો વિચાર કરવા લાગ્યા.

'હે અયોધ્યાના રાજા,' વિભીષણે વાત ચાલુ રાખી, 'ભલે હું લંકાથી આવ્યો હોઈશ પરંતુ વાસ્તવમાં હું તમારા લોકો જેવો જ છું. હું તમારા લોકોની જેમ જ જીવું છું અને એ જ જીવનરીતિને અનુસરું છું. હું અન્ય લંકાવાસીઓ જેવો નથી કે જેઓ રાવણની સંપત્તિથી અંજાઈ ગયા છે અને તેના દુષ્ટ માર્ગને અનુસરી રહ્યા છે. અને શૂર્પણખા પણ મારા જેવી જ છે. શું તમને એમ નથી લાગતું કે અમારા પ્રતિ પણ તમારું કોઈ કર્તવ્ય હોય ?'

સીતા વચ્ચે જ બોલી ઊઠી, 'એક પ્રાચીન કવિએ કહ્યું છે : "યારે કુહાડી જંગલમાં પ્રવેશી ત્યારે વૃક્ષોએ એકબીજાને કહ્યું : ચિંતા ન કરશો, એ કુહાડીનો હાથો તો આપણામાંનો જ એક છે.".'

શૂર્પણખાએ કટુ સ્મિત કર્યું, 'એટલે રઘુનો મહાન વંશજ તેની પત્નીને પોતાના વતી નિર્ણયો લેવા દે છે, એમ ?'

વિભીષણે શૂર્પણખાના હાથનો હળવેથી સ્પર્શ કર્યો અને તે શાંત થઈ ગઈ. 'મહારાણી સીતા,' વિભીષણે કહ્યું, 'તમે એ જોઈ શકશો કે માત્ર કુહાડીના હાથા જ અહીં આવ્યા છે. કુહાડીનું માથું તો લંકામાં જ છે. અમે ખરેખર તમારા જેવા જ છીએ. કૃપા કરીને અમને મદદ કરો.'

શૂર્પણખાએ જટાયુ સામે જોયું. તેણે એક વાત નોંધી હતી કે હરહંમેશ બને છે એમ દરેક પુરુષ તેને જ તાકી રહ્યો હતો, રામ અને લક્ષ્મણ સિવાય, દરેક પુરુષ. 'મહાન મલયપુત્ર, શું તમને એમ નથી લાગતું કે અમને શરણ આપવું તમને જ લાભકર્તા નીવડશે ? તમે લંકા વિષે જાણો છો એ કરતાં ઘણી વધારે માહિતી અમે આપી શકીશું. તેમાં તમને જ વધારે સુવર્ણ મળશે.'

જટાયુ ટટ્ટાર થયો. 'અમે પ્રભુ પરશુ રામના અનુયાયીઓ છીએ ! અમને સુવર્ણમાં જરા પણ રસ નથી.'

'બરાબર...' શૂર્પણખાએ વ્યંગ કર્યો.

વિભીષણે લક્ષ્મણને વિનંતી કરી, 'ચતુર લક્ષ્મણ, કૃપા કરીને તમારા ભાઈને સમજાવો. મને વિશ્વાસ છે કે તમે એ વાતે તો અવશ્ય સહમત થશો કે જ્યારે તમે પાછા ફરીને યુદ્ધ કરશો ત્યારે અમે તમને બહુ જ ઉપયોગી થઈશું.'

'હું અવશ્ય તમારી સાથે સહમત થાત, લંકાના રાજકુમાર' લક્ષ્મણે સસ્મિત

કહ્યું, 'પરંતુ તો પછી આપણે બંને ખોટા પડીશું.'

વિભીષણે નીચે જોઈને નિસાસો નાખ્યો.

'રાજકુમાર વિભીષણ.' રામે કહ્યું, 'મને વાસ્તવમાં દુઃખ થાય છે પરંતુ–'

વિભીષણે રામને અટકાવ્યા. 'હે દશરથના પુત્ર, મિથિલાના યુદ્ધને યાદ કરો. મારો ભાઈ રાવણ તમારો શત્રુ છે. તે મારો પણ શત્રુ છે. શું એ ન્યાયે આપણે બંને મિત્ર ન થયા ?'

રામ શાંત જ રહ્યા.

'મહાન રાજા, લંકાથી ભાગીને અમે અમારા જીવને જોખમમાં મૂક્યા છે. શું અમે થોડો સમય પૂરતા પણ આપના મહેમાન ન બની શકીએ ? અમે થોડા દિવસ પછી તો જતાં રહીશું. *તૈત્રેય ઉપનિષદ*માં શું લખ્યું છે તે યાદ કરો : "અતિથી દેવો ભવ ।" બીજી પણ ઘણી બધી સ્મૃતિઓમાં એમ લખ્યું છે કે બળવાને નબળાનું રક્ષણ કરવું જોઈએ. અમે માત્ર થોડાક દિવસ પૂરતું આપનું શરણ માગી રહ્યાં છીએ. કૃપા કરો.'

સીતાએ રામ સામે જોયું. નિયમની વાત કરવામાં આવી હતી. હવે શું થવાનું છે એ સીતા જાણતી હતી. હવે રામ તેમને પાછા નહિ કાઢે એ તે સમજી ચૂકી હતી.

'માત્ર થોડાક જ દિવસ,' વિભીષણે પુનઃ વિનંતી કરી. 'કૃપા કરો.'

રામે વિભીષણના ખભાનો સ્પર્શ કર્યો. 'તમે અહીં થોડાક દિવસ રહી શકો છો. થોડોક સમય આરામ કરો અને પછી તમારો પ્રવાસ આગળ વધારો.'

વિભીષણે વંદન કરીને કહ્યું, 'રઘુકુળનો જય હો.'

'મને લાગે છે કે પેલી બગડેલી રાજકુમારી તમારી પર મોહી પડી છે.' સીતાએ કહ્યું.

ચોથા પ્રહરના બીજા કલાકે, વાળું પતાવીને, રામ અને સીતા તેમના ઓરડામાં એકાંતમાં બેઠાં હતાં. તે દિવસે સીતાએ રાંધેલા ભોજન વિષે શૂર્પણખાએ બહુ જ ફરિયાદ કરી હતી. સીતાએ તેને એમ ઉત્તર આપ્યો હતો કે જો તેને ભોજન પસંદ ન હોય, તો તે ભૂખી પણ રહી શકે છે.

રામે પોતાનું મસ્તક હલાવ્યું હતું. તેમની આંખોમાં દેખાઈ રહ્યું હતું કે આ બધી મૂર્ખામી હતી. 'એ કેવી રીતે બની શકે, સીતા ? તે જાણે જ છે કે હું

વિવાહિત છું. તેને વળી હું કેવી રીતે આકર્ષક લાગી શકું ?'

ઘાસની પથારીમાં સીતા પોતાના પતિની પાસે સૂતી હતી. 'તમારે એક વાત જાણવી જોઈએ કે તમને લાગે છે એ કરતાં તમે ક્યાંય વધારે આકર્ષક છો.'

રામ હસ્યા. 'મૂર્ખામીપૂર્ણ વાત.'

સીતા પણ હસી અને રામ ફરતે તેણે પોતાના હાથ વીંટાળી દીધા.

— |ㅊ| 🐟 ☀ —

વનવાસીઓ સાથે મહેમાનોને હવે એક સપ્તાહ જેટલો સમય થઈ ગયો હતો. તેમણે જરા પણ મુશ્કેલી ઊભી નહોતી કરી. જોકે લંકાની રાજકુમારી તેમાં અપવાદ હતી. લક્ષ્મણ અને જટાયુના મનમાં હજુ પણ આ લંકાવાસીઓ પ્રત્યે શંકા હતી. પહેલા જ દિવસે તેમણે મહેમાનોનાં શસ્ત્રો લઈ લીધાં હતાં અને તેને છાવણીના શસ્ત્રાગારમાં મૂકી દેવામાં આવ્યાં હતાં. તેમણે છૂપી રીતે એવી ગોઠવણ કરી હતી કે મહેમાનો ચોવીસે કલાક ચુસ્ત પહેરા હેઠળ હોય અને તેમના દરેક પગલાની તેમને જાણ થતી રહે.

આગલી રાતે એક હાથમાં તલવાર અને બીજા હાથમાં ચેતવણી આપવા માટે શંખ લઈને લક્ષ્મણ આખી રાત જાગ્યો હતો એટલે તેણે સવાર તો સૂવામાં જ કાઢી હતી. બપોરે તે જાગ્યો ત્યારે છાવણીમાં અસામાન્ય પ્રવૃત્તિઓ ચાલી રહી હતી.

તેણે ઝૂંપડીમાંથી બહાર આવીને જોયું તો જટાયુ અને મલયપુત્રો લંકાવાસીઓનાં શસ્ત્રો લઈને શસ્ત્રાગારમાંથી બહાર આવી રહ્યા હતા. વિભીષણ અને તેની ટુકડી જવા માટે તૈયાર હતી. પોતાનાં શસ્ત્રો લઈને તેઓ શૂર્પણખાની પ્રતીક્ષા કરી રહ્યાં હતાં. શૂર્પણખા ગોદાવરીના કિનારે સ્નાન કરવા અને તૈયાર થવા ગઈ હતી. તેણે પોતાનાં વસ્ત્રો પહેરવા અને કેશ ગૂંથવા માટે સીતાની મદદ માંગી હતી એટલે સીતા પણ તેની સાથે ગઈ હતી. સીતા ખુશ હતી કે જંગલની છાવણીમાં જાતભાતની માંગ કરી રહેલી આ નખરાળી સ્ત્રીથી છેવટે છુટકારો મળવાનો હતો. એટલે શૂર્પણખાની અંતિમ વિનંતીને માન આપવાનું તેણે તરત જ સ્વીકારી લીધું હતું.

'તમારી મદદ માટે ખૂબ જ આભાર, રાજકુમાર રામ.' વિભીષણે કહ્યું.

'અમને પણ તેનો આનંદ છે.'

'શું હું તમને અને તમારા અનુયાયીઓને વિનંતી કરી શકું કે અમે કઈ

દિશામાં પ્રયાણ કર્યું છે એ માહિતી ગુપ્ત રહે ?'

'અવશ્ય.'

'આભાર,' કહીને વિભીષણે વંદન કર્યાં.

રામ વૃક્ષોની ગાઢ કતારને જોઈ રહ્યા, તેની બીજી બાજુ ગોદાવરીનો કિનારો આવેલો હતો. તેઓ આશા રાખી રહ્યા હતા કે તેમની પત્ની સીતા અને વિભીષણની બહેન શૂર્પણખા ગમે તે ક્ષણે એ દિશામાંથી આવશે.

તેના બદલે, જંગલમાંથી કોઈ સ્ત્રીની તીણી ચીસ સંભળાઈ. રામ અને લક્ષ્મણે ત્વરાથી એકબીજા સામે જોઈ લીધું અને તેઓ અવાજની દિશામાં દોડી ગયા. સીતાને જંગલમાંથી બહાર આવતી જોઈને તેઓ ઊભા રહી ગયા. તે ટટ્ટાર હતી, પાણીમાં પલળેલી હોવાથી સુંદર લાગતી હતી પરંતુ તે અત્યંત ક્રોધિત લાગતી હતી. એક હાથ વડે તે નિર્દયતાથી શૂર્પણખાને ઢસડીને આવી રહી હતી. લંકાની રાજકુમારીના બંને હાથને બાંધી દેવામાં આવ્યા હતા.

લક્ષ્મણે તરત જ પોતાની તલવાર ખેંચી કાઢી અને ત્યાં હાજર રહેલા બધાએ એમ જ કર્યું. અયોધ્યાના નાના રાજકુમારના મુખમાંથી સૌ પ્રથમ શબ્દો નીકળ્યા. વિભીષણ સામે આરોપસૂચક દૃષ્ટિપાત કરીને તેણે પૂછ્યું, 'આ બધું શું ચાલી રહ્યું છે ?'

વિભીષણ બંને સ્ત્રીઓ પરથી દૃષ્ટિ હટાવી શકતો નહોતો. એક ક્ષણ પૂરતો તેને સાચે જ આઘાત લાગ્યો હતો પરંતુ તેણે ત્વરાથી પોતાની જાતને સંભાળી અને ઉત્તર આપ્યો, 'તમારાં ભાભી મારી બહેનને શું કરી રહ્યાં છે ? તેણે શૂર્પણખા પર પ્રહાર કર્યો હોય, તેમ દેખાઈ રહ્યું છે.'

'બંધ કરો આ નાટક !' લક્ષ્મણે બૂમ પાડી, 'તારી બહેને જ પ્રથમ પ્રહાર કર્યો હોય, મારી ભાભી એવું કશું જ કરે એમ નથી.'

સીતા એ બધાની વચ્ચે આવી અને તેણે શૂર્પણખાને પોતાની પકડમાંથી છોડી. લંકાની રાજકુમારી પણ અત્યંત ક્રોધિત અને નિયંત્રણ બહાર લાગતી હતી. વિભીષણ ત્વરાથી પોતાની બહેન પાસે દોડી ગયો, કટારી ખેંચી અને તેને બાંધવામાં આવેલાં દોરડાં કાપ્યાં. તેણે શૂર્પણખાના કાનમાં ધીરેથી કશુંક કહ્યું. વિભીષણે તેને શું કહ્યું એ લક્ષ્મણને સ્પષ્ટતઃ તો સંભળાયું નહિ પરંતુ 'શાંત થા' એવું કંઈક એ બોલ્યો હશે, તેમ લક્ષ્મણને લાગ્યું.

સીતા રામની દિશામાં ફરી અને શૂર્પણખા તરફ ઇશારો કરીને તેણે પોતાની હથેળીમાં રહેલી વનસ્પતિના ટુકડા બતાવ્યા. 'આ કુલટાએ મારા મોઢામાં આ વનસ્પતિ ઠૂંસી દીધી અને મને નદીના પાણીમાં ધકેલી દીધી !'

રામ તે વનસ્પતિને ઓળખી ગયા. સામાન્યત: કોઈ શસ્ત્રક્રિયા પહેલાં દર્દીને બેભાન કરવા માટે તેનો ઉપયોગ કરવામાં આવતો હતો. તેમણે વિભીષણ સામે જોયું, ક્રોધથી તેમની આંખોમાંથી અગ્નિ વરસી રહ્યો હતો. 'આ બધું શું ચાલી રહ્યું છે ?'

વિભીષણ ત્વરાથી સમજાવટ કરવા માટે ઊભો થયો. 'અવશ્ય કોઈ ગેરસમજ થઈ લાગે છે. મારી બહેન કદી પણ એવું કરે જ નહિ.'

'શું તમે એમ કહી રહ્યા છો કે તેણે મને નદીમાં ધક્કો માર્યો એવી હું કલ્પના કરી રહી છું ?' સીતાએ આક્રમક અવાજે કહ્યું.

વિભીષણ શૂર્પણખા સામું જોઈ રહ્યો, તે પણ હવે ઊભી થઈ ચૂકી હતી. પોતાની આંખો વડે તે શૂર્પણખાને શાંત રહેવાનો ઇશારો કરી રહ્યો હતો. જોકે શૂર્પણખા તે ઇશારાને સમજી રહી નહોતી.

'આ અસત્ય છે !' શૂર્પણખાએ તીણા અવાજે કહ્યું, 'મેં એવું કંઈ જ કર્યું નહોતું !'

'તું મને જૂઠી કહી રહી છે ?' સીતાએ ગર્જના કરી.

પછી જે બન્યું તે એટલી ત્વરાથી બન્યું કે ભાગ્યે જ કોઈ પાસે તેની પ્રતિક્રિયા આપવાનો સમય હતો. અત્યંત ત્વરાથી શૂર્પણખા સીતાની બાજુમાં પહોંચી ગઈ અને તેણે પોતાની કટારી ખેંચી કાઢી. લક્ષ્મણ સીતાની બીજી બાજુ જ ઊભો હતો. તેણે શૂર્પણખાને ધસી આવતી જોઈ એટલે તેણે સીતાની આગળ આવીને બૂમ પાડી, 'ભાભી !'

પ્રહારને ટાળવા માટે સીતા ત્વરાથી વિરુદ્ધ દિશામાં ખસી ગઈ. એ જ ક્ષણે, લક્ષ્મણ આગળ દોડી ગયો અને સીતા પર ધસી રહેલી શૂર્પણખાને ભટકાયો. તેણે શૂર્પણખાના બંને હાથ પકડીને તેને પાછળની દિશામાં ધકેલી દીધી. ઓછી ઊંચાઈવાળી લંકાની રાજકુમારી પાછળની દિશામાં ઊછળી. તેમની પાછળ પૂતળાની જેમ ઊભેલા લંકાના સૈનિકો પર તે પડી ત્યારે તેના હાથમાં તેણે જે કટારી પકડેલી હતી, તે કટારી તેના મોઢા પર વાગી. એ કટારી તેના નાક પર ઊભી જ વાગી અને ઊંડી ઊતરી ગઈ. તે ધરતી પર પડી ત્યારે કટારી તેના હાથમાંથી છૂટી ગઈ હતી. તેને એટલો આઘાત લાગ્યો હતો કે ઘાવની પીડા તેના સુધી પહોંચી જ નહિ. ઘાવમાંથી રક્ત વહેવા માંડ્યુ ત્યારે તેના જાગૃત મને તેના શરીરનું નિયંત્રણ કર્યું અને જે બની ગયું તેનો આઘાત તેના આખા શરીરમાં ફેલાઈ ગયો. તેણે હાથ વડે પોતાના મોઢાનો સ્પર્શ કર્યો અને પછી પોતાના રક્તરંજિત હાથને તે જોઈ રહી. તેને સમજાઈ ગયું કે તેના મુખ પર હવે ઘાવનાં ઊંડાં નિશાન

રહી જ જશે અને તેને દૂર કરવા માટે પીડાદાયક શસ્ત્રક્રિયાઓ કરાવવી પડશે.

તેણે ઘૃણા ભરેલી ચીસ પાડી અને ઊભી થઈને પુનઃ ધસી ગઈ, આ સમયે લક્ષ્મણની દિશામાં. આ સમયે વિભીષણ પોતાની અનિયંત્રિત બની ચૂકેલી બહેન સામે દોડી ગયો અને તેના ક્રોધને નિયંત્રણમાં લાવવાનો પ્રયત્ન કરવા લાગ્યો.

'એમને મારી નાખો !' પીડામાં તડપી રહેલી શૂર્પણખાએ ચીસ પાડી, 'એ બધાને મારી નાખો !'

'થોભો !' વિભીષણે વિનંતી કરી. તેના મુખ પર ભય છવાઈ ગયો હતો. તે જાણતો હતો કે તેમની સંખ્યા ઓછી છે. તેને મૃત્યુ પામવાની જરા પણ ઇચ્છા નહોતી અને તેને મોતથી પણ વિશેષ ભય બીજી વાતનો લાગતો હતો. 'થોભો !'

રામે પોતાનો ડાબો હાથ ઊંચો કર્યો, એ હાથની મુઠ્ઠી વળેલી હતી. તેઓ પોતાના લોકોને અટકી જવાનો પરંતુ સાવધાન રહેવાનો ઇશારો કરી રહ્યા હતા. 'હવે તમે જઈ શકો છો, રાજકુમાર, અન્યથા તેની બહુ ભારે કિંમત ચૂકવવી પડશે.'

'આપણને જે કહેવામાં આવ્યું છે એ ભૂલી જાવ !' શૂર્પણખાઓ ચિચિયારી કરી. 'એ બધાને મારી નાખો !'

આઘાત પામેલો વિભીષણ ખૂબ પ્રયત્ન કરીને શૂર્પણખાને પકડી રાખવાનો પ્રયત્ન કરી રહ્યો હતો. તેને રામે કહ્યું, 'અત્યારે જ જતા રહો, રાજકુમાર વિભીષણ.'

'પાછળ હઠો.' વિભીષણે ધીમેથી કહ્યું.

તેના સૈનિકો પાછળ હઠવા માંડ્યા, જોકે તેમની તલવારો હજુ વનવાસીઓની દિશામાં જ તકાયેલી હતી.

'તેમને મારી નાખ, ડરપોક !' શૂર્પણખાએ પોતાના ભાઈ પ્રતિ ક્રોધ કર્યો, 'હું તારી બહેન છું ! મારું વેર વાળ !'

ક્રુદ્ધ શૂર્પણખાને વિભીષણ બહાર ઘસડી રહ્યો હતો, તેની આંખો હજુ પણ રામ પર જ સ્થિર હતી, અને કોઈ પણ પ્રકારના પ્રહારથી બચવા તે સચેત હતો.

'એ બધાને મારી નાખો !' શૂર્પણખાએ ચીસ પાડી.

વિભીષણે પોતાની બહેનને ઢસડવાનું ચાલુ જ રાખ્યું. બધા લંકાવાસીઓ છાવણીમાંથી બહાર નીકળીને પંચવટી વિસ્તારમાંથી નાસી છૂટ્યાં.

રામ, લક્ષ્મણ અને સીતા તેમની જગ્યાએ વૃક્ષની જેમ સ્થિર ઊભાં હતાં. તેમની કલ્પના બહારની દુર્ઘટના બની ગઈ હતી.

'આપણે હવે આ જગ્યાએ રોકાઈ શકીએ નહિ.' જટાયુએ વાસ્તવિકતાનું

ભાન કરાવ્યું, 'આપણી પાસે હવે કોઈ જ વિકલ્પ નથી. આપણે આ જગ્યા છોડવી પડશે, અત્યારે જ.'

રામે જટાયુ સામે જોયું.

'આપણે લંકાના રાજપરિવારનું રક્ત વહાવ્યું છે, ભલેને તે રાજ પરિવારના બળવાખોર સભ્યો જ કેમ ન હોય !' જટાયુએ કહ્યું. 'તેમના પારંપરિક નિયમો મુજબ, વળતો પ્રહાર કર્યા સિવાય રાવણ પાસે કોઈ જ વિકલ્પ નથી. સપ્ત સિંધુના ઘણા રાજપરિવારોમાં પણ એ જ નિયમ છે, નથી ? રાવણ અવશ્ય આવશે. એ બાબતમાં જરા પણ શંકા રાખશો નહિ. વિભીષણ ડરપોક છે, રાવણ અને કુંભકર્ણ ડરપોક નથી. તેઓ હજારો સૈનિકો સાથે આવશે. મિથિલાથી પણ વધારે ખરાબ પરિસ્થિતિ હશે. એ તો સૈનિકોનું યુદ્ધ હતું, જેને બધા સમજતા હોય છે, પરંતુ આ સમયે અંગત વાત છે. તેની બહેન, તેના કુટુંબના એક સભ્ય પર પ્રહાર કરવામાં આવ્યો છે. રક્ત વહાવવામાં આવ્યું છે. પોતાના સમ્માનને માટે પણ તે વળતું આક્રમણ તો કરશે જ.'

લક્ષ્મણ ટટ્ટાર થયો, 'પરંતુ મેં તેની પર પ્રહાર નહોતો કર્યો. એ—'

'રાવણ આ ઘટનાને એ રીતે નહિ જુવે.' જટાયુએ લક્ષ્મણને અટકાવ્યો. 'એ તમારી સામે એવી કોઈ જ ચર્ચા નહિ કરે, રાજકુમાર લક્ષ્મણ. આપણે ભાગવું જ રહ્યું, અત્યારે જ.'

જંગલની મધ્યે નાનકડી ખુલ્લી જગ્યામાં ત્રીસેક યોદ્ધા બેઠા હતા અને ત્વરાથી પોતાના મોઢામાં ખાવાનું મૂકી રહ્યા હતા. તેઓ બહુ જ ઉતાવળમાં હોય તેમ જણાતું હતું. તે બધાનો પોશાક એક સમાન હતોઃ લાંબો ભૂખરો-કાળો ડગલો તેમના શરીરને ઢાંકી રહ્યો હતો અને તેને શરીર જોડે બાંધી રાખવા માટે કમર પર ડગલા ફરતે જાડું દોરડું બાંધવામા આવ્યું હતું. જોકે એ ડગલામાં તેમની તલવાર ઢંકાતી નહોતી. એ બધાં પુરુષોની ત્વચા એકદમ ગૌર હતી, અને ભારતના ઉષ્ણ વાતાવરણમાં આ વાત અસામાન્ય હતી. તેમના ઘુવડની ચાંચ જેવાં વળેલાં નાક, સરસ રીતે ગૂંથેલી પૂર્ણ વિકસિત દાઢી, તેજસ્વી કપાળ, સફેદ ચોરસ ટોપીની નીચેથી શરૂ થતા લાંબા ડગલા અને નીચેની દિશામાં નમતી ભરાવદાર મૂછોથી એ સ્પષ્ટ થઈ જતું હતું કે તેઓ કોણ છે : પરિહાના સૈનિકો.

ભારતની પશ્ચિમી સરહદની પેલે પાર આવેલી દંતકથા સમાન ભૂમિ

એટલે પરિહા. આ પહેલાના મહાદેવ ભગવાન રુદ્રની તે ભૂમિ હતી.

આ પચરંગી ટુકડીનો સૌથી રસપ્રદ સભ્ય હતો તેમનો આગેવાન જે એક નાગવંશી જ હતો. બીજા પરિહાનની જેમ તે પણ ગૌર ત્વચાવાળો જ હતો. બીજી બધી રીતે તે તેની ટુકડીના સભ્યોથી અલગ પડતો હતો. તેનો પોશાક અન્યો જેવો નહોતો. તેણે તો વાસ્તવમાં ભારતીય લોકો જેવો પોશાક ધારણ કરેલો હતો : કેસરી રંગની ધોતી અને એ જ રંગનું અંગવસ્ત્ર. તેની પીઠ નીચેથી પૂંછડી જેવો વિશેષ ભાગ ઊપસી આવેલો હતો. તે સતત અને લયબદ્ધ રીતે હલતો હતો, જાણે કે તેનું પોતાનું આગવું મગજ હોય ! વાળથી આચ્છાદિત નાગવંશી બધા પરિહાન લોકોથી ઊંચો હતો. તેના વિશાળ કદ અને સ્નાયુબદ્ધ મજબૂત બાંધાને કારણે તેની ઉપસ્થિતિ માત્રથી જ સામેવાળી વ્યક્તિમાં સમ્માન ઉત્પન્ન થતું અને ભગવાન જેવા આભામંડળનો અનુભવ લોકોને થતો. તે માત્ર પોતાના હાથ વડે જ કોઈ કમનસીબની ગરદન ભાંગી શકે તેમ હતો. અન્ય નાગવંશીઓથી વિપરીત, તે મુખવટો કે શરીર પર લાંબો ડગલો ધારણ કરતો નહોતો.

'આપણે ત્વરાથી આગળ વધવું પડશે,' નાગવંશી બોલ્યો.

તેનું નાક સપાટ હતું, મોઢા પર ચોંટી ગયું હોય તેવું. તેની દાઢી અને મુખ પર ઊગેલા વાળને કારણે તેના મોઢાની ફરતે વાળ જ દેખાતા હતા. વિચિત્ર વાત તો એ હતી કે તેના મોઢાની ઉપર અને નીચેનો ભાગ રૂપેરી અને વાળ વિહીન હતો. તે ભાગ થોડોક ફૂલેલો લાગતો હતો અને તેનો રંગ આછો ગુલાબી હતો. તેના હોઠ એકદમ પાતળા, ભાગ્યે જ દેખાય તેવા હતા. તેની આંખોમાંથી બુદ્ધિ અને શાંતિના ભાવ ઝળકતા હતા અને તેની ઉપરની જાડી ભ્રમરો તીવ્ર વળાંક રચતી હતી. તેની ખેંચાયેલી ભ્રૂકુટિને કારણે તે સ્વાભાવિકપણે જ બુદ્ધિશાળી દેખાતો હતો. એમ લાગતું હતું કે જાણે સર્વશક્તિમાને વાનરના મુખને માનવ-મસ્તકની જગ્યાએ લગાવી દીધું હોય.

'હા, પ્રભુ.' એક પરિહાને કહ્યું, 'જો તમે અમને થોડીક ક્ષણો વધારે આપી શકો ? બધા સતત કૂચ કરી રહ્યા છે અને થોડાક આરામથી ?'

'આરામ કરવાનો સમય નથી !' આગેવાન ઘૂરક્યો. 'મેં ગુરુ વશિષ્ઠને વચન આપ્યું છે ! આપણી પહેલાં રાવણ તેમના સુધી પહોંચવો જોઈએ નહિ ! આપણે તેમને હવે શોધવા જ પડશે ! બધાને કહો કે ઉતાવળ કરે...'

એ પરિહાન આદેશનું પાલન કરવા દોડી ગયો. જેણે ખાવાનું પૂરું કરી લીધું હતું તેવો બીજો એક પરિહાન એ નાગવંશી પાસે ગયો. 'પ્રભુ, બધાને જાણવું છે કે મુખ્ય વ્યક્તિ કોણ છે.'

એ નાગવંશીએ એક ક્ષણનો પણ વિલંબ કર્યા વિના કહ્યું. 'બંને. તે બંને ખૂબ જ મહત્ત્વના છે. રાજકુમારી સીતા મલયપુત્રો માટે મહત્ત્વની છે અને રાજકુમાર રામ આપણા માટે મહત્ત્વના છે.'

'હા, પ્રભુ હનુમાન.'

—|૪| ● ☼ —

દંડકારણ્યમાં તેઓ પૂર્વ દિશામાં આગળ વધી રહ્યાં હતાં. ગોદાવરીની સમાંતરે તેમણે ઘણું અંતર કાપ્યું હતું. તેમને વિશ્વાસ હતો કે હવે તેમને કોઈ શોધી શકશે નહિ કે તેમનું પગેરુ કાઢી શકશે નહિ. ઉપનદીઓ અથવા અન્ય જળસ્રોતોથી દૂર રહે, તો શિકારની સારામાં સારી તકો તેઓ ગુમાવી દે.

લાંબી લાકડીનો એક છેડો તેમના ખભા પર ટેકવાયેલો હતો. જ્યારે લક્ષ્મણ પાછળ ચાલતો હતો અને એ લાકડીનો બીજો છેડો તેના ખભા પર ટેકવાયેલો હતો. લાકડીના વચ્ચેના ભાગ પર પેલા હરણનો મૃતદેહ લટકતો હતો.

'પણ તમને શા માટે એ વાત વિચારવી અતાર્કિક લાગે છે કે ભરતભાઈ—'

'સાંભળ,' પોતાનો હાથ ઊંચો કરી લક્ષ્મણને શાંત થવાનો સંકેત આપી રામે કહ્યું.

લક્ષ્મણે પોતાના કાન સતેજ કર્યા. તેની કરોડરજ્જુમાં એક કંપારી થઈ આવી. રામે પાછળ ફરીને લક્ષ્મણ તરફ જોયું ત્યારે તેમના મોઢા પર સ્પષ્ટ રીતે ભય છવાયેલો હતો. તેમણે બંનેએ એ સાંભળ્યું હતું. બળજબરીને કારણે પાડેલી ચીસ ! એ સીતાનો અવાજ હતો. અંતરના કારણે એ અવાજ ધીમો સંભળાયો હતો પણ એ સીતાનો જ અવાજ હતો. તે પોતાના પતિને પોકારી રહી હતી.

રામ અને લક્ષ્મણે હરણ ત્યાં જ પડતું મૂક્યું અને ઝડપથી એ દિશામાં ધસી ગયા. તેઓ પોતાના અસ્થાયી મુકામથી હજુ થોડાક દૂર હતા.

વિક્ષોભ પામેલા પક્ષીઓના કલબલાટ વચ્ચે પણ સીતાનો અવાજ સંભળાતો હતો.

'...રાઆઆમ !'

હવે તેઓ એટલા નજીક પહોંચી ગયા હતા કે ધાતુ સાથે ધાતુ અફળાવાનો અને સંઘર્ષનો અવાજ તેમને સંભળાતો હતો.

ઉન્મત્ત વ્યક્તિની જેમ વનમાં દોડી રહેલા રામે બૂમ પાડી, 'સીતાઆઆઆ !'

લક્ષ્મણે પોતાની તલવાર ખેંચી કાઢી અને યુદ્ધ માટે તૈયાર થઈ ગયા.

'...રાઆઆઆમ !'

'એને છોડી દે !' ગાઢ ઝાડીઓને કાપીને આગળ વધતાં રામે બૂમ પાડી.

'...રાઆઆમ !'

રામે સખતાઈથી પોતાનું ધનુષ પકડ્યું. તે બંને તેમના મુકામથી થોડીક જ ક્ષણોના અંતરે હતાં. 'સીતાઆઆ !'

'...રાઆ...'

અધવચ્ચે જ સીતાનો અવાજ અટકી ગયો. ખરાબ વિચારોને મનમાંથી દૂર રાખીને રામ દોડતા જ રહ્યા. તેમનું હૃદય જોરથી ધબકતું હતું અને તેમના મગજમાં ચિંતા ઉત્પન્ન થઈ ચૂકી હતી.

તેમને વિશાળ પાંખિયા ફરવાનો ફરરરર... ફરરરર... એવો મોટો અવાજ સંભળાયો. આ અવાજ આગળના એક પ્રસંગે સાંભળ્યાનું એકદમ તેમને સ્પષ્ટતાથી યાદ હતું. એ અવાજ હતો રાવણના દંતકથા સમાન ઊડતા વાહન પુષ્પક વિમાનનો.

'નાઆઆઆ !' રામે બૂમ પાડી. ધનુષ આગળની તરફ ધરીને તેમણે દોડે જ રાખ્યું. તેમના મોઢા પર આંસુ દડી રહ્યાં હતાં.

જે સમથળ જગ્યાએ તેમણે પોતાનો અસ્થાયી મુકામ સ્થાપ્યો હતો ત્યાં આવીને એ બંને જણા ઊભા રહ્યા. બધું ખેદાન-મેદાન થઈ ગયું હતું. ચારે બાજુ રક્ત દેખાતું હતું.

'સીતાઆઆ !'

રામે ઉપર જોઈને પુષ્પક વિમાન તરફ એક તીર તાક્યું પણ વિમાન બહુ ગતિથી ઉપરની તરફ જઈ રહ્યું હતું. એ તીર તો નપુંસક ગુસ્સાનું પરિણામ હતું, વિમાન તો હજી પણ ઉપર જઈ રહ્યું હતું.

'સીતાઆઆ !'

લક્ષ્મણે હાંફળા-ફાંફળા થઈને સમગ્ર મુકામને તપાસી જોયો. મૃત સૈનિકોના શરીર ચારેબાજુ પડ્યાં હતાં પરંતુ સીતા ક્યાંય નહોતી.

'રાજ... કુમાર... રામ...'

રામે તે નબળો અવાજ પારખ્યો. એ અવાજની દિશામાં દોડી રામ ગયા અને તેમને રક્તરંજિત અને ઠેર-ઠેર તલવારથી કપાયેલાં અંગોવાળો નાગવંશી જોવા મળ્યો.

'જટાયુ !'

બહુ ખરાબ રીતે ઘાયલ થયેલા જટાયુને બોલવામાં તકલીફ પડતી હતી. 'એ...'

'શું ?'

'રાવણ... તેમનું... અપહરણ...'

રામે ગુસ્સાથી ઉપર જોયું. વિમાન એક નાનકડા બિંદુ જેવું દેખાઈ રહ્યું હતું અને ઝડપથી તેમનાથી દૂર ભાગી રહ્યું હતું. તેમણે ગુસ્સામાં બૂમ પાડી, 'સીતાઆઆ !'

'રાજકુમાર...'

જટાયુ અનુભવી શકતો હતો કે તેનું જીવન હવે સમાપ્ત થઈ રહ્યું હતું. પોતાની ઇચ્છાશક્તિને આધારે તેણે છેલ્લી વાર પોતાના શરીરને ઊભું કર્યું, હાથ લાંબો કરીને રામને તેણે પોતાની દિશામાં ખેંચ્યા.

તૂટી રહેલા શ્વાસના આધારે જટાયુએ ધીમેથી કહ્યું, 'તેમને... પાછા લાવજો... હું... નિષ્ફળ... તે મહત્ત્વના... દેવી સીતા... બચાવવા જ પડશે... દેવી સીતા... બચાવવા જ પડશે... વિષ્ણુ... દેવી સીતા...'

(ક્રમશઃ)

અમીશનાં અન્ય પુસ્તકો

'શિવકથન શ્રેણી'ની નવલકથાત્રયી

શિવકથન શ્રેણીની નવલકથાત્રયીમાં એક એવા સામાન્ય માણસની વાત છે જેમનાં કર્મોએ તેમને દેવોના દેવ, મહાદેવ બનાવી દીધા.

૧૯૦૦ ઈસ. પૂર્વ. જેને આધુનિક ભારતીયો ભૂલથી સિંધુ ખીણની સંસ્કૃતિ તરીકે ઓળખે છે, તે જગ્યાએ. એ સમયના લોકો તે જગ્યાને મેલુહા કહે છે — એક એવું પરિપૂર્ણ સામ્રાજ્ય જેની રચના સદીઓ પહેલાં ભગવાન રામે કરી હતી. તેના સમ્રાટ દક્ષ પોતાના સંદેશવાહકોને સમગ્ર જગતના વિવિધ કબીલાઓમાં મોકલીને તેમને મેલુહામાં રહેવા આવવાનું આમંત્રણ મોકલાવે છે. આ વિવિધ કબીલાઓમાં એક કબીલો છે તિબેટના ગણો અને શક્તિશાળી યોદ્ધા એવા તેમના આગેવાન શિવનો. તેઓ મેલુહા જાય છે અને એક વિચિત્ર ઘટનાના કારણે તેમના સિવાય કબીલાના બીજા બધા લોકોને તાવ આવે છે અને તેમનું ગળું નીલવર્ણું થઈ જાય છે. વધારે વિચિત્ર વાત તો એ બને છે કે આધુનિક મેલુહાવાસીઓ તેમને નીલકંઠ ઘોષિત કરે છે જે તેમનો તારણહાર બની રહેવાનો છે. એવો તારણહાર કે જે તેમને તેમના શત્રુઓથી, ચંદ્રવંશીઓ અને નાગવંશીઓથી બચાવશે. અને આમ શરૂ થાય છે શિવની યાત્રા.

પ્રેમ અને કર્તવ્યની બેવડી લાગણીઓથી બંધાયેલા શિવ, શું પોતાની નિયતિ મુજબ મેલુહા લોકોનો બદલો લેશે અને અનિષ્ટનો નાશ કરશે ? અનિષ્ટ સામેના યુદ્ધની કેટલી કિંમત ચૂકવવી પડશે ? અને શું તે પોતાને આપવામાં આવેલું 'દેવોના દેવ' જેવું નામ સ્વીકારશે ?

'શિવકથન શ્રેણી'ની કથાત્રયીનાં પુસ્તકોએ — 'મેલુહા', 'નાગવંશ' અને 'વાયુપુત્રોના શપથ' — વૈવિધ્યપૂર્ણ અને સમર્પિત લોકોને આકર્ષ્યા છે. આ પુસ્તકોની વીસ લાખથી પણ વધારે નકલો વેચાઈ ચૂકી છે.

અમીશનાં પુસ્તકોના જગતની વધારે માહિતી મેળવવા માટે www.authoramish.comની મુલાકાત લેવી.

www.authoramish.com/promotionsની મુલાકાત લઈને વિશેષ ઓફર્સનો લાભ લો.